ವಿಶ್ವಕಥಾಕೋಶ

ಸಂಪುಟ - ೧೧

ಪ್ರಧಾನ ಸಂಪಾದಕ
ನಿರಂಜನ

ನೆತ್ತರು ದೆವ್ವ

ಚೆಕೊಸ್ಲೊವಾಕಿಯ-ಪೋಲೆಂಡ್ ಕಥೆಗಳು

ಅನುವಾದ
ಎಚ್. ಕೆ. ರಾಮಚಂದ್ರಮೂರ್ತಿ

NETTARU DEVVA (Kannada)

An anthology of short stories from the Czechoslovakia and Poland, being the eleventh volume of Vishwa Kathaa Kosha, a treasury of world's great short stories in 25 volumes in Kannada. Translated by H. K. Ramachandramurthy. Editor-in Chief : Niranjana. Editors : S. R. Bhat, C. R. Krishna Rao, C. Sitaram. Secretary : R. S. Rajaram

Fourth Print : 2018 Pages : 144 Price : ₹ 125
Paper : 70 gsm Maplitho 18.6 Kgs (1/8 Demy Size)

ಮೊದಲನೇ ಮುದ್ರಣ : 1981
ಮರುಮುದ್ರಣಗಳು : 2011, 2012
ನಾಲ್ಕನೇ ಮುದ್ರಣ : 2018

ಪ್ರತಿಗಳ ಸಂಖ್ಯೆ : 500

ಪ್ರಧಾನ ಸಂಪಾದಕ : ನಿರಂಜನ
ಸಂಪಾದಕರು : ಎಸ್. ಆರ್. ಭಟ್, ಸಿ. ಆರ್. ಕೃಷ್ಣರಾವ್, ಸಿ. ಸೀತಾರಾಮ್
ಕಾರ್ಯದರ್ಶಿ : ಆರ್. ಎಸ್. ರಾಜಾರಾಮ್
ಕಲಾ ಸಲಹೆಗಾರರು : ಎಸ್. ರಮೇಶ್, ಕಮಲೇಶ್, ಅಮಿತ್

ಬೆಲೆ : ₹ 125

ಮುಖಚಿತ್ರ : ಅಮಿತ್

ಪ್ರಕಾಶಕರು
ನವಕರ್ನಾಟಕ ಪಬ್ಲಿಕೇಷನ್ಸ್ ಪ್ರೈವೆಟ್ ಲಿಮಿಟೆಡ್
ಎಂಬೆಸಿ ಸೆಂಟರ್, ಕ್ರೆಸೆಂಟ್ ರಸ್ತೆ, ಬೆಂಗಳೂರು – 560 001
ದೂರವಾಣಿ : 080–22161900 / 22161901 / 22161902

ಶಾಖೆಗಳು/ ಮಳಿಗೆಗಳು
ನವಕರ್ನಾಟಕ, ಕ್ರೆಸೆಂಟ್ ರಸ್ತೆ, ಬೆಂಗಳೂರು – 1, ✆ 080–22161913/14, Email : nkpsales@gmail.com
ನವಕರ್ನಾಟಕ, ಕೆಂಪೇಗೌಡ ರಸ್ತೆ, ಬೆಂಗಳೂರು – 9, ✆ 080–22203106, Email : nkpkgr@gmail.com
ನವಕರ್ನಾಟಕ, ಗಾಂಧಿನಗರ, ಬೆಂಗಳೂರು – 9, ✆ 080–22251382, Email : nkpgnr@gmail.com
ನವಕರ್ನಾಟಕ, ಕೆ.ಎಸ್. ರಾವ್ ರಸ್ತೆ, ಮಂಗಳೂರು – 1, ✆ 0824–2441016, Email : nkpmng@gmail.com
ನವಕರ್ನಾಟಕ, ಬಲ್ಮಠ, ಮಂಗಳೂರು – 1, ✆ 0824–2425161, Email : nkpbalmatta@gmail.com
ನವಕರ್ನಾಟಕ, ರಾಮಸ್ವಾಮಿ ವೃತ್ತ, ಮೈಸೂರು–24, ✆ 0821–2424094, Email : nkpmysuru@gmail.com
ನವಕರ್ನಾಟಕ, ಸ್ಟೇಷನ್ ರಸ್ತೆ, ಕಲಬುರಗಿ – 2, ✆ 08472–224302, Email : nkpglb@gmail.com

ಮುದ್ರಕರು : ಶೋಭಾ ಪ್ರಿಂಟರ್ಸ್, ಬೆಂಗಳೂರು – 560 021

0404185105 **ISBN 978-81-8467-210-7**

Published by Navakarnataka Publications Private Limited, Embassy Centre Crescent Road, Bengaluru - 560 001 (India). Email : navakarnataka@gmail.com

ಅರ್ಪಣೆ

ನಿರಂಜನ
(1924–1991)

ಇವರ ನೆನಪಿಗೆ

ಪರಿವಿಡಿ

ಪ್ರಕಾಶಕರ ನುಡಿ

ವಿಶ್ವಕಥಾಕೋಶದ ಮೊದಲ ಎಂಟು ಸಂಪುಟಗಳನ್ನು ಕಳೆದ ವರ್ಷದ ಯುಗಾದಿ ಮತ್ತು ದೀಪಾವಳಿಗಳಂದು ಎರಡು ಕಂತುಗಳಲ್ಲಿ ನಾವು ಈಗಾಗಲೇ ಓದುಗರ ಕೈಗಿತ್ತಿದ್ದೇವೆ.

ಈಗ ಮತ್ತಿದೋ ಮೂರನೆಯ ಕಂತಿನ ನಾಲ್ಕು ಸಂಪುಟಗಳು. ಇವು ಈ ವರ್ಷದ ಯುಗಾದಿಯ ಕಾಣಿಕೆ.

ಈ ನಾಲ್ಕರಲ್ಲೊಂದು 'ನೆತ್ತರು ದೆವ್ವ'. ಇದರಲ್ಲಿ ಚೆಕೊಸ್ಲಾವಾಕಿಯಾ ಮತ್ತು ಪೋಲೆಂಡ್‌ಗಳ ಕಥಾ ಸಾಹಿತ್ಯದಿಂದ ಆಯ್ದ ಹೃದಯಂಗಮ ವಾದ ಹದಿಮೂರು ಕಥೆಗಳಿವೆ. ಇದು ಕಥಾಕೋಶದ ಹನ್ನೊಂದನೆಯ ಸಂಪುಟ. ಈ ಸಂಪುಟವನ್ನು ಕನ್ನಡಕ್ಕೆ ಅನುವಾದಿಸಿದವರು ಶ್ರೀ ಎಚ್. ಕೆ. ರಾಮಚಂದ್ರ ಮೂರ್ತಿ ಅವರು. ಇದಕ್ಕೆ ಅಂದವಾದ ಮುಖಚಿತ್ರವನ್ನು ಬರೆದುಕೊಟ್ಟವರು ಕಲಾವಿದ ಶ್ರೀ ಅಮಿತ್. ಹಿಮ್ಮೈ ವಿನ್ಯಾಸ ಶ್ರೀ ಕಮಲೇಶ್ ಅವರದು. ಇದನ್ನು ಸೊಗಸಾಗಿ ಮುದ್ರಿಸಿದ ಶ್ರೇಯಸ್ಸು ಜನಶಕ್ತಿ ಮುದ್ರಣಾಲಯದ ನಮ್ಮ ಬಂಧುಗಳಿಗೆ ಸಲ್ಲಬೇಕು. ಇದರ ರಕ್ಷಾಕವಚದ ಮುದ್ರಣ ಕಾರ್ಯವನ್ನು ನಿರ್ವಹಿಸಿದವರು ಶಿವಕಾಶಿಯ ಜೇಯೆಮ್ ಆಫ್‌ಸೆಟ್ ಪ್ರಿಂಟರ್ಸ್ ಅವರು. ಇವರಿಗೆಲ್ಲ ಈ ಸಂದರ್ಭದಲ್ಲಿ ನಮ್ಮ ಹೃತ್ಪೂರ್ವಕ ಕೃತಜ್ಞತೆಗಳು ಸಲ್ಲುತ್ತವೆ.

ಇವರಲ್ಲದೆ ಈ ಸಂಪುಟವನ್ನು ಹೊರತರಲು ಇನ್ನೂ ಅನೇಕ ಮಂದಿ ಮಿತ್ರರು ಅನೇಕ ವಿಧಗಳಲ್ಲಿ ನಮಗೆ ನೆರವಾಗಿದ್ದಾರೆ. ಸಂಪುಟದ ಕೊನೆಯಲ್ಲಿ ಅವರಿಗೆ ನಮ್ಮ ವಿಶೇಷ ಕೃತಜ್ಞತೆಗಳನ್ನು ಸಮರ್ಪಿಸಲಾಗಿದೆ.

ಈ ಸಂಪುಟದಲ್ಲಿ ಬಳಸಲಾದ, ಕೃತಿಸ್ವಾಮ್ಯವನ್ನು ಹೊಂದಿರುವ ಎಲ್ಲ ಕಥೆಗಳ ಕರ್ತೃಗಳಿಂದ ಅಥವಾ ಅವರ ವಾರಸುದಾರರಿಂದ ಅವುಗಳ ಪ್ರಕಟಣೆಗೆ ಅನುಮತಿ ಪಡೆಯಲು ನಾವು ಆದಷ್ಟೂ ಪ್ರಯತ್ನಿಸಿದ್ದೇವೆ. ಅವರೆಲ್ಲರಿಗೂ ನಾವು ಋಣಿಗಳು. ಆದರೆ ಒಂದು ವೇಳೆ ಯಾರದಾದರೂ ಅನುಮತಿ ಬಿಟ್ಟುಹೋಗಿದ್ದರೆ, ಈ ಯೋಜನೆಯ ಮಹತ್ವವನ್ನು ಮನಗಂಡು ಅವರು ನಮ್ಮನ್ನು ಕ್ಷಮಿಸುವರೆಂದು ನಂಬಿದ್ದೇನೆ.

ಕಥಾಕೋಶದ ಒಟ್ಟು ಸಂಪುಟಗಳು 25. ಈ ಸಲದ ಬಿಡುಗಡೆಯೂ ಸೇರಿದಂತೆ, ಇವುಗಳಲ್ಲಿ 12ನ್ನು ನಾವೀಗ

ಹೊರತಂದಿದ್ದೇವೆ. ಇನ್ನು 4 ಸಂಪುಟಗಳು ಈ ವರ್ಷದ ದೀಪಾವಳಿಯ ಸಮಯದಲ್ಲಿ ಪುನಃ ಪ್ರಕಟವಾಗಲಿವೆ. ಉಳಿದ 9 ಸಂಪುಟಗಳ ಬಿಡುಗಡೆ 1982ರ ಯುಗಾದಿ ಮತ್ತು ದೀಪಾವಳಿಗಳಂದು.

ಶ್ರೀ ನಿರಂಜನರ ಪ್ರಧಾನ ಸಂಪಾದಕತ್ವದಲ್ಲಿ ಕಾರ್ಯಗತವಾಗುತ್ತಿರುವ ಈ ಯೋಜನೆ, ಕನ್ನಡ ಓದುಗರಿಗೆ ನವಕರ್ನಾಟಕ ಪ್ರಕಾಶನದ ಹೆಮ್ಮೆಯ ಕೊಡುಗೆ. ಬೆಲೆ ಏರಿಕೆಯ ಇಂದಿನ ದಿನಗಳಲ್ಲಿ 25 ಸಂಪುಟಗಳ ಇಂಥ ಬೃಹತ್ ಯೋಜನೆಯ ಪ್ರಕಟಣೆ ಬಹಳ ಕಷ್ಟಸಾಧ್ಯವಾದ ಕಾರ್ಯ. ಆದರೂ ಓದುಗರ ಹಿತದೃಷ್ಟಿಯನ್ನು ಗಮನದಲ್ಲಿರಿಸಿಕೊಂಡು ಕಥಾಕೋಶದ ಬೆಲೆಯನ್ನು ನಾವು ಏರಿಸಿಲ್ಲ. ಬಿಡಿ ಸಂಪುಟಗಳ ಬೆಲೆ ರೂ. 10.00. 25 ಸಂಪುಟಗಳಿಗೆ ರೂ. 250.00. ಹೀಗೆಯೇ ಇಡೀ ಕೋಶವನ್ನು ಕೊಳ್ಳಬಯಸುವವರಿಗೆ ಹಿಂದಿನಂತೆ ರೂ. 50/–ರ ರಿಯಾಯಿತಿಯೂ ಇದೆ. ನವಕರ್ನಾಟಕ ಪಬ್ಲಿಕೇಷನ್ಸ್ ಪ್ರೈವೆಟ್ ಲಿಮಿಟೆಡ್, ಈ ಹೆಸರಿಗೆ 200 ರೂ. ಗಳನ್ನು ಡ್ರಾಫ್ಟ್ ಮೂಲಕ ಇಂದೇ ಕಳುಹಿಸಿಕೊಡಿ. ಈಗ ಪ್ರಕಟವಾಗಿರುವ ಸಂಪುಟಗಳನ್ನು ತಕ್ಷಣ ಮತ್ತು ಮುಂದಿನ ಸಂಪುಟಗಳನ್ನು ಅವು ಪ್ರಕಟವಾದಂತೆ ನಮ್ಮ ವೆಚ್ಚದಲ್ಲಿ ನಿಮ್ಮ ಮನೆ ಬಾಗಿಲಿಗೆ ತಲುಪಿಸಲಾಗುವುದು.

ಕೊನೆಯದಾಗಿ, ಕಥಾಕೋಶದ ಮೊದಲ ಎಂಟು ಸಂಪುಟಗಳಿಗೆ ಓದುಗರು ನೀಡಿದ ಆದರದ ಸ್ವಾಗತ ಈ ಸಂಪುಟಗಳಿಗೂ ದೊರೆಯುವುದೆಂದು ನಾವು ನಂಬಿದ್ದೇವೆ.

ಯುಗಾದಿ, 1981
ಬೆಂಗಳೂರು

ಆರ್. ಎಸ್. ರಾಜಾರಾಮ್
ಕಾರ್ಯದರ್ಶಿ
ನವಕರ್ನಾಟಕ ಪಬ್ಲಿಕೇಶನ್ಸ್ (ಪ್ರೈ) ಲಿಮಿಟೆಡ್

ಪ್ರಕಾಶಕರ ನುಡಿ

(ಎರಡನೇ ಮುದ್ರಣ)

ನವಕರ್ನಾಟಕ ಪ್ರಕಾಶನದ 50ರ ಸಂಭ್ರಮದಲ್ಲಿ 'ವಿಶ್ವಕಥಾಕೋಶ'ದ ಇಪ್ಪತ್ತೈದು ಸಂಪುಟಗಳನ್ನು ಪುನರ್ಮುದ್ರಿಸಿ ಓದುಗರ ಕೈಗಿಡುತ್ತಿದ್ದೇವೆ. ಮೂವತ್ತು ವರ್ಷಗಳ ಕಾಲ ಅಲಭ್ಯವಾಗಿದ್ದ ಜಗತ್ತಿನ ಸಾಹಿತ್ಯ ಕಥಾ ಕಣಜ ಬೆಳಕು ಕಾಣುವ ಈ ಸಮಯದಲ್ಲಿ ಈ ಯೋಜನೆಯ ಹೊಣೆ ಹೊತ್ತ ಶ್ರೇಷ್ಠ ಕಥೆಗಾರ, ಸಾಹಿತಿ ನಿರಂಜನರು ನಮ್ಮೊಂದಿಗೆ ಇದ್ದಿದ್ದರೆ, ನವಕರ್ನಾಟಕದ ಚಿನ್ನದ ಹಬ್ಬ ಹೆಚ್ಚು ಅರ್ಥಪೂರ್ಣವಾಗುತ್ತಿತ್ತು. ಈ ಸಂಪುಟಗಳನ್ನು ಅವರಿಗೆ ಅರ್ಪಿಸಿ, ಅವರನ್ನು ನೆನೆಯುತ್ತೇವೆ.

ಸಂಪುಟಗಳನ್ನು ಅನುವಾದಿಸಿ ನೆರವಾದ ಅನೇಕ ಲೇಖಕ ಮಿತ್ರರು ಈ ಮೂರು ದಶಕಗಳಲ್ಲಿ ನಮ್ಮನ್ನು ಅಗಲಿದ್ದಾರೆ. 'ವಿಶ್ವಕಥಾಕೋಶ'ದ ಎಲ್ಲಾ ಅನುವಾದಗಳನ್ನು ಓದಿ, ಪರಿಷ್ಕರಿಸಿ, ಮುದ್ರಣಕ್ಕೆ ಸಿದ್ಧಗೊಳಿಸಿದ ಸಂಪಾದಕರಲ್ಲಿ ಒಬ್ಬರಾದ ಶ್ರೀ ಎಸ್. ಆರ್. ಭಟ್ಟರ ಅಗಲಿಕೆಯ ನೆನಪು ಈ ಸಂದರ್ಭದಲ್ಲಿ ನಮ್ಮನ್ನು ಕಾಡುತ್ತಿದೆ.

ಮೂವತ್ತು ವರ್ಷಗಳ ಹಿಂದೆ 25 ಸಂಪುಟಗಳನ್ನು ರೂ. 250ಕ್ಕೆ ನೀಡಿದ್ದೆವು. ಬೆಲೆಯೇರಿಕೆಯ ಇಂದಿನ ದಿನಗಳಲ್ಲಿ ಮರುಮುದ್ರಿಸಿದಲ್ಲಿ, ಅದರ ಬೆಲೆಯನ್ನು ಎಂಟು-ಹತ್ತು ಪಟ್ಟು ಏರಿಸಬೇಕಾಗಬಹುದು ಎನ್ನುವ ಭೀತಿಯೂ ವಿಳಂಬಕ್ಕೆ ಕಾರಣವಾಯಿತು. ಈ ಸಂದರ್ಭದಲ್ಲಿ ಈ ಸಂಪುಟಗಳನ್ನು ಸುಲಭ ಬೆಲೆಗೆ ನೀಡಲು ನೆರವಾದವರು ಇನ್ಫೋಸಿಸ್ ಫೌಂಡೇಷನ್‌ನ ಅಧ್ಯಕ್ಷೆ ಶ್ರೀಮತಿ ಸುಧಾ ಮೂರ್ತಿಯವರು. ಅವರಿಗೆ ನಾವು ಕೃತಜ್ಞರಾಗಿದ್ದೇವೆ.

ಈ ಯೋಜನೆಯ ಲೇಖಕರು ಈ ಅವಧಿಯಲ್ಲಿ ಸಾಕಷ್ಟು ಹೊಸ ಬರೆಹಗಳನ್ನು ಮಾಡಿದ್ದಾರೆ, ಗೌರವ ಪುರಸ್ಕಾರಗಳಿಗೆ ಪಾತ್ರರಾಗಿದ್ದಾರೆ. ಕೆಲವರು ನಮ್ಮೊಂದಿಗಿಲ್ಲ. ಈ ಎಲ್ಲ ಲೇಖಕರ ಪರಿಚಯಗಳಿಗೆ ಹೊಸ ಸೇರ್ಪಡೆಗಳನ್ನು ಮಾಡಿಕೊಟ್ಟ ಡಾ|| ಆರ್. ಪೂರ್ಣಿಮಾ ಮತ್ತು ಶ್ರೀಮತಿ ರೋಸಿ ಡಿ'ಸೋಜಾ ಅವರ ನೆರವನ್ನು ಸ್ಮರಿಸುತ್ತೇವೆ.

ಮರುಮುದ್ರಣದ ಈ ಕಾರ್ಯದಲ್ಲಿ ನೆರವಾದ ಎಲ್ಲರನ್ನೂ ನೆನೆಯುತ್ತೇವೆ.

ಯುಗಾದಿ, 2011 **ಆರ್. ಎಸ್. ರಾಜಾರಾಮ್**
ಬೆಂಗಳೂರು ವ್ಯವಸ್ಥಾಪಕ ನಿರ್ದೇಶಕ, ನವಕರ್ನಾಟಕ ಪ್ರಕಾಶನ

ಪ್ರಸ್ತಾವನೆ

1

ಸಿಂಹಗಳು ಗರ್ಜಿಸುತ್ತಿವೆ. ಮೇಲೊಂದು ನಕ್ಷತ್ರ; ಕೆಳಗೆ ಜ್ವಾಲೆ. ಅಕ್ಷರಗಳು ಸಾರುತ್ತವೆ : 'ಪ್ರಾಹಾ : ನಗರಗಳ ತಾಯಿ' ಇದು ಆಂಗ್ಲರ ಮೂಲಕ ನಮಗೆ 'ಪ್ರಾಗ್' ಎಂದು ಪರಿಚಿತವಾಗಿರುವ ನಗರದ ಲಾಂಛನ.

ಆ ಲಾಂಛನಕ್ಕೆ ಈ ರೂಪ ಬಂದದ್ದು ಈಚೆಗೆ. 1964ರಲ್ಲಿ. (ಆಸ್ಟ್ರಿಯಾದ ಅರಸೊತ್ತಿಗೆಗೆ ಅಧೀನವಾಗಿದ್ದ ಕಾಲದಲ್ಲಿ, ನಕ್ಷತ್ರದ ಬದಲು ಮೇಲಣ ಸಿಂಹ ಕಿರೀಟ ಧರಿಸಿತ್ತು; ಜ್ವಾಲೆ ಇರುವಲ್ಲಿ ಶಿಲುಬೆ ಇತ್ತು).

ಪ್ರಾಗ್ ಚೆಕೊಸ್ಲೊವಾಕಿಯದ ರಾಜಧಾನಿ. ಚೆಕ್ ಮತ್ತು ಸ್ಲೊವಾಕ್ ಎರಡು ಘಟಕಗಳಿರುವ ಸಮಾಜವಾದೀ ಗಣರಾಜ್ಯ ಚೆಕೊಸ್ಲೊವಾಕಿಯಾ. ವಿಸ್ತಾರದಲ್ಲಿ ಹೆಚ್ಚು ಕಡಮೆ ಇದ್ದರೂ ಈ ಹೆಸರಿನ ರಾಷ್ಟ್ರ ಉದಿಸಿದ್ದು ಈ ಶತಮಾನದಲ್ಲಿ, ಮೊದಲ ಮಹಾಯುದ್ಧದ ಅಂತ್ಯದಲ್ಲಿ.

ಶೋಧಕ ದೃಷ್ಟಿ ಚಾಚುವಷ್ಟು ಹಿಂದಕ್ಕೆ ಗತಕಾಲದತ್ತ ನೋಡಿದಾಗ:

ಹಳೆಯ ಶಿಲಾಯುಗದಲ್ಲಿ – ಕ್ರಿ. ಪೂ. 20,000 ವರ್ಷ ಹಿಂದೆಯೇ ಮನುಷ್ಯ ಇಲ್ಲಿ ಓಡಾಡಿದ್ದನೆಂಬುದಕ್ಕೆ ಪುರಾವೆಗಳು ದೊರೆತಿವೆ. ನವಶಿಲಾಯುಗದಲ್ಲಿ ಅವನು ಕಲ್ಲಿನ ಕೊಡಲಿಗಳನ್ನು ಬಳಸಿದ. ಗುಡಿಸಲುಗಳಲ್ಲಿ ಗುಂಪು ಜೀವನ, ಸುತ್ತಲೂ ಗೋಡೆ. ಅದನ್ನು ಆವರಿಸಿ ಕಂದಕ. ಕಂಚಿನ ಯುಗದಲ್ಲಿ ಮುನ್ನಡೆಯ ಮತ್ತೊಂದು ಹೆಜ್ಜೆಯನ್ನು ಮನುಷ್ಯ ಇರಿಸಿದ. ವಲತಾವಾ ನದಿಯ ಇಬ್ಬದಿಗಳಲ್ಲೂ ಕೋಟೆ ಕೊತ್ತಲಗಳನ್ನು ನಿರ್ಮಿಸಿದ.

ಕ್ರಿ.ಪೂ. 1ನೆಯ ಶತಮಾನದಲ್ಲಿ ಪೂರ್ವ ದಿಕ್ಕಿನಿಂದ ಕೆಲ್ಟರು ಅಲ್ಲಿಗೆ ಬಂದು ಮೂಲ ನಿವಾಸಿಗಳಿಗೆ ಮುಳುವಾದರು. ಕೆಲ್ಟರನ್ನು ಚೆದರಿಸಿದವರು ಜರ್ಮನ್ ಬುಡಕಟ್ಟಿನ ಜನ. (ಆ ಕಾಲದ ಕಬ್ಬಿಣದ ಕುಲಿಮೆಯ ಅವಶೇಷಗಳು ದೊರೆತಿವೆ.) ಜರ್ಮನರನ್ನು, ಕ್ರಿ. ಶ. 5ನೆಯ ಶತಮಾನದಲ್ಲಿ ಸೋಲಿಸಿದ್ದು ಸ್ಲಾವ್ ಜನಾಂಗ. ಇವರು ವೃತ್ತಾಕಾರದ ಅಥವಾ ಕುದುರೆಯ ಲಾಳದ ಆಕಾರದ ಹಳ್ಳಿಗಳನ್ನು ರೂಪಿಸಿ, ಅಲ್ಲಿ ಬೀಡುಬಿಟ್ಟರು.

ಏಷ್ಯದ ಮಧ್ಯಭಾಗದಿಂದ ಲೋಕ ಸಂಚಾರಕ್ಕೆ ಹೊರಟ ಬುಡಕಟ್ಟುಗಳು ಹಲವು. ಸ್ಲಾವರದು ಅವುಗಳಲ್ಲೊಂದು. ಯೂರೋಪಿನ ಹಲವು ಪ್ರದೇಶಗಳಲ್ಲಿ ಬೇರೂರಿದ ಈ ಜನ ಯಾರು ? ''ಸ್ಲಾವ ಅಂದರೆ ಕೀರ್ತಿ; ನಾವು ಸ್ಲಾವರು, ಕೀರ್ತಿಶಾಲಿಗಳು'' – ಎಂದು ಒಂದು ವಾದ. ಸ್ಲಾವ ಪದಕ್ಕೆ

ಇನ್ನೂ ಒಂದು ಅರ್ಥವಿದೆ. ಜವುಗು ಸ್ಥಳ. ಅಂಥ ಸ್ಥಳದಿಂದ ಬಂದವರು ಸ್ಲಾವರು – ಎಂಬುದು ಇನ್ನೊಂದು ವಾದ. ಮತ್ತೊಂದು ವಾದದಂತೆ ಸ್ಲಾವ್ – ಗುಲಾಮ. ಒಬ್ಬ ಇತಿಹಾಸಕಾರನ ಪ್ರಕಾರ ''ಸ್ಲಾವರು ಅನಾಗರಿಕರಾಗಿದ್ದಾಗ ಮನುಷ್ಯರೆಂದು ಅವರನ್ನು ಪರಿಗಣಿಸುತ್ತಿರಲಿಲ್ಲ. ಬಲಾಢ್ಯರು ಅವರ ಮೇಲೆ ದಾಳಿ ಮಾಡಿ, ಮಕ್ಕಳನ್ನೂ ಯುವಕರನ್ನೂ ಸೆರೆಹಿಡಿದು, ಪ್ರಾಣಿಗಳನ್ನು ಮಾರುವಂತೆ ಇತರರಿಗೆ ಮಾರುತ್ತಿದ್ದರು.''

ಕಾಲಾನಂತರ ಸ್ಲಾವ್ ಭಾಷೆಯಲ್ಲಿ ಸಹಜವಾಗಿಯೇ ಹಲವು ಪ್ರಭೇದಗಳಾದವು. ಚೆಕ್ ಮಾತನಾಡುತ್ತಿದ್ದವರನ್ನು ರೋಮನರು ಬೋಯ್ಯೆ ಎಂದು ಕರೆದರು. ಅವರಿದ್ದ ಪ್ರದೇಶ ಬೋಯಿಒಹೀಮಿಯ – ಬೊಹೀಮಿಯ ಆಯಿತು. ಮೊರಾವ ನದೀ ದಡಗಳಲ್ಲಿ ನೆಲೆಸಿದವರು ಮೊರೇವಿಯದವರಾದರು.

ಏಳನೆಯ ಶತಮಾನದಲ್ಲಿ ತುರ್ಕರು, ತಾರ್ತರರು, ಆವರ್ ಬುಡಕಟ್ಟಿನವರು ಅಲೆಯಲೆಯಾಗಿ ದಾಳಿ ಮಾಡಿದರು. ಸ್ಲಾವ್ ಜನರನ್ನು ಪ್ರಪ್ರಥಮವಾಗಿ ಒಗ್ಗೂಡಿಸಿದವನು ಸಾಮೋ ಎಂಬ ವರ್ತಕ. ಸಂಘಟಿತ ಹೋರಾಟ, ಆವರ್ ಅಶ್ವಾರೋಹಿಗಳಿಗೆ ಇದಿರಾಗಿ. ಲಭಿಸಿದ ಗೆಲುವು ಚೇತೋಹಾರಿಯಾಗಿತ್ತು.

9ನೆಯ ಶತಮಾನದಲ್ಲಿ ಯೂರೋಪಿನಲ್ಲಿ ರಾಷ್ಟ್ರಗಳಾಗಲೀ, ರಾಜ್ಯಗಳಾಗಲೀ ಇರಲಿಲ್ಲ. ಆಗ ಇದ್ದುದು ಕ್ರೈಸ್ತ ಸಾಮ್ರಾಜ್ಯ ಮಾತ್ರ. ಎಲ್ಲರ ವಾಸವೂ ಅದರ ಒಡಲಿನಲ್ಲೇ. 895ರಲ್ಲಿ ಬೊಹೀಮಿಯದ ಸ್ಲಾವರು, ಚೆಕ್ ಜನ ಕ್ಯಾಥೋಲಿಕ್ ಧರ್ಮಾನುಯಾಯಿಗಳಾದರು.

ಆಳಲು ಒಂದು ಅರಸು ಮನೆತನ. ಆಸ್ತಿಯದ್ದು. ಬೊಹೀಮಿಯದಲ್ಲಿ ಬೆಳ್ಳಿ ಗಣಿಗಳಿದ್ದವು. ಅಲ್ಲಿ ಟಂಕಿಸಿದ ನಾಣ್ಯ 'ಗ್ರೋಟ್'. 14ನೆಯ ಶತಮಾನದಲ್ಲಿ ಇಡಿಯ ಯೂರೋಪೇ ಆ ನಾಣ್ಯವನ್ನು ಅಂಗೀಕರಿಸಿತು.

ಮಾರ್ಟಿನ್ ಲೂಥರನಿಗಿಂತಲೂ ಒಂದು ಶತಮಾನ ಮೊದಲೇ ರೋಮ್‌ನ ಪ್ರಭುತ್ವದ ಹಿರಿಮೆಗೆ ಸವಾಲು ಹಾಕಿದವರು ಚೆಕ್ಕರು. 1401ರಲ್ಲಿ ಪ್ರಾಗ್ ವಿಶ್ವವಿದ್ಯಾಲಯದಲ್ಲಿ (ಸ್ಥಾಪನೆ 1348) ಹಸ್ ಎಂಬ ಪ್ರಾಧ್ಯಾಪಕನಿದ್ದ. ತತ್ವಜ್ಞಾನದ ಬೋಧಕ. ಆ ಕಾಲದ ಆಂಗ್ಲ ವಿಚಾರವಾದಿ ವೈಕ್ಲಿಫನ ಬರೆವಣಿಗೆಯಿಂದ ಹಸ್ ಪ್ರಭಾವಿತನಾಗಿದ್ದ. ''ಅರ್ಚಕ ಬಣದ ನೆರವಿಲ್ಲದೆಯೇ ಸ್ವರ್ಗ ಸಾಮ್ರಾಜ್ಯಕ್ಕೆ ಹೋಗಬಹುದು!'' ಎಂದು ಪ್ರತಿಪಾದಿಸಿದ. ಹಸ್ ಬರೆದುದನ್ನೆಲ್ಲ ಜರ್ಮನ್ ಧರ್ಮಾಧಿಕಾರಿಗಳು ಸುಟ್ಟರು. ಹಸ್‌ನನ್ನು ವಿಚಾರಣೆಗೆ ಗುರಿಪಡಿಸಿ, 1415ರಲ್ಲಿ, ಜೀವಂತ ದಹನದ ತೀರ್ಪು ನೀಡಿದರು. ಜನಸಮುದಾಯದೆದುರು ಹಸ್ ಉರಿದು ಬೂದಿಯಾದ. ಆದರೆ, ಬೂದಿಯಲ್ಲಿ ಕೆಂಡಗಳಿದ್ದುವು. ಪೋಪರ ಸಾರ್ವಭೌಮತ್ವವನ್ನು ಅವು ಕೆಣಕಿದವು. ಹಸ್‌ನ ಬೆಂಬಲಿಗರಲ್ಲಾದರೋ ಒಮ್ಮತವಿರಲಿಲ್ಲ. ಧರ್ಮಪೀಠದ ಕೂದಲು ಕೊಂಕಲಿಲ್ಲ.

ಮುಂದೆ ಆ ಪೀಠವನ್ನು ಅಲುಗಾಡಿಸಿದವನು ಜರ್ಮನಿಯ ಮಾರ್ಟಿನ್ ಲೂಥರ್. ಬಂಡಾಯದ ಕಹಳೆಯನ್ನು ಹಸ್ ಮೊದಲೇ ಮೊಳಗಿಸಿದ್ದನ್ನು ತಿಳಿದ ಲೂಥರ್, ''ಅರಿವಿಲ್ಲದೆಯೇ ನಾವೆಲ್ಲ ಹಸ್‌ವಾದಿಗಳೇ ಆಗಿದ್ದೆವು'' ಎಂದ.

ಆಗ ಇದ್ದುದು ಪಾಳೆಯಗಾರಿಕೆಯ ಪರಾಕಾಷ್ಠೆ. ಮದವೇರಿದ ದೊರೆಗಳು ಕಣ್ಣು ಕುಟಿಗರಾಗಿದ್ದರು. ಕುರುಡುಗೊಳಿಸುವುದು ಅವರಿಗೊಂದು ಆಟ. 1490ರಲ್ಲಿ ಹಾಣೂಶ್ ಎಂಬ ಒಬ್ಬ ಕುಶಲಕರ್ಮಿಯಿದ್ದ. ಬಡವ, ಆದರೆ, ಮೇಧಾವಿ. ಅಭೂತಪೂರ್ವವಾದೊಂದು ಗೋಪುರ ಗಡಿಯಾರ ತಯಾರಿಸಿದ. ಪುರಭವನದ ಗೋಪುರದಲ್ಲಿ ಅದನ್ನಿಟ್ಟರು. ಇಂಥ ಇನ್ನೊಂದು ಗಡಿಯಾರವನ್ನು ಹಾಣೂಶ್ ನಿರ್ಮಿಸಬಾರದೆಂದು ಅರಸ ಅವನನ್ನು ಕುರುಡನನ್ನಾಗಿ ಮಾಡಿದ. ಅಂಥ ಹಾಣೂಶ್ ಗೋಪುರ ಏರಿ ತಾನು ಸೃಷ್ಟಿಸಿದ ಗಡಿಯಾರ ಚಲಿಸದಂತೆ ಅದರ ಯಂತ್ರವನ್ನು ಕೆಡಿಸಿ ಮರಣದಂಡನೆಯನ್ನು ಸ್ವಾಗತಿಸಿದ. (ಪ್ರಾಗ್‌ನ ಹಳೆಯ ಪುರಭವನದ ಗೋಪುರದಲ್ಲಿ ಸತ್ತ ಆ ಗಡಿಯಾರ ಈಗಲೂ ಇದೆ)*

ಸ್ಲೊವಾಕಿಯದಲ್ಲಿ 16ನೆಯ ಶತಮಾನದಲ್ಲಿ, ಬಾಥೊರಿ ಎಂಬ ದೊಡ್ಡ ಜಮೀನ್ದಾರಿಣಿ ಇದ್ದಳು. ಬಾಡುತ್ತಿದ್ದ ಯೌವನವನ್ನು ಮತ್ತೆ ಅರಳಿಸುವ ಆಸೆ ಅವಳಿಗೆ. ಅದನ್ನು ಈಡೇರಿಸುವುದು ಸಾಧ್ಯವಾದೀತೆಂದು ರೈತ ಹುಡುಗಿಯರನ್ನು ಹಿಡಿದು ತಂದು ಕಡಿದು ಕೊಂದು, ಆ ರಕ್ತದಲ್ಲಿ ಸ್ನಾನ ಮಾಡುತ್ತಿದ್ದಳು.

ಬೊಹೀಮಿಯದ ಪ್ರೊಟೆಸ್ಟೆಂಟ್ ಅಧ್ವರು, 1618ರಲ್ಲಿ ಹಸ್ ಸತ್ತು ಎರಡು ಶತಮಾನ ಆದಮೇಲೆ ಅವನ ಹೆಸರು ಹೇಳುತ್ತ ದಂಗೆ ಎದ್ದು, ಮುನ್ನೂರು ವರ್ಷ ತಮ್ಮನ್ನು ಅದುಮಿದ್ದ ಆಸ್ಟ್ರಿಯದ ಆಳ್ವಿಕೆಯನ್ನು ಮುಕ್ತಾಯ ಗೊಳಿಸಿದರು. ಮುಂದೆ ಸ್ವದೇಶೀಯರದೇ ಸ್ವಚ್ಛಂದ ದರಬಾರು. ಅವರ ಯೇಸುವಾದರೇನು, ಇವರ ಯೇಸುವಾದರೇನು – ಬಡ ರೈತ ತೊತ್ತುಗಳ ಸಂಕೋಲೆ ಕಡಿದು ಬೀಳಲಿಲ್ಲ. ಆದರೆ ಔದ್ಯೋಗಿಕ ಕ್ರಾಂತಿ ''ಹೊಸ ಕಾರ್ಖಾನೆಗಳಿಗೆ ದುಡಿಮೆಗಾರರು ಬೇಕು'' ಎಂದಿತು. ರೈತರು ಊಳಿಗದ ಕಟ್ಟು ಕಳಚಿ ಹಳ್ಳಿಯಿಂದ ಪೇಟೆಗೆ ಬಂದರು. ಅಲ್ಲಿ ಕಾದಿತ್ತು ಥಳಥಳಿಸುವ ಸಂಕೋಲೆ.

ಮಾರ್ಕ್ಸ್-ಏಂಗೆಲ್ಸ್‌ರ 'ಕಮ್ಯುನಿಸ್ಟ್ ಘೋಷಣೆ' 19ನೆಯ ಶತಮಾನದಲ್ಲಿ ಬೀಸಿದ ಹೊಸಗಾಳಿ. ಅದರ ಅರಿವಿನ ಬೆಳಕಿನಲ್ಲಿ ಕ್ರಾಂತಿಕಾರಿಗಳ ಹೊಸ ಪೀಳಿಗೆ ವಿವಿಧ ಪ್ರದೇಶಗಳಲ್ಲಿ ಸಿದ್ಧವಾಗತೊಡಗಿತು.

ಇಪ್ಪತ್ತನೆಯ ಶತಮಾನ ಆರಂಭವಾದಂತೆ ಪ್ರಾಗ್ ವಿಶ್ವವಿದ್ಯಾಲಯದಲ್ಲಿ

---

* ಈ ವಸ್ತುವನ್ನೆತ್ತಿಕೊಂಡು ಖ್ಯಾತ ಭಾರತೀಯ ಲೇಖಕ ಭೀಷಮ್ ಸಾಹನಿ 'ಹಾನೂಶ್' ಎಂಬ ನಾಟಕ ಬರೆದಿದ್ದಾರೆ ಹಿಂದಿಯಲ್ಲಿ. ಕನ್ನಡ ಅನುವಾದವನ್ನು ನವಕರ್ನಾಟಕ ಪ್ರಕಟಿದೆ.

ದೇಶಪ್ರೇಮಿಗಳ ಚಟುವಟಿಕೆ ಹೆಚ್ಚಿತು. ತತ್ವಜ್ಞಾನದ ಪ್ರಾಧ್ಯಾಪಕ ಮಸಾರಿಕ್ ಆ ಗುಂಪಿನ ನಾಯಕ. ಗುರಿ : ಚೆಕ್ ಮತ್ತು ಸ್ಲೊವಾಕ್ ಜನರನ್ನು ಒಟ್ಟು ಸೇರಿಸಿ ಒಂದು ಸ್ವತಂತ್ರ ರಾಷ್ಟ್ರದ ರಚನೆ. 1914-18ರ ಪ್ರಥಮ ಲೋಕ ಮಹಾಯುದ್ಧ ಮಸಾರಿಕ್, ಕ್ರಮಾಶ್, ಬೆನೆಶ್ ಇವರ ಪ್ರಯತ್ನಗಳಿಗೆ ಅವಕಾಶ ಒದಗಿಸಿತು. 1918ರಲ್ಲಿ ಚೆಕ್ ಮತ್ತು ಸ್ಲೊವಾಕ್ ನಾಯಕರ ನಡುವೆ ಒಪ್ಪಂದವಾಗಿ, ತಾನು ಅಸ್ತಿತ್ವಕ್ಕೆ ಬಂದ ಸುದ್ದಿಯನ್ನು ಚೆಕೊಸ್ಲೊವಾಕಿಯಾ ರಾಷ್ಟ್ರ ಸಾರಿತು. ಸುಮಾರು 22,000 ವರ್ಷಗಳಿಂದ ಮನುಷ್ಯ ಓಡಾಡಿದ್ದ ಪ್ರದೇಶವೀಗ ಒಂದು ಸ್ವತಂತ್ರ ರಾಷ್ಟ್ರ. ಕಾಲದ ದೃಷ್ಟಿಯಿಂದ ಅದಿನ್ನೂ ಹಸುಳೆ.

ಚೆಕೊಸ್ಲೊವಾಕಿಯದ ಪ್ರಥಮ ಅಧ್ಯಕ್ಷ ಮಸಾರಿಕ್, ಕ್ರಮಾಶ್ ಪ್ರಧಾನಿ; ಬೆನೆಶ್ ವಿದೇಶಾಂಗ ಮಂತ್ರಿ. ರಾಷ್ಟ್ರವನ್ನು ಸುಭದ್ರಗೊಳಿಸುವ ಕೆಲಸ ಸುಲಭ ವಾಗಿರಲಿಲ್ಲ. ಜಾಗತಿಕ ಆರ್ಥಿಕ ಬಿಕ್ಕಟ್ಟಿನ ಕರಾಳ ಛಾಯೆ ಚೆಕೊಸ್ಲೊವಾಕಿಯ ವನ್ನೂ ಆವರಿಸಿತು. ನಿರುದ್ಯೋಗಿಗಳ ಸಂಖ್ಯೆ 10 ಲಕ್ಷಕ್ಕೇರಿತು.

ಎಲ್ಲಿ ನೋಡಿದರಲ್ಲಿ ವ್ಯಾಯಾಮ ಶಾಲೆಗಳು, ಸಮೂಹ ಜಾನಪದ ನೃತ್ಯ; ದೇಶಪ್ರೇಮಿ ಗೀತೆಗಳ ಹಾಡುಗಾರಿಕೆ. ಇದು ಆರಂಭವಾದದ್ದು ಸಾಂಸ್ಕೃತಿಕ ಚಳವಳಿಯಾಗಿ. ರೂಪುತಳೆದದ್ದು ರಾಜಕೀಯ ಪಕ್ಷವಾಗಿ. ಕಮ್ಯೂನಿಸ್ಟ್ ವಿರೋಧ ಆ ಪಕ್ಷದ ಬೀಜಮಂತ್ರ. ಒಬ್ಬ ವ್ಯಾಯಾಮ ಶಿಕ್ಷಕ ಚಳವಳಿಯ ನಾಯಕ. ಜರ್ಮನಿಯಲ್ಲಿ ಹೆಡೆ ಎತ್ತಿದ್ದ ನಾಜಿ ನಾಯಕ ಹಿಟ್ಲರನೊಡನೆ ಅವನ ಸ್ನೇಹ.

ಅನಾರೋಗ್ಯಪೀಡಿತ ಮಸಾರಿಕ್ 1935ರಲ್ಲಿ ರಾಜಿನಾಮೆ ಇತ್ತ. ಎರಡು ವರ್ಷಗಳ ಬಳಿಕ ನಿಧನನಾದ. ಜರ್ಮನಿಯಲ್ಲಿ ಹಿಟ್ಲರ್ ತಾನು ಕನಸು ಕಾಣುತ್ತಿದ್ದ ಮಹಾ ಸಾಹಸಕ್ಕೆ ಕೈ ಇಕ್ಕಲು ಉತ್ಸುಕತೆ ತೋರಿದ. ಗಂಟಲ ಧ್ವನಿ ಬಲವಾಯಿತು. ಚೆಕೊಸ್ಲೊವಾಕಿಯದ ಸುಡೆಟನ್ ಪ್ರಾಂತದಲ್ಲಿ 35 ಲಕ್ಷ ಜರ್ಮನರಿದ್ದರು. ಆ ಪ್ರದೇಶ ಜರ್ಮನಿಗೆ ಸೇರಬೇಕು ಎಂದು ಹಿಟ್ಲರ್ ಗರ್ಜಿಸಿದ. ಪಶ್ಚಿಮ ರಾಷ್ಟ್ರಗಳ ಮುಖವಾಣಿಯಾಗಿ ಬ್ರಿಟಿಷ್ ಪ್ರಧಾನಿ ಚೇಂಬರ್ಲೇನ್ ಹಿಟ್ಲರನ ಭೇಟಿಗೆ ಧಾವಿಸಿ, ''ಇಗೋ, ಮಿಕ. ಸ್ವೀಕರಿಸು'' ಎಂದ. ಅದು 1938ರ ಮ್ಯೂನಿಕ್ ಒಪ್ಪಂದ. ಚೆಕೊಸ್ಲೋವಾಕಿಯದ 10,000 ಚದರ ಮೈಲು ವಿಸ್ತೀರ್ಣ ಜರ್ಮನಿಗೆ ಹೋಯಿತು; 5,000 ಚದರ ಮೈಲು ಹಂಗೇರಿಗೆ. ಒಂದಿಷ್ಟು ಪೋಲೆಂಡಿಗೆ ಕೂಡ. ಸ್ಲೊವಾಕಿಯ ತನಗೆ ಸ್ವಾಯತ್ತೆ ಬೇಕು ಎಂದು ಬೇರೆಯಾಯಿತು! ಉಳಿದ ಬೊಹೀಮಿಯ-ಮೊರಾವಿಯಗಳನ್ನು 1939ರಲ್ಲಿ ಹಿಟ್ಲರನೇ ನುಂಗಿದ!

ಮತ್ತೆ ಚೆಕೊಸ್ಲೊವಾಕಿಯ ಕಾಣಿಸಿಕೊಂಡುದು 1945ರಲ್ಲಿ, ಸೋವಿಯೆತ್ ಒಕ್ಕೂಟದ ಕೆಂಪು ಪಡೆಗಳು ಬಂದು ಬಂಧಮುಕ್ತಗೊಳಿಸಿದಾಗ. ಎರಡನೆಯ ಮಹಾಯುದ್ಧದಲ್ಲಿ ಪ್ರಾಣ ನೀಗಿದ ಚೆಕ್-ಸ್ಲೊವಾಕ್ ಪ್ರಜೆಗಳ ಸಂಖ್ಯೆ 250,000. ಇದರಲ್ಲಿ ನಾಜಿ ಶಿಬಿರಗಳಲ್ಲಿ ಅಮಾನುಷ ರೀತಿಯಲ್ಲಿ ವಧೆ ಆದವರು ಲಕ್ಷಾಂತರ ಜನ; ಹೋರಾಡುತ್ತ ಮಡಿದವರು ಉಳಿದ ಮಂದಿ.

ಬೆನೆಶ್ ಹಿರಿತನದಲ್ಲಿ ವಿವಿಧ ಪಕ್ಷಗಳ ರಾಷ್ಟ್ರೀಯ ರಂಗ ಸರಕಾರ ರಚಿತವಾಯಿತು. ಬಂಧ ವಿಮೋಚನೆಯಲ್ಲಿ ಸೋವಿಯೆತ್ ಪಡೆ ಭಾಗವಹಿಸಿತೆಂದು ಭೀತರಾದ ಪಟ್ಟಭದ್ರ ಹಿತಾಸಕ್ತರಿದ್ದರು. ಸಮಾಜ ವ್ಯವಸ್ಥೆ ಬದಲಾಗುವ, ಸಮಾಜವಾದ ನೆಲೆಯೂರುವ ಸಾಧ್ಯತೆ. ವರ್ಗ ಸಂಘರ್ಷ ತೀವ್ರಗೊಳ್ಳುವುದು ಅನಿವಾರ್ಯವಾಗಿತ್ತು. ಚುನಾವಣೆಯಲ್ಲಿ ವಾಮಪಂಥೀಯರಿಗೆ ಬಹುಮತ ದೊರೆತು, ಕಮ್ಯೂನಿಸ್ಟ್ ನಾಯಕತ್ವದಲ್ಲಿ ಸಮ್ಮಿಶ್ರ ಮಂತ್ರಿಮಂಡಲ ಅಧಿಕಾರ ವಹಿಸಿತು. 1950ರಲ್ಲಿ ಕ್ಯಾಥಲಿಕ್ ಧರ್ಮಾಧಿಕಾರಿಗಳು ಸರಕಾರದಲ್ಲಿ ನಿಷ್ಠೆ ವ್ಯಕ್ತಪಡಿಸಲು ನಿರಾಕರಿಸಿದರು. ತಾಕಲಾಟಗಳ ಸಂಕಟದ ದಾರಿಯಲ್ಲಿ ಹೊಸ ಚೆಕೊಸ್ಲೊವಾಕಿಯವನ್ನು ಕಟ್ಟುವ ಕೆಲಸ ಮುಂದುವರಿಯಿತು. 1968ರಲ್ಲಿ ಆ ರಾಷ್ಟ್ರದ ನಾಯಕತ್ವ ತುಸು ದಾರಿ ತಪ್ಪುತ್ತಿದೆ ಎನ್ನಿಸಿದಾಗ, ಬಂಡವಾಳಶಾಹೀ ದೇಶಗಳ ಕೈವಾಡದ ಬಗ್ಗೆ ಶಂಕೆ ಮೂಡಿದಾಗ, ಭುಜ ಮುಟ್ಟಿ ಎಚ್ಚರಿಸಲು ಸೋವಿಯೆತ್ ಸೇನಾ ತುಕಡಿಗಳೂ ನೆರೆಹೊರೆಯ ಇತರ ಸಮಾಜವಾದೀ ದಳಗಳೂ ಪ್ರಾಗ್‌ಗೆ ಭೇಟಿ ಇತ್ತವು.

ಈಗ ಒಂದೂವರೆ ಕೋಟಿ ಜನರಿರುವ ದೇಶ. ನಗರವಾಸಿಗಳೇ ಹೆಚ್ಚು. ವಿಸ್ತೀರ್ಣ 49,370 ಚದರ ಮೈಲು, ಯಂತ್ರ ಸಾಮಗ್ರಿಗಳು, ಲೋಹಗಳು, ಖನಿಜಗಳು, ಇಂಧನ ಇತ್ಯಾದಿ ಇತರ ದೇಶಗಳಿಗೆ ರಫ್ತಾಗುತ್ತವೆ. ಯುದ್ಧಪೂರ್ವ ಸ್ಲೊವಾಕಿಯದಲ್ಲಿ ಒಂದು ವರ್ಷದಲ್ಲಿ ಆಗುತ್ತಿದ್ದ ಔದ್ಯೋಗಿಕ ಉತ್ಪನ್ನ ಈಗ ಎರಡೇ ವಾರಗಳಲ್ಲಿ ಸಾಧ್ಯ.

ಎತ್ತರದಲ್ಲಿ ಗಿರಿ ಸೌಧಗಳು, ಆಳದ ಗವಿಗಳು, ಬಿಸಿ ನೀರಿನ ಊಟೆಗಳು...

ನಿನ್ನೆಯ ಬಡ ಸ್ಲಾವ್ ಜನ ಈ ದಿನ ಒಡೆಯರು. ಬದುಕನ್ನು ಇನ್ನಷ್ಟು ಹಸನುಗೊಳಿಸಲು ಅವರ ದುಡಿಮೆ.

* * *

ವಿಸ್ತುಲಾ ನದಿಯ ದಡದಲ್ಲಿ ಒಂದೆಡೆ ಒಮ್ಮೆ ಒಬ್ಬಳು ಮತ್ಸ್ಯಕನ್ಯೆ ಅಲ್ಲಿನ ರಾಜಕುಮಾರನಿಗೆ ಕಾಣಿಸಿಕೊಂಡಳು. ಆತನನ್ನು ಮಾತ್ರವಲ್ಲ, ಬೇರೆ ಇಬ್ಬರನ್ನೂ ಆ ಕನ್ಯೆ ಕಂಡಳು. ಅವರು ಬೆಸ್ತ ದಂಪತಿ. ಗಂಡ ವಾರ್ಸ್, ಹೆಂಡತಿ ಷಾವ. ಮತ್ಸ್ಯಕನ್ಯೆ ಅವರತ್ತ ಬೊಟ್ಟು ಮಾಡಿ, ''ಇಲ್ಲೊಂದು ನಗರ ನಿರ್ಮಿಸು'' ಎಂದು ರಾಜಕುಮಾರನಿಗೆ ತಿಳಿಸಿದಳು. ಹಾಗೆ ನಿರ್ಮಿತವಾದ ನಗರ ವಾರ್ಸ್ ಷಾವ (ಇದು ಈಗಲೂ ಪ್ರಚಲಿತವಿರುವ ದಂತಕಥೆ).

ಆಂಗ್ಲರು ರೂಢಿಗೆ ತಂದ ಉಚ್ಚಾರ ವಾರ್ಸಾ. ಪೋಲೆಂಡಿನ ರಾಜಧಾನಿ. ಅದರ ಲಾಂಛನ : ಢಾಲನ್ನೂ, ಖಡ್ಗವನ್ನೂ ಹಿಡಿದ ಸ್ಫುರದ್ರೂಪಿಣಿ ಮತ್ಸ್ಯಕನ್ಯೆ.

ಇತಿಹಾಸಪೂರ್ವ ಕಾಲದಲ್ಲೇ ಪೂರ್ವ ಪೋಲೆಂಡಿನಲ್ಲೂ ಪಶ್ಚಿಮ

ರಷ್ಯದಲ್ಲೂ ಸ್ಲಾವ್ ಜನ ವಾಸವಾಗಿದ್ದರೆಂದು ತಜ್ಞರ ಅಭಿಮತ. (ಇಡೀ ಜಗತ್ತಿನ ಸ್ಲಾವ್ ಜನಸಂಖ್ಯೆಯ ಕಾಲಂಶದಷ್ಟು ಜನ ಈಗ ಪೋಲೆಂಡ್ ಮತ್ತು ಚೆಕೊಸ್ಲೊವಾಕಿಯಾ ಈ ಎರಡು ರಾಷ್ಟ್ರಗಳಲ್ಲಿ ವಾಸವಾಗಿದ್ದಾರೆ.) ಸ್ಲಾವರಿಗೂ ಬಹಳ ಹಿಂದೆ, ನವಶಿಲಾಯುಗದಲ್ಲಿ, ಈಗ ಪೋಲೆಂಡ್ ಇರುವ ಪ್ರದೇಶದಲ್ಲಿ ಮಾನವ ಚಟುವಟಿಕೆ ಇತ್ತು. ಗುಡುಗು ಮಿಂಚುಗಳಿಗೆ ಅಂಜುತ್ತ, ಪವಾಡಗಳನ್ನು ನಂಬುತ್ತ, ದುಷ್ಟ ಚೇತನಗಳನ್ನೂ, ಪೂರ್ವಜರನ್ನೂ ಆರಾಧಿಸುತ್ತ, ಬೇಟೆಯಾಡಿಯೋ ಹಣ್ಣು, ಹಂಪಲು ತಿಂದೋ ಬದುಕಿದ್ದವರು. ಮುಂದೆ ಕೃಷಿ. ಅವರು ಜೀವನ ಸಾಗಿಸಿದ್ದು, ವಿಸ್ತುಲಾ ನದಿಯುದ್ದಕ್ಕೆ. ಶೋಧಕರಿಗೆ ದೊರೆತಿರುವ ಆಗಿನ ಅವಶೇಷಗಳು : ಹೋರಿಗಳೋ ಸಾರಂಗಗಳೋ ಎಳೆದಿರಬಹುದಾದ ದಪ್ಪನೆಯ ಗಾಲಿಗಳ ಗಾಡಿ, ಮರದ ದಿಮ್ಮಿಯನ್ನು ತೋಡಿ ಮಾಡಿದ ದೋಣಿ; ಮರದ ತುಣುಕು ಗಳಿಗೆ ತೊಗಲನ್ನು ಸುತ್ತಿ ನಿರ್ಮಿಸಿದ ದೋಣಿಗಳು. ಆ ಕಾಲದಲ್ಲೆಲ್ಲೋ ಸ್ಲಾವ್ ಬುಡಕಟ್ಟಿನ ಜನ ರಂಗಪ್ರವೇಶ ಮಾಡಿರಬೇಕು. ಕೃಷಿ ಅಭಿವೃದ್ಧಿ ಹೊಂದಿತು. ಸೀಳು ಕೋಲುಗಳಿಂದ ಉಳುಮೆ. ಆಡು ಕುರಿಗಳ ಸಂಗೋಪನೆ. ಜೊತೆಗೆ ಬೇಟೆ. ಗಾಡಿ ಎಳೆಯಲು ಈಗ ಕುದುರೆಗಳು ಕೂಡ. ಸೂರ್ಯ, ಗಾಳಿ, ಮಳೆ ಮೊದಲಾದ ಪ್ರಕೃತಿ ಶಕ್ತಿಗಳ ಆರಾಧನೆ. ವಾಸಕ್ಕೆ, ನೆಲದಲ್ಲಿ ಕಂಬಗಳನ್ನು ಊರಿ ತುಸು ಎತ್ತರದಲ್ಲಿ ಕಟ್ಟಿದ ಮನೆಗಳು.

ಕ್ರಿಸ್ತಶಕ 1ನೆಯ ಶತಮಾನದಲ್ಲಿ ರೋಮನರು ಇವರನ್ನು ಕಂಡರು. ''ಪೋಲ್ ಪ್ರದೇಶದ ಜನ'' – ಬಯಲು ಪ್ರದೇಶದ ಜನ – ಎಂದರು. ಸ್ಲಾವ್ ಕುಟುಂಬದವರು ಇಲ್ಲಿ ಪೋಲರೆಂದು – ಬಯಲು ವಾಸಿಗಳೆಂದು – ಪ್ರಖ್ಯಾತರಾದರು.

ಪಾಳೆಯಗಾರಿಕೆ. ಅರಸೊತ್ತಿಗೆ. ದಕ್ಷಿಣದಲ್ಲಿದ್ದ ಅವರ ಜ್ಞಾತಿಗಳೇ ಆದ ಚೆಕ್ಕರು 895ರಲ್ಲಿ ಕ್ಯಾಥಲಿಕ್ ಧರ್ಮವನ್ನು ಅವಲಂಬಿಸಿ 70 ವರ್ಷಗಳಾದ ಮೇಲೆ, ಒಬ್ಬ ಪೋಲಿಷ್ ರಾಜಕುಮಾರ ಚೆಕ್ ಅರಸು ಕುವರಿಯೊಬ್ಬಳನ್ನು ಮದುವೆಯಾದ; ತಾನೂ ಕ್ಯಾಥಲಿಕನಾದ. ಕ್ರಿ.ಶ. 1000ದ ಹೊತ್ತಿಗೆ ಪೋಲೆಂಡ್ ರೋಮ್‌ನ ಧರ್ಮಸಾಮ್ರಾಜ್ಯದ ಪೂರ್ವ ದಿಕ್ಕಿನ ಎಲ್ಲೆಯಾಯಿತು.

14ನೆಯ ಶತಮಾನದಲ್ಲಿ 'ಮಹಾನ್' ಎಂಬ ಹೆಗ್ಗಳಿಕೆಗೆ ಪಾತ್ರನಾದ ಅರಸ ಕಾಸಿಮಿರ್ ಪೋಲಿಷ್ ಕಾನೂನನ್ನು ಕ್ರೋಡೀಕರಿಸಿದ. ಮುಂದೆ, ಪೋಲೆಂಡ್ ಮತ್ತು ಲಿಥುವೇನಿಯಾ ಒಂದೇ ಆಡಳಿತಕ್ಕೆ ಒಳಗಾದವು. ಆಕ್ರಮಣಕಾರರಾಗಿ ಬಂದ ಜರ್ಮನ್ ಮೂಲದ ಟ್ಯುಟಾನ್ ಅರಸರು ಸೋಲು ಉಂಡರು. 1430ರಲ್ಲಿ 'ವಿಚಾರಣೆ ಇಲ್ಲದೆ ಸಮಾಜದ ಪ್ರತಿಷ್ಠಿತರನ್ನು ಬಂಧಿಸಬಾರದು' ಎಂದು ರಾಜಾಜ್ಞೆಯಾಯಿತು. (ಜನಸಮುದಾಯಕ್ಕೆ ಲಭ್ಯವಿರಲಿಲ್ಲ ಈ ಸವಲತ್ತು!) 1454ರಲ್ಲಿ ಆಢ್ಯರು ಆರಿಸಿದ ಲೋಕಸಭೆಯೂ (ಸೆಜ್ಮ್) ರಚಿತವಾಯಿತು.

16ನೆಯ ಶತಮಾನದಲ್ಲಿ ಪೋಲೆಂಡ್ ಜಗತ್ತಿನ ಜ್ಞಾನಕ್ಷೇತ್ರದ ಹಿರಿಯ

ಗುರುತು ಕಂಬವನ್ನು ನೆಟ್ಟು ಎಂದೂ ಅಳಿಯದ ಹೆಗ್ಗಳಿಕೆಗೆ ಪಾತ್ರವಾಯಿತು. ಅದನ್ನು ಸಾಧಿಸಿದವನು ನಿಕೊಲಸ್ ಕೊಪರ್ನಿಕಸ್ (1473-1543). ಆರಂಭದ ಅಧ್ಯಯನ ಪೋಲೆಂಡಿನ ಕ್ರಾಕೊ ವಿಶ್ವವಿದ್ಯಾಲಯದಲ್ಲಿ ಇಟೆಲಿಯಲ್ಲಿ ಆತ ಶಿಕ್ಷಣ ಮುಂದುವರಿಸಿ, ಚಂದ್ರ ಭೂಮಿಯ ಉಪಗ್ರಹ ಎಂಬ ವಾದವನ್ನು ಮುಂದಿಟ್ಟ, ನ್ಯಾಯಶಾಸ್ತ್ರ ವೈದ್ಯಿಕೆಗಳಲ್ಲಿ ಪಾರಂಗತನಾದ. ತಾಯಿನಾಡಿಗೆ ಮರಳಿ, ಒಂದು ಪ್ರಾರ್ಥನಾ ಮಂದಿರದ ಧರ್ಮಾಧಿಕಾರಿಯಾಗಿ, ಆಕ್ರಮಣಕಾರರ ವಿರುದ್ಧ ಜನರನ್ನು ಸಂಘಟಿಸುವ ಮತ್ತಿತರ ಹೊಣೆಯನ್ನು ನಿರ್ವಹಿಸಿದ. ಖಗೋಳ ವಿಜ್ಞಾನವನ್ನು ಕುರಿತ ಅವನ ಅಧ್ಯಯನ ಮುಂದುವರಿದೇ ಇತ್ತು. (ತನಗಿಂತ ಸಾವಿರ ವರ್ಷ ಹಿಂದೆ ಭಾರತದ ಆರ್ಯಭಟ ರಚಿಸಿದ್ದ 'ಆರ್ಯಭಟೀಯ' ಕೃತಿಯ ಲ್ಯಾಟಿನ ತರ್ಜುಮೆ ಕೊಪರ್ನಿಕಸನ ಬಳಿ ಇದ್ದಿತು.) ತನ್ನ ಅಧ್ಯಯನಗಳ ಫಲವಾಗಿ, ಭೂಮಿ ಸೂರ್ಯನ ಸುತ್ತ ತಿರುಗುತ್ತದೆ ಎಂಬ ತೀರ್ಮಾನಕ್ಕೆ ಕೊಪರ್ನಿಕಸ್ ಬಂದ. ಆದರೆ ಬಹಿರಂಗವಾಗಿ ಹೇಳುವುದು ಹೇಗೆ? ಭೂಮಿಯೇ ವಿಶ್ವದ ಕೇಂದ್ರ ಎಂಬ ನಂಬಿಕೆ ಬಲವಾಗಿದ್ದ ಕಾಲ ಅದು. ತನ್ನ ಸಿದ್ಧಾಂತದ ಸಾರಾಂಶವನ್ನು ಬರಹರೂಪಕ್ಕಿಳಿಸಿ ಮಿತ್ರರಿಗಷ್ಟೇ ಓದಲು ಕೊಟ್ಟ. 1515ರಲ್ಲಿ ಸವಿವರ ಗ್ರಂಥವನ್ನೇ ಬರೆಯತೊಡಗಿದ. ಅದರ ಸಮರ್ಪಣೆ ಆಗಿನ ಪೋಪ್ ಮೂರನೆಯ ಪಾಲ್‌ಗೆ! ಗ್ರಂಥ ಅಚ್ಚಿಗೆ ಹೋಗುತ್ತಿದ್ದಂತೆ ಅಸ್ವಸ್ಥನಾದ. 1543ರಲ್ಲಿ ಅಚ್ಚಾದ ಗ್ರಂಥದ ಮೊದಲ ಪ್ರತಿಯನ್ನು ಅವನಿಗೆ ತಂದು ತೋರಿಸಿದನು. ಮುಂದೆ ಕೆಲವೇ ಗಂಟೆಗಳಲ್ಲಿ ಆತ ಕಣ್ಣು ಮುಚ್ಚಿದ.

ಮುಂದಿನ ಶತಮಾನದಲ್ಲಿ ಉತ್ತರದಿಂದ ಸ್ವೀಡಿಷ್ ಜನ, ಆಗ್ನೇಯದಿಂದ ತುರ್ಕರು ಪೋಲೆಂಡಿನ ಮೇಲೆ ದಾಳಿ ಮಾಡಿದರು. ಪೋಲೆಂಡಿನ ಇತಿಹಾಸದಲ್ಲಿ, ಕಷ್ಟ ಕೋಟಲೆಯ ಆ ಅವಧಿ 'ಪ್ರಳಯಕಾಲ' ಎಂದು ಬಣ್ಣಿಸಲ್ಪಟ್ಟಿದೆ. ಆದರೂ ಯುದ್ಧಗಳಲ್ಲಿ ಪೋಲರ ಕೈ ಮೇಲಾಯಿತು. ಅವರ ದೋಣಿ ದಡ ಸೇರಿತು. ಸಮರ್ಥ ದೊರೆ ಯಾನ್ ಸೊಬೀಸ್ಕಿಯನ್ನು ಜನ 'ರಾಷ್ಟ್ರ ಸಂರಕ್ಷಕ' ಎಂದು ಕೊಂಡಾಡಿದರು.

18ನೆಯ ಶತಮಾನದಲ್ಲಿ ಮೂರು ಸಲ ಪೋಲೆಂಡ್ ವಿಭಜಿಸಲ್ಪಟ್ಟಿತು. 1772ರಲ್ಲಿ, 1793ರಲ್ಲಿ ಮತ್ತು 1799ರಲ್ಲಿ. ಬಾರಿ ಬಾರಿಗೆ ಧಾಳಿ, ಗೆದ್ದವರೊಳಗೆ ಹಂಚಿಕೆ, ಮರು ಹಂಚಿಕೆ, ಆಸ್ಟ್ರಿಯ, ಪ್ರಷ್ಯ (ಎರಡೂ ಜರ್ಮನ್ ರಾಜ್ಯಗಳೇ) ಮತ್ತು ರಷ್ಯ. 18ನೆಯ ಶತಮಾನ ಮುಕ್ತಾಯಗೊಳ್ಳುತ್ತಿದ್ದಂತೆ 800 ವರ್ಷ ಸ್ವಾತಂತ್ರ್ಯ ಅನುಭವಿಸಿದ್ದ ಪೋಲೆಂಡ್ ರಾಜಕೀಯ ನಕಾಶೆಯಿಂದ ಕಣ್ಮರೆಯಾಯಿತು.

ತಬ್ಬಲಿಗಳಾದ ಸಾಹಸಿ ಪೋಲರು ದೂರದೇಶಗಳಿಗೆ ಹೋದರು. ಅಮೆರಿಕದಲ್ಲಿ ಬ್ರಿಟಿಷ್ ಸಾಮ್ರಾಜ್ಯಶಾಹಿಗೆದಿರಾಗಿ ಅವರು ಹೋರಾಡಿದ್ದೂ ಉಂಟು. ನೆಪೋಲಿಯನ್ ರಷ್ಯದ ಮೇಲೆ ದಂಡಯಾತ್ರೆ ಆರಂಭಿಸಿದಾಗ ಪೋಲರು ಅವನಿಗೆ ಬೆಂಬಲವಾಗಿ ಹೋರಾಡಿದರು – ಪೋಲೆಂಡಿನ ಮರು

ಉದಯ ಸಾಧ್ಯವಾದೀತೆಂಬ ಆಸೆಯಿಂದ. ಆಸೆ ಪೂರ್ತಿ ಹುಸಿಯಾಗದೇ ಇದ್ದರೂ ಬಲಶಾಲಿ ಪೋಲೆಂಡ್ ಕನಸಾಗಿಯೇ ಉಳಿಯಿತು.

19ನೆಯ ಶತಮಾನದ ಉತ್ತರಾರ್ಧದಲ್ಲಿ, ರಾಜಕೀಯ ಸ್ಥಿತಿಗತಿಗಳ ಪೃಥಕ್ಕರಣಕ್ಕೆ ಹೊಸತೊಂದು ತಾತ್ವಿಕ ನೆಲೆಗಟ್ಟನ್ನು ಒದಗಿಸಿಕೊಟ್ಟಿತು ಮಾರ್ಕ್ಸ್‌ವಾದ. ಸಂಘಟಿತ ಶ್ರಮಜೀವಿ ವರ್ಗ ಭಾಗವಹಿಸಿದರೆ ಮಾತ್ರ ರಾಷ್ಟ್ರದ ಸ್ವಾತಂತ್ರ್ಯ ಹೋರಾಟ ಪರಿಣಾಮಕಾರಿಯಾಗುತ್ತದೆ ಎಂಬ ಅರಿವು ಕ್ರಾಂತಿಕಾರಿ ಚಟುವಟಿಕೆಯನ್ನು ಅರ್ಥಪೂರ್ಣಗೊಳಿಸಿತು. ಆ ಹಿನ್ನೆಲೆಯಲ್ಲಿ ರಚಿತವಾದದ್ದು, ರೋಸಾ ಲುಕ್ಸೆಂಬರ್ಗ್ (ವಧೆ, 1919) ನೇತೃತ್ವದ ಪೋಲೆಂಡ್-ಲಿಥುವೇನಿಯಾಗಳ ಸೋಷಿಯಲ್ ಡೆಮಾಕ್ರಟಿಕ್ ಪಕ್ಷ. ಈ ಪಕ್ಷ ರಷ್ಯದಲ್ಲಿ ಲೆನಿನ್ ನಾಯಕತ್ವದಲ್ಲಿ ಕಾರ್ಯನಿರತವಾಗಿದ್ದ ಸೋಷಿಯಲ್ ಡೆಮಾಕ್ರಟಿಕ್ ಪಾರ್ಟಿಯೊಡನೆ ಸಹಕರಿಸಿತು.

ಪಿಲ್ಸುಡ್‌ಸ್ಕಿ ಪೋಲೆಂಡಿನ ರಾಷ್ಟ್ರೀಯವಾದಿ ನಾಯಕ. ಪೋಲೆಂಡ್ ರಷ್ಯದ ಜಾರ್ ಚಕ್ರವರ್ತಿಯ ವಶದಲ್ಲಿದ್ದಾಗ, ಕೆಲ ಕಾಲ ಸೈಬೀರಿಯ ವಾಸದ ಶಿಕ್ಷೆಗೆ ಗುರಿಯಾಗಿದ್ದ ವ್ಯಕ್ತಿ. ಆತ ಪೋಲಿಷ್ ಸೋಷಿಯಲಿಸ್ಟ್ ಪಕ್ಷವನ್ನು ಕಟ್ಟಿದ.

ಪ್ರಥಮ ಲೋಕ ಮಹಾಯುದ್ಧದ ಅವಧಿಯಲ್ಲಿ ಜರ್ಮನರು ಪಿಲ್ಸುಡ್‌ಸ್ಕಿಯನ್ನು ಸೆರೆಯಲ್ಲಿಟ್ಟರು. ಆದರೆ 1918ರಲ್ಲಿ, ತಮಗೆ ಸೋಲು ಖಚಿತ ಎನಿಸಿದೊಡನೆ, ಅವನನ್ನು ಬಿಡುಗಡೆ ಮಾಡಿ ರೈಲುಬಂಡಿಯಲ್ಲಿ ವಾರ್ಸಾಗೆ ಕಳುಹಿಸಿದರು. ಸ್ವತಂತ್ರ ಪೋಲೆಂಡ್ ಮಿತ್ರ ರಾಷ್ಟ್ರಗಳು ಒಪ್ಪಿಕೊಂಡಿದ್ದ ಅಂಶ. ಪಿಲ್ಸುಡ್‌ಸ್ಕಿಯೂ ಸಂಗೀತಜ್ಞ – ರಾಜಕಾರಣಿ ಪಾಡೆರೆವ್‌ಸ್ಕಿಯೂ ಪೋಲಿಷ್ ಜನರ ಐಕ್ಯಕ್ಕಾಗಿ ಶ್ರಮಿಸಿ, ಸ್ವತಂತ್ರ ಪೋಲೆಂಡ್ ಮತ್ತೆ ಅಸ್ತಿತ್ವಕ್ಕೆ ಬರುವಂತೆ ಮಾಡಿದರು. 1923ರಲ್ಲಿ ಪಿಲ್ಸುಡ್‌ಸ್ಕಿ ಅಧ್ಯಕ್ಷ ಸ್ಥಾನದಿಂದ ನಿವೃತ್ತನಾದ. ಅದು ಬೆಕ್ಕು ಹಾಕಿಕೊಂಡ ಸನ್ಯಾಸಿ ವೇಷ. ಮೂರನೇ ವರ್ಷ ಕ್ಷಿಪ್ರ ಕ್ರಾಂತಿ ನಡೆಸಿ, ಪೋಲೆಂಡಿನ ಅಧಿಪತಿಯಾದ. ಅಧ್ಯಕ್ಷನಿಗೆ ಪರಮಾಧಿಕಾರವಿರುವ, ಲೋಕಸಭೆಯ ಅಧಿಕಾರವನ್ನು ಮೊಟಕುಗೊಳಿಸುವ, ಹೊಸ ರಾಜ್ಯಾಂಗ ರೂಪಿಸಿದ. ಅವನೆಂದ :

''ನಮ್ಮ ರಾಷ್ಟ್ರೀಯ ವ್ಯಕ್ತಿತ್ವದಲ್ಲಿ ನಿರ್ದಯತೆಯ ಅಭಾವವಿದೆ ಎನ್ನುವುದು ನನ್ನ ಬಹಳ ಕಾಲದ ಅನಿಸಿಕೆ. ಆ ಅಭಾವ ಆಕರ್ಷಕವಾಗಿ ತೋರಬಹುದು. ಆದರೆ ಜಾಗತಿಕ ಮಾರುಕಟ್ಟೆಯಲ್ಲಿ ಅದಕ್ಕೆ ಚಿಕ್ಕಾಸಿನ ಬೆಲೆಯೂ ಇಲ್ಲ.''

ಲೋಕ ಆರ್ಥಿಕ ಬಿಕ್ಕಟ್ಟಿನ ಬಿಸಿ ಪೋಲೆಂಡನ್ನೂ ತಟ್ಟಿತು. 300,000 ಜನ ಉದ್ಯೋಗ ಕಳೆದುಕೊಂಡರು. ಹಣದುಬ್ಬರ ಪೆಡಂಭೂತವಾಯಿತು. ಪಿಲ್ಸುಡ್‌ಸ್ಕಿ ಒಂದು ಕಾಲದಲ್ಲಿ ಸಮಾಜವಾದದ ಮಾತನ್ನು ಆಡಿದ್ದ. ಆದರೇನಂತೆ ? ಆತ ಬಯಸಿದ ಹೊಸ ರಾಷ್ಟ್ರೀಯ ಗುಣ ನಿರ್ದಯತೆ. ಯಾವ ದಯೆಯನ್ನೂ ತೋರದೆ ಜನರನ್ನು ತುಳಿದು ನಿಂತ. ಕಾರಾಗೃಹಗಳನ್ನು ಸೋಶಿಯಲಿಸ್ಟರು – ಕಮ್ಯೂನಿಸ್ಟರಿಂದ ತುಂಬಿದ. 1935ರಲ್ಲಿ

ಅವನು ಮರಣ ಹೊಂದಿದ ಮೇಲೆ, ಅವನ ನಿಷ್ಠಾವಂತ ಅಧಿಕಾರಿಗಳು ಫಾಸಿಸ್ಟ್ ಸ್ವರೂಪದ ಆಡಳಿತ ವಿಧಾನವನ್ನೇ ಮುಂದುವರಿಸಿದರು.

1939ರ ಸೆಪ್ಟೆಂಬರ್‌ನಲ್ಲಿ ಹಿಟ್ಲರನ ನಾಜಿ ಪಡೆಗಳು ಪೋಲೆಂಡನ್ನು ಆಕ್ರಮಿಸಿದವು. 700,000 ಪೋಲರು ಬಂಧಿತರಾದರು.

ಪಿಲ್ಸುಡ್‌ಸ್ಕಿ ಇಷ್ಟಪಟ್ಟಿದ್ದ ನಿರ್ದಯತೆಯ ವಿರಾಟ್ ದರ್ಶನವನ್ನು ಆತನ ಸನ್ಮಿತ್ರ ಹಿಟ್ಲರ್ ಪೋಲಿಷ್ ಜನತೆಗೆ ಮಾಡಿಕೊಟ್ಟ. ವಾರ್ಸಾದಲ್ಲಿ 500,000 ಯೆಹೂದಿಯರಿದ್ದರು. ಅವರು ತಲೆ ತಲಾಂತರಗಳಿಂದ ಪೋಲೆಂಡಿನ ಜನಕೋಟಿಯ ಅವಿಭಾಜ್ಯ ಅಂಗ. 1692 ಮನೆಗಳಿದ್ದ ನಗರದ ಒಂದು ವಲಯದಲ್ಲಿ ಅವರು ವಾಸಿಸಬೇಕೆಂದು ಆಜ್ಞೆಯಾಯಿತು. ಆ ವಲಯವನ್ನು ಎತ್ತರದ ಗೋಡೆ ಸುತ್ತುವರಿಯಿತು. 'ಕೋಟೆ'ಗೆ ಎರಡೇ ದ್ವಾರಗಳು. ಚಿಕ್ಕವು. ಆ ಜನರಿಗೆ ನೀಡುತ್ತಿದ್ದ ಪಡಿತರವನ್ನು ದಿನದಿಂದ ದಿನಕ್ಕೆ ಕಮ್ಮಿ ಮಾಡುತ್ತ ಹೋದರು. ಕಡೆಗೆ ಪ್ರತಿದಿನವೂ ಉಪವಾಸದ ಸಾವು – ನೂರು ಗಟ್ಟಲೆ, ಸಹಸ್ರಗಟ್ಟಲೆ, ಉಳಿದವರು ಎಪ್ಪತ್ತೇ ಸಾವಿರ. ಒಂದು ದಿವಸ ಗೋಡೆಯಲ್ಲಿ ದೊಡ್ಡ ಸುರಂಗ ಕೊರೆದು ರೈಲು ದಾರಿ ಒಳಕ್ಕೆ ಬರುವಂತೆ ಮಾಡಿದರು. ರೈಲು ಗಾಡಿಯೂ ಬಂತು. ಉಳಿದವರನ್ನು ಒಯ್ಯಲು. ದಿನವೂ ಒಂದಷ್ಟು ಸಂಸಾರಗಳ ಪಯಣ. ಬಿಡುಗಡೆ ? ಒಂದು ರೀತಿಯಲ್ಲಿ ಬಿಡುಗಡೆಯೇ! ಒಂದೂರಲ್ಲಿ ನಿರ್ಮಿಸಿದ್ದ ಪ್ರಯೋಗ ಶಿಬಿರಕ್ಕೆ ಸಾಗಣೆ. ಅಲ್ಲಿ ಯಾವ ವಿಧವಾಗಿ ಮನುಷ್ಯರನ್ನು ಕೊಲ್ಲಬಹುದು ಎನ್ನುವ ವೈಜ್ಞಾನಿಕ ಪ್ರಯೋಗಗಳಿಗೆ ಇವರು ಮಿಕಗಳು! ಮಾಜ್ದೆನೆಕ್ ನಲ್ಲಿದ್ದ ಈ ಶಿಬಿರದಲ್ಲಿ ಯೆಹೂದಿಯರಿಗೆ ಒಂಟಿತನದ ಭಾವನೆ ಇರಲಿಲ್ಲ. ಗ್ರೀಕರು, ಫ್ರೆಂಚರು, ಚೆಕ್ಕರು ಹೀಗೆ ನಾನಾ ದೇಶಗಳ ಫಾಸಿಸ್ಟ್ ವಿರೋಧಿಗಳು ಯೆಹೂದಿಯರೂ ಅಲ್ಲಿದ್ದರು. ಒಟ್ಟು ಹತರಾದವರು 15 ಲಕ್ಷ ಮಂದಿ! ಆಶ್‌ವಿಟ್ಜ್‌ನಲ್ಲಿದ್ದ ಇನ್ನೊಂದು ಶಿಬಿರದಲ್ಲೂ ಬಿರ್ಕೆನೌ, ಡ್ವೊರಿ ಶಿಬಿರಗಳಲ್ಲೂ ಸತ್ತ ಯೆಹೂದಿಯರು ಮತ್ತಿತರರು ಒಟ್ಟು 40 ಲಕ್ಷ ಜನ! ಯುದ್ಧಾಂತ್ಯದಲ್ಲಿ ವಾರ್ಸಾ ನಗರದಲ್ಲಿ ಇನ್ನೂರು ಯೆಹೂದಿಯರು ಮಾತ್ರ ಬದುಕಿ ಉಳಿದಿದ್ದರು... (ಗೋರಿಯಲ್ಲಿ ಕೊಳೆಯುತ್ತಿದ್ದ ನಿರ್ದಯತೆಯ ಪ್ರತಿಪಾದಕ ಪಿಲ್ಸುಡ್‌ಸ್ಕಿಯ ಶವವೂ ಗಾಬರಿಗೊಂಡು ಮಿಸುಕಿರಬಹುದು!)

ಎರಡನೆಯ ಮಹಾಯುದ್ಧದಲ್ಲಿ ವಧೆಯಾದ ಪೋಲರು 60 ಲಕ್ಷ – ಆ ರಾಷ್ಟ್ರದ ಇಡೀ ಜನಸಂಖ್ಯೆಯ ಶೇಕಡ 22ರಷ್ಟು. ವಾರ್ಸಾ ನಗರವಂತೂ ಹಿಟ್ಲರನ ಬಾಂಬ್ ದಾಳಿಗೆ ತುತ್ತಾಗಿ ನುಚ್ಚುನೂರು.

ಅಜೇಯನೆನಿಸಿದ್ದ ಹಿಟ್ಲರ್ ರಷ್ಯದ ಕೆಂಪು ಪಡೆಯ ಎದುರು ತತ್ತರಿಸಿ ಹಿಮ್ಮೆಟ್ಟಿದ. ಯೂರೋಪಿನ ಇತರ ರಾಷ್ಟ್ರಗಳ ಜೊತೆ ಪೋಲೆಂಡೂ ಬಂಧಮುಕ್ತವಾಯಿತು – 1944ರಲ್ಲಿ.

ಈ ಸಲ ಸ್ವತಂತ್ರ ಪೋಲೆಂಡಿನಲ್ಲಿ ಶ್ರಮಜೀವಿಗಳ ಮೇಲುಗೈ, ರಾಷ್ಟ್ರಕ್ಕೆ ವಿಸ್ತೃತ ಸಮಾಜವಾದೀ ಕುಟುಂಬದ ಸದಸ್ಯತ್ವ.

ವಾರ್ಸಾ ಪುನರ್ನಿರ್ಮಾಣಗೊಂಡಿದೆ (ಲೆನಿನ್‌ಗ್ರಾಡ್‌ನ ಹಾಗೆ, ಲಂಡನಿನ ಹಾಗೆ) ಚೆಕೊಸ್ಲೊವಾಕಿಯಾದಂತೆಯೇ ಯಂತ್ರ ಸಾಮಗ್ರಿ, ಖನಿಜಗಳು, ಇಂಧನ, ಲೋಹಗಳು ಮೊದಲಾದುವನ್ನು ಪೋಲೆಂಡ್ ರಫ್ತು ಮಾಡುತ್ತಿದೆ. 120,733 ಚದರ ಮೈಲು ವಿಸ್ತೀರ್ಣದ ರಾಷ್ಟ್ರದಲ್ಲಿ ಮೂರೂವರೆ ಕೋಟಿ ಜನ ವಾಸವಾಗಿದ್ದಾರೆ.

ಕ್ಯಾಥಲಿಕ್ ಧರ್ಮಾನುಯಾಯಿಗಳ ಪ್ರಾಬಲ್ಯವಿರುವ ದೇಶ. (ಈಗಿನ ಪೋಪ್ ಇಲ್ಲಿಯವರೇ.) ಸಮಾಜವಾದವನ್ನು ಇಷ್ಟಪಡದ (ಅಥವಾ ದ್ವೇಷಿಸುವ) ಬೇರೆ ದೇಶಗಳಿಗೆ ಪೋಲೆಂಡಿನ ಬಗ್ಗೆ ಆಸಕ್ತಿ. ಸಮಾಜದಲ್ಲಿ ಆಂತರಿಕವಾಗಿ ಮೂಡಿಬರದ, ಮೇಲಿನಿಂದ ಹೇರುವ ಶಿಸ್ತು ಶಿಥಿಲತೆಗೆ ದಾರಿ ಮಾಡುತ್ತದೆ. ಆ ದಾರಿಯಾಗಿ ಒಳನುಗ್ಗಲು ಕಾದಿರುವ ಶಕ್ತಿಗಳಿಗೆ ಬರಗಾಲವಿಲ್ಲ. ಜನರ ಅಳಲನ್ನು ಅರ್ಥಮಾಡಿಕೊಳ್ಳಲು ಆಳುವವರು ಅಸಮರ್ಥರಾದರಂತೂ ಆ ಸಮಾಜವ್ಯವಸ್ಥೆಯ ವಿರೋಧಿಗಳು ಕೇಕೆ ಹಾಕುತ್ತಾರೆ. ಇದಕ್ಕೆ ನಿದರ್ಶನ 1956ರಲ್ಲೂ 1980ರಲ್ಲೂ ಪೋಲೆಂಡಿನಲ್ಲಾದ ಘಟನೆಗಳು.

ಪೋಲೆಂಡಿನಲ್ಲಿ ನವಸಮಾಜ ನಿರ್ಮಾಣ ಶುರುವಾಗಿ 35 ವರ್ಷಗಳಷ್ಟೇ ಸಂದಿವೆ. ಆ ಜನತೆಯ ಸುದೀರ್ಘ ಬದುಕಿನಲ್ಲಿ ಇವು ಕೆಲವು ಕ್ಷಣಗಳಿದ್ದಂತೆ. ಕ್ರೂರವಾದ 'ನಿನ್ನೆ' ಕಳೆಯಿತು. ಸಂಕಟದ 'ಇವತ್ತು' ಮುಗಿದು ಆ ನಾಡು ಇನ್ನು ಸಾಗುವುದು 'ನಾಳೆ' ಯ ಭವ್ಯತೆಯ ಕಡೆಗೆ.

2

ಕ್ರಿಸ್ತಶಕ 10ನೆಯ ಶತಮಾನದಲ್ಲಿ ರೋಮ್‌ನ ಧರ್ಮಪ್ರಭುತ್ವಕ್ಕೆ ಬೊಹೀಮಿಯ ಪೂರ್ತಿ ಒಳಗಾದ ಮೇಲೆ ಲ್ಯಾಟಿನ್ ಭಾಷೆಗೆ ಅಗ್ರಸ್ಥಾನ ಲಭಿಸಿತು. ಓದುಬಲ್ಲವರ ಪಠಣಕ್ಕೆ ಲ್ಯಾಟಿನ್‌ನ ಧರ್ಮಗ್ರಂಥಗಳು. ಓದು ಬಾರದವರ ಸಾಹಿತ್ಯವಿದ್ದೇ ಇತ್ತು. ಚೆಕ್ ಭಾಷೆಯಲ್ಲಿ, ಹಾಡುಗಳು, ಕಥನ ಕವನಗಳು, ಇದು ಜಾನಪದ ಕ್ಷೇತ್ರ. ಕ್ರಮೇಣ ಲ್ಯಾಟಿನ್‌ನ ಪ್ರಭಾವದಿಂದ ದೇಶೀಯ ಭಾಷೆಯಲ್ಲೂ 'ಸಾಹಿತ್ಯ ಕೃತಿ'ಗಳ ರಚನೆ ಶುರುವಾಯಿತು. ವಸ್ತು ಧಾರ್ಮಿಕ, ಸ್ತೋತ್ರಗಳು, ಪ್ರಾರ್ಥನೆಗಳು, ಸ್ಥಳೀಯ ಸಂತರನ್ನು ಕುರಿತ ಕಥೆಗಳು. ಪ್ರಾಚೀನ ಅರಸರ ಸಾಧನೆಗಳನ್ನು ಚಿತ್ರಿಸುವ ಗದ್ಯ ಕೃತಿಗಳೂ ಸೃಷ್ಟಿಯಾದವು. ಈ ಬಗೆಯ ಸಾಹಿತ್ಯಿಕ ಸಾಂಸ್ಕೃತಿಕ ಬೆಳವಣಿಗೆ ಮೂರ್ತರೂಪ ಪಡೆದದ್ದು 1348ರಲ್ಲಿ, ಪ್ರಾಗ್ ವಿಶ್ವವಿದ್ಯಾಲಯದ ಸ್ಥಾಪನೆಯಲ್ಲಿ.

ಆ ಶತಮಾನದಲ್ಲಿ ದಾರ್ಶನಿಕ ಟಾಮಸ್ ಧಾರ್ಮಿಕ ವಿಷಯಗಳ ಮೇಲೆ ಅನೇಕ ಗ್ರಂಥಗಳನ್ನು ಬರೆದ. ತುಸು ಭಿನ್ನವಾದದ್ದು ಆತನ 'ವಿದ್ವತ್ಪೂರ್ಣ ವಿನೋದಗಳು'.

ಆಡುಮಾತನ್ನು ಸಾಹಿತ್ಯ ಮಟ್ಟಕ್ಕೆ ಒಯ್ದವನು ತತ್ವಜ್ಞಾನದ ಪ್ರಾಧ್ಯಾಪಕ

ಹಾಗೂ ಪ್ರೊಟೆಸ್ಟೆಂಟ್ ಅರ್ಚಕ ಯಾನ್ ಹಸ್. ಅವನ ಪ್ರಮುಖ ಗ್ರಂಥ 'ಪ್ರವಚನಗಳು' (1413). ಪದಗಳ ಅಕ್ಷರಗಳನ್ನೂ, ವ್ಯಾಕರಣವನ್ನೂ ಅವನು ಸರಳಗೊಳಿಸಿದ.

ಪೀಟರ್ ಚೆಲ್‌ಶಿಕಿ 15ನೆಯ ಶತಮಾನದ ಯುದ್ಧ ವಿರೋಧಿ, ಶಾಂತಿ ಪ್ರತಿಪಾದಕ (400 ವರ್ಷಗಳ ಅನಂತರ ರಷ್ಯದ ಲಿಯೋ ತೋಲ್‌ಸ್ತೋಯ್ ಅವನನ್ನು 'ಪ್ರಪಂಚದ ಅತ್ಯಂತ ಹಿರಿಯ ದಾರ್ಶನಿಕ' ಎಂದು ಕರೆದ). ಚೆಲ್‌ಶಿಕಿಯ ಪ್ರಖ್ಯಾತ ಕೃತಿ 'ನಂಬುಗೆಯ ಬಲೆ' (1440).

17ನೆಯ ಶತಮಾನದಲ್ಲಿ ಬೊಹೀಮಿಯದಲ್ಲಿ ಮತ್ತೆ ಕ್ಯಾಥಲಿಕರು ಪ್ರಬಲರಾದಾಗ ಪ್ಯಾರಿಸಿಗೆ ಓಡಿಹೋದವನು ಕೊಮೆನಿಯಸ್. ಅವನು ಬರೆದ ಪುಸ್ತಕಗಳ ಸಂಖ್ಯೆ 100ಕ್ಕೂ ಹೆಚ್ಚು. ಹೆಸರುಗಳಿಸಿದ ಕೃತಿ 'ಹೃದಯದ ಚಕ್ರವ್ಯೂಹ ಮತ್ತು ಹೃದಯದ ಸ್ವರ್ಗ' (1631).

ಮುಂದಿನ ಶತಮಾನದಲ್ಲಿ ಭಾಷಾ ವಿಜ್ಞಾನಿ ಜೋಸೆಫ್ ದೊಬ್ರೊವ್‌ಸ್ಕಿ ಚೆಕ್ ಭಾಷೆಯನ್ನು ಕ್ರೋಡೀಕರಿಸಿದ. ಒಂದು ನಿಘಂಟೂ ಭಾಷಾ ಚರಿತ್ರೆಯೂ ರಚಿತವಾದವು. ಮುಂದೆ ಚೆಕ್ ಭಾಷೆಯಲ್ಲಿ ಸಾಹಿತ್ಯಾಭಿವ್ಯಕ್ತಿಯ ದಾರಿ ಸುಗಮವಾಯಿತು.

ಚೆಕ್ ಜಾನಪದ ಗೀತೆಗಳನ್ನು ಹಲವು ಸಂಪುಟಗಳಲ್ಲಿ ಸಂಗ್ರಹಿಸಿದವನು ಕೆಲಕೊವ್‌ಸ್ಕಿ. ಜಾನಪದ ಧಾಟಿಯಲ್ಲಿ ಸ್ವತಃ ತಾನೂ ಹಾಡುಗಳನ್ನು ಬರೆದ.

ಇತ್ತ ಸ್ಲೊವಾಕಿಯಾದಲ್ಲಿ 19ನೆಯ ಶತಮಾನದ ಆರಂಭದ ವರ್ಷ ಗಳಲ್ಲಿ ಸ್ಲೊವಾಕ್ ಸಾಹಿತ್ಯ ಸೃಷ್ಟಿ ತೀವ್ರಗೊಂಡಿತು. ಯಾನ್ ಕೊಲ್ಲರ್ ಮತ್ತು ಪಾವೆಲ್ ಸಫಾರ್ಚಿಕ್ ಸ್ಲಾವ್ ಸಾಧನೆಯ ಅನೇಕ ಕಥೆಗಳನ್ನು ಬರೆದರು. (ಗತವೈಭವದ ಕಲ್ಪನೆ ಎಷ್ಟೇ ದೋಷಪೂರ್ಣವಾಗಿದ್ದರೂ ಸಾಂಸ್ಕೃತಿಕ ಪುನರುದಯಕ್ಕೆ ಅದು ಸಹಕಾರಿ.)

ಚೆಕ್ ಭಾಷೆಯಲ್ಲಿ ನಿತ್ಯ ಬದುಕಿನ ವಾಸ್ತವತೆ ಕಾದಂಬರಿಗಳಲ್ಲಿ ಚಿತ್ರತವಾಗತೊಡಗಿತು. ಈ ಸಾಹಿತ್ಯ ಪ್ರಕಾರ ಬೇಗನೆ ಜನಪ್ರಿಯತೆ ಗಳಿಸಿತು. ಕಾದಂಬರಿ ರಚಿಸಿದ ಪ್ರಮುಖರಲ್ಲಿ ಒಬ್ಬಾಕೆ ಬೊಜೆನಾ ನೆಮ್‌ಕೋವಾ. ಆಕೆಯ ಪ್ರಮುಖ ಕೃತಿ 'ಅಜ್ಜಿ' (1855).

1880ರಲ್ಲಿ ಬೊಹೀಮಿಯಾದ ಅನೇಕ ಭಾಗಗಳಲ್ಲಿ ಚೆಕ್ ಅಧಿಕೃತ ಭಾಷೆಯಾಯಿತು.

ಮೊದಲ ಮಹಾಯುದ್ಧಕ್ಕೆ ಹಿಂದಿನ ಐವತ್ತು ವರ್ಷಗಳಲ್ಲಿ ಚೆಕ್ ಮತ್ತು ಸ್ಲೊವಾಕ್ ಸಾಹಿತ್ಯಗಳದ್ದು ಬೆಳವಣಿಗೆಯ ನಾಗಾಲೋಟ. ವಿಡಂಬನಾತ್ಮಕ ಕಥೆಗಳನ್ನು ಬರೆದ ಯಾನ್ ನೆರೂದಾ*, ವಿವಿಧ ಪ್ರಕಾರಗಳಲ್ಲಿ 160 ಕೃತಿ

---

* ಚಿಲಿಯ ಒಬ್ಬ ಯುವ ಕವಿಗೆ ನೆರೂದಾ ಕೃತಿಗಳು ಎಷ್ಟು ಅಚ್ಚುಮೆಚ್ಚು ಆದುವೆಂದರೆ, ತಾನೂ ಆತನ ಹೆಸರನ್ನೇ ಇಟ್ಟುಕೊಂಡ; ಪಾವ್ಲೋ ನೆರೂದಾ ಎಂದು ಲೋಕ ವಿಖ್ಯಾತನಾದ.

ರಚಿಸಿದ ಎಮಿಲ್ ಫ್ರಿಡಾ, ಐತಿಹಾಸಿಕ ಕಾದಂಬರಿಗಳನ್ನು ಬರೆದ ಅಲೋಯಿ ರಾಸೆಕ್‌ಯಿ – ಇವರೆಲ್ಲ ಖ್ಯಾತನಾಮರು.

ಎರಡು ಯುದ್ಧಗಳ ನಡುವಿನ ಅವಧಿಯಲ್ಲಿ ಶ್ರೇಷ್ಠ ಕೃತಿಗಳನ್ನು ನೀಡಿದವರು : ಕಾರೆಲ್ ಚಾಪೆಕ್ (ಮಾನವಯಂತ್ರ ರೋಬೋನನ್ನು ನಾಟಕದ ಪಾತ್ರವಾಗಿ ಮಾಡಿದವನು ಈತ. 'ರೋಬೋ' ಈಗ ಜಗತ್ತಿನ ಎಲ್ಲ ಭಾಷೆಗಳೂ ಸ್ವೀಕರಿಸಿರುವ ಪದ. ಮೂಲದಲ್ಲಿ ಅದರ ಅರ್ಥ, 'ಒತ್ತಾಯದ ದುಡಿಮೆಗಾರ') ಯಾರೊಸ್ಲಾವ್ ಹಾಶೆಕ್ (ಈತನ 'ಒಳ್ಳೆಯ ಯೋಧ ಶ್ವೀಕ್' ಅಸಾಮಾನ್ಯ ಕೃತಿ); ಮತ್ತು ಫ್ರಾನ್ಜ್ ಕಾಫ್ಕ (ಬರೆದದ್ದು ಜರ್ಮನ್ ಭಾಷೆಯಲ್ಲಿ. ಪ್ರಕಟಣೆ ಹಾಗೂ ಲೋಕಖ್ಯಾತಿಯ ಗಳಿಕೆ. ಅಳಿದ ಮೇಲೆ).

ಮುಂದಿನ ಪೀಳಿಗೆಯಲ್ಲಿ ಕಮ್ಯೂನಿಸಮಿನ ಪ್ರಭಾವಕ್ಕೆ ಒಳಗಾದವರು ಹಲವರು. ಅವರಲ್ಲಿ ಖ್ಯಾತ ಕವಿ : ಯಿರಿ ವಾಕರ್; ಕಥೆಗಾರ : ಯಾನ್ ದರದಾ; ಫಾಸಿಸಮಿಗೆ ಇದಿರಾದ ಯುದ್ಧದಲ್ಲಿ ಬರೆಯುತ್ತ ಹೋರಾಡುತ್ತ ಅಮರನಾದವನು ಜೂಲಿಯಸ್ ಫುಚಿಕ್.

1970ರ ಬಳಿಕ ಚೆಕ್ ಮತ್ತು ಸ್ಲೊವಾಕ್ ಲೇಖಕರಲ್ಲಿ ಹೆಚ್ಚಿನವರದು ಸಾಮಾಜಿಕ ಸಮಸ್ಯೆಗಳನ್ನು ಕುರಿತ 'ಬದ್ಧ ಬರೆವಣಿಗೆ'. ಮೊದಲ ಐದು ವರ್ಷ ಗಳಲ್ಲಿ 1700 ಹೊಸ ಬರೆಹಗಾರರ ಕೃತಿಗಳು ಆ ದೇಶದಲ್ಲಿ ಬೆಳಕು ಕಂಡುವು.

ಚೆಕೊಸ್ಲಾವಾಕಿಯದ ಜನರಿಗೆ ಎಲ್ಲ ಲಲಿತ ಕಲೆಗಳೂ ಇಷ್ಟ. ಶಿಲ್ಪ, ವಾಸ್ತುಶಿಲ್ಪ , ಸಂಗೀತಗಳಲ್ಲೂ ಅವರದು ಗಮನಾರ್ಹ ಸಾಧನೆ. 22 ಥಿಯೇಟರುಗಳಿರುವ ಮಹಾನಗರ ಪ್ರಾಗ್, ನಾಟಕ, ಆಪೆರಾ, ಸಂಗೀತ – ಪ್ರತಿದಿನವೂ ಒಂದಲ್ಲ ಒಂದು ಕಾರ್ಯಕ್ರಮ ಪ್ರತಿಯೊಂದು ರಂಗಮಂದಿರ ದಲ್ಲಿ. ಸ್ಮೆತನ ಮತ್ತು ದೊರ್ಶಾಕ್ ಖ್ಯಾತ ಸಂಗೀತಜ್ಞರು. ಆಸ್ಟ್ರಿಯಾದ ಮೊಜಾರ್ಟ್ ಪದೇಪದೇ ಪ್ರಾಗ್‌ಗೆ ಬಂದು ಕಛೇರಿ ನಡೆಸುತ್ತಿದ್ದ. ಬಿತೋವನ್, ಲಿಷ್ಟ್, ವಾಗ್ನೆರ್ – ಇವರೂ ಪ್ರಾಗ್ ಶ್ರೋತೃಗಳ ರಸಾಸ್ವಾದನೆಯನ್ನು ಅರಿತಿದ್ದವರು. ಚೆಕೊಸ್ಲಾವಾಕಿಯಾದ ಈಗಿನ ಜನ ಹೊಸತನ್ನು ಸೃಷ್ಟಿಸುವುದರ ಜತೆಗೆ ತಮ್ಮ ಹಿರಿಯ ಪರಂಪರೆಯ ಹೆಮ್ಮೆಯ ವಾರಸುದಾರರೂ ಆಗಿದ್ದಾರೆ.

* * *

ಪೋಲಿಷ್ ಭಾಷೆ ಚೆಕ್‌ಗೆ ತೀರ ಹತ್ತಿರದ್ದು. ಈ ಭಾಷೆಯನ್ನು ಮೂರು ಕೋಟಿಗೂ ಹೆಚ್ಚು ಜನ ಬಳಸುತ್ತಾರೆ.

ಕ್ರಿ. ಶ. 1000ದಲ್ಲಿ ಪೋಲೆಂಡ್ ರೂಪುಗೊಂಡರೂ ನಾಲ್ಕು ಶತಮಾನಗಳ ಕಾಲ ಲ್ಯಾಟಿನೇ ಅಲ್ಲಿನ ಸಾಹಿತ್ಯ ಭಾಷೆಯಾಗಿತ್ತು. ಹತ್ತನೆಯ ಶತಮಾನ ದಲ್ಲೇ ಬರೆಯಲ್ಪಟ್ಟ ಗಮನಾರ್ಹ ಕೃತಿ 'ದಾಖಲೆಗಳು' – ಪ್ರಮುಖ ಚಾರಿತ್ರಿಕ ಸಂಭವಗಳನ್ನು ಕುರಿತ ಟಿಪ್ಪಣಿ ಮಾಲೆ.

ಧೀಮಂತ ಅರಸ ಕಾಸಿಮಿರ್ 1364ರಲ್ಲಿ ಕ್ರಾಕೋ ನಗರದಲ್ಲಿ ಅಕಾಡೆಮಿ ಸ್ಥಾಪಿಸಿದ. (ಇದು ಪೋಲೆಂಡಿನ ಅತ್ಯಂತ ಹಳೆಯ ವೈಜ್ಞಾನಿಕ ಮತ್ತು ಸಾಂಸ್ಕೃತಿಕ ಕೇಂದ್ರ.) ವಿಶ್ವವಿದ್ಯಾಲಯವೂ ಅದೇ. ಅಲ್ಲಿ ವಿದ್ವಾಂಸರು

ಸಿದ್ಧರಾದರು. ದೇಶೀಯ ಭಾಷೆಯ ಬೆಳವಣಿಗೆಗೆ ಚಾಲನೆ ಇತ್ತರು. ಆ ಭಾಷೆಯಲ್ಲಿ ಸಾಹಿತ್ಯ ರಚನೆ, ಮುಂದಿನ ಘಟ್ಟ.

15ನೆಯ ಶತಮಾನದ ಪೋಲಿಷ್ ಕಾವ್ಯ ಧಾರ್ಮಿಕ ವಿಷಯಗಳಿಗೆ ಮೀಸಲಾಗಿತ್ತು.

ಮುಂದಿನ ಶತಮಾನದ ನಿಕೊಲಸ್ ರೇ ಪೋಲೆಂಡಿನ ಮಹಾನ್ ಗದ್ಯ ಲೇಖಕ. 'ಪೋಲಿಷ್ ಸಾಹಿತ್ಯ ತಂದೆ' ಎಂದು ಸಾಹಿತ್ಯೇತಿಹಾಸಕಾರರಿಂದ ಗೌರವಿಸಲ್ಪಟ್ಟವನು. ಆತ ಬಹಳ ಪುಸ್ತಕಗಳನ್ನು ಬರೆದ. ಪೋಲಿಷ್ ಭಾಷೆಯಲ್ಲೇ ಬರೆಯಿರಿ – ಎಂದು ಒತ್ತಿ ಒತ್ತಿ ಹೇಳಿದ. ಅವನ ಒಂದು ಶ್ರೇಷ್ಠ ಕೃತಿ : 'ಒಬ್ಬ ಮೇಯರ್, ಒಬ್ಬ ಸದ್ಗೃಹಸ್ಥ ಮತ್ತು ಒಬ್ಬ ಪಾದ್ರಿ' – ಇವರ ನಡುವೆ ಒಂದು ಪುಟ್ಟ ಸಂವಾದ' (1543) ಇದು ಆಗಿನ ಪ್ರತಿಷ್ಠಿತರು ಮತ್ತು ಧರ್ಮಗುರುಗಳನ್ನು ಕುರಿತ ಕಟು ವಿಡಂಬನೆ.

ಮುಂದೆ ಪ್ರಖ್ಯಾತರಾದವರು : ಒಳ್ಳೆಯ ಕವಿ ಯಾನ್ ಕೊಚನೊವ್‌ಸ್ಕಿ; ಪರಿಣಾಮಕಾರೀ ಗದ್ಯ ಲೇಖಕ ಪಿಯೋತ್ರ್ ಸ್ಕರ್ಗ.

ಯುದ್ಧಗಳ ಕಾಲಾವಧಿ 17ನೆಯ ಶತಮಾನ. ಪೋಲರು ಮತ್ತು ತುರ್ಕರ ನಡುವೆ ಆದ ಘೋರ ಯುದ್ಧ, ವಾಕ್ಲಾ ಪೊಟೊಕಿ ಸೃಷ್ಟಿಸಿದ ಮಹಾಕಾವ್ಯದ ವಸ್ತು.

18ನೆಯ ಶತಮಾನದ ಕೊನೆಯ ದಶಕಗಳಲ್ಲಿ, ಪೋಲೆಂಡಿನ ಕಟ್ಟಕಡೆಯ ಅರಸ ಆಗಸ್ಟಸ್‌ನ ಆಳ್ವಿಕೆಯಲ್ಲಿ, ಪೋಲಿಷ್ ಸಂಸ್ಕೃತಿಯೂ ಸಾಹಿತ್ಯವೂ ಪುನರುದಯದ ಹೊಂಬಿಸಿಲನ್ನು ಸವಿದುವು.

ಆನಂತರ, ಜರ್ಮನಿಯಲ್ಲಿ ಒಗ್ಗೂಡಿಸಿದ ಬಿಸ್ಮಾರ್ಕ್ ಪೋಲೆಂಡನ್ನು ಆಕ್ರಮಿಸಿದಾಗ ''ಯಾರೂ ಪೋಲಿಷ್ ಭಾಷೆಯನ್ನು ಬಳಸಬಾರದು'' ಎಂದು ಆಜ್ಞಾಪಿಸಿದ.

19ನೆಯ ಶತಮಾನದ ಉತ್ತರಾರ್ಧದಲ್ಲಿ, ಪೋಲಿಷ್ ಭಾಷೆಯಲ್ಲಿ ಹಲವು ಶ್ರೇಷ್ಠ ಸಾಹಿತ್ಯ ಕೃತಿಗಳು ರಚಿತವಾದುವು. ಬೊಲೆಸ್ಲಾವ್ ಪ್ರೂಶ್ ಆಗಿನ ಸುಪ್ರಸಿದ್ಧ ಕಥೆಗಾರ, ಕಾದಂಬರಿಕಾರ. 'ಬೊಂಬೆ' ಅವನ ಪ್ರಖ್ಯಾತ ಕಾದಂಬರಿ. ಆಗಿನ ಹೆಸರಾಂತ ಕಥೆಗಾರ್ತಿ, ಗಾಬ್ರಿಯೆಲಾ ಜಪೋಲ್‌ಸ್ಕಾ. (ಆಕೆ ನಟಿಯೂ, ನಾಟಕಕಾರ್ತಿಯೂ ಆಗಿದ್ದಳು).

ಇಬ್ಬರು ನೊಬೆಲ್ ಸಾಹಿತ್ಯ ಪಾರಿತೋಷಕ ವಿಜೇತರು : ಹೆನ್ರಿಕ್ ಸೀಂಕಿವಿಕ್ಜ(ಕಥೆಗಾರ, ಕಾದಂಬರಿಕಾರ, 'ಕ್ವೊ ವಾಡಿಸ್ ?' ಅವನ ಕೃತಿ) ಮತ್ತು ವ್ಲಾಡಿಸ್ಲಾವ್ ರೇಮಂಟ್. (ವಿಜ್ಞಾನ ಲೋಕದ ನೊಬೆಲ್ ಪಾರಿತೋಷಕ ವಿಜೇತೆ, ಮದಾಂ ಕ್ಯೂರಿ.)

ಕಾದಂಬರಿಕಾರ್ತಿ ಎಲಿಜ ಆರ್ಜೇಜ್ಕೋವಾ ತನ್ನ ಕೃತಿ ರಚನೆಗೆ ಆಯ್ದುಕೊಳ್ಳುತ್ತಿದ್ದುದು ಸಾಮಾಜಿಕ ವಸ್ತುಗಳನ್ನು. ಪ್ರಗತಿ ಪ್ರಜಾಪ್ರಭುತ್ವಗಳಲ್ಲಿ ಆಕೆಗೆ ನಂಬುಗೆ. ಸಂಕುಚಿತ ರಾಷ್ಟ್ರೀಯತೆಗೂ ಯೆಹೂದಿ ದ್ವೇಷಕ್ಕೂ ಅವಳು ವಿರೋಧಿ. ಮಹಿಳೆಯರ ದುರವಸ್ಥೆಯನ್ನು ಕುರಿತ ಅವಳ ಕಾದಂಬರಿ

'ಮಾರ್ಥಾ' (1873) ಜರ್ಮನ್ ಭಾಷೆಗೆ ಅನುವಾದಗೊಂಡು, ಅಲ್ಲಿನ ಸ್ತ್ರೀಯರು ಸಾಮಾಜಿಕ ನ್ಯಾಯಕ್ಕಾಗಿ ಹೋರಾಡುವಂತೆ ಪ್ರೇರೇಪಿಸಿತು.

'ಯುವ ಪೋಲೆಂಡ್' ಎಂಬ ಸಾಹಿತ್ಯ ಚಳುವಳಿ 19ನೆಯ ಶತಮಾನದ ಅಂತ್ಯದಲ್ಲಿ ಪ್ರಾರಂಭವಾಯಿತು. ಈ ಬಳಗದ ಲೇಖಕರು ಫ್ರಾನ್ಸಿನ ಬಾದಿಲೇರ್, ನಾರ್ವೆಯ ಇಬ್ಸೆನ್, ರಷ್ಯದ ತೋಲ್‌ಸ್ತೋಯ್-ದಾಸ್ತೋಯೆವ್‌ಸ್ಕಿ ಇವರಿಂದ ಪ್ರಭಾವಿತರು.

ಅನಂತರದ್ದು 'ಸ್ಕಮಾಂಡರ್‌ವಾದಿ'ಗಳ ಬಳಗ. ಈ ಬರಹಗಾರರು 'ಸ್ಕಮಾಂಡರ್' ಪತ್ರಿಕೆಯಲ್ಲಿ ತಮ್ಮ ಲೇಖನಗಳನ್ನು, ಕಥೆ ಕವಿತೆಗಳನ್ನು ಪ್ರಕಟಿಸುತ್ತಿದ್ದುದರಿಂದ ಅವರಿಗೆ ಆ ಹೆಸರು. ಬದುಕಿಗೆ ತೀವ್ರ ಸ್ಪಂದನ ಅವರದು.

ಹಿಟ್ಲರನ ಕಾಲ್ತುಳಿತಕ್ಕೆ ಪೋಲೆಂಡ್ ಸಿಲುಕಿದಾಗ ''ಪೋಲಿಷ್ ಸಂಸ್ಕೃತಿಯನ್ನೇ ನಾಶಪಡಿಸುತ್ತೇನೆ'' ಎಂದು ಅರಚಿದ್ದ ಆ ಸರ್ವಾಧಿಕಾರಿ.

ಸಂಸ್ಕೃತಿ ಭೂಗತವಾಗಿ ಈಟಿ ಮೊನೆಯಾಯಿತು. ಬಯನೆಟಾಗಿ ಮಾರ್ಪಟ್ಟಿತು ಲೇಖನಿ. ಎಷ್ಟೋ ಜನ ಲೇಖಕರು ಹೋರಾಡುತ್ತ ಮಡಿದರು. ಉಳಿದವರು ಸಮರ ಮುಂದುವರಿಸಿ ಫಾಸಿಸಮನ್ನು ಗೋರಿಗೆ ತಳ್ಳಿದರು.

ಇಂದಿನ ಪೋಲಿಷ್ ಬರವಣಿಗೆಯಲ್ಲಿ ವೈವಿಧ್ಯವಿದೆ. ಅಭಿವ್ಯಕ್ತಿಯ ಅನೇಕ ಪ್ರಯೋಗಗಳು ನಡೆದಿವೆ. ಆದರೂ ಮುಖ್ಯ ಪ್ರವಾಹ ಸ್ಪಷ್ಟ. ವ್ಲಾಡಿಸ್‌ಲಾ ಬ್ರೋನಿವ್‌ಸ್ಕಿಯ ಕವಿತೆಯ ಸಾಲುಗಳಲ್ಲಿ ಅದನ್ನು ಗುರುತಿಸಬಹುದು.

> ಮಾನುಷವಾದದ್ದು ನನಗೆ ವಿಚಿತ್ರವೆನಿಸುವುದಿಲ್ಲ,
> ನೋವನ್ನು, ಹರ್ಷವನ್ನು ಚೆಲ್ಲುತ್ತೇನೆ ನಾನು,
> ಮನುಷ್ಯನೇ ನನ್ನ ಹಾಡಿನ ವಸ್ತು
> ಪಾರಮಾರ್ಥಿಕ ವಿಷಯಗಳ ಹಾಡಲ್ಲ,
> ರಕ್ತ ತುಂಬಿದ ಹಾಡು

ಬ್ರೋನಿವ್‌ಸ್ಕಿಯ ಪ್ರಕಾರ ಪೋಲಿಷ್ ಕವಿಗಳು –

> ಹೃದಯಗಳ ವಿಧ್ವಂಸಕರು
> ಆತ್ಮಸಾಕ್ಷಿಗೆ ಸಿಡಿಮದ್ದನ್ನಿಡುವವರು
> ಕನಸು ಕೋಪ ಉತ್ಸಾಹಗಳನ್ನು ಕೆದಕುವವರು*

ಕಾವ್ಯ, ಕಥೆ, ಕಾದಂಬರಿ, ಮತ್ತಿತರ ಸಾಹಿತ್ಯ ಪ್ರಕಾರಗಳಂತೆಯೇ ಪೋಲೆಂಡಿನ ಇತರ ಕಲೆಗಳೂ ಸ್ಫೂರ್ತಿ ಪಡೆದಿರುವುದು, ಪಡೆಯುತ್ತಿರುವುದು ಆ ಮಣ್ಣಿನಿಂದ, ಪರಿಸರದಿಂದ, ಅಲ್ಲಿನ ಮನುಷ್ಯರಿಂದ.

---

* 'ಎಪ್ಪತ್ತೈದು ಪೋಲಿಷ್ ಕವಿತೆಗಳು' ಸಂಗ್ರಹದಿಂದ ಈ ಸಾಲುಗಳನ್ನು ಎತ್ತಿಕೊಳ್ಳಲಾಗಿದೆ. ರಚಯಿತರು : ತೇಜಸ್ವಿನೀ ನಿರಂಜನ – ಜಿಡಿಸ್ಲಾ ರೆಷೆಲ್ಯೂಸ್ಕಿ.

19ನೆಯ ಶತಮಾನದ ಪೋಲಿಷ್ ಸಂಗೀತಜ್ಞ ಷೋಪಿನ್ ರಾಷ್ಟ್ರೀಯ ನೃತ್ಯಗಳ, ಜಾನಪದ ಸಾಹಿತ್ಯದ ಸಾರ ಹೀರಿ ತನ್ನ ಕೃತಿಗಳನ್ನು ರಚಿಸಿದ. ಆತನ 'ಕ್ರಾಂತಿಕಾರಿ' ಲೋಕದಲ್ಲಿ ಸಂಗೀತವಿರುವವರೆಗೂ ಶಾಶ್ವತ. (ಸಂಗೀತವಿಲ್ಲದ ಬರಡು ಲೋಕದ ಕಲ್ಪನೆಯೇ ಕಷ್ಟಸಾಧ್ಯ !)

ಸಂಗೀತಗಾರ ಪಾಡೆರೆವ್‌ಸ್ಕಿಯೂ ಜಾನಪದ ಹಾಡುಗಳ ಧಾಟಿಯನ್ನು ಆಧರಿಸಿಯೇ ತನ್ನ ಕೃತಿಗಳನ್ನು ಸೃಷ್ಟಿಸಿದ.

ಖ್ಯಾತಚಿತ್ರಕಾರರಾದ ಯಾನ್ ಮಟೆಯ್‌ಕೊ ಮತ್ತು ಜೋಸೆಫ್ ಚೆಲ್‌ಮೊನ್‌ಸ್ಕಿ ಅದಮ್ಯ ದೇಶಪ್ರೇಮದಿಂದ ಪ್ರೇರಿತರಾಗಿ ಕುಂಚ–ಬಣ್ಣಗಳನ್ನು ಬಳಸಿದರು.

ಕಲೆ, ಸಾಹಿತ್ಯ ಬದುಕಿಗೆ ಎಷ್ಟು ಹತ್ತಿರ ? ಪೋಲೆಂಡ್ ತನ್ನ ಉತ್ತರವನ್ನು ಎಂದೋ ನೀಡಿದೆ.

3

ಈ ಸಂಪುಟದಲ್ಲಿರುವುದು ಕೀರ್ತಿಶೇಷ ಯಾನ್ ನೆರೂದಾನ 'ನೆತ್ತರು ದೆವ್ವ'ದಿಂದ ಮೊದಲಾಗಿ ಹೊಸ ಬರೆಹಗಾರ ಪಾವೆಲ್ ಪ್ರಾಂತ್ಲೌಜ್‌ನ 'ಕೊಳೆಯ ಹೊಲ'ದ ತನಕ ಚೆಕೊಸ್ಲೊವಾಕಿಯದ ಎಂಟು ಕಥೆಗಳು; ಮತ್ತು ಕಳೆದ ಶತಮಾನದ ಹಿರಿಯ ಕಥೆಗಾರ ಆಡಮ್ ಸ್ಯೆಮನ್‌ಸ್ಕಿಯ 'ಒಂದು ಚಿಟಿಕೆ ಉಪ್ಪು' ಮೊದಲ್ಗೊಂಡು ಈಚಿನ ಕಾಲಾವಧಿಯ ಕಥೆಗಾರ್ತಿ ಜೋಪಿಯ ನಲ್ಕೋವ್‌ಷ್ಕಾ ಬರೆದ 'ರೈಲು ರಸ್ತೆಯ ಬದಿಯಲ್ಲಿ' ವರೆಗೆ ಪೋಲೆಂಡಿನ ಐದು ಕಥೆಗಳು.

ಒಂದೇ ಬುಡಕಟ್ಟಿಗೆ ಸೇರಿದರೂ ಎರಡು ವಿಶಿಷ್ಟ ದಾರಿಗಳಲ್ಲಿ ಸಾಗಿ ಬಂದಿರುವ ಜನಾಂಗಗಳ ಗತಿಸ್ಥಿತಿಗಳ ವಿವರವನ್ನು ಪ್ರಸ್ತಾವನೆಯಲ್ಲಿ ಓದಿದ ಮೇಲೆ ಈಯೆಲ್ಲ ಕಥೆಗಳ ವಾಚನ ಹೆಚ್ಚಿನ ತೃಪ್ತಿ ನೀಡುತ್ತದೆಂಬ ಭರವಸೆ ನನ್ನದು.

ಯುಗಾದಿ 1981 — **ನಿರಂಜನ**
ಬೆಂಗಳೂರು — ಪ್ರಧಾನ ಸಂಪಾದಕ

ಚೆಕೊಸ್ಲೊವಾಕಿಯ

○ ಯಾನ್ ನೆರೂದಾ

ನೆತ್ತರು ದೆವ್ವ

ನಮ್ಮ ವಿಹಾರ ಜಹಜು ಕಾನ್‌ಸ್ಟಾಂಟಿನೋಪಲ್‌ನಿಂದ ಹೊರಟು ಪ್ರಿಂಕಿಪೋ ದ್ವೀಪದ ತೀರವನ್ನು ಮುಟ್ಟಿತು. ಜಹಜಿನಿಂದ ಕೆಳಗಿಳಿದ ಪ್ರವಾಸಿಗರ ಸಂಖ್ಯೆ ಹೆಚ್ಚೇನಿರಲಿಲ್ಲ. ಅಲ್ಲಿ ಇದ್ದದ್ದು ಒಂದು ಪೋಲಿಷ್ ಕುಟುಂಬ – ತಂದೆ, ತಾಯಿ, ಮಗಳು, ಅವಳ ಕೈಹಿಡಿಯಲಿದ್ದ ಮದುವಣಿಗ ಹಾಗೂ ನಾವಿಬ್ಬರು. ಓಹ್! ಅಂದಹಾಗೆ ಮರೆತೆ, ನಾವು ಗೋಲ್ಡನ್ ಹಾರ್ನ್‌ನಿಂದ ಕಾನ್‌ಸ್ಟಾಂಟಿನೋಪಲ್ ಸೇರುವ ಮರದ ಸೇತುವೆಯ ಮೇಲೆ ಹೋಗುತ್ತಿದ್ದಾಗ, ಒಬ್ಬ ಗ್ರೀಕ್ ತರುಣ ನಮ್ಮ ಗುಂಪನ್ನು ಸೇರಿದ. ಅವನ ಕಂಕುಳಲ್ಲಿದ್ದ ಕಟ್ಟು ಕಡತಗಳಿಂದ, ಬಹುಶಃ ಆತ ಒಬ್ಬ ಚಿತ್ರಕಾರನಿರಬಹುದು ಎಂದು ನನಗೆ ತೋರಿತು. ಭುಜವನ್ನು ಮುಟ್ಟುತ್ತಿದ್ದ ನೀಳವಾದ ಕಪ್ಪು ಕೂದಲು; ಬಿಳಿಚಿಕೊಂಡಿದ್ದ ಮುಖ; ಆಳವಾದ ಕಣ್ಣುಗಳು. ಉಪಕಾರಶೀಲ ಸ್ವಭಾವದವನಂತೆ ಮತ್ತು ಸ್ಥಳೀಯ ಸ್ಥಿತಿಗಳ ಬಗ್ಗೆ ಅನುಭವ ಉಳ್ಳವನಂತೆ ಆತ ಕಂಡುಬಂದ. ನನಗೆ ಮೊದಲ ನೋಟಕ್ಕೆ ಅವನಲ್ಲಿ ಆಸಕ್ತಿ ಮೂಡಿತು. ಆದರೆ ಮುಂದೆ, ಆಸಾಮಿ ತುಸು ಹೆಚ್ಚು ಮಾತುಗಾರನೆಂದು ಗೊತ್ತಾಯಿತು. ನಾನು ಅವನಿಂದ ಮೆಲ್ಲಗೆ ಜಾರಿಕೊಂಡೆ.

ಆ ಪೋಲಿಷ್ ಕುಟುಂಬ ನಮಗೆ ಎಲ್ಲಾ ವಿಧದಲ್ಲೂ ಒಪ್ಪಿಗೆ ಯಾಯಿತು. ಕುಟುಂಬದ ಅಪ್ಪ, ಅಮ್ಮ ಒಳ್ಳೆಯ ಸ್ವಭಾವದವರು. ಯೋಗ್ಯ ಜನ. ಆ ಮದುವಣಿಗ ಸ್ಫುರದ್ರೂಪಿ ತರುಣ. ನೇರ ಹಾಗೂ ಸುಸಂಸ್ಕೃತ ನಡತೆ. ಅವರು ಪ್ರಿಂಕಿಪೋ ದ್ವೀಪಕ್ಕೆ ಬಂದದ್ದು, ಖಾಯಿಲೆಯಿಂದ ನರಳುತ್ತಿದ್ದ ಮಗಳು ಬೇಸಿಗೆಯನ್ನು ಅಲ್ಲಿ ಕಳೆಯಲೆಂದು. ಮುದ್ದಾದ, ಆದರೆ ಸೊರಗಿದಂತಿದ್ದ ಆ ಹುಡುಗಿ ಯಾವುದೋ ತೀವ್ರ ಖಾಯಿಲೆಯಿಂದ ಚೇತರಿಸಿ ಕೊಳ್ಳುತ್ತಿದ್ದಳು ಅಥವಾ ಭಯಂಕರ ರೋಗವೊಂದು ಅದೇ ಆಗ ತನ್ನ ಹಿಡಿತವನ್ನು ಅವಳ ಮೇಲೆ ಬಿಗಿಗೊಳಿಸುತ್ತಿದ್ದಿತು. ಅವಳು ನಡೆಯುವಾಗ ಆಧಾರಕ್ಕೆಂದು ತನ್ನ ಪ್ರಿಯಕರನ ಮೇಲೆ ಒರಗಿ ಕೊಳ್ಳುತ್ತಿದ್ದಳು. ಪದೇಪದೇ ವಿಶ್ರಾಂತಿಗೆಂದು ನೆಲದ ಮೇಲೆ ಕುಳಿತುಬಿಡುತ್ತಿದ್ದಳು. ಒಣಕೆಮ್ಮು ಆಗಾಗ ಅವಳ ಪಿಸುಮಾತನ್ನು ತಡೆಯುತ್ತಿದ್ದಿತು. ಅವಳು ಕೆಮ್ಮಿದಾಗಲೆಲ್ಲ ಅವಳ ಸಂಗಾತಿ ತನ್ನ

ನಡಿಗೆಯನ್ನು ನಿಧಾನ ಮಾಡುತ್ತಿದ್ದ. ಯಾವಾಗಲೂ ಆತ ಅವಳೆಡೆಗೆ ಅನುಕಂಪದ ದೃಷ್ಟಿಯನ್ನು ಬೀರುತ್ತಿದ್ದ. ಅವಳು ''ಏನೂ ಪರವಾಗಿಲ್ಲ ಬಿಡು. ನಾನು ಸುಖವಾಗಿದ್ದೇನೆ!'' ಎನ್ನುವಂತೆ ಅವನನ್ನು ನೋಡುತ್ತಿದ್ದಳು. ಇಬ್ಬರಿಗೂ, ಆರೋಗ್ಯ ಹಾಗೂ ಆನಂದದಲ್ಲಿ ನಿಶ್ಚಲ ನಂಬಿಕೆ.

ಹಡಗಿನ ನಿಲ್ದಾಣದಲ್ಲೇ ನಮ್ಮಿಂದ ಬೀಳ್ಕೊಂಡ ಆ ಗ್ರೀಕ್ ತರುಣನ ಶಿಫಾರಸಿನಂತೆ, ಬೆಟ್ಟದ ಮೇಲಿದ್ದ ಹೋಟೆಲೊಂದರಲ್ಲಿ ಆ ಕುಟುಂಬದವರು ತಂಗಿದರು. ಹೋಟೆಲಿನ ಮಾಲಿಕ ಒಬ್ಬ ಫ್ರೆಂಚ್ ವ್ಯಕ್ತಿ. ಆದ್ದರಿಂದ ಅವನ ಇಡೀ ಕಟ್ಟಡ ಫ್ರೆಂಚ್ ಶೈಲಿಯಲ್ಲಿ ಕಲಾತ್ಮಕವಾಗಿಯೂ ಆರಾಮದಾಯಕವಾಗಿಯೂ ಸಜ್ಜುಗೊಳಿಸಲ್ಪಟ್ಟಿತ್ತು.

ನಾವೆಲ್ಲರೂ ಒಟ್ಟಿಗೆ ಬೆಳಗಿನ ಉಪಾಹಾರ ಮಾಡಿದೆವು. ಅನಂತರ ಮಧ್ಯಾಹ್ನದ ಧಗೆ ತುಸು ಕಡಿಮೆಯಾದಾಗ, ಬೆಟ್ಟದ ತುದಿಯಲ್ಲಿದ್ದ ಪೈನ್ ಮರಗಳ ತೋಪಿನಲ್ಲಿ ಕುಳಿತು ಪ್ರಕೃತಿಯ ಸೌಂದರ್ಯವನ್ನು ಸವಿದು ದಣಿವಾರಿಸಲೆಂದು ನಾವು ಅತ್ತ ಹೋದೆವು. ಅಲ್ಲಿ ನಾವು ಅನುಕೂಲವಾದ ಜಾಗವನ್ನು ಹುಡುಕಿ, ಇನ್ನೇನು ಕುಳಿತುಕೊಳ್ಳಬೇಕು ಎನ್ನುವಾಗ, ಆ ಗ್ರೀಕ್ ತರುಣ ಪ್ರತ್ಯಕ್ಷನಾದ. ನಮಗೆ ವಂದಿಸಿದಂತೆ ಮಾಡಿ ನಮ್ಮಿಂದ ಕೆಲವೇ ಹೆಜ್ಜೆಗಳ ದೂರದಲ್ಲಿ ಆತ ಕುಳಿತ. ತನ್ನ ಕಾಗದಗಳ ಕಡತವನ್ನು ತೆರೆದು ಚಿತ್ರ ಬಿಡಿಸಲಾರಂಭಿಸಿದ.

''ಅವನು ಬಂಡೆಗಳನ್ನು ಒರಗಿ ಕುಳಿತಿರುವುದು – ಅವನು ಬಿಡಿಸುತ್ತಿರುವ ಚಿತ್ರ ನಮಗೆ ಕಾಣಬಾರದೆಂಬ ಉದ್ದೇಶದಿಂದಲೇ ಅಂತ ನನಗನಿಸ್ತದೆ'' ಎಂದೆ ನಾನು.

ಅದಕ್ಕೆ ಆ ಪೋಲಿಷ್ ಯುವಕ ಹೇಳಿದ :

''ನಾವೇನೂ ಅದನ್ನು ನೋಡ್ಬೇಕಾಗಿಲ್ಲ. ನಮಗೆ ಇಲ್ಲಿ ನೋಡೋದಕ್ಕೆ ಇನ್ನೂ ಬೇಕಾದಷ್ಟಿವೆ.''

ತುಸು ಹೊತ್ತಿನ ಮೇಲೆ ಆತ ಪುನಃ ನುಡಿದ : ''ನನಗನಿಸ್ತದೆ ಅವನು ನಮ್ಮನ್ನೇ ಒಂದು ತರಹ ಹಿನ್ನೆಲೆಯಾಗಿಟ್ಟುಕೊಂಡು ಚಿತ್ರಿಸ್ತಾ ಇದ್ದಾನೆ ಅಂತ. ಇರಲಿ – ಬರೆಯಲಿ ನಮಗೇನು ?''

ನಮಗೆ ನಿಜವಾಗಿ ನೋಡಿ ಆನಂದಿಸುವ ದೃಶ್ಯಗಳು ಅಲ್ಲಿ ಅನೇಕವಿದ್ದವು. ಇಡೀ ಪ್ರಪಂಚದಲ್ಲಿ ಪ್ರಿಂಕಿಪೋನಂತಹ ಸುಂದರವಾದ ಹಾಗೂ ಆನಂದಕರವಾದ ಸ್ಥಳ ಮತ್ತೊಂದಿಲ್ಲ. ರಾಜಕೀಯ ಹುತಾತ್ಮಳೂ, ಚಾರ್ಲ್ಸ್ ಮಹಾರಾಜನ ಸಮಕಾಲೀನಳೂ ಆಗಿದ್ದ ಐರೀನ್ ರಾಣಿ ದೇಶಭ್ರಷ್ಟಳಾದ ಬಳಿಕ ಒಂದು ತಿಂಗಳು ಇಲ್ಲಿ ವಾಸಿಸಿದ್ದಳು. ಒಂದು ವೇಳೆ ನನಗೇನಾದರೂ ಇಲ್ಲಿ ಒಂದು ತಿಂಗಳು ಕಾಲ ಕಳೆಯುವ ಅವಕಾಶ ದೊರೆತದ್ದೇ ಆದರೆ, ಉಳಿದ ಜೀವಮಾನವಿಡೀ ನನ್ನನ್ನು ಸಂತೋಷಗೊಳಿಸಲು ಅದರ ನೆನಪೇ ಸಾಕು. ನಾನು ಪ್ರಿಂಕಿಪೋನಲ್ಲಿ ಕಳೆದ ಆ ಒಂದೇ ಒಂದು ದಿನವನ್ನು ಕೂಡ ಎಂದೂ ಮರೆಯಲಾರೆ.

ಗಾಳಿಯು ವಜ್ರದ ಹರಳಿನಂತೆ ಪರಿಸ್ಫುಟವಾಗಿತ್ತು. ಅದೆಷ್ಟು ಮೃದು! ಹಾಗೂ ಅದರ ಸ್ಪರ್ಶ ಅದೆಷ್ಟು ಹಿತಕರ! ಆತ್ಮವಿಡೀ ಅದರೊಡನೆ ಬಹುದೂರ ತೂಗಿದಂತೆ ಅನುಭವ. ನಮ್ಮ ಬಲಗಡೆ ಸಮುದ್ರದಾಚೆ ಚಾಚಿದ್ದ ಏಷಿಯದ ಕಂದು ಶಿಖರಗಳು; ಎಡಕ್ಕೆ ಬಹುದೂರದಲ್ಲಿ ನೇರಳೆ ಬಣ್ಣದ ಕಡಿದಾದ ಯೂರೋಪಿನ ಕರಾವಳಿ. ಪಕ್ಕದಲ್ಲಿ 'ರಾಜಕುವರನ ದ್ವೀಪಸ್ತೋಮ' ಎನ್ನಿಸಿಕೊಂಡಿದ್ದ ಒಂಭತ್ತು ದ್ವೀಪಗಳಲ್ಲೊಂದಾದ ಖಲ್ಕೀ ದ್ವೀಪ. ಅದು ಸೈಪ್ರಸ್ ಮರದ ಕಾಡುಗಳಿಂದ ತುಂಬಿ ಪ್ರಶಾಂತವಾದ ಎತ್ತರದಲ್ಲಿ ಯಾವುದೋ ದುಃಖಕರ ಕನಸಿನಂತೆ ಕಾಣುತ್ತಿತ್ತು. ಅದರ ಮೇಲೆ ಒಂದು ದೊಡ್ಡ ಕಟ್ಟಡ ಕಿರೀಟದಂತೆ ನಿಂತಿತ್ತು. ಇದು ಮಾನಸಿಕ ಅಸ್ವಸ್ಥತೆಯಿಂದ ನರಳುತ್ತಿರುವವರಿಗೆ ಆಶ್ರಯಧಾಮ.

ನಮ್ಮ ಇದಿರುಗಡೆ ಮಾರ್ಮೊರ ಸಮುದ್ರ. ಅದು ಸ್ವಲ್ಪವೇ ಕಲಕಿದಂತಿದ್ದು, ಥಳಥಳಿಸುವ

ಕ್ಷೀರ ಸ್ಫಟಿಕದಂತೆ ಅನೇಕ ಬಣ್ಣಗಳಿಂದ ಲಾಸ್ಯವಾಡುತ್ತಿತ್ತು. ದೂರದಲ್ಲಿ ಹಾಲಿನಂತೆ ಬಿಳಿಯಾಗಿದ್ದ ಆ ಸಮುದ್ರವು ಅನಂತರ ಗುಲಾಬಿ ಬಣ್ಣಕ್ಕೆ ತಿರುಗಿ, ಎರಡು ದ್ವೀಪಗಳ ನಡುವೆ ಹೊಳೆಯುವ ಕಿತ್ತಳೆ ಬಣ್ಣವನ್ನು ತಳೆದು, ನಮ್ಮ ಕೆಳಗಡೆ ತಿಳಿಯಾದ ನೀಲಮಣಿಯಂತೆ ಸುಂದರವಾದ ಪಚ್ಚೆ–ನೀಲಿ ಬಣ್ಣದಿಂದ ಕೂಡಿ, ತನ್ನದೇ ಆದ ಚೆಲುವಿನಿಂದ ಮೆರೆಯುತ್ತಿತ್ತು. ಹತ್ತಿರದಲ್ಲಿ ದೊಡ್ಡ ಹಡಗುಗಳಾವುವೂ ಕಂಡುಬರಲಿಲ್ಲ. ಇಂಗ್ಲಿಷ್ ಧ್ವಜವಿದ್ದ ಕೇವಲ ಎರಡು ಸಣ್ಣ ದೋಣಿಗಳು ತೀರದಲ್ಲಿ ಹಾದುಹೋಗುತ್ತಿದ್ದವು. ಅವುಗಳಲ್ಲಿ ಒಂದು, ಕಾವಲುಗಾರನ ಗುಡಾರದಂತಿದ್ದ ಉಗಿದೋಣಿ; ಎರಡನೆಯ ದೋಣಿಯಲ್ಲಿ ಸುಮಾರು ಹನ್ನೆರಡು ಮಂದಿ ಹುಟ್ಟುಹಾಕುತ್ತಿದ್ದರು. ಏಕಕಾಲದಲ್ಲಿ ಅವರ ಹುಟ್ಟುಗೋಲುಗಳು ಮೇಲೆದ್ದಂತೆಲ್ಲಾ ಕರಗಿದ ಬೆಳ್ಳಿಯಂತೆ ಹೊಳೆಯುವ ನೀರು ಅವುಗಳಿಂದ ತೊಟ್ಟಿಕ್ಕುತ್ತಿತ್ತು. ಅವುಗಳ ಮಧ್ಯೆ ಅಲ್ಲಲ್ಲಿ ನೀರಿನಿಂದ ಜಿಗಿಯುತ್ತಾ ಅತ್ತಿಂದಿತ್ತ ಹಾರುತ್ತಿದ್ದ ಮುದ್ದು ಪ್ರಾಣಿ ಡಾಲ್ಫಿನ್‌ಗಳು ಕಂಡುಬಂದವು. ಮೇಲೆ ನೀಲಿ ಆಕಾಶದಲ್ಲಿ ಹದ್ದುಗಳು ಎರಡು ಭೂಖಂಡಗಳ ನಡುವಣ ಆಕಾಶವನ್ನು ಅಳೆಯುತ್ತ ಪ್ರಶಾಂತವಾಗಿ ಹಾರಾಡುತ್ತಿದ್ದವು.

ನಮ್ಮ ಕೆಳಗಿದ್ದ ಕಣಿವೆ ಅರಳಿದ ಗುಲಾಬಿಗಳಿಂದಲೂ ಅವುಗಳ ಸುವಾಸನೆಯಿಂದಲೂ ತುಂಬಿತ್ತು. ಸಮುದ್ರದ ಬಳಿಯಲ್ಲಿದ್ದ ಒಂದು ಕಾಫಿ ಅಂಗಡಿಯಿಂದ ಸಂಗೀತ ಅಲೆಅಲೆಯಾಗಿ ತೇಲಿಬರುತ್ತಿತ್ತು. ಆದರೆ, ದೂರವನ್ನು ಕ್ರಮಿಸಿ ಬರುತ್ತಿದ್ದ ಅದು ಅಸ್ಪಷ್ಟವಾಗಿತ್ತು.

ಇವೆಲ್ಲವುಗಳ ಒಟ್ಟಿನ ಪರಿಣಾಮ ಮೋಹಕಗೊಳಿಸುವಂತಿತ್ತು. ನಾವೆಲ್ಲರೂ ಮೌನವಾಗಿ ಸುತ್ತಲಿನ ಸ್ವರ್ಗ ಸಮನಾದ ಆ ವಾತಾವರಣವನ್ನು ಮನದಣಿಯೆ ಸವಿದೆವು. ಆ ಪೋಲಿಷ್ ಯುವತಿ ತನ್ನ ಪ್ರಿಯಕರನ ಎದೆಯ ಮೇಲೆ ತಲೆಯಿಟ್ಟು ಹುಲ್ಲಿನ ಮೇಲೆ ಮಲಗಿದ್ದಳು. ಅವಳ ಕೋಮಲ ಮುಖವು ನಸುಬಣ್ಣದಿಂದ ರಂಗೇರಿತ್ತು. ಇದ್ದಕ್ಕಿದ್ದಂತೆ ಅವಳ ನೀಲಿ ಕಣ್ಣುಗಳಿಂದ ಕಂಬನಿ ಉಕ್ಕಿ ಹರಿಯಿತು. ಅವಳ ಮನಸ್ಸನ್ನು ಅರಿತ ಅವಳ ಪ್ರಿಯಕರ ಬಾಗಿ ಆ ಕಣ್ಣೀರಿನ ಬಿಂದುಗಳಿಗೆ ಒಂದೊಂದಾಗಿ ಮುತ್ತಿಟ್ಟ. ಅವಳ ತಾಯಿಯ ಕಣ್ಣುಗಳಲ್ಲೂ ಹನಿ ಆಡಿತು. ಆ ಸನ್ನಿವೇಶ ನನ್ನನ್ನೂ ಭಾವನಾವಶನನ್ನಾಗಿ ಮಾಡಿತು.

ಹುಡುಗಿ ಪಿಸುದನಿಯಲ್ಲಿ ನುಡಿದಳು :

''ಇಂತಹ ವಾತಾವರಣದಲ್ಲಿ ತನುಮನಗಳೆರಡೂ ಚೇತರಿಸಿಕೊಳ್ಳಬೇಕು. ಎಂತಹ ಆನಂದಕರ ದೇಶ ಇದು !''

ಅದಕ್ಕೆ ಅವಳ ತಂದೆ ನಡುಗುವ ಧ್ವನಿಯಲ್ಲಿ ಹೇಳಿದ :

''ನನಗೆ ವೈರಿಗಳಿಲ್ಲ ಅನ್ನೋದನ್ನು ಆ ದೇವರೇ ಬಲ್ಲ. ಆದರೂ ಒಂದು ವೇಳೆ ಅಂಥ ವೈರಿಗಳು ನನಗಿದ್ದಲ್ಲಿ ಅವರನ್ನೂ ಈ ವಾತಾವರಣದಲ್ಲಿ ಕ್ಷಮಿಸಿಬಿಡುತ್ತೇನೆ !''

ಪುನಃ ನಾವು ಮೌನವಾದೆವು. ನಾವೆಲ್ಲರೂ ಅದ್ಭುತ ಮನಃಸ್ಥಿತಿಯಲ್ಲಿದ್ದೆವು. ಅದು ಪದಗಳಿಂದ ಬಣ್ಣಿಸಲಾಗದಷ್ಟು ಮಧುರ! ನಮ್ಮಲ್ಲಿ ಪ್ರತಿಯೊಬ್ಬನೂ ತನ್ನದೇ ಆದ ಸುಖ ಸಾಮ್ರಾಜ್ಯದಲ್ಲಿ ಓಲಾಡುತ್ತಿದ್ದು, ಆ ಸುಖವನ್ನು ಇಡೀ ಲೋಕದೊಂದಿಗೆ ಹಂಚಿಕೊಳ್ಳಲು ನಾವು ಸಿದ್ಧವಾಗಿದ್ದೆವು. ಪ್ರತಿಯೊಬ್ಬರ ಭಾವನೆಯೂ ಏಕರೀತಿಯದಾಗಿದ್ದು, ಒಬ್ಬರ ಮನಸ್ಸನ್ನು ಇನ್ನೊಬ್ಬರು ಕದಡುತ್ತಿರಲಿಲ್ಲ. ಸುಮಾರು ಒಂದು ಗಂಟೆಯ ಬಳಿಕ ಆ ಗ್ರೀಕ್ ತರುಣ ಎದ್ದು ನಿಂತು ತನ್ನ ಕಡತವನ್ನು ಕಟ್ಟಿ ತುಸು ತಲೆ ಅಲ್ಲಾಡಿಸುತ್ತಾ ಹೊರಟುಹೋಗಿದ್ದ – ಅದನ್ನು ನಾವು ಗಮನಿಸಿರಲೇ ಇಲ್ಲ. ನಾವಷ್ಟೇ ಜನ ಅಲ್ಲಿ ಉಳಿದುಕೊಂಡಿದ್ದೆವು.

ಕೊನೆಗೆ ಹಲವಾರು ಗಂಟೆಗಳ ಅನಂತರ, ದಕ್ಷಿಣ ದೇಶಗಳಲ್ಲಿ ಅತ್ಯಂತ ಮೋಹಕ

ಸೌಂದರ್ಯದಿಂದ ರಂಜಿಸುವ ಕಡು ನೇರಿಳೆ ಬಣ್ಣ ದೂರದ ದಿಗಂತವನ್ನು ಆವರಿಸುತ್ತಿದ್ದಾಗ, ಹುಡುಗಿಯ ತಾಯಿ ಹೊತ್ತಾಯಿತೆಂದು ನಮ್ಮನ್ನು ಎಚ್ಚರಿಸಿದಳು. ನಾವು ಅಲ್ಲಿಂದ ಎದ್ದು ನಿಶ್ಚಿಂತೆಯಿಂದ ಮಕ್ಕಳ ಹಾಗೆ ನಿಧಾನವಾಗಿ ಕಾಲೆಳೆಯುತ್ತ ಹೋಟೆಲಿನತ್ತ ಇಳಿದು ನಡೆದೆವು. ಹೋಟೆಲಿನ ಅಚ್ಚುಕಟ್ಟಾದ ಜಗಲಿಯಲ್ಲಿ ಬಂದು ಕುಳಿತೆವು.

ಅಷ್ಟರಲ್ಲಿ ಕೆಳಗಡೆಯಿಂದ ಜಗಳವಾಡುವ ಹಾಗೂ ಬಯ್ದಾಡುವ ಶಬ್ದಗಳು ಕೇಳಿಬಂದವು. ಆ ನಮ್ಮ ಗ್ರೀಕ್ ತರುಣ ಹೋಟೆಲ್ ಮಾಲಿಕನ ಜೊತೆ ವಾಗ್ವಾದ ನಡೆಸುತ್ತಿದ್ದ – ನಾವು ಕೇವಲ ಮನರಂಜನೆಗೋಸ್ಕರ ಆ ಮಾತುಗಳನ್ನು ಕಿವಿಗೊಟ್ಟು ಆಲಿಸಿದೆವು.

ಆ ಮನರಂಜನೆ ಹೆಚ್ಚು ಕಾಲ ಉಳಿಯಲಿಲ್ಲ. ''ಓಹ್, ಒಂದ್ವೇಳೆ ಬೇರೆ ಅತಿಥಿಗಳು ಇಲ್ಲದೆ ಹೋಗಿದ್ದಿದ್ದರೆ...'' ಎಂದು ಗುರುಗುಟ್ಟುತ್ತಾ ಹೋಟೆಲ್ ಮಾಲೀಕ ಮೆಟ್ಟಲುಗಳನ್ನಿಳಿದು ನಮ್ಮ ಕಡೆಗೆ ಬಂದ.

ಪೋಲಿಷ್ ತರುಣ ಆ ಹೋಟೆಲ್ ಮಾಲಿಕನ ಬಳಿ ಬಂದು ''ಸ್ವಾಮಿ, ದಯವಿಟ್ಟು ಏನಾಯಿತು ಹೇಳಿ... ಆ ವ್ಯಕ್ತಿ ಯಾರು ? ಅವನ ಹೆಸರೇನು ?'' ಎಂದು ಕೇಳಿದ.

''ತಥ್, ಅವನ ಹೆಸರು ಯಾರಿಗೆ ಗೊತ್ತು?'' ಎಂದು ಗೊಣಗುತ್ತಾ ಹೋಟೆಲ್ ಮಾಲಿಕ ಮುಂದುವರಿಸಿದ : ''ಆದರೆ ನಾವು ಅವನನ್ನು ನೆತ್ತರು ದೆವ್ವ ಅಂತ ಕರೀತೀವಿ.''

''ಅರೆ... ಚಿತ್ರಕಾರನೆ ?''

''ಅವನ ಚಿತ್ರಕಲೆಗೆ ಬೆಂಕಿ ಬಿತ್ತು! ಅವನು ಬರೆಯೋದು ಬರೀ ಹೆಣಗಳ ಚಿತ್ರಗಳನ್ನು. ಕಾನ್‌ಸ್ಟಾಂಟಿನೋಪಲ್‌ನಲ್ಲೋ ಅಥವಾ ಇಲ್ಲಿನ ಆಸುಪಾಸಿನಲ್ಲೋ ಯಾರೋ ಒಬ್ಬ ಸತ್ತುಹೋದ ಅನ್ನಿ. ಆ ದಿನವೇ ಇವನು ಆ ಸತ್ತವನ ಚಿತ್ರವನ್ನು ಬರೆದು ಮುಗಿಸಿಟ್ಟಿರುತ್ತಿದ್ದ. ಯಾವನಾದರೂ ಸಾಯೋದಕ್ಕೆ ಮುಂಚೆಯೇ ಈತ, ಅವನ ಚಿತ್ರ ಬರೆದುಬಿಡ್ತಾನೆ – ಒಂದು ಥರ, ರಣಹದ್ದಿನ ಹಾಗೆ, ಸಾಯೋದಕ್ಕೆ ಮುಂಚೆಯೇ ಹೆಣದ ವಾಸನೆ ಹಿಡಿದು ಚಿತ್ರಿಸ್ತಾನೆ – ಒಂದು ಸಲವೂ ಅವನು ತಪ್ಪು ಮಾಡಿದ್ದೇ ಇಲ್ಲ!''

ಪೋಲಿಷ್ ಮುದುಕಿ ಒಮ್ಮೆಲೆ ಭಯಂಕರವಾಗಿ ಕಿಟಾರನೆ ಕಿರುಚಿದಳು. ಅವಳ ಮಗಳು ಮುದುಕಿಯ ತೋಳುಗಳಲ್ಲಿ ಒರಗಿದ್ದಳು. ಆಕೆಯ ಮುಖ ಸುಣ್ಣದಂತೆ ಬಿಳಚಿಕೊಂಡಿತ್ತು. ಆಕೆ ಮೂರ್ಛೆಹೋಗಿದ್ದಳು.

ಅವಳ ಪ್ರೇಮಿ ಒಂದೇ ನೆಗೆತಕ್ಕೆ ಮೆಟ್ಟಲುಗಳಿಂದ ಕೆಳಕ್ಕೆ ಜಿಗಿದು ಒಂದು ಕೈಯಿಂದ ಆ ಗ್ರೀಕ್ ತರುಣನನ್ನು ಹಿಡಿದು ನಿಲ್ಲಿಸಿದ. ಇನ್ನೊಂದು ಕೈಯಿಂದ ಅವನ ಕಡತವನ್ನು ಕಿತ್ತುಕೊಂಡ.

ಅವನ ಹಿಂದೆಯೇ ನಾವೆಲ್ಲರೂ ಧಾವಿಸಿಹೋದೆವು. ಅವರಿಬ್ಬರೂ ಮರಳಿನಲ್ಲಿ ಹೊರಳಾಡುತ್ತಿದ್ದರು. ಆ ಗ್ರೀಕ್‌ನ ಕಡತದೊಳಗೆ ಕಾಗದ ಪತ್ರಗಳೆಲ್ಲವೂ ಚೆಲ್ಲಾಪಿಲ್ಲಿಯಾಗಿ ಅತ್ತಿತ್ತ ಬಿದ್ದಿದ್ದವು. ಅದರಲ್ಲಿ ಒಂದು ಹಾಳೆಯ ಮೇಲೆ ಆ ಪೋಲಿಷ್ ಹುಡುಗಿಯ ಮುಖವನ್ನು ಬಣ್ಣದಲ್ಲಿ ಚಿತ್ರಿಸಲಾಗಿತ್ತು. ಅವಳ ಕಣ್ಣುಗಳು ಮುಚ್ಚಿ ಹೋಗಿದ್ದು, ಹಣೆಯನ್ನು 'ಮರ್ಟಲ್'* ಹೂವಿನ ಹಾರದಿಂದ ಅಲಂಕರಿಸಲಾಗಿತ್ತು.

O

---

* ನೇರಿಳೆ ಜಾತಿಗೆ ಸೇರಿದ ಬಿಳಿಯ ಹೂವು. ವೀನಸ್ ದೇವತೆಗೆ ಈ ಹೂವು ಪವಿತ್ರವಾದುದೆಂದು ಹೇಳುವುದುಂಟು.

○ ಸ್ವತೋಪಲುಕ್ ಚೇಖ್

ಫೋಲ್ಟೀನನ ಡಮರು

ಮುದುಕ ಫೋಲ್ಟೀನ್ ತನ್ನ ದೊಡ್ಡ ಡಮರುವನ್ನು ಹೆಗಲ ಮೇಲೆ ನೇತುಹಾಕಿಕೊಂಡು ಕೋಟೆ ಮನೆಯ ಮುಂದೆ ಹೊರಟ – ಆ ಡಮರು ಹಿಂದಿನ ಭವ್ಯ ಪಾಳೆಯಗಾರೀ ಯುಗಗಳ ಗೌರವಾನ್ವಿತ ಅವಶೇಷವಾಗಿತ್ತು. ದಯಾಳುವಾದ ಕಾಲಪುರುಷ ಈ ಡಮರು ವಾದಕನನ್ನು ಆ ವಾದ್ಯಕ್ಕೋಸ್ಕರವೇ ಉಳಿಸಿದಹಾಗಿತ್ತು. ಅವನು ಸೈನಿಕನಂತೆ ನೆಟ್ಟಗೆ ಸಮಕೋನವಾಗಿ ನಿಂತು ನಡೆಯುತ್ತಿದ್ದ. ಎತ್ತರದ ನಿಲುವಿನ, ಎಲುಬು ಗೂಡಿನಂತಿದ್ದ ಆಳು ಆತ. ಒಂದು ತೆರನಾದ ಈಟಿ ರಾಹುತನ ಜುಬ್ಬ ಧರಿಸಿದ್ದ. ಇಳಿವಯಸ್ಸಿನ ಮುಖದ ತುಂಬಾ ಸುಕ್ಕಿನ ಗೆರೆಗಳು. ಆದರೆ ಮುಖದಲ್ಲಿ ಇನ್ನೂ ಹಾಗೆಯೇ ಉಳಿದಿದ್ದ ನಸು ಮಾಂಸವರ್ಣ ಹಾಗೂ ಹೊಳೆಯುವ ನೀಲಿ ಕಣ್ಣುಗಳಿಂದಾಗಿ, ಅವನು ಯುವಕನಂತೆಯೇ ಕಾಣಿಸುತ್ತಿದ್ದ. ನರೆತ ಬಿರುಗೂದಲಿನ ಗಡ್ಡ, ಜೋಡಿಗಲ್ಲದ ಮೇಲೆ ಬಿಳಿಯ ಕೂಳೆಗೂದಲು, ಹಣೆಯ ಮೇಲೊಂದು ದೊಡ್ಡ ಗಾಯದ ಕಲೆ. ಅವನ ಪ್ರತಿಯೊಂದು ಚಲನ ವಲನದಲ್ಲೂ ಒಂದೇ ರೀತಿಯ ಗಾಂಭೀರ್ಯ. ಆತ ಪಾಳೆಯಗಾರೀ ಪ್ರಭುಗಳ ಹಿಂದಿನ ವೈಭವದ ಜೀವಂತ ಪಳೆಯುಳಿಕೆಯಂತಿದ್ದ.

ಮುದುಕ ಫೋಲ್ಟೀನ್ ಕೋಟೆಮನೆಯ ದ್ವಾರಪಾಲಕ. ಈ ವೃತ್ತಿ ಫೋಲ್ಟೀನ್ ಕುಟುಂಬಕ್ಕೆ ವಂಶಪಾರಂಪರ್ಯವಾಗಿ ಬಂದಿದ್ದ ಗೌರವ. ಮಧ್ಯಯುಗದಲ್ಲಿ ಸಾಮಂತ ಕುಟುಂಬಗಳು ತಮ್ಮ ಪ್ರಭುವಿನ ಸೇವೆಗಾಗಿ ತಮ್ಮೆಲ್ಲವನ್ನೂ ಸಮರ್ಪಿಸಿಕೊಳ್ಳುತ್ತಿದ್ದರಷ್ಟೇ ? ಅದೇ ಪ್ರಕಾರವಾಗಿ ಹಲವು ತಲೆಮಾರುಗಳಿಂದ ಫೋಲ್ಟೀನ್ ಕುಟುಂಬ ದವರಿಗೆ ಕೂಡ, ಕೋಟೆಮನೆಯ ತಮ್ಮ ಕುಲೀನ ಒಡೆಯರ ಸೇವೆಯಲ್ಲಿ ದ್ವಾರಪಾಲಕರು, ಪಾರುಪತ್ಯಗಾರರು, ಉಗ್ರಾಣಾಧಿಕಾರಿ ಗಳು, ಬೇಟೆ - ಕಾವಲುಗಾರರು ಮತ್ತು ದನ ಮೇಯಿಸುವವರು – ಇವೇ ಮೊದಲಾದ ಸ್ಥಾನಗಳಿಗೆ ಏರುವುದಕ್ಕಿಂತ ಹೆಚ್ಚಿನ ಮಹತ್ವಾ ಕಾಂಕ್ಷೆಗಳು ಇದ್ದಿರಲಿಲ್ಲ. ಆ ಕುಟುಂಬದ ಒಬ್ಬ ವ್ಯಕ್ತಿಯಂತೂ ಹಿಂದಿನ ಧಣಿಯೊಬ್ಬನ ಡವಾಲಿ ಸೇವಕನಾಗಿದ್ದುದು ಅವನ ಅಸಂಖ್ಯಾತ ಬಂಧು - ಬಳಗದವರ ಪಾಲಿಗೆ ಸದಾ ಹೆಮ್ಮೆಯಿಂದ ಜ್ಞಾಪಿಸಿಕೊಳ್ಳುವ ಒಂದು ವಿಷಯವಾಗಿತ್ತು.

ಸರಿ, ಹಾಗಾದರೆ, ಮುದುಕ ಫೋಲ್ಬೀನ್ ಡಮರುವನ್ನು ಹೆಗಲ ಮೇಲೆ ನೇತುಹಾಕಿಕೊಂಡು ಕೋಟೆಮನೆಯ ಮುಂದೆ ನಿಂತಾಗ ಅವನು ಪುರಸಭಾಧ್ಯಕ್ಷನನ್ನು ಹಾಗೂ ಪೌರ ಆಡಳಿತ ಮಂಡಲಿಯ ಸದಸ್ಯರುಗಳನ್ನು ಯಾವುದೋ ಅತ್ಯಂತ ಗುರುತರ ಕಾರ್ಯನಿರ್ವಹಣೆಗೋಸ್ಕರ ಕರೆಯಲು ಬಂದಂತೆ ತೋರುತ್ತಿತ್ತು. ಆದರೆ ಅಯ್ಯೋ ಪಾಪ! ನಿಜವಾಗಿಯೂ ಆತ ಬಂದಿದ್ದುದು, ಡಮರು ಬಾರಿಸಿ ಮುದಿ ಹೆಣ್ಣಾಳುಗಳ ಒಂದು ಸೈನ್ಯವನ್ನು ಜಮಾಯಿಸಿ, ತಮ್ಮ ಸನ್ಮಾನ್ಯ ಯಜಮಾನನ ಜಮೀನಿನಲ್ಲಿ ಅವರನ್ನು ಕೆಲಸಕ್ಕೆ ಕಳುಹಿಸುವ ಸಲುವಾಗಿ ಮಾತ್ರ.

ಅವನು ಕತ್ತನ್ನು ಸ್ವಲ್ಪ ವಾಲಿಸುತ್ತ ಬಡಿಗೋಲುಗಳನ್ನು ತನ್ನ ಪುರಾತನ ಡಮರುವಿನ ಮೇಲೆ ಬೀಸಿದ. ಆದರೆ, ಅದೇನು ? ವಾದ್ಯಧ್ವನಿ ಸ್ವಾರಸ್ಯವಾಗಿ ಪ್ರಾರಂಭವಾಯಿತಾದರೂ ಕ್ಷೀಣವಾದ ಒಂದು ಬಡಿತದೊಂದಿಗೆ ಇದ್ದಕ್ಕಿದ್ದಂತೆ ಅದು ನಿಂತಿತು. ಆ ಅಸ್ಫುಟ ಧ್ವನಿಯನ್ನು ಕೇಳಿದ ಹತ್ತು ಹಲವು ಮುದುಕಿಯರು ಆಶ್ಚರ್ಯದಿಂದ ಊಟದ ಚಮಚವನ್ನು ಕೆಳಗೆ ಹಾಕಿ ಕಿವಿಯೆತ್ತಿ ಆಲಿಸಿರಬೇಕು. ಹಾಗೆ ನಿಂತುಹೋದ ಶಬ್ದದಿಂದ ಬೆರಗಾದ ಹಲವರು ತಮ್ಮ ನರೆತ ಜಡೆಗಳ ಮೇಲೆ ಶಾಲುಗಳನ್ನು ಹೊದೆದುಕೊಂಡು ಪಕ್ಕದ ಗುಡಿಸಲಿನತ್ತ ಧಾವಿಸಿದಾಗ, ಆ ಮನೆಯವಳ ಮುಖದ ಮೇಲೂ ಅದೇ ಪ್ರಶ್ನೆಯನ್ನು ಗುರುತಿಸಿರಬೇಕು. ಎಲ್ಲರ ತುಟಿಗಳಲ್ಲೂ ಒಂದೇ ಪ್ರಶ್ನೆ: 'ಮಧ್ಯಾಹ್ನದ ತನ್ನ ಸೊಗಸಾದ ಡಮರುವಾದನವನ್ನು ಫೋಲ್ಬೀನ್ ಹೀಗೇಕೆ ಕ್ಷೀಣವಾಗಿ ಮುಕ್ತಾಯಗೊಳಿಸಿದ ?'

ಅದು ನಡೆದದ್ದು ಹೀಗೆ : ಒಂದು ವೇಳೆ ನೀವೇನಾದರೂ ಮೇಲೆ ಹೇಳಿದ ಸಮಯದಲ್ಲಿ ಫೋಲ್ಬೀನ್‌ನ ಸ್ಥಾನದಲ್ಲಿದ್ದು ಅವನ ಹಾಗೆಯೇ ಚುರುಕು ದೃಷ್ಟಿಯವರಾಗಿದ್ದಿದ್ದರೆ ನಿಮಗೂ ಕಾಣಿಸುತ್ತಿತ್ತು: ಕಾಡಿನ ಆಚೆಯ ಬಳಿ, ಗಾಡಿ ರಸ್ತೆಯ ತಿರುವಿನಲ್ಲಿ ಯಾವುದೋ ಒಂದು ಕಪ್ಪು ವಸ್ತುವು ಮಿಂಚಿನ ವೇಗದಿಂದ ಊರಿನ ಕಡೆ ಸಾಗಿಬರುತ್ತಿತ್ತೆಂದು. ಅದು ಆ ಪ್ರದೇಶದಲ್ಲಿ ಹಿಂದೆಂದೂ ಕಾಣದ ರೀತಿಯ ಜೋಡು ಕುದುರೆಯ ಗಾಡಿ ಎಂಬುದು ನಿಮಗೆ ಆಮೇಲೆ ಅರಿವಾಗುತ್ತಿತ್ತು.

ತಾನು ಕಂಡದ್ದೇನು ಎಂದು ಸ್ಪಷ್ಟವಾದ ತಕ್ಷಣವೇ, ದ್ವಾರಪಾಲಕ ತನಗೆ ಉಂಟಾಗಿದ್ದ ಪರವಶತೆಯಿಂದ ಎಚ್ಚೆತ್ತು ಸಾಧ್ಯವಾದಷ್ಟು ವೇಗದಿಂದ ಕೋಟೆಮನೆಯ ಒಳಕ್ಕೆ ಓಡಿದ.

ಅಲ್ಲಿ ಪಾರುಪತ್ಯಗಾರ ತನ್ನ ಪರಿವಾರದೊಡನೆ ಮೇಜಿನ ಮುಂದೆ ಊಟಕ್ಕೆ ಕುಳಿತಿದ್ದ. ಅವನ ಮುಳ್ಳುಚಮಚ ತನ್ನ ಮುಂದಿದ್ದ ಸುಡು ಮಾಂಸದ ಅತ್ಯುತ್ತಮ ತುಂಡೊಂದರ ಮೇಲೆ ತವಕದಿಂದ ಸುಳಿಯುತ್ತಿತ್ತು. ಇನ್ನೇನು, ಅದು ತನ್ನ ಮುಖ್ಯಸ್ಥನ ಬಾಯೊಳಗೆ ಬಿದ್ದಂತೆಯೇ ಸರಿ ಎಂದು ಅವನ ಸಹಾಯಕ ಬೆರುಷ್ಕಾ ಅದಕ್ಕೆ ದುಃಖದಿಂದ ವಿದಾಯ ಹೇಳಬೇಕು. ಅಷ್ಟರಲ್ಲಿ ಫೋಲ್ಬೀನ್ ತನ್ನ ಡಮರುವಿನ ಸಮೇತ, ಬಾಗಿಲನ್ನು ತಟ್ಟದೆಯೇ ಒಳಕ್ಕೆ ನುಗ್ಗಿದ. ಅವನ ಅವತಾರ ವಿಚಿತ್ರವಾಗಿತ್ತು. ಆತ ಸುಣ್ಣದಂತೆ ಬಿಳಿಚಿಕೊಂಡಿದ್ದ. ಕಣ್ಣುಗಳಲ್ಲಿ ಶೂನ್ಯದೃಷ್ಟಿ, ಹಣೆಯ ಮೇಲೆ ಸಾಲುಗಟ್ಟಿದ ಬೆವರಿನ ಹನಿಗಳು. ಅದುರುವ ಮೂಕ ತುಟಿಗಳು. ಆತ ತನ್ನ ಡಮರು ಕೋಲುಗಳನ್ನು ಮೇಲೆತ್ತಿ ಅಲ್ಲಾಡಿಸಿದ. ಮೇಜಿನ ಸುತ್ತಲಿನ ಆಶ್ಚರ್ಯ ಚಕಿತ ಕಣ್ಣುಗಳು ಅವನತ್ತ ತಿರುಗಿದುವು. ಮುದುಕನ ಮುಖಲಕ್ಷಣದಲ್ಲಿ ಸೂಚಿತವಾದ ಮಹತ್ವದ ಸುದ್ದಿಯನ್ನು ಮುಂಚೆಯೇ ಗ್ರಹಿಸಿ ಭಯವಿಹ್ವಲಗೊಂಡವು.

''ದ–ದ–ಧಣಿಗಳು !'' ಒಂದು ಕ್ಷಣದ ಬಳಿಕ ಮುದುಕ ತೊದಲಿದ.

ಪಾರುಪತ್ಯಗಾರರ ಮುಳ್ಳುಚಮಚ ಅವನ ಕೈಯಿಂದ ತಟ್ಟೆಯೊಳಕ್ಕೆ ಬಿತ್ತು. ಆತ ಕಿರಿಚಿದ :

''ಏ–ಏ–ಏ–ಏನು ?''

''ಧಣಿಗಳು – ಕಾಡಿನಾಚೆ'' ಉತ್ಕಟ ಶ್ರದ್ಧೆಯಿಂದ ಫೋಲ್ಬೀನ್ ಉತ್ತರ ಕೊಟ್ಟ.

ಪಾರುಪತ್ಯಗಾರ ಮೇಜಿನ ಬದಿಯಿಂದ ಹೌಹಾರಿ ಮೇಲಕ್ಕೆದ್ದ. ಭಾನುವಾರದ ಕೋಟನ್ನು ಕೈಯಲ್ಲೆತ್ತಿಕೊಂಡು, ಗಾಬರಿಯಲ್ಲಿ ಮರೆತು ಆ ಕೋಟನ್ನು ಪಟ್ಟೆ ಪಟ್ಟೆಯ ತನ್ನ ನಿಲುವಂಗಿಯ ಮೇಲೆ ಎಳೆದುಕೊಂಡ. ಅವನ ಹೆಂಡತಿ, ಯಾವುದೋ ಅವ್ಯಕ್ತ ಕಾರಣಕ್ಕಾಗಿ, ಮೇಜಿನ ಮೇಲಿದ್ದ ಬೆಳ್ಳಿಯ ಸಾಮಾನುಗಳನ್ನು ಜೋಡಿಸಿಟ್ಟುಕೊಳ್ಳಲಾರಂಭಿಸಿದಳು. ಕುಮಾರಿ ಮಿಲಾನಿ ಸುಯ್ಯೆಂದು ಸದ್ದು ಮಾಡುತ್ತ ಕೊಠಡಿಯಿಂದ ಓಡಿದಳು. ಬೆರುಷ್ಕಾ ಒಬ್ಬ ಮಾತ್ರ ನಿಶ್ಚಲನಾಗಿ ನಿಂತು, ಮಾಮೂಲಿನಂತೆ ಸೊಗಸಾದ ಸುಡುಮಾಂಸದ ತುಂಡುಗಳನ್ನು ಸವಿಯುತ್ತಿದ್ದ ತನ್ನ ಯಜಮಾನನಿಗೆ ಅನಿರೀಕ್ಷಿತವಾಗಿ ಒದಗಿದ ದುಷ್ಕರ್ಮಫಲವನ್ನು ಸಂತೃಪ್ತ ಕಣ್ಣುಗಳಿಂದ ನೋಡುತ್ತಲಿದ್ದ.

ಈ ಘಟನಾವಳಿಗಳನ್ನು ವಿವರಿಸುವುದಕ್ಕೆ ಮುನ್ನ ನಾನು ಆ ಕೋಟೆಮನೆಯ ವಿಷಯ ಸ್ವಲ್ಪ ಹೇಳಬೇಕು. ಅದು ಬಹಳ ದೂರದಲ್ಲಿದ್ದು ಅದರಲ್ಲಿ ಅಷ್ಟಾಗಿ ಸೌಕರ್ಯವಿಲ್ಲದಿದ್ದುದರಿಂದ ಅದರ ಒಡೆಯರಿಗೆ ಅದು ಪ್ರಿಯವಾದ ತಾಣವಾಗಿರಲಿಲ್ಲ. ಹಿಂದೆಯೇ ತೀರಿಕೊಂಡಿದ್ದ ಹಳೆಯ ಯಜಮಾನ ತಾನು ಸಾಯುವ ಮುಂಚೆ ಒಮ್ಮೆ ಅಲ್ಲಿಗೆ ಬಂದು ಸ್ವಲ್ಪ ಕಾಲ ತಂಗಿದ್ದ. ಆಮೇಲೆ ಆ ವಂಶದವರಾರನ್ನೂ ಎಂದೂ ಆ ಕೋಟೆಮನೆಯ ಸವೆದ ಗೋಡೆಗಳು ಕಂಡಿರಲಿಲ್ಲ. ಘನತೆವೆತ್ತ ಧಣಿಗಳ ಸಲುವಾಗಿಯೇ ಮೀಸಲಾಗಿರಿಸಿದ್ದ ಮೊದಲನೇ ಮಹಡಿಯ ಕೋಣೆಗಳ ತುಂಬಾ ಅನಗತ್ಯ ಭೋಗವಸ್ತುಗಳು ತುಂಬಿದ್ದವು. ಅಲ್ಲಿನ ಏಕೈಕ ನಿವಾಸಿಗಳಾಗಿದ್ದ ಜೇಡರಹುಳುಗಳು ತಮ್ಮ ಸೂಕ್ಷ್ಮ ತಂತುಗಳ ಮೂಲಕ ಆ ಕೋಣೆಗಳ ವರ್ಣರಂಜಿತ ಮೇಲ್ಚಾವಣಿಗಳಿಂದ ಕೆಳಗಿಳಿದು, ನೆಲದ ಮೇಲೆ ಹಾಸಿದ್ದ ಮೆತ್ತನೆಯ ಜಮಖಾನೆಗಳ ಮೇಲೆ ಹರಿದು, ಮಖಮಲ್ಲಿನ ಸುಪ್ಪತ್ತಿಗೆಗಳಿಂದ ಸಜ್ಜಿತವಾಗಿ ಚಿತ್ತಾರವಾಗಿ ಕೊರೆದ ಕುರ್ಚಿಗಳ ಸುತ್ತಲೂ ತೆಳು ಬಲೆಗಳನ್ನು ನೇಯ್ದಿದ್ದವು. ಕೋಟೆಮನೆಯ ಅಧಿಕಾರಿಗಳು ಮತ್ತು ಸೇವಕರು ತಮ್ಮ ಧಣಿಗಳನ್ನು ಕೇಳಿಕೆಯ ಮಾತುಗಳ ಮೂಲಕ ಮಾತ್ರ ತಿಳಿದಿದ್ದರೇ ವಿನಾ ಪ್ರತ್ಯಕ್ಷ ನೋಡಿ ಅರಿತಿರಲಿಲ್ಲ. ತಮ್ಮ ಕಲ್ಪನೆಯಂತೆ ಈ ಒಡೆಯರನ್ನು ಅವರು ಆದರ್ಶ ಬಣ್ಣಗಳಲ್ಲಿ ಚಿತ್ರಿಸಿ ಕೊಂಡಿದ್ದರು. ದೇವತೆಗಳಂತೆ ದೂರದಿಂದ ಅದೃಶ್ಯ ಹಸ್ತಗಳನ್ನು ಚಾಚಿ ತಮ್ಮ ಅದೃಷ್ಟವನ್ನು ನಿಯಂತ್ರಿಸುತ್ತಿದ್ದ ಆ ಘನ ವ್ಯಕ್ತಿಗಳ ಚಿತ್ರಗಳನ್ನು ಪತ್ರಗಳ ಮೂಲಕ, ಒಂದು ಜಹಗೀರಿನಿಂದ ಇನ್ನೊಂದಕ್ಕೆ ಸಾಗುವ ವದಂತಿಗಳ ಮೂಲಕ ಮತ್ತು ತಮ್ಮ ಕಲ್ಪನೆಯ ಮೂಲಕ ಅವರು ರೂಪಿಸಿಕೊಂಡಿದ್ದರು. ಆ ಬಿರುದಾಂಕಿತ ಜಹಗೀರುದಾರರು ಮತ್ತು ಜಹಗೀರುದಾರಿಣಿಯರು, ಕಿರಿಯ ಜಹಗೀರುದಾರರು ಮತ್ತು ಅವರ ಸೋದರಿಯರು, ಸೇವಕಿಯರು ಮತ್ತು ದಾದಿಯರು, ತಲೆಯ ಮೇಲೆ ವಿಗ್ ಧರಿಸಿದ ಹಾಗೂ ಸುಕ್ಕುಗಟ್ಟಿದ ಮೋರೆಯ ಆ ನಿಯಮಪಾಲಕ, ಉದ್ದ ಮೂಗಿನ ಇಂಗ್ಲಿಷ್ ಉಪಾಧ್ಯಾಯಿನಿ ಮತ್ತು ಬೊಜ್ಜು ಬೆಳೆದ ಆ ಡವಾಲಿ - ಸೇವಕ – ಇವರೆಲ್ಲರ ಚಿತ್ರಗಳೂ ಅವರ ಮನಸ್ಸಿನಲ್ಲಿ ಸ್ಫುಟವಾಗಿ ಮೂಡಿದ್ದವು. ಇವರಲ್ಲಿ ಪ್ರತಿಯೊಬ್ಬರ ವೈಶಿಷ್ಟ್ಯಗಳೂ ಅವರಿಗೆ ಸವಿವರವಾಗಿ ತಿಳಿದಿದ್ದವು. ಆದರೆ ತಮ್ಮ ಕಲ್ಪನೆಯ, ಕನಸಿನ, ದೈನಂದಿನ ಚರ್ಚೆಯ ವಸ್ತುಗಳಾಗಿದ್ದ ಈ ಆದರ್ಶ ವ್ಯಕ್ತಿಗಳನ್ನು ಮುಖಾಮುಖಿಯಾಗಿ ಕಾಣುವುದೆಂದರೆ ಅವರಿಗೆ ಅದೊಂದು ಭಯಾನಕವಾದ ಹಾಗೂ ಕಣ್ಣು ಕೋರೈಸುವಂತಹ ಸಂಗತಿಯಾಗಿತ್ತು.

ಕೋಟೆಮನೆಯಲ್ಲಿ ತುಂಬ ಕಾತರ, ಕೋಲಾಹಲ, ಮಹಡಿಯ ಕೊಠಡಿಗಳಿಂದ ಮುಚ್ಚಿ ತೆರೆಯುವ ಬಾಗಿಲುಗಳ ಕಿರಿಚಾಟದ, ಅತ್ತಿಂದಿತ್ತ ಪೀಠೋಪಕರಣಗಳನ್ನು ಎಳೆದಾಡುವ ಸದ್ದಿನ ಹಾಗೂ ಕಸಬರಿಕೆ ಬ್ರಷ್ಷುಗಳನ್ನು ಬೀಸುವ ಶಬ್ದಗಳ ಪ್ರತಿಧ್ವನಿ ಕೇಳಿಬರುತ್ತಿತ್ತು. ಪಾರುಪತ್ಯಗಾರನ ಹೆಂಡತಿ ಕೋಳಿ ಮನೆಯಿಂದ ಕುದುರೆಲಾಯಗಳ ತನಕ ಯಾವೊಂದು ಖಚಿತ

ಉದ್ದೇಶವಿಲ್ಲದೆಯೇ ಅಂಗಳದ ಸುತ್ತ ಓಡಾಡುತ್ತಿದ್ದಳು. ಪಾರುಪತ್ಯಗಾರ ಬೇರೆಬೇರೆ ಬೀಗದ ಕೈಗಳನ್ನೂ ವಹಿವಾಟು ಪುಸ್ತಕಗಳನ್ನೂ ಹುಡುಕಿ ಜಾಲಾಡುತ್ತಾ ಈ ಎಲ್ಲ ಅವ್ಯವಸ್ಥೆಗೆ ಬೆರುಷ್ಕಾನೆ ಕಾರಣನೆಂದು ಆಪಾದಿಸುತ್ತಿದ್ದ. ಈ ಕುರಿತು ಏನೊಂದೂ ಶಂಕೆಯಿಲ್ಲದಿದ್ದ ಬೆರುಷ್ಕಾ, ಆಫೀಸು ಕೋಣೆಯಲ್ಲಿ ಕುಳಿತು ನಸು ಹೊಂಬಣ್ಣದ ತನ್ನ ತಲೆಗೂದಲಿಗೆ ಸುಗಂಧ ತೈಲವನ್ನು ಉಜ್ಜುತ್ತಿದ್ದ. ಮುದುಕ ಫೋಲ್ಬೀನ್ ಹೆಗಲ ಮೇಲೆ ಡಮರುವನ್ನು ತೂಗುಹಾಕಿಕೊಂಡು ಮನೆಯ ಮುಂದಣ ರಸ್ತೆಯಲ್ಲಿ ಸೆಟೆದು ನಿಂತಿದ್ದ. ದೂರದಲ್ಲಿ ಬರುತ್ತಿದ್ದ ಗಾಡಿಯತ್ತ ಡಮರು ಕೋಲು ಹಿಡಿದು ತನ್ನ ಕೈಯನ್ನು ಆತ ಚಾಚಿದ್ದ. ಅವನ ಮುಖದ ಪ್ರತಿಯೊಂದು ಸ್ನಾಯುವೂ ಪ್ರಬಲವಾಗಿ ತುಡಿಯುತ್ತಿತ್ತು. ಮನೆಯೊಳಗೆ ಎಲ್ಲವೂ ಸಿದ್ಧಗೊಳ್ಳುವವರೆಗೆ ಬರುತ್ತಿದ್ದ ಗಾಡಿಯನ್ನು ಹಳ್ಳಿಯಲ್ಲೇ ನಿಲ್ಲುವಂತೆ ಆಜ್ಞಾಪಿಸುತ್ತ, ಶಪಿಸುತ್ತ ನಿಂತ ಪುರಾತನ ಯೆಹೂದಿ ಧರ್ಮಬೋಧಕ ಯೋಶುಆನಂತೆ ಆತ ಕಂಡುಬಂದ. ಅದ್ಭುತವಾಗಿ ಸಿಂಗರಿಸಿದ ಹೆಬ್ಬಾಗಿಲುಗಳು, ಗೌರವ ಸೂಚಿಸಲು ನಿಂತ ಕನ್ಯೆಯರು, ಶಾಲಾ ಮಕ್ಕಳು, ಸ್ವಾಗತ ಭಾಷಣ, ದಾರಿಯಲ್ಲಿ ಎರಚಿದ ಹೂಗಳು... ಈ ಸುಂದರ ವಿಚಾರಗಳು ಅವನ ತಲೆಯಲ್ಲಿ ಮಿಂಚಿ ಸುಳಿದವು. ಆದರೆ ಗಾಡಿ ನಿಲ್ಲಲಿಲ್ಲ. ಅದು ವಾಯುವೇಗದಿಂದ ಕೋಟೆಮನೆಯತ್ತ ಬಂತು. ರಸ್ತೆಯಲ್ಲಿ ಬರುತ್ತಿದ್ದ ಗಾಡಿಯ ಪಿಂಗಲವರ್ಣದ ಕುದುರೆಗಳು, ಥಳಥಳಿಸುತ್ತ ಹರಿದಾಡುತ್ತಿದ್ದ ಅವುಗಳ ಕೇಸರಗಳು, ತನ್ನ ಪೀಠದ ಮೇಲೆ ಕುಳಿತಿದ್ದ ಡವಾಲಿ ವೇಷದ–ಸಾರಥಿ ಎಲ್ಲವೂ ಹಳ್ಳಿಯೊಳಗಿಂದಲೇ ಕಾಣಿಸಿದವು. ಗಾಡಿಯಿಂದ ಮೇಲಕ್ಕೆದ್ದ ನೀಲಿ-ಬೂದು ಬಣ್ಣದ ಧೂಳು ರಸ್ತೆ ಬದಿಯಲ್ಲಿ, ಬಾಯಿ ತೆರೆದು ನೋಡುತ್ತ ನಿಂತಿದ್ದ ಮಕ್ಕಳ ಗುಂಪನ್ನು ಸುತ್ತುಗಟ್ಟಿತು. ಫೋಲ್ಬೀನ್ ಸ್ವಲ್ಪ ಪಕ್ಕಕ್ಕೆ ಸರಿದು ತನ್ನ ಪೊದೆಗೂದಲಿನ ಟೊಪ್ಪಿಯನ್ನು ತೆರೆಯುವಷ್ಟರಲ್ಲಿ, ಮಿಲಾನಿಯ ನಸುಬಿಳುಪಿನ ನೆರಳು ಚಿತ್ರ ಕೆಳಗಿನ ಕೋಣೆಯ ಕಿಟಕಿಯಿಂದ ಮಾಯವಾಗುವಷ್ಟರಲ್ಲಿ, ಘನತೆವೆತ್ತ ಅತಿಥಿಗಳ ವಾಹನ ಮನೆಗೆ ಹೋಗುವ ಒಳರಸ್ತೆಯೊಳಕ್ಕೆ ದಡಬಡನೆ ಬಂದು ನಿಂತಿತು.

ಗಾಡಿಯೊಳಗೆ ಒಬ್ಬ ಮಹನೀಯನೂ ಒಬ್ಬ ಮಹಿಳೆಯೂ ಕುಳಿತಿದ್ದರು. ಮಧ್ಯ ವಯಸ್ಸಿನ ಮಹನೀಯ ಅಚ್ಚುಕಟ್ಟಾದ ಕರಿ ಉಡುಪು ಧರಿಸಿದ್ದ. ದುಂಡನೆಯ, ನುಣ್ಣನೆಯ, ಬಿಳಿಯ ಮುಖ. ಕಣ್ಣಸುತ್ತ ಆಳವಾದ ಕಪ್ಪು ಛಾಯೆಗಳು, ಆಯಾಸದಿಂದ ತೂಕಡಿಸುತ್ತಿದ್ದಂತೆ ಕಂಡ ಆತ ಆಗಾಗ ಆಕಳಿಸುತ್ತಿದ್ದ. ಚಿಕ್ಕ ವಯಸ್ಸಿನ, ಆ ಕಪ್ಪುಗೂದಲಿನ ಮಹಿಳೆ ತುಂಬಾ ಲವಲವಿಕೆಯಿಂದ ಕೂಡಿದ್ದು, ಆಕೆಯ ಕಣ್ಣುಗಳು ಪ್ರಖರವಾದ ಚುರುಕು ನೋಟ ಬೀರುತ್ತಿದ್ದವು. ತೆಳು ಬಣ್ಣದ ಉಡುಪು ಧರಿಸಿದ್ದ ಆಕೆ ಏನೋ ಒಂದು ರೀತಿಯ ಖುಷಿಯಿಂದ, ಚಂಚಲ ಮಂದಹಾಸ ಬೀರುತ್ತಾ ಸುತ್ತಮುತ್ತ ದಿಟ್ಟಿಸಿ ನೋಡುತ್ತಿದ್ದಳು.

ಒಳರಸ್ತೆಯೊಳಕ್ಕೆ ಅವರು ಪ್ರವೇಶಿಸಿದಾಗ, ಹೆಚ್ಚು ಕಡಿಮೆ ಕೋಟೆಮನೆಯ ಪರಿವಾರದವರೆಲ್ಲರೂ ಅವರನ್ನು ಸ್ವಾಗತಿಸಲು ಬಂದು ನಿಂತು, ಗೌರವದಿಂದ ನಮಿಸುತ್ತಿದ್ದರು. ಕರಿ ಉಡುಪಿನ ಮಹನೀಯ ಬಳಲಿದ ತನ್ನ ನಿದ್ದೆಗಣ್ಣುಗಳಿಂದ ಮುದುಕ ಫೋಲ್ಬೀನ್‌ನನ್ನು ದಿಟ್ಟಿಸಿ ನೋಡಿದ – ಜೋಲು ಮೀಸೆಯ ಫೋಲ್ಬೀನ್ ಮುಂಭಾಗದಲ್ಲೇ ನಿಂತಿದ್ದ. ಅವನ ಅಮಾಯಕ ನೀಲಿಕಣ್ಣುಗಳು ಅನಂತ ಭಕ್ತಿಭಾವವನ್ನು ಸೂಸುತ್ತಿದ್ದವು. ಸುಕ್ಕುಗಟ್ಟಿದ ಮುಖದಲ್ಲಿ ಪಶ್ಚಾತ್ತಾಪದ ವ್ಯಸನ ಸುಳಿದಾಡುತ್ತಿತ್ತು. ಅವನ ಪುರಾತನ ಡಮರು ಸೊಂಟದ ಮೇಲೆ ನೇತಾಡುತ್ತಿತ್ತು.

ತನ್ನ ಪಿತ್ರಾರ್ಜಿತ ಪರಂಪರೆಯ ವಿಚಿತ್ರ ಅವಶೇಷದಂತಿದ್ದ ಈ ಮುದುಕನನ್ನು ಜಹಗೀರುದಾರ ಕ್ಷಣಕಾಲ ದಿಟ್ಟಿಸಿ ನೋಡಿದ–ಅವನ ನಿಸ್ತೇಜ ಮುಖದ ಸ್ನಾಯುಗಳು

ಸ್ಪಂದಿಸಿದವು. ತನ್ನ ಮನಃಸ್ಥಿತಿಯನ್ನು ಹಗುರಗೊಳಿಸಲೋ ಎಂಬಂತೆ ಅವನು ಗಟ್ಟಿಯಾಗಿ ಸ್ವಚ್ಛಂದವಾಗಿ ನಕ್ಕ. ಪಕ್ಕದಲ್ಲಿ ನಿಂತಿದ್ದವರೆಲ್ಲರೂ ಒಂದು ಕ್ಷಣ ಆಶ್ಚರ್ಯದಿಂದ ಜಹಗೀರುದಾರನತ್ತ ನೋಡಿ, ತಮ್ಮ ನೋಟವನ್ನು ದ್ವಾರಪಾಲಕನತ್ತ ಹೊರಳಿಸಿ, ಮತ್ತೆ ಅತ್ತಿತ್ತ ನೋಡಿದರು. ತಮ್ಮ ಸ್ವಾಮಿಭಕ್ತಿಯನ್ನು ತೋರಿಸಲು ಧಣಿಯ ಸ್ಪಷ್ಟ ಉದಾಹರಣೆಯನ್ನು ಕಣ್ಮುಚ್ಚಿ ಅನುಸರಿಸುವುದೇ ಮೇಲೆಂದು ಬಗೆದು ಅವರೆಲ್ಲರೂ ತಮಗೆ ಸಾಧ್ಯವಿಲ್ಲದಷ್ಟು ಉತ್ಕೃಷ್ಟ ರೀತಿಯಲ್ಲಿ ನಕ್ಕರು. ಪಾರುಪತ್ಯಗಾರ ಮತ್ತು ಅವನ ಹೆಂಡತಿ ಸ್ವಲ್ಪ ಬಲವಂತದಿಂದಲೇ ಹಲ್ಲು ಕಿಸಿದರು. ಲಘು ಸ್ವಭಾವದ ಬೆರುಷ್ಕಾ, ಗಾಡಿಯಾಳು ಮತ್ತು ಡವಾಲಿಸೇವಕ ಮಾತ್ರ ಮನಸಾರೆ ಕೇಕೆ ಹಾಕಿದರು. ಜಹಗೀರುದಾರಿಣಿಯೂ ಅತ್ಯಂತ ಮೋಹಕವಾದ ಮುಗುಳ್ನಗೆ ಬೀರಿದಳು.

ಆ ಸಮಯದಲ್ಲಿ ಕಂಡುಬಂದ ಫೋಲ್ಬೀನ್‌ನ ಚಿತ್ರವನ್ನು ವರ್ಣಿಸುವುದು ಸುಲಭವಲ್ಲ. ಹಲವಾರು ಬಾರಿ ಅವನು ಸುತ್ತಲೂ ಕಣ್ಣಾಡಿಸಿದ – ಅವನ ಮುಖ ಒಮ್ಮೆ ಬಿಳುಪೇರುತ್ತಿತ್ತು, ಮತ್ತೆ ಕೆಂಪಡರುತ್ತಿತ್ತು. ಮುಜುಗರದಿಂದ ಅವನು ತನ್ನ ಟೊಪ್ಪಿಯನ್ನೂ ಬಿಳಿಯ ಗಡ್ಡವನ್ನೂ ಸವರಿದ. ಅವನ ದೃಷ್ಟಿ ಕೊನೆಯಲ್ಲಿ ಆ ವಿನಾಶಕಾರಿ ಡಮರುವಿನ ಕಡೆ ಸುಳಿಯಿತು. ಇದೆಲ್ಲವೂ ತನಗೆ ಅರ್ಥವಾದಂತೆ ಅವನಿಗೆ ಅನಿಸಿತು. ಆತ ಸೋತು ಪೆಚ್ಚಾದ.

ಅಲ್ಲಿದ್ದ ಪರಿವಾರದೊಂದಿಗೆ ಅನುಗ್ರಹಪೂರ್ವಕವಾದ ನಾಲ್ಕಾರು ಮಾತುಗಳನ್ನು ಆಡಿದ ಮೇಲೆ ಮಾನ್ಯ ಧಣಿಗಳು ತಮ್ಮ ಬಿಡಾರಕ್ಕೆ ತೆರಳಿದರು – ತಾವಿಬ್ಬರೂ ಇಡೀ ಪ್ರಪಂಚದಲ್ಲೇ ಅತ್ಯಂತ ಸುಖಿಗಳೂ ರೂಪವಂತರೂ ಆದ ದಂಪತಿ ಎಂಬ ಭಾವನೆಯನ್ನು ತಾತ್ಕಾಲಿಕವಾಗಿಯಾದರೂ ಅವರು ತಮ್ಮ ಪರಿಜನರ ಮನಸ್ಸಿನಲ್ಲಿ ಮೂಡಿಸಿದರು.

ಸ್ವಲ್ಪ ಹೊತ್ತಿನ ಮೇಲೆ ನಾವು ಅವರಿಬ್ಬರೂ ದಿವಾನಖಾನೆಯಲ್ಲಿ ಕಾಣುತ್ತೇವೆ. ಜಹಗೀರುದಾರ ಆರಾಮ ಕುರ್ಚಿಯಲ್ಲಿ ನಿಶ್ಚಿಂತೆಯಿಂದ ತೂಗಾಡುತ್ತಾ ಮುದುಕ ಫೋಲ್ಬೀನ್‌ನ ಚಿತ್ರವನ್ನು ಒಂದು ಪುಸ್ತಕದ ರಕ್ಷಾಪತ್ರದ ಮೇಲೆ ಗೀಚುತ್ತಿದ್ದಾನೆ. ಜಹಗೀರುದಾರಿಣಿ ಕೈಯಲ್ಲಿ ಪುರಾತನ ಕಾಲದ ಒಂದು ಪುಟ್ಟ ಬೆತ್ತಲೆ ಪ್ರತಿಮೆಯನ್ನು ಹಿಡಿದುಕೊಂಡು ಕೊಠಡಿಯ ಸುತ್ತ ಏನನ್ನೋ ಹುಡುಕುವಂತೆ ನೋಡುತ್ತಿದ್ದಾಳೆ.

''ಹೆನ್ರಿ, ಇದನ್ನು ನಾನು ಎಲ್ಲಿ ಇಡಲಿ, ಹೇಳು ?''

''ಅದು ಎಲ್ಲಿತ್ತೋ ಅಲ್ಲೇ ಅದನ್ನು ಬಿಡಬೇಕಾಗಿತ್ತು ನೀನು.''

''ಖಂಡಿತ ಸಾಧ್ಯವಿಲ್ಲ. ನಾವು ಒಬ್ಬರನ್ನೊಬ್ಬರು ಬಿಟ್ಟಿರಲಾರೆವು. ಈ ದುಂಡು ಮುಖದ, ಕೋಮಲ ಚೆಲುವೆಯಿಲ್ಲದೆ ಹೋಗಿದ್ದರೆ ನಾನೆಷ್ಟು ಏಕಾಕಿಯಾಗಿಬಿಡ್ತಿದ್ದೆ!''

''ಹೌದು, ಆದರೆ ಆಕೇನ ನೀನು ಪ್ರಪಂಚದ ಸುತ್ತ ಹೀಗೆ ಹೊತ್ತು ತಿರುಗ್ತಾ ಇದ್ದರೆ ಅವಳು ಹೆಚ್ಚು ದಿನ ಅಖಂಡವಾಗಿ ಉಳೀಲಾರಳು.''

''ಛೇ, ಸುಳ್ಳು. ನಾನು ಅವಳನ್ನು ನನ್ನ ಕಣ್ಣಿನ ಗೊಂಬೆಯ ಹಾಗೆ ನೋಡ್ಕೋತೀನಿ. ನೀನು ಗಮನಿಸಲಿಲ್ಲವಾ ? ಅವಳನ್ನಿಟ್ಟಿರೋ ಪೆಟ್ಟಿಗೆಯನ್ನು ದಾರಿಯುದ್ದಕ್ಕೂ ನನ್ನ ತೊಡೆಯ ಮೇಲೆಯೇ ಇರಿಸಿಕೊಂಡು ಬಂದೆ.''

''ಅವಳ ಬದಲು ನೀನೊಂದು ಗಿಡ್ಡ ಜಾತಿಯ ನಾಯಿ ಇಟ್ಕೊಳ್ಳೋದು ಮೇಲು, ಚಿನ್ನ!''

ಅವಳು ಗಂಡನ ಕಡೆ ದುರುಗುಟ್ಟಿಕೊಂಡು ನೋಡಿದಳು. ಅವಳಿಗೆ ಅವನ ಕುಚೋದ್ಯದ ಮಾತಿಗೆ ತಕ್ಕ ಪ್ರತ್ಯುತ್ತರ ಕೊಡಬೇಕೆನಿಸಿದರೂ ಹಾಗೆಯೇ ಸುಮ್ಮನಾದಳು. ಆ ಪುಟಾಣಿ ವಿಗ್ರಹವನ್ನು ಜೋಪಾನವಾಗಿ ಹಿಡಿದುಕೊಂಡು ಗಂಡನ ಕಡೆ ತಿರುಗಿಯೂ ನೋಡದೆ ಆಕೆ

ತಿರಸ್ಕಾರದಿಂದ ಸರ್ರನೆ ಕೋಣೆಯ ಎದುರು ಗೋಡೆಯಲ್ಲಿದ್ದ ಗುಂಡಗಿನ ಗೂಡಿನ ಬಳಿ ನಡೆದಳು. ಇನ್ನೇನು ತನ್ನ ಕೈಯಲ್ಲಿದ್ದ ಚೆಲುವಿನ ಪ್ರತಿಮೆಯನ್ನು ಆ ಗೂಡಿನಲ್ಲಿರಿಸಬೇಕು ಅನ್ನುವಷ್ಟರಲ್ಲಿ, ಹಾವು ಕಡಿದವಳಂತೆ ಅವಳು ಒಮ್ಮೆಲೇ ಹಿಮ್ಮೆಟ್ಟಿ, ಒಂದು ಬೆರಳನ್ನು ಗಂಡನ ಕಡೆ ಚಾಚಿ ತೋರಿಸಿದಳು. ಅನೇಕ ವರ್ಷಗಳಿಂದ ಆ ಗೂಡಿನಲ್ಲಿ ಶೇಖರವಾಗಿದ್ದ ಧೂಳು ಬೆರಳಿನ ಮೇಲೆ ಮೂಡಿತ್ತು.

''ಇಲ್ಲಿನೋಡು'' – ಅವಳು ಕೂಗಿದಳು.

''ಇಲ್ಲಿ ನೋಡು'' – ಅವನೂ ಹಾಗೆಯೇ ಹೇಳುತ್ತಾ ಮೇಲ್ಚಾವಣಿಯತ್ತ ಕೈ ತೋರಿಸಿದ. ಅಲ್ಲಿನ ಚಿತ್ರ ವಿಚಿತ್ರ ಹೂವಿನ ತುರಾಯಿಯೊಳಗಿನಿಂದ ನೀಳವಾದ ಜೇಡನ ಬಲೆಯೊಂದು ತೇಲಾಡುತ್ತಿದ್ದು, ಅದರ ಮೇಲೆ ಒಂದು ವಿಕಾರವಾದ ಜೇಡ ಸ್ಪಷ್ಟವಾಗಿ ತೂಗುಯ್ಯಾಲೆ ಆಡುತ್ತಿತ್ತು.

''ನಾನು ಎಷ್ಟು ಹೇಳಿದರೂ ನೀನು ನನ್ನ ಮಾತಿಗೆ ಕಿವಿಗೊಡಲಿಲ್ಲ. ಪ್ರಶಾಂತವಾದ ಹಳ್ಳಿಗಾಡಿನ ಸ್ವರ್ಗ... ಅದು, ಇದು ಅಂತ ಬಡಬಡಿಸಿದೆಯಲ್ಲಾ... ಸರಿ, ಅದಕ್ಕೆ ಇದೊಂದು ಪೀಠಿಕೆ, ಅನುಭವಿಸು.''

ಗಂಡನ ಮಾತಿನಿಂದುಂಟಾದ ಅಸಂತೋಷ ಹಾಗೂ ಜೇಡರ ಹುಳುವನ್ನು ಕಂಡ ಜಿಗುಪ್ಸೆಗಳೆರಡಕ್ಕೂ ಪ್ರತಿಕ್ರಿಯೆಯಾಗಿ ಜಹಗೀರುದಾರಿಣಿ ತನ್ನ ತುಟಿಗಳನ್ನು ಸೊಟ್ಟಗೆ ಮಾಡಿದಳು. ಮೇಜಿನ ಮೇಲಿದ್ದ ಕರೆಗಂಟೆಯನ್ನು ಭಯಂಕರವಾಗಿ ಬಾರಿಸಿದಳು. ಠೊಣಪ ಸೇವಕ ಕೆಂಪು ಡವಾಲಿ ಸಮೇತ ಪ್ರತ್ಯಕ್ಷನಾದ. ''ನೋಡು, ಕೆಳಗೆ ಹೋಗಿ ಅವರಿಗೆ ಹೇಳು. ಒಬ್ಬಳು ಹುಡುಗಿಯನ್ನು ಕಳುಹಿಸಿ ಇಲ್ಲಿರುವ ಧೂಳು, ಜೇಡನ ಬಲೆ, ಎಲ್ಲವನ್ನೂ ಗುಡಿಸಿಸಬೇಕು'' ಎಂದು ಸುಂದರಾಂಗಿ ಒಡತಿ ಹುಬ್ಬು ಗಂಟಿಕ್ಕಿಕೊಂಡು ಅವನಿಗೆ ಹೇಳಿದಳು. ತುಂಟನಗೆ ಬೀರುತ್ತಿದ್ದ ಗಂಡನೆದುರಿನಲ್ಲಿ ಕುಳಿತು ಅವಳು ತನ್ನ ಕೈಯಲ್ಲಿದ್ದ ಪ್ರೇಮದ ಪುಟ್ಟ ಪುತ್ಥಳಿಯನ್ನು ಸಂಕಟದಿಂದ ದಿಟ್ಟಿಸಿದಳು.

ಬಹಳಷ್ಟು ಹೊತ್ತು ಕಳೆದರೂ ಯಾವ ಸೇವಕಿಯೂ ಬರಲಿಲ್ಲ. ಒಡತಿ ತನ್ನ ಮುಖದಲ್ಲಿ ಇನ್ನಷ್ಟು ಹೆಚ್ಚಿನ ಅಸಂತೋಷವನ್ನು ಸೂಚಿಸಿದಳು – ಅವಳ ಗಂಡ ಮೊದಲಿಗಿಂತ ಕೆಟ್ಟದಾಗಿ ಮುಗುಳ್ನಗುತ್ತಿದ್ದ.

ಧೂಳು, ಜೇಡರ ಬಲೆಗಳ ಬಗ್ಗೆ ಠೊಣಪ ಡವಾಲಿ ಸೇವಕ ಒಯ್ದು ಮುಟ್ಟಿಸಿದ ಸುದ್ದಿಯಿಂದ ಕೆಳಗಡೆ ಭೀತಿಯ ವಾತಾವರಣ ಮಾತ್ರವಲ್ಲದೆ, ಕಸ ಗುಡಿಸಲು ಬೇಕಾದ ಒಬ್ಬ ಹುಡುಗಿಯನ್ನು ಎಲ್ಲಿಂದ ಒದಗಿಸುವುದು ಎಂದು ಅಷ್ಟೇ ಪೇಚಾಟವೂ ಉಂಟಾಯಿತು. ಸಾಕಷ್ಟು ಕಾಲ ಚರ್ಚೆ–ಮಂತ್ರಾಲೋಚನೆಗಳು ನಡೆದ ಬಳಿಕ ಅವರೆಲ್ಲರೂ ಫೋಲ್ಬೀನ್‌ನ ಮಗಳು ಮಾರಿಯಂಕಾಳೇ ಇದಕ್ಕೆ ತಕ್ಕವಳೆಂದು ನಿರ್ಧರಿಸಿದರು. ಮುಳುಗುತ್ತಿರುವವರು ಹುಲ್ಲುಕಡ್ಡಿಗೆ ಕೈಚಾಚುವಂತೆ. ಮಗಳ ಮೂಲಕ ತನ್ನ ನತದೃಷ್ಟ ಡಮರುವಿನ ಗೋಜನ್ನು ಸರಿಪಡಿಸಿಕೊಳ್ಳಬಹುದೆಂದು ಆಶಿಸುತ್ತಿದ್ದ ಫೋಲ್ಬೀನ್ ಅವಳಿಗೆ ಅನೇಕ ಬುದ್ಧಿವಾದಗಳನ್ನು ಹೇಳಿದ ಬಳಿಕ, ಒಲ್ಲದ ಹುಡುಗಿಯನ್ನು ದ್ವಾರಪಾಲಕನ ಗುಡಿಸಲಿನಿಂದ ಕರೆತಂದರು. ಪಾರುಪತ್ಯಗಾರನ ಹೆಂಡತಿ ದೊಡ್ಡ ಅಂಚಿನ ತನ್ನ ಸ್ವಂತ ಹಳದಿ ರೇಷ್ಮೆ ಕರವಸ್ತ್ರವನ್ನು ಬಲವಂತದಿಂದ ಮಾರಿಯಂಕಾಳಿಗೆ ಕೊಟ್ಟಳು. ಸ್ವಹಸ್ತದಿಂದಲೇ ಅದನ್ನು ಅವಳ ವಕ್ಷಸ್ಥಲದ ಮೇಲೆ ಮಡಿಸಿ ಕಟ್ಟಿದಳು. ಒಂದು ದೊಡ್ಡ ಕಸಬರಿಕೆಯನ್ನು ಅವಳ ಕೈಗಿತ್ತಳು. ಈ ಎಲ್ಲ ಅಲಂಕಾರವೂ ಮುಗಿದ ಮೇಲೆ ಡವಾಲಿ ಸೇವಕ

ಥರಥರನೆ ನಡುಗುತ್ತಿದ್ದ ಮಿಕವನ್ನು ದಣಿಯ ಕೋಣೆಯೊಳಕ್ಕೆ ಎಳೆದೊಯ್ದ.

ಜಹಗೀರುದಾರಿಣಿ ಆಗತಾನೆ ಕ್ರೋಧದಿಂದ ನೆಲವನ್ನು ಒದೆಯುತ್ತಾ ಬಾಗಿಲ ಬಳಿ ಬಂದಿದ್ದಳು. ಅಷ್ಟರಲ್ಲಿ ಬಾಗಿಲು ಮೆಲ್ಲಗೆ ತೆರೆಯಿತು. ಸುಣ್ಣದಂತೆ ಬಿಳಿಚಿಕೊಂಡಿದ್ದ ಮಾರಿಯಂಕಾ, ತಲೆತಗ್ಗಿಸಿ ಅಲ್ಲಿ ನಿಂತಿದ್ದಳು. ಆಡಬೇಕೆಂದಿದ್ದ ಬಯ್ಗುಳದ ಮಾತು ಒಡತಿಯ ತುಟಿಯ ಮೇಲೆ ಹಾಗೆಯೇ ನಿಂತಿತು. ಸರಳವಾದ ಆ ಹುಡುಗಿಯ ಮೋಹಕ ಚೆಲುವನ್ನು ಕಂಡು ಆಕೆ ವಿಸ್ಮಿತಳಾದಳು. ತೆಳುವಾಗಿ ಬಳ್ಳಿಯಂತೆ ಬಳುಕುತ್ತಿದ್ದ ಆಕೆಯ ಅಂಗಾಂಗಗಳು ಮಗುವಿನ ಮೈಕೈಗಳಂತೆ ಕೋಮಲವಾಗಿ ದುಂಡಗಾಗಿದ್ದವು. ಕಂದು ಬಣ್ಣದ ಅವಳ ಸಮೃದ್ಧ ಕೇಶರಾಶಿ ಅವಳ ತಾಜಾ ಗೌರವರ್ಣಕ್ಕೆ ಮೆರುಗು ಕೊಟ್ಟಿತ್ತು. ಅವಳ ರೂಪರಾಶಿ ವಸಂತ ಋತುವಿನ ಮೊದಲ ದಿನಗಳ ಮೋಹಕತೆಯನ್ನು ಹೊರಸೂಸುತ್ತಿತ್ತು.

''ಇಲ್ಲಿ ನೋಡು, ಮಗು !''

– ತೇಲಾಡುತ್ತಿದ್ದ ಜೇಡರಬಲೆಯನ್ನು ಅವಳಿಗೆ ತೋರಿಸುತ್ತ ಒಡತಿ ಮೃದುಮಧುರವಾಗಿ ನುಡಿದಳು.

ಹುಡುಗಿ ಮುಜುಗರಪಡುತ್ತ ನಮಿಸಿದಳು. ಅನಂತರ ಅಳುಕುತ್ತ ಅವಳು ಮುಂದೆ ಬಂದಾಗ ತಿಳಿಯಾದ ಅವಳ ಕಣ್ಣೆವೆಗಳ ಕೆಳಗೆ ಒಂದು ಕ್ಷಣ ಕರಿನೀಲಿಯ ಮಿಂಚು ಹರಿದ ಹಾಗಾಯಿತು. ಅವಳ ಕೈಯಲ್ಲಿದ್ದ ಕಸಬರಿಕೆಗೆ ಜೇಡನಬಲೆ ಎಟಕಲಿಲ್ಲ, ಅವಳು ತುದಿಗಾಲಿನ ಮೇಲೆ ನಿಂತು, ಅದನ್ನು ಮೀಟಬೇಕಾಯಿತು. ಅವಳ ಮುಖವಿಡೀ ಕೆಂಪಡರಿ ಲಾವಣ್ಯಮಯವಾಯಿತು. ಅವಳ ಕಪ್ಪು-ನೀಲಿ ಕಣ್ಣುಗಳು ಮೇಲ್ಛಾವಣಿಯತ್ತ ಹೊರಳಿದವು. ಅವಳ ಮೃದುಲವಾದ ಬಿಳಿಬಣ್ಣದ ಕುತ್ತಿಗೆಯ ಬಾಹ್ಯ ರೇಖೆ ಸ್ಪಷ್ಟವಾಗಿ ಕಾಣಿಸಿತು. ಅದರ ಅಡಿಯಲ್ಲಿ, ಅವಳು ಹೊದೆದಿದ್ದ ಹಳದಿ ಶಾಲಿನ ಅಂಚುಗಳ ನಡುವೆ, ಅವಳ ಕುಪ್ಪಸದ ಶುಭ್ರತುಷಾರ ವರ್ಣದ ನಿರಿಗೆಗಳ ಮೇಲೆ ಅವಳು ಹಾಕಿಕೊಂಡಿದ್ದ ಕೃತಕ ಹವಳದ ಸರ ಗೋಚರಿಸಿತು. ಇವೆಲ್ಲಕ್ಕೆ ರಾಜಕುವರಿಯ ಸುಕೋಮಲ ಪಾದಗಳನ್ನೂ ಸೇರಿಸಿದರೆ, ಅದೊಂದು ಮನಮೋಹಕ ಚಿತ್ರ ಎಂದು ನೀವು ಒಪ್ಪಿಕೊಳ್ಳಲೇಬೇಕು. ಆಕ್ಷೇಪಾರ್ಹವಾದುದನ್ನೆಲ್ಲವನ್ನೂ ಆ ಕೊಠಡಿಯಿಂದ ತೊಡೆದು ಹಾಕಿದ ಮೇಲೆ, ಒಡತಿಯು ಮಾರಿಯಾಂಕಾಳ ಬೆನ್ನಿನ ಮೇಲೆ ಮೃದುವಾಗಿ ತಟ್ಟಿ ಕೇಳಿದಳು.

''ನಿನ್ನ ಹೆಸರೇನು ?''

ಹುಡುಗಿ ಪಿಸುಗುಟ್ಟಿದಳು : ''ಮಾರಿಯೇ ಫೋಲ್ಪೀನೋವಾ.''

''ಫೋಲ್ಪೀನ್ ? ಫೋಲ್ಪೀನ್ ? ನಿನ್ನ ತಂದೆಯ ಕಸುಬೇನು ?''

''ಬಾಗಿಲು ಕಾಯುವವನು, ನನ್ನೊಡತಿ !''

''ಹೌದೌದು ! ಆ ಡಮರು ಬಾರಿಸುವ ಆಸಾಮಿ.''

...ಜಹಗೀರುದಾರ ದನಿಗೂಡಿಸಿದ. ಅವನ ಮುಖದ ಮೇಲೆ ಒಂದು ಮಂದಹಾಸ ಸುಳಿಯಿತು.

''ಹೋಗು ಪಕ್ಕದ ಕೋಣೆಯಲ್ಲಿರು. ನಾನು ಬರ್ತೀನಿ.''

ಜಹಗೀರುದಾರಿಣಿ ಆ ಹುಡುಗಿಗೆ ಹೇಳಿದಳು. ಅವಳು ಹೊರಟು ಹೋದ ಮೇಲೆ ಆಕೆ ತನ್ನ ಗಂಡನ ಕಡೆ ತಿರುಗಿ ಕೇಳಿದಳು :

''ಬಲು ಚೆಲುವಾದ ಹುಡುಗಿ. ನಿಮಗೇನನಿಸುತ್ತೆ ?''

''ಅದ್ಸರಿ. ಅದು ಅವರವರ ಅಭಿರುಚಿಗೆ ತಕ್ಕ ಮಾತು !''

''ನಾನು ಹೇಳ್ತೇನೆ ಎಂಥ ಸೌಂದರ್ಯ ! ಅಪರೂಪವಾದ ಮೈಮಾಟ. ಮನಸೆಳೆಯುವಂಥ ಮುಖಲಕ್ಷಣ ಹಾಗಿದ್ದರೂ ಎಷ್ಟೊಂದು ನಮ್ರತೆ ! ಒಂದಿಷ್ಟೂ ಜಂಬವಿಲ್ಲ.''

''ಆ ನಿನ್ನ ಪುಟ್ಟ ಪುತ್ಥಳಿಗೊಬ್ಬಳು ಸವತಿ ಹುಟ್ಟಿಕೊಂಡಹಾಗಿದೆ.''

''ನಿಮ್ಮ ಕುಚೇಷ್ಟೆ ಹಾಗಿರಲಿ. ಅವಳಿಗೆ ತರಬೇತಿ ಕೊಟ್ಟು ನನ್ನ ಖಾಸಾ ಸೇವಕಿಯಾಗಿ ಮಾಡಿಕೊಂಡರೆ ಹೇಗಿರುತ್ತೆ ? ನಮ್ಮ ಮನೆಯಲ್ಲಿ ಕೆಲಸಕ್ಕೆ ಸೇರಿಸಿಕೊಳ್ಳೋಣ. ಈ ಬಗ್ಗೆ ನಿಮ್ಮ ಅಭಿಪ್ರಾಯವೇನು ?''

ಆತ ಆಕಳಿಸುತ್ತ ನುಡಿದ :

''ನಿಜವಾಗಿ ಹೇಳೋದಾದರೆ ನಿನ್ನ ಖಯಾಲಿಗಳು ಬಲು ವಿಚಿತ್ರ... ಒಮ್ಮೊಮ್ಮೆ ಒಂದೊಂದು ತರಹ.''

ತನ್ನ ಖಯಾಲಿಯನ್ನು ಪೂರೈಸಲು ಜಹಗೀರುದಾರಿಣಿ ತುಂಬ ಮುತುವರ್ಜಿಯಿಂದ ಕಾರ್ಯೋನ್ಮುಖಳಾದಳು. ತಕ್ಷಣವೇ ಆ ಹುಡುಗಿಯನ್ನು ಕರೆದು ವಿಚಾರಿಸಿದಳು – ತನ್ನ ಜೊತೆ ನಗರಕ್ಕೆ ಬರಲು ಅವಳಿಗೆ ಇಷ್ಟವಿದೆಯೇ ಎಂದು. ಅವಳ ಉತ್ತರಕ್ಕೂ ಕಾಯದೆ, ಕೂಡಲೇ ಅವಳನ್ನು ತನ್ನ ಗೃಹ ಸೇವೆಯಲ್ಲಿ ನೇಮಿಸಿಕೊಂಡಳು. ಅವಳಿಗೆ 'ಮಾರಿಯೆಟ್' ಎಂದು ಹೊಸ ಹೆಸರಿಟ್ಟಳು. ಶ್ರೀಮಂತ ಒಡತಿಯೊಬ್ಬಳ ಖಾಸಾ ಸೇವಕಿಯ ಸ್ಥಾನಮಾನಗಳನ್ನು ಅವಳಿಗೆ ವರ್ಣಮಯವಾಗಿ ಬಣ್ಣಿಸಿದಳು. ಕೊನೆಯಲ್ಲಿ ಸ್ವಲ್ಪ ಸವೆದುಹೋಗಿದ್ದ ತನ್ನ ಒಂದು ಜತೆ ಚಪ್ಪಲಿಗಳನ್ನೂ, ಮನೆಯಲ್ಲಿ ಹಾಕಿಕೊಳ್ಳಲೆಂದು ವಯ್ಯಾರದ ಒಂದು ಟೋಪಿಯನ್ನೂ ಅವಳಿಗೆ ಬಹುಮಾನವಾಗಿ ಕೊಟ್ಟಳು.

ಮಾರಿಯಂಕಾ ಈ ಮಹತ್ವದ ಸುದ್ದಿಯನ್ನು ತಂದಾಗ ಮುದುಕ ಫೋಲ್ಬೀನ್ ಸಂತೋಷಾಶ್ಚರ್ಯಗಳಿಂದ ನಿಶ್ಚೇಷ್ಟಿತನಾದ. ಇಡೀ ಫೋಲ್ಬೀನ್ ಕುಟುಂಬವೇ ಹೆಮ್ಮೆಪಡುತ್ತಿದ್ದ, ಧಣಿಯ ಬಳಿ ಡವಾಲಿ ಸೇವಕನಾಗಿದ್ದ ತನ್ನ ಪೂರ್ವಜನೊಬ್ಬನ ವಿರಳಪಂಕ್ತಿಗೆ ವಿಧಿಯ ಕೈವಾಡ ತನ್ನ ಮಗಳನ್ನೂ ಸೇರಿಸಬಹುದೆಂದು ಅವನು ಕನಸು-ಮನಸಿನಲ್ಲೂ ಊಹಿಸಿರಲಿಲ್ಲ. ಡಮರುವಿನ ಕಹಿ ಪ್ರಸಂಗವನ್ನು ಅವನು ತಕ್ಷಣ ಮರೆತುಬಿಟ್ಟ. ಅವನ ನಡಿಗೆ ಹೆಚ್ಚು ದೃಢವಾಯಿತು. ಅವನ ಕಣ್ಣುಗಳು ಯುವಕನ ಕಣ್ಣುಗಳಂತೆ ಹೊಳೆಯತೊಡಗಿದವು.

ಅನೇಕ ದಿನಗಳು ಉರುಳಿದವು. ಜಹಗೀರುದಾರಿಣಿ ಹಳ್ಳಿಗಾಡಿನ ಸುಖೋಲ್ಲಾಸಗಳ ಬಗ್ಗೆ ಇನ್ನೂ ಉತ್ಸಾಹಭರಿತಳಾಗಿಯೇ ಇದ್ದಳು. ಮಾರಿಯೆಟ್‌ಳನ್ನು ತನ್ನ ಆಪ್ತ ಸೇವಕಿಯನ್ನಾಗಿ ಮಾಡಲು ಬೇಕಾದ ಶಿಕ್ಷಣ ಕೊಡುವುದರಲ್ಲಿ ಆಕೆ ತುಂಬಾ ಉತ್ಸುಕತೆಯಿಂದ ಮಗ್ನಳಾದಳು. ಅನೇಕ ವೇಳೆ ಮಾರಿಯಾಟ್ ವಯ್ಯಾರದ ಟೊಪ್ಪಿಯನ್ನು ಧರಿಸಿ, ಧೂಳು ಜಾಡಿಸಲು ಒಡತಿ ಅವಳಿಗೆಂದು ತಂದುಕೊಟ್ಟಿದ್ದ ಬಣ್ಣ ಬಣ್ಣದ ಗರಿಗಳ ಒಂದು ಗುಚ್ಚವನ್ನು ತನ್ನ ಮೃದು ಹಸ್ತದಲ್ಲಿ ಹಿಡಿದು ಕನ್ನಡಿಯೆದುರು ನಿಲ್ಲುತ್ತಿದ್ದಳು. ಇನ್ನು ಕೆಲವು ಸಲ ಆಕೆ ಗಿಡ್ಡ ಸ್ಟೂಲಿನ ಮೇಲೆ ಕುಳಿತು ದೂರದ ಸುಂದರ ಲೋಕದ ಕನಸು ಕಾಣುತ್ತಿದ್ದಳು. ತನ್ನ ಕಲ್ಪನಾ ಸಾಮ್ರಾಜ್ಯದಲ್ಲಿ ದೊಡ್ಡ ದೊಡ್ಡ ಕಟ್ಟಡಗಳು, ಚೆಲುವಾಗಿ ಉಡುಪು ಧರಿಸಿದ ಜನರು, ವೈಭವಪೂರಿತ ವಾಹನಗಳನ್ನು ಚಿತ್ರಿಸಿಕೊಳ್ಳುತ್ತಿದ್ದಳು. ಆಗಾಗ ಮುಖವನ್ನು ಎರಡು ಕೈಗಳಲ್ಲೂ ಮುಚ್ಚಿಕೊಂಡು ದೀರ್ಘಾಲೋಚನೆಯಲ್ಲಿ ತನ್ನನ್ನು ತಾನೇ ಮರೆಯುತ್ತಿದ್ದಳು. ಜಹಗೀರುದಾರ ಆರಾಮ ಕುರ್ಚಿಯಲ್ಲಿ ಅಲಸಿಗನಂತೆ ಕುಳಿತು ಧೂಮಪಾನ ಮಾಡುತ್ತ ಆಕಳಿಸುತ್ತಿದ್ದ. ಪಾರುಪತ್ಯಗಾರ ಮತ್ತು ಅವನ ಹೆಂಡತಿ, ಮನೆಗೆ ಬಂದಿಳಿದಿದ್ದ ಘನ ಅತಿಥಿಗಳ ಬಗ್ಗೆ ಮೊದಲು ಇದ್ದ ಭಯ

ಆತಂಕಗಳನ್ನು ನಿವಾರಿಸಿಕೊಂಡಿದ್ದರು. ಬೆರುಷ್ಕಾನಂತೂ ಕೆಂಪು ಡವಾಲಿ ಆಳಿನ ಜೊತೆ ಆತ್ಮೀಯತೆ ಬೆಳೆಸಿಕೊಂಡು, ಅವನೊಟ್ಟಿಗೆ ಆಫೀಸು ಕೋಣೆಯ ಬಾಗಿಲು ಮುಚ್ಚಿ ಒಳಗೆ ಕುಳಿತು ಹೊಗೆಪೈಪು ಎಳೆಯುತ್ತಾ '26'ರ ಆಟ ಆಡುತ್ತಿದ್ದ.

ಒಂದು ಸಂಜೆ ಜಹಗೀರುದಾರಿಣಿ ಸುಂದರವಾಗಿ ರಟ್ಟು ಹಾಕಿದ ತನ್ನ 'ಬರ್ನ್ಸ್' ಕವನ ಸಂಪುಟವನ್ನು ಕೈಯಲ್ಲಿ ಹಿಡಿದುಕೊಂಡು ಉದ್ಯಾನವನದ ಲತಾಗೃಹವನ್ನು ಪ್ರವೇಶಿಸಿದಳು. ಅಲ್ಲಿಂದ ದೂರದ ಸುಂದರ ದೃಶ್ಯಗಳು ಕಾಣಿಸುತ್ತಿದ್ದವು ಕೋಟೆ ಮನೆಯ ಆಸುಪಾಸಿನಲ್ಲಿ ಹಲವು ದಿನ ಸಂಜೆ ಪ್ರತಿಧ್ವನಿಸುತ್ತಿದ್ದ ನೈಟಿಂಗೇಲ್ ಪಕ್ಷಿಯ ಗಾಯನ ಕೇಳಲು ಉತ್ಸುಕಳಾಗಿ ಆಕೆ ಕುಳಿತಿದ್ದಳು. ಜಹಗೀರುದಾರ ರೊಣಪ ಡವಾಲಿ ಸೇವಕನನ್ನು ಕರೆದು ಟೀಕಿಸಿ ಅವನು ತನ್ನ ಬೊಜ್ಜನ್ನು ಕರಗಿಸಲು ಹೊಲದ ಸುತ್ತ ಓಡಾಡಿಬರಬೇಕೆಂದು ಆಜ್ಞಾಪಿಸಿ ಅವನನ್ನು ಅಲ್ಲಿಂದ ಹೊರಕ್ಕೆ ಅಟ್ಟಿದ. ಪಾರುಪತ್ಯಗಾರ ಮತ್ತು ಅವನ ಹೆಂಡತಿ ಬಾಗಿಲು ಹಾಕಿಕೊಂಡು ಹಣ್ಣುಗಳನ್ನು ಚೀಲದಲ್ಲಿ ಕಟ್ಟಿಡುತ್ತಿದ್ದರು. ಮಿಲಾನಿಗೆ ಹಲ್ಲುನೋವು ಬಂದಿತ್ತು.

ಇಂಥ ಸುಂದರ ಪ್ರಶಾಂತ ಸಮಯದಲ್ಲಿ ಮುದುಕ ಫೋಲ್ಪೀನ್‌ಗೆ ಒಂದು ಯೋಚನೆ ಬಂತು – ಮಾರಿಯಂಕಾ ಧಣಿಗಳ ಕೋಣೆಯಲ್ಲಿ ಇವತ್ತು ನಿತ್ಯಕ್ಕಿಂತ ಹೆಚ್ಚು ಕಾಲ ಕಳೆಯುತ್ತಿದ್ದಾಳೆ ಎಂದು. ಆ ಯೋಚನೆಯನ್ನು ತಲೆಯಿಂದ ಕೊಡವಿಹಾಕಲು ಆತ ಪ್ರಯತ್ನಿಸಿದ. ಆದರೆ ಅದು ಕೂಡಲೇ ಹಿಂತಿರುಗಿತು. ಕ್ಷಣ ಕ್ಷಣಕ್ಕೂ ಈ ಯೋಚನೆ ಹೆಚ್ಚು ಹೆಚ್ಚಾಗಿ ಅವನ ಮನಸ್ಸನ್ನು ಕೊರೆಯತೊಡಗಿತು. ತನ್ನ ಮೀಸೆಯ ಸಂದಿಯಲ್ಲಿ ಆತ ಗುರುಗುಟ್ಟಿದ :

''ಇಷ್ಟು ಹೊತ್ತು ಅವಳು ಅಲ್ಲಿ ಏನು ಮಾಡುತ್ತಿದ್ದಾಳೆ ? ಒಡತಿ ಸಹ ಮನೆಯಲ್ಲಿ ಇಲ್ಲ''. ಅನೈಚ್ಛಿಕವಾಗಿ ಅವನು ಜಗಲಿಯೊಳಕ್ಕೆ ಪ್ರವೇಶಿಸಿ ಮಹಡಿ ಮೇಲಿನ ಸಪ್ಪಳಗಳನ್ನು ಕಿವಿಗೊಟ್ಟು ಆಲಿಸುತ್ತಾ ಸ್ವಲ್ಪಹೊತ್ತು ತಿರುಗಾಡಿದ. ಅನಂತರ ಯಾವುದೋ ಅದಮ್ಯ ಶಕ್ತಿಯಿಂದ ಪ್ರೇರಿತನಾಗಿ ಮೆಟ್ಟಲುಗಳನ್ನು ಹತ್ತುವಷ್ಟು ಧೈರ್ಯ ಮಾಡಿದ. ತುದಿಗಾಲಿನಲ್ಲಿ ನಡೆಯುತ್ತ ಮೊದಲನೆಯ ಮಹಡಿಯ ಮೊಗಸಾಲೆಗೆ ಬಂದ. ಡವಾಲಿ ಸೇವಕನ ಬಾಗಿಲ ಬಳಿ ನುಸಿದು ಮೆಲ್ಲನೆ ಅದರ ಹಿಡಿಗುಬಟನ್ನು ಒತ್ತಿದ. ಬಾಗಿಲು ಮುಚ್ಚಿತ್ತು. ಬಳಿಕ ದಿವಾನ ಖಾನೆಯ ಬಾಗಿಲ ಬಳಿಗೆ ಆತ ತೆವಳಿಕೊಂಡು ಹೋದ. ಇದ್ದಕ್ಕಿದ್ದಹಾಗೆ ಅವನು ಸುಮ್ಮನೆ ನಿಂತ. ಒಳಗಿನಿಂದ ಯಾವುದೋ ಧ್ವನಿ ಕೇಳಿಸಿತು – ಜಹಗೀರುದಾರನ ಧ್ವನಿ. ಸ್ಪಷ್ಟವಾಗಿ ಈ ಮಾತುಗಳು ಅವನ ಕಿವಿಗಳಿಗೆ ಬಿದ್ದುವು :

''ಸಣ್ಣ ಮಗುವಿನ ಹಾಗೆ ಆಡಬೇಡ ! ಹುಚ್ಚು ಹುಚ್ಚು ಕಲ್ಪನೆಗಳು ! ಈ ಪ್ರಪಂಚ ಅನ್ನೋದು ನಿನ್ನ ಹುಂಬ ತಂದೆ - ತಾಯಿಗಳು, ಪಾದ್ರಿಗಳು ನಿನ್ನ ಮನಸ್ಸಿನಲ್ಲಿ ಮೂಡಿಸಿರೋ ಚಿತ್ರದ ಹಾಗಿಲ್ಲ. ನಾನು ನಿನ್ನನ್ನು ಸುಖವಾಗಿಟ್ಟುಕೊಳ್ತೇನೆ. ನೀನು ಏನನ್ನು ಬಯಸಿದರೂ ಅದು ನಿನ್ನ ವಶವಾಗುವಂತೆ ನೋಡಿಕೊಳ್ತೇನೆ – ಸೊಗಸಾದ ಬಟ್ಟೆ ಬರೆ, ಆಭರಣಗಳು, ಹಣ ಎಲ್ಲವನ್ನೂ ಕೊಡ್ತೇನೆ. ನಿಮ್ಮಪ್ಪನನ್ನು ಬಟ್ಲರ್ ಮಾಡ್ತೇನೆ. ಪಾರುಪತ್ಯಗಾರನ ಕೆಲಸ ಕೊಡಿಸ್ತೇನೆ, ಬೇಕೆಂದರೆ ಇನ್ನೂ ದೊಡ್ಡ ಪದವಿಗೆ ಏರಿಸ್ತೇನೆ, ನಿನ್ನನ್ನೂ ಸಹ ಪಟ್ಟಣಕ್ಕೆ ಕರಕೊಂಡು ಹೋಗ್ತೇನೆ. ನೋಡು, ನನ್ನ ಪುಟ್ಟ ಪಾರಿವಾಳ ನಾಚಿಕೆಪಡ್ಬೇಡ, ನಿನ್ನ ಬೊಗಸೆ ಕಣ್ಣುಗಳನ್ನು ಸ್ವಲ್ಪ ಮೇಲೆತ್ತು. ಓ ಭಗವಂತ ! ಇಂಥ ಸುಂದರ ಕಣ್ಣುಗಳನ್ನು ನಾನು ನೋಡಿಯೇ ಇರಲಿಲ್ಲ!''

ಫೋಲ್ಪೀನ್ ಸಿಡಿಲೆರಗಿದವನಂತೆ ನಿಂತ. ಅವನ ಮುಖ ಒಮ್ಮೆಲೆ ರಕ್ತಹೀನವಾಗಿ ವಿವರ್ಣ ವಾಯಿತು. ಭೀತಿ - ಬೆದರಿಕೆಗಳು ಮುಖದ ಮೇಲೆ ಮಡುಗಟ್ಟಿ ನಿಂತಿದ್ದವು. ಆತ ಕೀಲಿಕಂಡಿಯಲ್ಲಿ

ಬಗ್ಗಿ ನೋಡಿದ. ಒಳಗಡೆ ಸಂಪೂರ್ಣ ಮಾರ್ಪಾಡಾಗಿ ನಿಂತಿದ್ದ ಜಹಗೀರುದಾರನನ್ನು ಕಂಡ. ನಸು ಬಿಳಿಚಿಕೊಂಡಿದ್ದ ಅವನ ಸುಲಕ್ಷಣ ಮುಖದಲ್ಲಿ ನಿದ್ರೆಯ ಚಿಹ್ನೆ ಕಿಂಚಿತ್ತೂ ಇರಲಿಲ್ಲ. ಅವನ ತೆಳ್ಳನೆಯ, ಶೀವಿಯ ಹುಬ್ಬುಗಳ ಕೆಳಗೆ ಕಪ್ಪು ಛಾಯೆಯ ಕಣ್ಣುಗಳು ಕಾಮೋದ್ದೀಪನೆಯಿಂದ ಮಿಂಚುತ್ತಿದ್ದವು. ಲಜ್ಜೆಯಿಂದ ಕೆಂಪಡರಿ ಬಿಸುಪೇರಿದ ಮಾರಿಯಂಕಾಳ ರಮಣೀಯ ಮುಖವನ್ನು ಅವನು ಗಲ್ಲ ಹಿಡಿದೆತ್ತಿ, ಏರಿಳಿಯುತ್ತಿದ್ದ ಅವಳ ವಕ್ಷಸ್ಥಲವನ್ನು ಕಾಮಾಸಕ್ತಿಯಿಂದ ದಿಟ್ಟಿಸಿ ನೋಡುತ್ತಿದ್ದ. ಅವಳ ಕಣ್ಣುಗಳು ನೆಲವನ್ನು ನೋಡುತ್ತಿದ್ದು ಒಂದು ಕೈಯಲ್ಲಿ ಪುಟಾಣಿ ಪ್ರತಿಮೆಯನ್ನೂ, ಇನ್ನೊಂದು ಕೈಯಲ್ಲಿ ಬಣ್ಣದ ಗರಿಗಳ ಗುಚ್ಛವನ್ನೂ ಅವಳು ಹಿಡಿದಿದ್ದಳು.

ನರೆತ ತನ್ನ ತಲೆಯ ಮೇಲೆ ಫೋಲ್ಬೀನ್ ತನ್ನ ಕೈಗಳನ್ನಿಟ್ಟ. ಸಂಕಟದಿಂದ ಅವನ ಕುತ್ತಿಗೆ ಉಬ್ಬಿ ಬಂತು. ಅವನ ತಲೆಯೊಳಗೆ ಭಯಂಕರ ಯೋಚನೆಗಳ ಸುಳಿ ನುಗ್ಗಿ ಹೋಯಿತು. ಅಷ್ಟು ಹೊತ್ತಿಗೇ ಅವನ ಕೈ ಬಾಗಿಲಿನ ಹಿಡಿಗುಬಟದ ಮೇಲೆ ಸರಿದಿತ್ತು. ಆದರೆ ತಕ್ಷಣ ಆತ ಕೈಕೊಡವಿಕೊಂಡ. ಛೇ, ಬೇಡ! ಮಾರಿಯಂಕಾಳ ತಂದೆ ತನ್ನ ಮಾತುಗಳನ್ನು ಕೇಳಿಸಿಕೊಂಡ ಅಂತ ಜಹಗೀರುದಾರನಿಗೆ ಗೊತ್ತಾಗುವುದೆಂದರೆ! ಹೇಸಿಗೆಯ ಕೆಲಸದಲ್ಲಿ ತೊಡಗಿರುವಾಗ ತನ್ನ ಸೇವಕನ ಕೈಗೆ ಸಿಕ್ಕಿಬಿದ್ದು ಅವನು ನಾಚಿ ತಲೆ ತಗ್ಗಿ ನಿಲ್ಲುವಂತೆ ಮಾಡುವುದೇ? ಛೇ! ಅದು ಸಲ್ಲದು! ಫೋಲ್ಬೀನ್‌ನ ಆಜನ್ಮಸಿದ್ಧ ಸ್ವಾಮಿ ಭಕ್ತಿಯೆಲ್ಲವೂ ಸಿಡಿದೆದ್ದು ಪ್ರತಿಭಟಿಸಿತು. ಆದರೆ ಅವನು ಈಗ ಏನು ಮಾಡಬೇಕು?

ಡವಾಲಿ ಸೇವಕ ಆಫೀಸಿನಲ್ಲಿದ್ದ. ಅವನನ್ನು ಯಾವುದೋ ನೆಪದಿಂದ ಮಹಡಿ ಮೇಲಕ್ಕೆ ಕಳುಹಿಸಬೇಕು. ಆ ಯೋಚನೆ ಬಂದ ಕೂಡಲೇ ಅವನು ಕೆಳಕ್ಕೆ ಧಾವಿಸಿದ. ಆದರೆ ಆಫೀಸು ಕೋಣೆ ಮುಚ್ಚಿದ್ದು ಒಳಗಡೆ ಸ್ಮಶಾನ ಮೌನವಿತ್ತು. ಸ್ವಲ್ಪ ಹೊತ್ತಿನ ಹಿಂದೆ ಒಳಗೆ ಕುಳಿತು ಇಸ್ಪೀಟು ಆಡುತ್ತಿದ್ದ ಬೆರುಷ್ಕಾ ಮತ್ತು ಡವಾಲಿ ಸೇವಕ ಮನೆಯಲ್ಲಿರಲಿಲ್ಲ. ಒಬ್ಬ ಅಂಗಳದಲ್ಲಿದ್ದ– ಇನ್ನೊಬ್ಬ ಬೊಜ್ಜು ಕರಗಿಸುವ ವ್ಯಾಯಾಮಕ್ಕಾಗಿ ಗಾಳಿ ಸವಾರಿ ಹೊರಟಿದ್ದ.

ಹತಾಶನಾಗಿ ಫೋಲ್ಬೀನ್ ಮೊಗಸಾಲೆಗೆ ಓಡಿದ. ಜೈಲು ಕೋಣೆಯ ಮುಂದೆ ಥಕ್ಕನೆ ನಿಂತ. ಒಂದು ಕ್ಷಣ ನಿಂತ, ಅಷ್ಟೇ. ಮರು ನಿಮಿಷವೇ ಬಾಗಿಲನ್ನು ಒದ್ದು ಒಳಕ್ಕೆ ನುಗ್ಗಿ ಅಲ್ಲಿ ನೇತುಹಾಕಿದ್ದ ಬೃಹದಾಕಾರದ ಡಮರುವನ್ನು ಎತ್ತಿಕೊಂಡು ಹೆಗಲಮೇಲೇರಿಸಿ ಮನೆಯ ಮುಂದಣ ಒಳ ರಸ್ತೆಗೆ ಓಡಿದ. ಡಮರು ಕೋಲನ್ನು ಹುಚ್ಚು ಹುಚ್ಚಾಗಿ ಬೀಸಿದ, ತಲೆ ಬಗ್ಗಿಸಿದ. ಆಮೇಲೆ ಕಿವಿ ಕಿವುಡಾಗುವಂಥ 'ರಟ–ರಟ' ಶಬ್ದ ಹೊಳಲಿಟ್ಟಿತು. ಹಣೆಯ ಮೇಲೆ ಬೆವರ ಹನಿಗಳು ಸಾಲಿಡುವವರೆಗೆ ಆತ ಡಮರುವನ್ನು ಬಾರಿಸಿದ.

ರಟರಟ ಶಬ್ದ ಕೇಳಿದ ಪಾರುಪತ್ಯಗಾರನ ಮುಖ ಮೃತ್ಯುವಿನ ಹಾಗೆ ಬಿಳುಪೇರಿತು. ''ದೇವರಾಣೆಗೂ, ಫೋಲ್ಬೀನ್‌ಗೆ ಹುಚ್ಚು ಹಿಡಿದಿದೆ'' ಎಂದು ಅರಚಿ ಆತ ಒಳರಸ್ತೆಯ ಕಡೆಗೆ ಹಾರಿ ಬಂದ. ಅಲ್ಲಿ ಬೆರುಷ್ಕಾ ಒಂದು ಕೈಯಲ್ಲಿ ಇಸ್ಪೀಟು ಬಣ್ಣದ ಎಲೆಗಳನ್ನು ಹಿಡಿದಿದ್ದ– ಇನ್ನೊಂದು ಕೈ ಹೇಳದೆ ಕೇಳದೆ ಡಮರು ಬಾರಿಸಲು ತೊಡಗಿದ್ದ ಫೋಲ್ಬೀನ್‌ನ ಕತ್ತು ಪಟ್ಟಿಯ ಮೇಲಿತ್ತು.

''ನಿನಗೆ ಏನಾಗಿದೆ? ಕುಡಿದು ಅಮಲೇರಿದೆಯೇ?'' ಎಂದು ಗುಮಾಸ್ತೆ ಬೊಬ್ಬೆ ಹಾಕಿದ.

ಫೋಲ್ಬೀನ್ ಮೊಂಡತನದಿಂದ ತನ್ನ ಡಮರು ವಾದನವನ್ನು ಮುಂದುವರಿಸಿದ. ಮುಚ್ಚಂಜೆಯ ಮಬ್ಬಿನಲ್ಲಿ ಎಲ್ಲ ದಿಕ್ಕುಗಳಿಂದಲೂ ಜನರ ಆಕೃತಿಗಳು ಅತ್ತ ಧಾವಿಸತೊಡಗಿದವು.

ಬೆರುಷ್ಕಾನ ಸಹಾಯಕ್ಕೆ ಪಾರುಪತ್ಯಗಾರನೂ ಬಂದ. ''ನಿಲ್ಲಿಸೋ, ಹುಚ್ಚು ಮುಂಡೇ

ಮಗನೆ !'' ಎಂದು ಕಿರಿಚಿ, ಫೋಲ್ಬೀನ್‌ನ ಮೇಲೆ ಸಿಡಿದು ಎಗರಿ ಅವನೆಂದ :

''ಜಹಗೀರುದಾರರು ಆಗಲೇ ನಿದ್ದೆಹೋಗಿದ್ದಾರೆ ಅಂತ ನಿನಗೆ ಗೊತ್ತಿಲ್ವೇನು ? ನಿನ್ನನ್ನು ಈ ಕ್ಷಣ ಕೆಲಸದಿಂದ ಒದ್ದು ಓಡಿಸ್ತೇನೆ.''

''ಓಹ್, ಅವನಷ್ಟಕ್ಕೆ ಅವನು ಕೆಲಸದಲ್ಲಿರಲಿ. ಆತ ಒಬ್ಬ ಅಮೋಘ ಡಮರು ವಾದಕ'' ಅವರ ಹಿಂಬದಿಯಿಂದ ಜಹಗೀರುದಾರನ ಸ್ವರ ಕೇಳಿ ಬಂತು. ಅನಂತರ ಶಿಳ್ಳೆ ಹಾಕುತ್ತಾ, ಕಾಲ ಮೇಲಿನ ಬೂಟುಗಳನ್ನು ತನ್ನ ಚಾಟಿಯಿಂದ ಬಡಿಯುತ್ತಾ, ಬಾಗಿ ನಮಿಸುತ್ತಿದ್ದ ಸೇವಕ ವೃಂದವನ್ನು ಹಾದು ಆತ ಮುಂದೆ ನಡೆದ. ಸಂಜೆಯ ಗಾಳಿ ಸೇವನೆಗೆ ಅವನು ಹೊರಟಿದ್ದ.

ಡಮರುವಿನ ನಿಗೂಢ ಧ್ವನಿಯಿಂದ ಆಕರ್ಷಿತಳಾದ ಜಹಗೀರುದಾರಿಣಿ ನೈಟಿಂಗೇಲ್ ಹಕ್ಕಿಗಳ ಗಾಯನ ಸಭೆಯಿಂದ ಹಿಂತಿರುಗಿ ದಿವಾನಖಾನೆಯನ್ನು ಹೊಕ್ಕಾಗ, ಕೊಠಡಿಯ ಮಧ್ಯದಲ್ಲಿ ತನ್ನ ಪುಟ್ಟ ಸುಂದರ, ಪ್ರೇಮದ ಪುತ್ಥಳಿ ಒಡೆದು ನೂರೆಂಟು ಚೂರಾಗಿ ಬಿದ್ದುದನ್ನು ಕಂಡಳು. ಆಕೆ ತಕ್ಷಣವೇ ಮಾರಿಯಂಕಾಳಿಗೆ ಹೇಳಿ ಕಳುಹಿಸಿದಳು. ಅಳುತ್ತಿದ್ದ ಅವಳ ಕಣ್ಣುಗಳಿಂದಲೇ ಅಪರಾಧಿ ಯಾರೆಂಬುದನ್ನು ಗ್ರಹಿಸಿದಳು. ಕ್ರೋಧೋನ್ಮತ್ತಳಾಗಿ ಅವಳು ಮಾರಿಯಂಕಾಳನ್ನು ಆ ಕ್ಷಣವೇ ಕೆಲಸದಿಂದ ವಜಾ ಮಾಡಿದಳು. ದೊಡ್ಡ ದೊಡ್ಡ ಕಟ್ಟಡಗಳು, ಸುಂದರ ಉಡುಪಿನ ಜನರು, ವೈಭವದ ಸುಸಜ್ಜಿತ ವಾಹನಗಳನ್ನು ಕುರಿತ ಮಾರಿಯಂಕಾಳ ಕನಸುಗಳು ಕ್ಷಣಭಂಗುರವಾದವು.

ಮಾರನೆಯ ದಿನ ಮಧ್ಯಾಹ್ನ ಫೋಲ್ಬೀನ್ ಕೋಟೆಮನೆಯ ಮುಂದೆ ನಿಂತು ರೈತರನ್ನು ಕೂಲಿ ಕೆಲಸಕ್ಕೆ ಕರೆಯಲು ಡಮರು ಬಜಾಯಿಸಿದ. ಅದೇ ಕಾಲದಲ್ಲಿ ಅವನು ಕಾಡಿನ ದಿಕ್ಕಿನತ್ತ ಇಳಿಯುವ ರಸ್ತೆಯಲ್ಲಿ ಘನತೆವೆತ್ತ ಧಣಿಗಳ ಗಾಡಿಯು ನಾಗಾಲೋಟದಿಂದ ದೂರದೂರಕ್ಕೆ ಸರಿಯುತ್ತಿರುವುದನ್ನು ಕಣ್ಣಿಟ್ಟು ನೋಡಿದ. ಗಾಡಿ ದೂರದ ಕಾಡಿನಲ್ಲಿ ಮರೆಯಾದಾಗ ಫೋಲ್ಬೀನ್ ಸಮಾಧಾನದ ನಿಟ್ಟುಸಿರುಬಿಟ್ಟ. ಡಮರು ಕೋಲುಗಳನ್ನು ಕಳಕ್ಕೆ ಹಾಕಿ ತಲೆಯಲ್ಲಾಡಿಸಿದ. ತನ್ನ ಡಮರುವಿನಂತೆ ತಾನು ಸಹ ಪ್ರಪಂಚದ ಈ ಆಧುನಿಕ ಕಾಲಕ್ಕೆ ಸೇರಿದವನಲ್ಲ ಎಂಬ ಯೋಚನೆ ಆಗ ಅವನಿಗೆ ಹೊಳೆಯಿತು.

ಆದರೆ ಹಿಂದಿನ ದಿನ ನಡೆದ ಕೋಲಾಹಲಕ್ಕೆ ಕಾರಣವೇನು ಎಂಬುದರ ಬಗ್ಗೆ ತಾನು ಸಾಯುವ ತನಕ, ಆತ ಏನು ಮಾಡಿದರೂ ಗುಟ್ಟು ಬಿಡದೆ ಮೌನವಾಗಿದ್ದ. ❍

○ ಯಾರೊಸ್ಲಾವ್ ಹಾಶೆಕ್

ಮಹಾಯುದ್ಧದಲ್ಲಿ ಶ್ವೀಕ್‌ನ ಮಧ್ಯಪ್ರವೇಶ

''ಅಂದಹಾಗೆ, ಅವರು ಫರ್ಡಿನೆಂಡ್‌ನನ್ನು ಕೊಂದು ಹಾಕಿದ್ದಾರೆ.''

ಮನೆ ಕೆಲಸದ ಹೆಂಗಸು ಶ್ವೀಕ್‌ಗೆ ಹೇಳಿದಳು.

ಶ್ವೀಕ್ ಕೆಲವು ವರ್ಷಗಳ ಹಿಂದೆ ಸೈನ್ಯದಲ್ಲಿದ್ದ. ಸೇನೆಯ ವೈದ್ಯ ಮಂಡಳಿಯು ಅವನು ಜನ್ಮತಃ ಮಾನಸಿಕ ದೌರ್ಬಲ್ಯದಿಂದ ನರಳುತ್ತಿರುವವನೆಂದು ಘೋಷಿಸಿದ್ದರಿಂದ ಶ್ವೀಕ್ ಸೈನ್ಯವನ್ನು ಬಿಡಬೇಕಾಯಿತು. ಆಮೇಲೆ ಅವನು ಹೊಟ್ಟೆಯ ಪಾಡಿಗಾಗಿ ನಾಯಿಗಳನ್ನು ಮಾರುವ ಕೆಲಸ ಹಿಡಿದಿದ್ದ. ಅವನು ಅಸಹ್ಯಕರವಾದ ಬೆರಕೆ ಜಾತಿಯ ನಾಯಿಗಳಿಗೆ ಅವು ಉತ್ತಮ ತಳಿಯವೆಂದು ಸಾಧಿಸಲು ಸುಳ್ಳು ಸಾಕ್ಷ್ಯಗಳನ್ನು ಸೃಷ್ಟಿಸುತ್ತಿದ್ದ. ಈ ಕಸುಬಿನ ಜೊತೆಗೆ ಅವನಿಗೆ ಸಂಧಿವಾತದ ರೋಗವೂ ಇತ್ತು. ಅವತ್ತು ಅವನು ಮಂಡಿ ಕೀಲುಗಳಿಗೆ ಎಣ್ಣೆ ಉಜ್ಜಿ ನೀವುತ್ತಾ ಕೂತಿದ್ದ.

ಈ ಕಾರ್ಯವನ್ನು ನಿಲ್ಲಿಸದೆ, ಕೆಲಸದವಳ ಮಾತಿಗೆ ಪ್ರತಿಯಾಗಿ ಆತ ಕೇಳಿದ :

''ಮಿಸೆಸ್ ಮುಲ್ಲರ್, ನೀನು ಹೇಳ್ತಾ ಇರೋದು ಯಾವ ಫರ್ಡಿನೆಂಡ್ ? ನನಗೆ ಇಬ್ಬರು ಫರ್ಡಿನೆಂಡ್‌ಗಳು ಗೊತ್ತು – ಅವರಲ್ಲಿ ಒಬ್ಬ ರಸಾಯನವಿಜ್ಞಾನಿ, ಪ್ರೂಶಾನ ಬಳಿ ಕೆಲಸ ಮಾಡ್ತಾನೆ – ಒಂದು ದಿನ ಅವನು ಪ್ರಮಾದವಶಾತ್ ಒಂದು ಸೀಸೆ ಕೂದಲೆಣ್ಣೆ ಕುಡಿದುಬಿಟ್ಟಿದ್ದ. ಇನ್ನೊಬ್ಬ ಆ ಫರ್ಡಿನೆಂಡ್ ಕೊಕೊಶ್ಕಾ. ಎಲ್ಲ ಕಡೆಯಿಂದಲೂ ಗೊಬ್ಬರ ಒಟ್ಟು ಮಾಡ್ಕೊಂಡ್ಬರ್ತಾನಲ್ಲಾ, ಅವನು. ಅವರಲ್ಲಿ ಯಾರು ಸತ್ತರೂ ಏನೂ ನಷ್ಟವಿಲ್ಲ.''

''ಛೇ, ಅವರಲ್ಲ, ನಾನು ಹೇಳಿದ್ದು, ಕೊನೊಪಿಶ್ತೆಯ ಯುವರಾಜ ಫರ್ಡಿನೆಂಡ್, ಗೊತ್ತಾಯಿತಾ, ಮಿಸ್ಟರ್ ಶ್ವೀಕ್ ? ಆ ಬೊಜ್ಜು ದೇಹದ ಸಾಧು ಮನುಷ್ಯ ಇದಾನಲ್ಲಾ – ಅವನು.''

''ಅಯ್ಯೋ ದೇವರೇ! ಒಳ್ಳೆ ತಮಾಷೆಯಾಯ್ತಲ್ಲಾ? ಇದು ಎಲ್ಲಿ ನಡೀತಂತೆ ?''

ಶ್ವೀಕ್ ಕೇಳಿದ.

''ಅವನನ್ನು ಸರಾಜಿವೋ ಎಂಬಲ್ಲಿ ರಿವಾಲ್ವರಿನಿಂದ

ಹೊಡೆದರಂತೆ. ಆತ, ತನ್ನ ಪತ್ನಿ ಯುವರಾಜ್ಞಿಯ ಜೊತೆ ಮೋಟಾರಿನಲ್ಲಿ ಹೋಗ್ತಾ ಇದ್ದನಂತೆ.*''

''ಏನಂದೆ, ಮೋಟಾರಿನಲ್ಲಿ? ನೋಡು, ಅವನಂಥ ಶ್ರೀಮಂತ ಮೋಟಾರು ಕಾರು ಇಟ್ಟು ಕೊಳ್ಳಬಲ್ಲ ನಿಜ. ಆದರೆ ಮೋಟಾರಿನಲ್ಲಿ ಹೋಗುವಾಗ ಇಂಥ ದುರಂತ ಸಂಭವಿಸಿಬಿಡ ಬಹುದೆಂದು ಅವನು ಯೋಚಿಸೋದೇ ಇಲ್ಲ. ಅದರಲ್ಲೂ ಮಿಸೆಸ್ ಮುಲ್ಲರ್, ನೀನು ಹೇಳ್ತಿಯೆ. ಸರಾಜಿವೋನಲ್ಲಿ ಅಂತ. ಬೊಸ್ನಿಯಕ್ಕೆ** ಸೇರಿದ ಸರಾಜಿವೋ, ಅಲ್ಲವಾ ? ನನ್ನ ಊಹೆ – ಇದು ತುರ್ಕಿ ದೇಶದವರ ಕೈವಾಡ ಅಂತ. ನಾನು ಹೇಳ್ತೇನೆ – ತುರ್ಕರ ಕೈಯಿಂದ ನಾವು ಬೊಸ್ನಿಯ ಹಾಗೂ ಹರ್ಜೆಗೋವಿನಾ ಪ್ರದೇಶಗಳನ್ನು ಕಿತ್ತುಕೊಳ್ಳಬಾರದಾಗಿತ್ತು. ನಿಜವಾದ ಸಂಗತಿ ಅದು. ಮಿಸೆಸ್ ಮುಲ್ಲರ್. ಹೋಗಲಿ ಬಿಡು – ಯುವರಾಜ ಈಗ ಇದಕ್ಕಿಂತ ಉತ್ತಮ ಲೋಕವನ್ನು ಸೇರಿದ್ದಾನೆ. ಆತ ತುಂಬ ಹೊತ್ತು ಸಂಕಟಪಟ್ಟೇನು ?''

''ಇಲ್ಲ; ಯುವರಾಜನನ್ನು ಸ್ಥಳದಲ್ಲೇ ಮುಗಿಸಿಬಿಟ್ಟರಂತೆ... ನೋಡು, ಜನರು ಈ ರಿವಾಲ್ವರುಗಳನ್ನು ಹಿಡಿದುಕೊಂಡು ಆಟ ಆಡಬಾರದು. ಅವು ಬಹಳ ಅಪಾಯದ ವಸ್ತುಗಳು. ಸ್ವಲ್ಪ ದಿನಗಳ ಹಿಂದೆ ನಮ್ಮ ಬೀದಿಯಲ್ಲಿ ಇನ್ನೊಬ್ಬ ಇದ್ದ. ಅವನು ಯಾವಾಗಲೂ ರಿವಾಲ್ವರು ಗಳನ್ನು ಹಿಡಿದುಕೊಂಡು ಕುಣಿದಾಡೋನು. ಒಂದು ಸಲ ಒಂದು ಇಡೀ ಕುಟುಂಬವನ್ನು – ಜವಾನನೂ ಸೇರಿದಂತೆ – ಗುಂಡಿನಿಂದ ಹೊಡೆದು ಕೊಂದುಬಿಟ್ಟ. ಮೂರನೆಯ ಮಹಡಿಯಲ್ಲಿ ಯಾರು ಗುಂಡು ಹಾರಿಸ್ತಿದ್ದಾರೆ ನೋಡೋಣ ಅಂತ ಆ ಜವಾನ ಹೋಗಿದ್ದ.''

''ಮಿಸೆಸ್ ಮುಲ್ಲರ್. ಕೆಲವು ರಿವಾಲ್ವರುಗಳಿವೆ – ಎಷ್ಟು ಹೆಣಗಿದರೂ ತಲೆ ಕೆಟ್ಟು ಹೋಗುವವರೆಗೆ ಒದ್ದಾಡಿದರೂ, ಅವು ಕೆಲವು ಸಲ ಹಾರೋದೇ ಇಲ್ಲ. ಅಂಥವು ಎಷ್ಟೋ ಇವೆ. ಆದರೆ ಯುವರಾಜನ ಸಲುವಾಗಿ ಅವರು ಒಳ್ಳೆಯ ರಿವಾಲ್ವರುಗಳನ್ನೇ ತಂದಿರಬೇಕು. ನಾನು ಬೇಕಾದರೆ ಪಣ ಕಟ್ತೇನೆ. ಮಿಸೆಸ್ ಮುಲ್ಲರ್ – ಗುಂಡು ಹಾರಿಸಿದವನು ತುಂಬಾ ಒಳ್ಳೆಯ ಬಟ್ಟೆ ಹಾಕಿಕೊಂಡಿರಬೇಕು, ಅಂತ. ಯಾಕೆಂದರೆ, ಒಬ್ಬ ಯುವರಾಜನನ್ನು ಗುಂಡಿನಿಂದ ಹೊಡೆಯುವಾಗ ಸ್ವಲ್ಪ ಚೆನ್ನಾಗಿ ಕಾಣಿಸ್ತಿರಬೇಕು; ಅದು, ಒಬ್ಬ ಕಳ್ಳ ಬೇಟೆಗಾರ ಬೇಟೆ ಕಾವಲಿನವನನ್ನು ಹೊಡೆದು ಹಾಕಿದ ಹಾಗಲ್ಲ, ನೋಡು. ಒಬ್ಬ ದೊಡ್ಡ ಮನುಷ್ಯನನ್ನು ಹೊಡೆಯೋದಕ್ಕೆ ಮುಂಚೆ ಅವನನ್ನು ಗುರುತಿಸ್ಬೇಕು; ಒಂದ್ವೇಳೆ ಸಾಮಾನ್ಯ ಉಡುಪು ಹಾಕಿಕೊಂಡಿದ್ದರೆ ದೊಡ್ಡ ಮನುಷ್ಯನ ಬಳಿ ಹೋಗೋದೇ ಕಷ್ಟ. ಒಂದು ಟಾಪ್ ಹ್ಯಾಟನ್ನು ಧರಿಸ್ಬೇಕು – ಇಲ್ಲದೇ ಹೋದರೆ, ಆತ ಆಚೀಚೆ ನೋಡುವಷ್ಟರಲ್ಲಿ ಪೊಲೀಸಿನವ ಅವನನ್ನು ಹಿಡಿದುಬಿಡ್ತಾನೆ, ಅ್ಹ.''

''ಮಿ. ಶ್ವೀಕ್, ಪಾತಕಿಗಳು ಬಹಳ ಜನರಿದ್ದರಂತೆ ಅಲ್ಲಿ.''

---

* ಜುಲೈ 1914ರಲ್ಲಿ ನಡೆದ ಈ ಘಟನೆ ಮೊದಲನೇ ಮಹಾಯುದ್ಧಕ್ಕೆ (1914–18) ನಾಂದಿಯಾಯಿತು.

** ಪ್ರಥಮ ಲೋಕ ಮಹಾಯುದ್ಧ ಸಂಭವಿಸಿದ ಕಾಲದಲ್ಲಿ ಯೂರೋಪಿನ ರಾಜಕೀಯ ನಕಾಶೆ ಈಗ ಇರುವುದಕ್ಕಿಂತ ಭಿನ್ನವಾಗಿತ್ತು. ಬೊಸ್ನಿಯ - ಹರ್ಜೆಗೋವಿನಾ ಪ್ರದೇಶಗಳು ಮೊದಲು ಟರ್ಕರ ಅಧೀನ ದಲ್ಲಿದ್ದುವು. ಬಳಿಕ ಆಸ್ಟ್ರಿಯದ ವಸಾಹತುಗಳಾದವು. ಯುದ್ಧಾಂತ್ಯದಲ್ಲಿ ಈ ಪ್ರದೇಶಗಳು ಯುಗೋಸ್ಲಾವಿಯದ ಭಾಗಗಳಾದವು. 1946ರಲ್ಲಿ ಎರಡನೇ ಮಹಾಯುದ್ಧದ ಬಳಿಕ, ಸಂಯುಕ್ತ ಗಣರಾಜ್ಯವಾದ ಯುಗೋಸ್ಲಾವಿಯದಲ್ಲಿ ಬೊಸ್ನಿಯಾ - ಹರ್ಜೆಗೋವಿನಾ ಪ್ರಮುಖ ಗಣರಾಜ್ಯವಾಯಿತು.

ಮಂಡಿ ಉಜ್ಜುವುದನ್ನು ಮುಕ್ತಾಯಗೊಳಿಸುತ್ತಾ ಶ್ವೀಕ್ ಹೇಳಿದ : ''ಹೌದು, ಅದು ನಿಜ, ಮಿಸೆಸ್ ಮುಲ್ಲರ್. ಯಾಕೇಂದ್ರೆ ಒಬ್ಬ ವ್ಯಕ್ತಿಗೆ ಯುವರಾಜನನ್ನೋ ಚಕ್ರವರ್ತಿಯನ್ನೋ ಕೊಲ್ಲಬೇಕು ಅಂತ ಇದ್ದರೆ, ಆತ ಅದರ ಬಗ್ಗೆ ಇನ್ನು ಯಾರ ಜೊತೆಯಲ್ಲಾದರೂ ಚರ್ಚೆ ಮಾಡ್ತಾನೆ. ಈ ವಿಷಯಗಳಲ್ಲಿ ಒಂದು ತಲೆಗಿಂತ ಎರಡು ತಲೆಗಳಿದ್ದರೆ ವಾಸಿ. ಪ್ರತಿಯೊಬ್ಬನೂ ಸ್ವಲ್ಪ ಸ್ವಲ್ಪ ಸಲಹೆ ಕೊಟ್ಟರೆ ಕೆಲಸ ಸುಲಲಿತವಾಗಿ ನಡೆದುಹೋಗುತ್ತೆ – ಆ ಸ್ತೋತ್ರದಲ್ಲಿ ಹೇಳ್ತಾರಲ್ಲಾ ಹಾಗೆ. ಮುಖ್ಯ ವಿಷಯವೆಂದರೆ, ಹಂತಕ ಯಾರನ್ನು ಕೊಲ್ಲಬೇಕು ಅಂತ ಇದ್ದಾನೋ ಆ ವ್ಯಕ್ತಿ ತನ್ನ ಮುಂದೆ ಸವಾರಿ ಮಾಡ್ತಾ ಬರೋ ತನಕ ಆತ ಎಚ್ಚರಿಕೆಯಿಂದ ಇರ್ಬೇಕು... ಆದರೆ ಹೀಗೆ ಸಾಯಿಸಿಕೊಳ್ಳೋಕೆ ತಮ್ಮ ಸರದಿಗಾಗಿ ಇನ್ನೂ ಬಹಳಷ್ಟು ಮಂದಿ ಕಾಯ್ತಾ ಇದ್ದಾರೆ. ಮಿಸೆಸ್ ಮುಲ್ಲರ್, ನನ್ನ ಮಾತನ್ನು ಬರೆದಿಟ್ಟುಕೋ. ರಷ್ಯಾದ ಜಾರ್ ಮತ್ತು ಜರೀನಾ ಒಂದು ದಿನ ಹೀಗೆ ಹಂತಕರಿಗೆ ಬಲಿಯಾಗ್ತಾರೆ, ನೋಡು... ನಮ್ಮ ಚಕ್ರವರ್ತಿಯನ್ನು ಸಹ ಅವರು ಮುಗಿಸಬಹುದು. (ದೇವರ ದಯದಿಂದ ಹಾಗೆ ಆಗದಿರ್ಲಿ) – ಆ ಮುದುಕನಿಗೆ ಬಹಳ ಜನ ಶತ್ರುಗಳಿದ್ದಾರೆ. ಆ ಫರ್ಡಿನೆಂಡ್‌ಗಿಂತಲೂ ಹೆಚ್ಚು. ಈಗ ಸ್ವಲ್ಪ ಹೊತ್ತಿನ ಹಿಂದೆ ಒಬ್ಬ ಗೃಹಸ್ಥ ಸೆಲೂನ್ ಬಾರ್‌ನಲ್ಲಿ ಹೇಳ್ತಾ ಇದ್ದ – ಮುಂದೆ ಈ ಚಕ್ರವರ್ತಿಗಳೆಲ್ಲರನ್ನೂ ಒಬ್ಬರಾದ ಮೇಲೊಬ್ಬರಂತೆ ಎಗರಿಸುವ ದಿನ ಬರ್ಬಹುದು. ಅವರ ದೊಡ್ಡಸ್ತಿಕೆ – ಜಬರುದಸ್ತು ಯಾವುದೂ ಅವರನ್ನು ಕಾಪಾಡೋದಿಲ್ಲ ಅಂತ. ಅವನ ಬಳಿ ತನ್ನ ಪಾನೀಯಗಳಿಗೆ ಕೊಡುವಷ್ಟು ಸಹ ಹಣ ಇರಲಿಲ್ಲ. ಬಾರಿನ ಯಜಮಾನ ಅವನನ್ನು ಪೊಲೀಸಿನವರಿಗೆ ಹಿಡಿದುಕೊಡಬೇಕಾಗಿ ಬಂತು. ಅವನು ಬಾರಿನ ಒಡೆಯನ ದವಡೆಗೆ ಒಂದೇಟನ್ನೂ ಪೊಲೀಸಿನವನ ಕೆನ್ನೆಗೆ ಎರಡೇಟುಗಳನ್ನೂ ಬಿಗಿದ. ಆಗ ಅವನಿಗೆ ಬುದ್ಧಿ ಕಲಿಸೋದಕ್ಕೆ ಅವನನ್ನು ಕೈಕಾಲು ಕಟ್ಟಿ ಪೊಲೀಸ್ ವ್ಯಾನ್‌ನಲ್ಲಿ ಕೆಡವಬೇಕಾಯಿತು. ಹೌದು ಮಿಸೆಸ್ ಮುಲ್ಲರ್. ಈಗಿನ ಕಾಲದಲ್ಲಿ ಎಂತೆಂಥ ವಿಚಿತ್ರಗಳು ನಡೀತವೆ ಅಂತ! ನಾನು ಸೈನ್ಯದಲ್ಲಿದ್ದಾಗ ಒಬ್ಬ ಸಾಮಾನ್ಯ ಸೈನಿಕ ಒಬ್ಬ ಕ್ಯಾಪ್ಟನ್‌ಗೆ ಗುಂಡು ಹಾರಿಸಿಬಿಟ್ಟ. ತನ್ನ ಬಂದೂಕಿಗೆ ಗುಂಡು ತುಂಬಿಸಿ ಆತ ಸಿಪಾಯಿಗೃಹದ ಆಫೀಸು ಕೋಣೆಗೆ ಹೋಗಿದ್ದ. ಅವನು ಅವನನ್ನು ಆಚೆಗೆ ಹೋಗುವಂತೆ ಹೇಳಿದರು. ಆದರೆ ಅವನು ಕ್ಯಾಪ್ಟನ್ ಜೊತೆ ತಾನು ಮಾತನಾಡಬೇಕಾಗಿದೆ ಎಂದು ಹೇಳ್ತಾನೇ ಇದ್ದ. ಸರಿ, ಕ್ಯಾಪ್ಟನ್ ಅವನನ್ನು ದಬಾಯಿಸಿ, ಸಿಪಾಯಿ ಗೃಹದಿಂದ ಸ್ವಲ್ಪ ಕಾಲ ಹೊರ ಹೋಗದಂತೆ ನಿರ್ಬಂಧಕಾಜ್ಞೆ ಜಾರಿ ಮಾಡಿದ. ಆಗ ಅವನು ಬಂದೂಕನ್ನೆತ್ತಿ ಕ್ಯಾಪ್ಟನ್‌ನ ಮೇಲೆ ಗುಂಡು ಹಾರಿಸಿದ. ಅವನ ಗುರಿ ಶುದ್ಧವಾಗಿತ್ತು. ಅವನು ಹೊಡೆದ ಗುಂಡು ಕ್ಯಾಪ್ಟನ್‌ನ ಮೈಯೊಳಗಿಂದ ಹಾದು ಈಚೆಗೆ ಬಂದು ಆ ಆಫೀಸು ಕೋಣೆಗೂ ಸ್ವಲ್ಪ ಹಾನಿ ಉಂಟುಮಾಡ್ತು. ಅದು ಒಂದು ಮಸಿ ಸೀಸೆಗೆ ತಗುಲಿ ಸೈನ್ಯದ ಕಾಗದ ಪತ್ರಗಳ ಮೇಲೆಲ್ಲಾ ಮಸಿ ಚೆಲ್ಲಿ ಹೋಯಿತು.

ಸ್ವಲ್ಪ ಹೊತ್ತಿನ ಮೇಲೆ ಶ್ವೀಕ್ ಬಟ್ಟೆ ಹಾಕಿಕೊಳ್ಳುತ್ತಿರುವಾಗ ಮಿಸೆಸ್ ಮುಲ್ಲರ್ ಕೇಳಿದಳು :

''ಆ ಸಾಮಾನ್ಯ ಸೈನಿಕನಿಗೆ ಏನಾಯಿತು ?''

ಶ್ವೀಕ್ ತನ್ನ ಬೌಲರ್ ಹ್ಯಾಟನ್ನು ಬ್ರಷ್ ಮಾಡುತ್ತಾ ಹೇಳಿದ :

''ಅವನು ಒಂದು ಷರಾಯಿ ಪಟ್ಟಿಯಿಂದ ನೇಣು ಹಾಕಿಕೊಂಡ.''

''ಆ ಷರಾಯಿ ಪಟ್ಟಿ ಅವನದು ಕೂಡ ಆಗಿರಲಿಲ್ಲ. ತನ್ನ ಷರಾಯಿ ಅಳ್ಳಕವಾಗಿ ಕೆಳಗೆ ಜಾರ್ತಿದೇಂತ ಹೇಳಿ, ಅವನು ಷರಾಯಿ ಪಟ್ಟಿಯನ್ನು ಒಬ್ಬ ಜೈಲರ್‌ನಿಂದ ಎರವಲಾಗಿ ತೆಗೆದುಕೊಂಡಿದ್ದ. ತನ್ನನ್ನು ಗುಂಡಿಕ್ಕಿ ಕೊಲ್ಲುವವರೆಗೆ ಆತ ಕಾಯದೆ ಇದ್ದುದಕ್ಕೆ ಅವನನ್ನು ನಾವು

ಆಕ್ಷೇಪಿಸುವಂತಿಲ್ಲ. ಅಂಥ ಒಂದು ಇಕ್ಕಟ್ಟಿನಲ್ಲಿ ಯಾರೇ ಆಗಲಿ, ಸಿಕ್ಕಿಬಿದ್ದಾಗ ತಲೆ ಕೆಟ್ಟು ಹೋಗ್ತದೆ. ಜೈಲರ್ ತನ್ನ ಅಂತಸ್ತನ್ನು ಕಳೆದುಕೊಂಡ. ಅಷ್ಟೇ ಅಲ್ಲ, ಅವನಿಗೆ ಆರು ತಿಂಗಳು ಸಜ ಕೂಡ ಆಯಿತು. ಆದರೆ ಶಿಕ್ಷೆ ಅನುಭವಿಸುವುದಕ್ಕೆ ಬದಲಾಗಿ ಆತ ತಪ್ಪಿಸಿಕೊಂಡು ಸ್ವಿಟ್ಜರ್‌ಲೆಂಡ್‌ಗೆ ಓಡಿಹೋದ. ಈಗ ಅಲ್ಲೆಲ್ಲೋ ಬೇರೆ ಬೇರೆ ಇಗರ್ಜಿಗಳಲ್ಲಿ ಧರ್ಮಬೋಧನೆ ಮಾಡ್ತಾನಂತೆ. ಈಗಿನ ಕಾಲದಲ್ಲಿ, ಮಿಸೆಸ್ ಮುಲ್ಲರ್, ನಿಯತ್ತಿರುವ ಜನ ಹೆಚ್ಚು ಸಿಕ್ಕೋದಿಲ್ಲ ನೋಡು. ತನಗೆ ಗುಂಡಿಕ್ಕಿ ಕೊಂದವನನ್ನು ಒಳ್ಳೆಯವನೂಂತ ಯುವರಾಜ ನಂಬಿ ಮೋಸಹೋಗಿದ್ದ ಅಂತ ನನ್ನ ಊಹೆ. ದೂರದಲ್ಲಿ ಒಬ್ಬ ವ್ಯಕ್ತಿ ನಿಂತಿರೋದನ್ನು ನೋಡಿ ಅವನು ಯೋಚಿಸಿರಬೇಕು : ನನಗೆ ಜಯಕಾರ ಮಾಡ್ತಾ ಇರೋ ಈತ ಯೋಗ್ಯ ಮನುಷ್ಯನಿದ್ದಾನು ಅಂತ. ಆದರೆ ಅವನು ಯುವರಾಜನನ್ನು ಮುಗಿಸಿಬಿಟ್ಟ. ಆತ ಒಂದು ಗುಂಡು ಹೊಡೆದನೋ ಅಥವಾ ಬಹಳ ಗುಂಡುಗಳನ್ನು ಹಾರಿಸಿದನೋ ?''

''ವೃತ್ತಪತ್ರಿಕೆಗಳ ಪ್ರಕಾರ ಯುವರಾಜನ ಮೈತುಂಬಾ ಗುಂಡುಗಳು ಹೊಕ್ಕಿದ್ದವಂತೆ. ಮಿ. ಶ್ವೀಕ್ ರಿವಾಲ್ವರಿನಲ್ಲಿದ್ದ ಗುಂಡುಗಳನ್ನೆಲ್ಲ ಅವನ ದೇಹದೊಳಕ್ಕೆ ಕಳಿಸಿಬಿಟ್ಟಿದ್ದನಂತೆ.''

''ಅರರೇ ! ಭಾರೀ ಚೂಟಿ ಕೆಲಸ... ಮಿಸೆಸ್ ಮುಲ್ಲರ್ ! ಭಾರೀ ಚೂಟಿ. ನಾನಾಗಿದ್ದರೆ ಆ ಕೆಲಸಕ್ಕೆ ಬ್ರೌನಿಂಗ್ ಮಾದರಿ ಸ್ವಯಂಚಾಲಿತ ಪಿಸ್ತೂಲನ್ನು ಕೊಂಡು ತರ್ತಿದ್ದೆ. ಅದು ನೋಡೋದಕ್ಕೆ ಮಕ್ಕಳ ಆಟದ ಪಿಸ್ತೂಲಿನ ಹಾಗಿದ್ದರೂ, ಒಂದೆರಡು ನಿಮಿಷಗಳಲ್ಲಿ ಇಪ್ಪತ್ತು ಯುವರಾಜರುಗಳನ್ನು ಅವರು ತೆಳುವಾಗಿರಲಿ, ದಪ್ಪನಾಗಿರಲಿ – ಹೊಡೆದು ಮುಗಿಸಿಬಿಡ್ಬಹುದು. ಆದರೆ ಒಂದು ಗುಟ್ಟಿನ ವಿಷಯ – ಇದು ನಿನ್ನಲ್ಲೇ ಇರಲಿ, ಮಿಸೆಸ್ ಮುಲ್ಲರ್ – ತೆಳುವಾಗಿರುವ ಯುವರಾಜನನ್ನು ಹೊಡೆಯೋದಕ್ಕಿಂತ ದಪ್ಪನಾಗಿರುವವನನ್ನು ಹೊಡೆಯೋದು ಸುಲಭ ! ಪೋರ್ಚುಗಲ್ಲಿನ ಜನರು ತಮ್ಮ ರಾಜನನ್ನು ಗುಂಡಿಕ್ಕಿ ಕೊಂದರಲ್ಲ, ಅದು ನಿನಗೆ ನೆನಪಿರ್ಬಹುದು. ಅವನು ಬಹಳ ದಪ್ಪನಾಗಿದ್ದ. ರಾಜನಾದವನು ದಪ್ಪವಲ್ಲದೆ ತೆಳುವಾಗಿರೋದಕ್ಕೆ ಆಗ್ತದೆಯೇ ಅಂತ ನೀನು ಕೇಳ್ಬಹುದು – ಅದೂ ನಿಜವೇ. ಹೋಗಲಿ ಈಗ ನಾನು ಫ್ಲಾಗೆನ್ ಬಾರ್ ಕಡೆಗೆ ಹೋಗ್ತೀನಿ. ಅಂದಹಾಗೆ, ಮೊನ್ನೆ ನಾನು ಮುಂಗಡ ತೆಗೆದುಕೊಂಡಿದ್ದೆನಲ್ಲಾ, ಆ ಟೆರಿಯರ್ ನಾಯಿಗೋಸ್ಕರ ? ಯಾರಾದರೂ ನನ್ನನ್ನು ಹುಡುಕಿಕೊಂಡು ಬಂದರೆ ಅದನ್ನು ನಾನು ಹಳ್ಳಿಯ ನಾಯಿ ಸಾಕಣೆ ಕೇಂದ್ರಕ್ಕೆ ಕಳುಹಿಸಿಬಿಟ್ಟಿದ್ದೀನಿ ಅಂತ ಹೇಳಿಬಿಡು. ಅದರ ಕಿವಿ ತುದಿಯನ್ನು ಕತ್ತರಿಯಿಂದ ಸವರಿದ್ದೇನೆ. ಅದು ಸಂಪೂರ್ಣವಾಗಿ ಮಾಯುವವರೆಗೆ ಇಲ್ಲಿಂದ ಕಳುಹಿಸಬಾರ್ದು – ಅದಕ್ಕೆ ಕಿವಿಯಲ್ಲಿ ನೆಗಡಿ ಆಗಿಬಿಡ್ಬಹುದು. ನಮ್ಮ ಮನೆ ಜವಾನನಿಗೆ ಈ ಬೀಗದ ಕೈ ಕೊಟ್ಟಿಡು. ಆಯಿತಾ ?

ಫ್ಲಾಗೆನ್ ಬಾರ್‌ನಲ್ಲಿ ಒಬ್ಬನೇ ಒಬ್ಬ ಗಿರಾಕಿ ಕೂತಿದ್ದ – ಬ್ರೆಟ್‌ಶ್ವನೇಇಡರ್. ಆತ ರಹಸ್ಯ ಪೊಲೀಸು ಪಡೆಯಲ್ಲಿ ಕೆಲಸ ಮಾಡುತ್ತಿದ್ದ ಮಫ್ತಿ ವೇಷದ ಪೊಲೀಸಿನವನು. ಬಾರಿನ ಯಜಮಾನ ಪಲಿವೆತ್ಸ್ ಗಾಜಿನ ಲೋಟಗಳನ್ನು ತೊಳೆದಿಡುತ್ತಿದ್ದ. ಬ್ರೆಟ್‌ಶ್ವನೇಇಡರ್ ಅವನನ್ನು ಗಂಭೀರವಾದ ಮಾತುಕತೆಯಲ್ಲಿ ತೊಡಗಿಸಲು ಪ್ರಯತ್ನಿಸುತ್ತಿದ್ದ.

''ಈ ಸಲದ ಬೇಸಗೆ ಕಾಲ ಸೊಗಸಾಗಿದೆ, ಅಲ್ವೇ ?''

– ಗಂಭೀರವಾದ ಚರ್ಚೆಗೆ ಬ್ರೆಟ್‌ಶ್ವನೇಇಡರ್‌ನ ಪೀಠಿಕೆ ಅದು :

''ಎಲ್ಲಾ ಗಬ್ಬೆದ್ದು ಹಾಳಾಗಿ ಹೋಗಿದೆ.''

– ಗಾಜಿನ ಲೋಟಗಳನ್ನು ಬೀರುವಿನಲ್ಲಿ ಇಡುತ್ತಾ ಪಲಿವೆತ್ಸ್ ಉತ್ತರ ಕೊಟ್ಟ.

ಬಹುತೇಕ ಬತ್ತಿಹೋಗುತ್ತಿದ್ದ ಉತ್ಸಾಹದಿಂದ ಬ್ರೆಟ್‌ಶ್ವನೇಇಡರ್ ನುಡಿದ :

''ಸರಾಜಿವೋದಲ್ಲಿ ನಮಗೆ ಎಷ್ಟೊಂದು ಒಳ್ಳೇ ಕೆಲಸ ಮಾಡಿಕೊಟ್ಟರು, ಅಲ್ವಾ ?''

''ಅದ್ಯಾವುದಯ್ಯಾ, ಆ ಸರಾಜಿವೋ ? ನುಸಲೆಯಲ್ಲಿದೆಯಲ್ಲಾ ಆ ವೈನ್ ಅಂಗಡಿ – ಅದರ ವಿಷಯ ತಾನೇ ನೀನು ಹೇಳ್ತಾ ಇರೋದು ? ಅಲ್ಲಿ ದಿನಂಪ್ರತಿ ಒಂದು ರಂಪ ನಡೀತಾನೇ ಇರ್ತದೆ. ನಿನಗೆ ಗೊತ್ತಿಲ್ಲ – ನುಸಲೆ ಅಂದರೆ ಎಂಥ ಸ್ಥಳ ಅಂತ !''

''ಛೇ, ಅದಲ್ಲ ನಾ ಹೇಳಿದ್ದು – ಬೊಸ್ನಿಯಾದಲ್ಲಿರುವ ಸರಾಜಿವೋ. ಯುವರಾಜ ಫರ್ಡಿನೆಂಡ್‌ನನ್ನು ಅಲ್ಲಿ ಗುಂಡಿಟ್ಟು ಸಾಯಿಸಿಬಿಟ್ರು. ಅದರ ಬಗ್ಗೆ ನಿನಗೇನನಿಸ್ತದೆ ?''

ತನ್ನ ಪೈಪನ್ನು ಹೊತ್ತಿಸಿಕೊಳ್ಳುತ್ತಾ, ಪಲಿವೆತ್ಸ್ ಗಾಂಭೀರ್ಯದಿಂದ ಉತ್ತರ ಕೊಟ್ಟ.

''ಅಂಥ ವಿಷಯದಲ್ಲಿ ನಾನು ತಲೆಹಾಕಿಕೊಂಡು ಹೋಗೋದಿಲ್ಲ... ನನ್ನಾಣೆಗೂ ಈಗಿನ ಕಾಲದಲ್ಲಿ ಅದರಲ್ಲೆಲ್ಲಾ ಸಿಕ್ಕಿಹಾಕಿಕೊಳ್ಳೋದು ನಮ್ಮ ಜೀವನವನ್ನೇ ಒತ್ತೆ ಇಟ್ಟ ಹಾಗೆ. ಇಷ್ಟಕ್ಕೂ ನನ್ನ ವ್ಯಾಪಾರವೇ ನನಗೆ ಬೇಕಾದಷ್ಟಿದೆ. ಒಬ್ಬ ಗಿರಾಕಿ ಬಂದು ಬೀರ್ ಆರ್ಡರ್ ಮಾಡಿದಾಗ ನಾನು ಬೇರೇನೂ ಮಾತಾಡದೆ ತೆಪ್ಪಗೆ ಅದನ್ನು ಅವನಿಗೆ ಕೊಟ್ಟುಬಿಡುತ್ತೇನೆ. ಅದನ್ನು ಬಿಟ್ಟು ನಮ್ಮಂಥವರು 'ಸರಾಜಿವೋ', 'ರಾಜಕೀಯ', 'ಯುವರಾಜನ ಕೊಲೆ' ಅಂತ ಹೊರಟುಬಿಟ್ಟರೆ ಜೀವಾವಧಿ ಶಿಕ್ಷೆ ಅನುಭವಿಸಬೇಕಾಗ್ತದೆ.''

ಬ್ರೆಟ್‌ಶ್ವನೇಇಡರ್ ತೆಪ್ಪಗಾದ. ನಿರಾಸೆಯಿಂದ ಬಾರಿನ ಸುತ್ತಲೂ ನಿಟ್ಟಿಸಿ ನೋಡಿದ. ಸ್ವಲ್ಪ ಹೊತ್ತಿನ ಬಳಿಕ ಆತ ಪುನಃ ಆರಂಭಿಸಿದ :

''ಅರೆ, ಅಂದ ಹಾಗೆ, ಆ ಗೋಡೆಯ ಮೇಲೆ ಚಕ್ರವರ್ತಿಯ ಚಿತ್ರ ಇತ್ತಲ್ಲಾ? ಈಗ ಕನ್ನಡಿ ನೇತು ಹಾಕಿದೆಯಲ್ಲಾ, ಆ ಜಾಗದಲ್ಲಿ!''

''ಹೌದು, ಇತ್ತು. ಅದು ಅಲ್ಲೇ ನೇತಾಡ್ತಾ ಇತ್ತು – ನೊಣಗಳು ಅದರ ಮೇಲೆ ತಮ್ಮ ಮುದ್ರೆ ಒತ್ತುತ್ತಾ ಇದ್ವು. ಆದ್ರಿಂದ ನಾನು ಅದನ್ನು ತೆಗೆದು ಹಳೆಯ ಸಾಮಾನಿನ ರೂಮಿನೊಳಗೆ ಹಾಕ್ಬಿಟ್ಟೆ, ಯಾಕೆಂದರೆ ನೋಡಿದವರು ಯಾರಾದರೂ ಅದರ ಬಗ್ಗೆ ಟೀಕೆ ಮಾಡ್ಬಹುದು – ಇಲ್ಲದ ಫಜೀತಿ ಆಗ್ಬಹುದು. ಇಷ್ಟಕ್ಕೂ ಅದರಿಂದ ನನಗೇನು ಪ್ರಯೋಜನ ?''

''ಸರಾಜಿವೋ – ದರಿದ್ರ ಊರು ಅಲ್ವಾ, ಮಿ. ಪಲಿವೆತ್ಸ್ ?''

ಮೋಸಗೊಳಿಸುವಷ್ಟು ನೇರವಾದ ಈ ಪ್ರಶ್ನೆಗೆ ಉತ್ತರ ಕೊಡುವಾಗ ಪಲಿವೆತ್ಸ್ ಅತ್ಯಂತ ಜಾಗರೂಕನಾಗಿದ್ದ.

''ಸಾಮಾನ್ಯವಾಗಿ ವರ್ಷದ ಈ ಸಮಯದಲ್ಲಿ ಬೊಸ್ನಿಯಾ ಹಾಗೂ ಹರ್ಜೆಗೊವೀನಾದಲ್ಲಿ ಬಹಳ ಸೆಕೆ ಇರುತ್ತೆ. ನಾನು ಅಲ್ಲಿ ಸೈನ್ಯದಲ್ಲಿದ್ದಾಗ ನಮ್ಮ ಕಂಪೆನಿ ಆಫೀಸರ್‌ನ ತಲೆಯ ಮೇಲೆ ನಾವು ಯಾವಾಗಲೂ ಹಿಮದ ಗಡ್ಡೆ ಇಡಬೇಕಾಗ್ತಿತ್ತು.''

''ನೀವು ಕೆಲಸ ಮಾಡ್ತಾ ಇದ್ದುದ್ದು ಯಾವ ರೆಜಿಮೆಂಟಿನಲ್ಲಿ, ಮಿ. ಪಲಿವೆತ್ಸ್ ?''

''ಅಂಥ ಸಣ್ಣ ಪುಟ್ಟ ವಿವರಗಳೆಲ್ಲಾ ನನಗೆ ನೆನಪಾಗೋದಿಲ್ಲ... ಆ ದರಿದ್ರ ಕೆಲಸದ ಬಗ್ಗೆ ನನಗೆ ಎಳ್ಳಷ್ಟೂ ಆಸಕ್ತಿ ಇರಲಿಲ್ಲ... ನನಗೆ ಯಾವುದರ ಬಗ್ಗೆಯೂ ಕುತೂಹಲ ಇರಲಿಲ್ಲ... ಹಾಗೆ ಕುತೂಹಲ ಇಟ್ಟುಕೊಂಡಿರೋದು ಮೈಗೆ ಒಳ್ಳೆಯದಲ್ಲ.''

ಬ್ರೆಟ್‌ಶ್ವನೇಇಡರ್ ಬಾಯಿ ಮುಚ್ಚಿಕೊಂಡು ಸುಮ್ಮನಾದ. ಅವನ ಮುಖ ಜೋತು ಬಿದ್ದಿತು. ಅದು ಮತ್ತೆ ಗೆಲುವಾದುದು ಶ್ವೀಕ್‌ನ ಸವಾರಿ ಅಲ್ಲಿಗೆ ಬಂದ ಬಳಿಕ ಮಾತ್ರ. ಶ್ವೀಕ್ ಬಂದವನೇ ''ಕಪ್ಪು ಬೀರ್'' ಎಂದು ಆರ್ಡರ್ ಮಾಡುತ್ತಾ ಹೇಳಿದ :

''ವಿಯೆನ್ನಾದಲ್ಲಿ ಇವತ್ತು ಸಾರ್ವಜನಿಕ ಶೋಕವನ್ನು ಆಚರಿಸ್ತ ಇದ್ದಾರೆ.''

ಬ್ರೆಟ್‌ಶ್ವನೇಇಡರ್‌ನ ಕಣ್ಣುಗಳು ಭರವಸೆಯಿಂದ ಮಿಂಚಿದವು. ಅವನು ಚುಟುಕಾಗಿ ಅಂದ :

''ಕೊನೊಪಿಶ್ತೆಯಲ್ಲಿ ಹತ್ತು ಕಪ್ಪು ಧ್ವಜಗಳು ಹಾರಾಡ್ತಿವೆ.''

''ನ್ಯಾಯವಾಗಿ, ಹನ್ನೆರಡು ಇರಬೇಕಾಗಿತ್ತು'' ಎಂದು ಗುಟುಕು ಕುಡಿದು ಶ್ವೀಕ್ ಉತ್ತರಿಸಿದ.

ಬ್ರೆಟ್‌ಶ್ವನೇಇಡರ್ ಕೇಳಿದ :

''ಹನ್ನೆರಡು ಇರಬೇಕಾಗಿತ್ತು ಅಂದೆಯಲ್ಲಾ, ಯಾಕೆ ?''

ಶ್ವೀಕ್ ವಿವರಿಸಿದ :

''ಒಂದು ಡಜನ್ ಅಂದರೆ ಒಳ್ಳೆಯ ಪೂರ್ಣ ಸಂಖ್ಯೆ... ಎಣಿಕೆಗೆ ತುಂಬಾ ಸುಲಭ. ಅದೂ ಅಲ್ಲದೆ, ಯಾವುದನ್ನೇ ಆಗಲಿ ಡಜನ್‌ಗಟ್ಟಲೆ ತೆಗೆದುಕೊಂಡರೆ ಅಗ್ಗವಾಗಿರುತ್ತೆ.''

ಇದಾದ ನಂತರ ದೀರ್ಘಮೌನ. ನಿಟ್ಟುಸಿರೆಳೆಯುತ್ತ ಶ್ವೀಕ್‌ನೇ ಮೌನವನ್ನು ಒಡೆದ :

''ಇಷ್ಟಕ್ಕೂ ಏನಾಯಿತು ಈಗ ? ಆತ ಇದಕ್ಕಿಂತ ಸುಖವಾದ ಲೋಕವನ್ನು ಸೇರಿದ್ದಾನೆ, ದೇವರು ಅವನ ಆತ್ಮಕ್ಕೆ ಶಾಂತಿ ನೀಡಲಿ. ತಾನು ಚಕ್ರವರ್ತಿ ಆಗೋತನಕ ಅವನು ಬದುಕಲಿಲ್ಲ. ನಾನು ಸೈನ್ಯದಲ್ಲಿದ್ದಾಗ ಒಬ್ಬ ಜನರಲ್ ಇದ್ದ. ಅವನು ಕುದುರೆಯಿಂದ ಬಿದ್ದು ಗಲಾಟೆಯಿಲ್ಲದೆ ಗೋತ ಹೊಡೆದ. ಕೆಳಕ್ಕೆ ಬಿದ್ದವನನ್ನು ಕುದುರೆಯ ಮೇಲೆ ಎತ್ತಿ ಕೂರಿಸಬೇಕೂಂತ ಅವನ ಹತ್ತಿರಕ್ಕೆ ಹೋಗಿ ನೋಡಿದರೆ... ಅವನು ಸತ್ತು ಕೊರಡಿನಂತೆ ಬಿದ್ದಿದ್ದ. ಅವನಿಗೆ ಸ್ವಲ್ಪ ಸಮಯದಲ್ಲೆ ಫೀಲ್ಡ್ ಮಾರ್ಷಲ್ ಹುದ್ದೆಗೆ ಬಡ್ತಿ ಸಿಗೋದರಲ್ಲಿತ್ತು. ಇದು ನಡೆದದ್ದು ಸೈನ್ಯದ ಇನ್‌ಸ್ಪೆಕ್ಷನ್ ಸಮಯದಲ್ಲಿ. ಈ ಹಾಳು ಇನ್‌ಸ್ಪೆಕ್ಷನ್‌ಗಳಿಂದ ಮೂರು ಕಾಸಿನ ಪ್ರಯೋಜನವಿಲ್ಲ. ಸರಾಜಿವೋದಲ್ಲಿ ಸಹ ಎಂಥದೋ ಇನ್‌ಸ್ಪೆಕ್ಷನ್ನೋ, ಮಣ್ಣುಮಸಿಯೋ ನಡೀತಾ ಇತ್ತು. ನನಗೆ ಜ್ಞಾಪಕ ಇದೆ. ಒಂದು ಸಲ ಅಂಥ ಇನ್‌ಸ್ಪೆಕ್ಷನ್ ಸಮಯದಲ್ಲಿ ನನ್ನ ನಿಲುವಂಗಿಯ ಇಪ್ಪತ್ತು ಗುಂಡಿಗಳು ಕಾಣೆಯಾಗಿದ್ದವು. ಆದ್ದರಿಂದ ನನಗೆ ಎರಡು ವಾರ ಏಕಾಂತವಾಸದ ಸಜೆ ಸಿಕ್ತು. ಅವುಗಳಲ್ಲಿ ಎರಡು ದಿನ ನನ್ನ ಕೈಕಾಲುಗಳನ್ನು ಕೂಡ ಕಟ್ಟಿಹಾಕಿದ್ದರು. ಆದರೆ ನಾನು ಹೇಳ್ತೀನಿ – ಸೈನ್ಯದಲ್ಲಿ ಶಿಸ್ತು ಇರ್ಬೇಕು – ಇಲ್ಲದಿದ್ದರೆ ಜನ, ಯಾರನ್ನೂ ಲೆಕ್ಕಕ್ಕೇ ಇಡೋದಿಲ್ಲ. ನಮ್ಮ ಕಂಪನಿ ಕಮಾಂಡರು ಯಾವಾಗಲೂ ಹೇಳ್ತಾ ಇದ್ದ: 'ತಲೆಯಿಲ್ಲದ ಒಡ್ಡು ನನ್ಮಕ್ಕಳ್ರಾ ! ಶಿಸ್ತು ಇರಬೇಕು ಕಣ್ರೋ. ಇಲ್ಲದಿದ್ದರೆ ಮರಗಳ ಮೇಲೆ ಹಾರಾಡುವ ಕೋತಿಗಳ ತರಹ ಇರ್ತೀರಿ ಕಣ್ರೋ, ಪೆದ್ದ ನನ್ಮಕ್ಕಳ್ರಾ... ಸೈನ್ಯಕ್ಕೆ ಸೇರಿ ನೀವೆಲ್ಲರೂ ಮನುಷ್ಯರಾಗ್ತಾ ಇದ್ದೀರಿ' ಅವನು ಹೇಳ್ತಿದ್ದುದು ನಿಜ, ತಾನೇ ? ಒಂದು ಉದ್ಯಾನವನ ಮತ್ತು ಅದರ ಪ್ರತಿಯೊಂದು ಮರದ ಮೇಲೂ ಶಿಸ್ತಿಲ್ಲದ ಒಬ್ಬ ಸೈನಿಕ – ಈ ಚಿತ್ರ ಹೇಗಿರ್ತದೆ ನೀವೇ ಊಹಿಸಿ. ನನಗೆ ಅದೇ ಹೆದರಿಕೆಯಿಂದ ಯಾವಾಗಲೂ ಮೈ ಜುಮ್ಮೆನ್ನಿಸ್ತಿತ್ತು.''

''ಸರಾಜಿವೋದಲ್ಲಿ ನಡೀತಲ್ಲಾ, ಆ ಹತ್ಯಾಕಾಂಡ – ಅದು ಸರ್ಬಿಯನರ* ಕೈವಾಡ ಅಂತೀನಿ'' ಎಂದು ಬ್ರೆಟ್‌ಶ್ವನೇಇಡರ್ ಮುಂದುವರಿಸಿದ.

ಅದಕ್ಕೆ ಶ್ವೀಕ್ ಉತ್ತರಿಸಿದ :

''ನೀನು ಹೇಳೋದು ತಪ್ಪು, ಅದು ತುರ್ಕಿಗಳ ಕೈವಾಡ – ಅದಕ್ಕೆ ಕಾರಣ : ಬೊಸ್ನಿಯಾ ಮತ್ತು ಹರ್ಜೆಗೋವಿನಾ.''

---

* ಸರ್ಬಿಯ : ಈಗ ಯುಗೋಸ್ಲಾವಿಯಾದ ಭಾಗವಾಗಿರುವ ಈ ಪ್ರದೇಶವು ಆಗ ಒಂದು ಸ್ವತಂತ್ರ ರಾಜ್ಯವಾಗಿತ್ತು. ಯುವರಾಜ ಫರ್ಡಿನೆಂಡ್‌ನ ಕೊಲೆಗೆ ಪ್ರತಿಯಾಗಿ ಜುಲೈ 1914ರಲ್ಲಿ ಆಸ್ಟ್ರಿಯಾವು ಇದರ ಮೇಲೆ ಯುದ್ಧ ಸಾರಿತು ಪ್ರಥಮ ಲೋಕ ಮಹಾಯುದ್ಧ ಪ್ರಾರಂಭವಾಯಿತು.

ಅನಂತರ ಬಾಲ್ಕನ್ ಪ್ರದೇಶದ ಬಗ್ಗೆ ಆಸ್ಟ್ರಿಯಾದ ಅಂತರರಾಷ್ಟ್ರೀಯ ಧೋರಣೆಯನ್ನು ಕುರಿತು ಶ್ವೀಕ್ ತನ್ನ ಅಭಿಪ್ರಾಯಗಳನ್ನು ಮಂಡಿಸಿದ. 1912ರಲ್ಲಿ ಸರ್ಬಿಯ, ಬಲ್ಗೇರಿಯಾ ಮತ್ತು ಗ್ರೀಸ್‌ಗಳ ವಿರುದ್ಧ ತುರ್ಕರು ಸೋತಿದ್ದರು. ಅವರು ಆಸ್ಟ್ರಿಯಾದ ಸಹಾಯವನ್ನು ಕೋರಿದ್ದರು ಅದು ಲಭಿಸದೆ ಹೋದಾಗ ಅವರು ಫರ್ಡಿನೆಂಡ್‌ನನ್ನು ಕೊಂದರು.

ಇಷ್ಟು ಹೇಳಿ ಪಲಿವೆತ್ಸ್ ಕಡೆ ತಿರುಗಿ ಶ್ವೀಕ್ ಕೇಳಿದ :

''ನಿನಗೆ ಆ ತುರ್ಕರನ್ನು ಕಂಡರೆ ಇಷ್ಟವಾ ? ಆ ಮ್ಲೇಚ್ಛ ನಾಯಿಗಳನ್ನು ಕಂಡರೆ ನಿನಗೆ ಇಷ್ಟವಾ ? ನಿನಗೆ ಅವರು ಹಿಡಿಸೋದಿಲ್ಲ, ಅಲ್ವಾ ?''

''ನನಗೆ ಎಲ್ಲ ಗಿರಾಕಿಗಳೂ ಒಂದೇ... ಅವನು ತುರ್ಕನಾಗಲೀ, ಏನಾದರೂ ಆಗಿರಲಿ, ತಮ್ಮ ತಮ್ಮ ಕಸುಬಿನಲ್ಲಿ ತೊಡಗಿರೋ ನಮ್ಮಂಥವರಿಗೆ ರಾಜಕೀಯದ ಉಸಾಬರಿ ಯಾಕೆ ? ದುಡ್ಡು ಮಡಗು, ಕೂತ್ಕೋ, ಕುಡಿ ಬೇಕಾದ್ದನ್ನು ಮಾತನಾಡಿಕೋ – ಇದು ನನ್ನ ತತ್ವ ಕಣಯ್ಯ, ಫರ್ಡಿನೆಂಡ್‌ನನ್ನು ಕೊಂದವನು ಸರ್ಬಿಯದವನೋ, ತುರ್ಕಿಯವನೋ, ಕ್ಯಾಥೋಲಿಕ್‌ನೋ, ಮುಸಲ್ಮಾನನೋ, ಅರಾಜಕತಾವಾದಿಯೋ ಅಥವಾ ಒಬ್ಬ ತರುಣ ಚೆಕ್ ಪ್ರಗತಿವಾದಿಯೋ – ನನಗೆ ಎಲ್ಲರೂ ಒಂದೇ.''

''ನೀನು ಹೇಳೋದು ಸರಿ, ಅನ್ನು ಮಿ. ಪಲಿವೆತ್ಸ್... ಆದರೆ ಇದರಿಂದ ಆಸ್ಟ್ರಿಯಾಕ್ಕೆ ದೊಡ್ಡ ನಷ್ಟವಾಗಿದೆ ಅಂತ ಒಪ್ತೀಯಾ ತಾನೇ ?'' ಬ್ರೆಟ್‌ಶ್ವನೇಇಡರ್, ಈ ಇಬ್ಬರಲ್ಲಿ ಒಬ್ಬರನ್ನಾದರೂ ಗುಂಡಿಯೊಳಕ್ಕೆ ಕೆಡಹುವ ಆಸೆಯನ್ನು ಕುದುರಿಸಿಕೊಳ್ಳುತ್ತಾ ಕೇಳಿದ.

ಬಾರಿನ ಯಜಮಾನನ ಪರವಾಗಿ ಅವನಿಗೆ ಶ್ವೀಕ್ ಉತ್ತರ ಕೊಟ್ಟ:

''ಹೌದು, ಅದನ್ನು ಅಲ್ಲಗಳೆಯೋದಕ್ಕೆ ಸಾಧ್ಯವಿಲ್ಲ. ಭಯಂಕರ ನಷ್ಟ, ಭರಿಸಲಾಗದ ನಷ್ಟ. ಸತ್ತ ಫರ್ಡಿನೆಂಡ್‌ನ ಸ್ಥಾನದಲ್ಲಿ ಯಾವನೋ ಮುಠ್ಠಾಳನನ್ನು ತಂದಿರಿಸೋದಕ್ಕೆ ಶಕ್ಯವಿಲ್ಲ. ಆದರೂ ಅವನು ಇನ್ನೊಂದಿಷ್ಟು ದಪ್ಪಗಿದ್ದಿದ್ದರೆ ಚೆನ್ನಾಗಿತ್ತು.''

''ಏನು ನೀನು ಹೇಳ್ತಾ ಇರೋದು ?'' ಎಂದು ಬ್ರೆಟ್‌ಶ್ವನೇಇಡರ್ ಸ್ವಲ್ಪ ಜಾಗರೂಕನಾಗುತ್ತಾ ಕೇಳಿದ.

ಶ್ವೀಕ್ ನಿರಾತಂಕವಾಗಿ ನುಡಿದ :

''ನಾನು ಹೇಳ್ತಾ ಇರೋದು ಇಷ್ಟೆ : ಅವನು ಇನ್ನೊಂದಿಷ್ಟು ದಪ್ಪಗಿದ್ದಿದ್ದರೆ, ಅವನಿಗೆ ಇನ್ನು ಮುಂಚೆಯೇ – ಅಂದರೆ ಕೊನೊಪಿಶ್ತೆಯ ತನ್ನ ಜಮೀನಿನಲ್ಲಿ ಸೌದೆ ಹಾಗೂ ಅಣಬೆ ಆರಿಸಿಕೊಳ್ಳುತ್ತಿದ್ದ ಮುದುಕಿಯರನ್ನು ಆತ ಅಟ್ಟಿಸಿಕೊಂಡು ಹೋದನಲ್ಲಾ, ಆಗಲೇ – ಅವನಿಗೆ ಲಕ್ವ ಹೊಡದಿರ್ತಿತ್ತು. ಹಾಗೆ ಲಕ್ವ ಹೊಡೆದಿದ್ದರೆ ಅವನು ಈ ರೀತಿ ಭಯಂಕರವಾಗಿ ಸಾಯೋದು ತಪ್ತಿತ್ತು. ಆದರೆ ಅವನಿಗೆ – ಸಾಕ್ಷಾತ್ ಯುವರಾಜನಾದ ಅವನಿಗೆ – ಇಂಥ ದುರ್ಮರಣ ಒದಗಿತು ಅನ್ನೋದನ್ನು ಯೋಚಿಸುವಾಗ... ಛೇ, ಮೈ ಜುಮ್ಮೆನ್ನುತ್ತೆ. ಎಲ್ಲ ವೃತ್ತಪತ್ರಿಕೆಗಳ ತುಂಬಾ ಅದೇ ಸುದ್ದಿ. ಆದರೆ ನಾನು ಹೇಳೋದು ಏನಂದರೆ – ನಾನು ಆ ಯುವರಾಜನ ವಿಧವೆಯ ಸ್ಥಾನದಲ್ಲಿರೋದಕ್ಕೆ ಎಂದೆಂದೂ ಬಯಸೋದಿಲ್ಲ. ಈಗ ಅವಳ ಗತಿ ಏನು ? ಇನ್ನೊಬ್ಬ ರಾಜಕುಮಾರನನ್ನು ಮತ್ತೆ ಮದುವೆಯಾಗಬೇಕೇ ? ಅದರಿಂದ ಏನು ಫಲ ? ಇನ್ನೊಂದು ಸಲ ಅವಳು ಅವನ ಜೊತೆ ಸರಾಜಿವೊಕ್ಕೆ ಹೋದಾಗ ಎರಡನೆಯ ಭಾರಿ ವಿಧವೆಯಾಗಿಯೇ ತೀರ್ತಾಳೆ. ಅನೇಕ ವರ್ಷಗಳ ಹಿಂದೆ ಜಲಿನ್‌ನಲ್ಲಿ ಒಬ್ಬ ಬೇಟೆಯ ಕಾವಲುಗಾರ ಇದ್ದ. ಅವನ ಹೆಸರು ಪಿಂಡೌರ್. ಒಳ್ಳೆ ವಿಲಕ್ಷಣವಾದ ಹೆಸರು ಅಲ್ವಾ ?

ಅವನನ್ನು ಕಳ್ಳ ಬೇಟೆಗಾರರು ಹೊಡೆದು ಕೊಂದರು. ಸರಿ, ಎರಡು ಮಕ್ಕಳಿದ್ದ ಅವನ ಹೆಂಡತಿ ವಿಧವೆಯಾದಳು. ಅವಳು ಪುನಃ ಮೀಡ್ಲೊವಾರಿಯಲ್ಲಿನ ಇನ್ನೊಬ್ಬ ಬೇಟೆ ಕಾವಲುಗಾರನನ್ನು ಮದುವೆಯಾದಳು. ಕಳ್ಳರು ಅವನನ್ನೂ ಗುಂಡಿಕ್ಕಿ ಕೊಂದರು. ಆದ್ದರಿಂದ ಅವಳು ಮೂರನೆ ಸಲ ಲಗ್ನವಾದಾಗ 'ಮುಟ್ಟಿದ್ದಕ್ಕೆ ಮೂರು ಸಲ – ಈ ಸಲವೂ ಹಾಗೆಯೇ ಆದರೆ ನಾನೇನು ಮಾಡ್ತೀನೋ ಗೊತ್ತಿಲ್ಲ' ಅಂತ ಅಂದ್ಕೊಂಡ್ಳು. ಅವಳ ದುರದೃಷ್ಟ! ಅವರು ಮೂರನೆಯವನನ್ನೂ ಕೊಂದುಹಾಕಿದರು. ಅಷ್ಟು ಹೊತ್ತಿಗೆ ಅವಳಿಗೆ ಈ ಮೂವರು ಬೇಟೆ ಕಾವಲುಗಾರರಿಂದ ಆರು ಜನ ಮಕ್ಕಳು ಹುಟ್ಟಿದರು. ಆದ್ದರಿಂದ ಅವಳು ಹ್ಲುಬೋಕಾದಲ್ಲಿದ್ದ ಜಮೀನುದಾರನ ಬಳಿಗೆ ಹೋಗಿ ಬೇಟೆಕಾವಲುಗಾರರ ಕೈಹಿಡಿದದ್ದರಿಂದ ತನಗೆ ಒದಗಿದ ದುರ್ಗತಿಯನ್ನು ವಿವರಿಸಿ ದೂರು ಕೊಟ್ಟಳು. ಆಗ ಅವಳಿಗೆ 'ಹೋಗಲಿ, ಈ ಸಲ ಈ ನೀರಿನ ಕೊಳದ ಕಾವಲುಗಾರ ಯಾರೆಶ್ ಇದಾನಲ್ಲಾ ಅವನನ್ನು ಮಾಡಿಕೊಂಡು ನೋಡು' ಎಂದು ಸಲಹೆ ಕೊಡಲಾಯಿತು. ನೀವು ನಂಬ್ತೀರೋ ಇಲ್ಲವೋ! ಅವನು ಮೀನು ಹಿಡಿಯುತ್ತಿದ್ದಾಗ ನೀರಿನಲ್ಲಿ ಮುಳುಗಿ ಸತ್ತುಹೋದ. ಅಷ್ಟು ಹೊತ್ತಿಗೆ ಅವಳಿಗೆ ಅವನಿಂದ ಎರಡು ಮಕ್ಕಳು ಹುಟ್ಟಿದ್ದವು. ಆಮೇಲೆ ಹಂದಿಗಳ ಅಂಡ ನುರಿಯುವ ಒಬ್ಬಾತನನ್ನು – ಅವನು ವೋದನ್ಯಾನಿಯವನು – ಅವಳು ಲಗ್ನವಾದಳು. ಅವನು ಒಂದು ದಿನ ರಾತ್ರಿ ಅವನನ್ನು ಕೊಡಲಿಯಿಂದ ಕಡಿದು ಪೊಲೀಸರಿಗೆ ಶರಣಾದ. ಅವನನ್ನು ಗಲ್ಲಿಗೇರಿಸಿದಾಗ ಅವನು ತನಗೆ ಯಾವ ಪಶ್ಚಾತ್ತಾಪವೂ ಇಲ್ಲವೆಂದು ಹೇಳಿದ. ಇದರ ಜೊತೆಗೆ ಚಕ್ರವರ್ತಿಯ ಬಗ್ಗೆ ಏನೇನೋ ಹೊಲಸು ಮಾತುಗಳನ್ನಾಡಿದ.''

ಬ್ರೆಟ್‌ಶ್ನೆನೇಇಡರ್ ಬಹಳ ಆಶಾಪೂರ್ಣವಾದ ಧ್ವನಿಯಲ್ಲಿ ಪ್ರಶ್ನಿಸಿದ :

''ಅವನು ಏನೇನು ಹೊಲಸು ಮಾತುಗಳನ್ನಾಡಿದ ಅಂತ ನಿನಗೇನಾದರೂ ತಿಳಿದಿದೆಯೇ ?''

''ಅದನ್ನು ನಾನು ಹೇಳಲಾರೆ – ಯಾಕೆಂದರೆ ಆ ಮಾತುಗಳನ್ನು ಪುನರುಚ್ಚಾರಣೆ ಮಾಡೋ ಧೈರ್ಯ ಯಾರಿಗೂ ಇರಲಿಲ್ಲ. ಆದರೆ ಆತ ಬಹಳ ಕೆಟ್ಟ ಮಾತುಗಳನ್ನು ಆಡಿದ ಅಂತ ಹೇಳ್ತಾರೆ. ಆಗ ನ್ಯಾಯಾಲಯದಲ್ಲಿ ಅದನ್ನು ಕೇಳುತ್ತಾ ಕುಳಿತಿದ್ದ ಒಬ್ಬ ನ್ಯಾಯಮೂರ್ತಿಗೆ ಹುಚ್ಚು ಹಿಡಿಯಿತಂತೆ – ಆ ಮಾತುಗಳು ಯಾರಿಗೂ ಗೊತ್ತಾಗದೆ ಇರಲಿ ಅಂತ ಆ ನ್ಯಾಯಮೂರ್ತಿಯನ್ನು ಈಗಲೂ ಒಂಟಿ ಸೆರೆಯಲ್ಲಿ ಕೂಡಿಹಾಕಿದ್ದಾರಂತೆ. ಕುಡಿದಾಗ ಜನ ಆಡ್ತಾರಲ್ಲಾ, ಅಂಥ ಸಾಮಾನ್ಯ ರೀತಿಯ ಅಸಹ್ಯ ಮಾತುಗಳಾಗಿರಲಿಲ್ವಂತೆ ಅವು... ಆ್ಞ.''

ಬ್ರೆಟ್‌ಶ್ನೆನೇಇಡರ್ ಕೇಳಿದ :

''ಕುಡಿದಾಗ ಜನ ಸಾಮಾನ್ಯವಾಗಿ ಚಕ್ರವರ್ತಿ ಬಗ್ಗೆ ಎಂಥ ರೀತಿಯ ಕೆಟ್ಟ ಮಾತುಗಳನ್ನು ಆಡ್ತಾರೆ ?''

''ಅಯ್ಯಾ ಗೃಹಸ್ಥರೇ ! ಈ ವಿಷಯ ಬಿಟ್ಟು ಬೇರೆ ಏನಾದರೂ ಮಾತನಾಡ್ರಯ್ಯಾ. ನನಗೆ ಈ ರೀತಿಯ ಚರ್ಚೆ ಇಷ್ಟವಿಲ್ಲ. ಒಂದು ಮಾತಿನಿಂದ ಇನ್ನೊಂದು ಮಾತು ಹುಟ್ಟಿ, ಇಲ್ಲದ ಪ್ರಾಣಸಂಕಟಕ್ಕೆ ಸಿಕ್ಕಿಕೊಳ್ಳಬೇಕಾಗ್ತದೆ'' ಎಂದು ಬಾರಿನ ಯಜಮಾನ ಗೊಣಗಿದ.

''ಕುಡಿದಾಗ ಸಾಮಾನ್ಯವಾಗಿ ಚಕ್ರವರ್ತಿ ಬಗ್ಗೆ ಎಂಥ ರೀತಿಯ ಕೆಟ್ಟ ಮಾತುಗಳನ್ನು ಆಡ್ತಾರೆ ?'' ಎಂದು ಬ್ರೆಟ್‌ಶ್ನೆನೇಇಡರ್ ಪುನಃ ಅದೇ ಪ್ರಶ್ನೆ ಹಾಕಿದ.

''ಏನೇನೋ ಆಡ್ತಾರೆ. ನೀನು ಒಂದ್ವೇಳೆ ಚೆನ್ನಾಗಿ ಕುಡಿದಿದ್ದಾಗ, ಆಸ್ಟ್ರಿಯಾದ

ರಾಷ್ಟ್ರಗೀತೆಯನ್ನು ಯಾರಾದರೂ ಬಾರಿಸಲಿ – ಆಗ ನಿನ್ನ ಬಾಯಿಯಿಂದ ಎಂತೆಂಥ ಕೆಟ್ಟ ಮಾತುಗಳು ಬರ್ತವೆ ಅಂತ ನೋಡು. ಚಕ್ರವರ್ತಿಯ ಕುರಿತು ಏನೆಲ್ಲ ಮಾತುಗಳು ಹೊರಡ್ತವೆ – ಅವುಗಳಲ್ಲಿ ಒಂದ್ವೇಳೆ ಅರ್ಧದಷ್ಟು ಮಾತುಗಳು ನಿಜವಾಗಿದ್ದರೂ ಸಾಕು – ಚಕ್ರವರ್ತಿಗೆ, ಸಾಯೋತನಕ ಅವಮಾನವಾಗೋ ಹಾಗಿರ್ತವೆ. ಆ ಮುದುಕ ಇಂಥ ಕೆಟ್ಟ ಮಾತುಗಳನ್ನ ಆಡಿಸಿಕೊಳ್ಳಲು ಅರ್ಹನಾಗಿದ್ದಾನೆ ಅಂತ ನಾನು ಹೇಳ್ತಾ ಇಲ್ಲ. ಅದರ ಬಗ್ಗೆ ಹೀಗೆ ಯೋಚಿಸಿ ನೋಡಿ : ಅವನ ಮಗ ರುಡೋಲ್ಫ್ ತೀರಾ ಚಿಕ್ಕ ವಯಸ್ನಲ್ಲೇ ತೀರಿಕೊಂಡ. ಅವನ ಹೆಂಡತಿಯನ್ನು ಅರದಿಂದ ತಿವಿದು ಕೊಂದರು; ಯೋಹಾನ್ ಓರ್ಥ್ ಕಾಣೆಯಾದ. ಅವನ ತಮ್ಮ ಮೆಕ್ಸಿಕೋದ ಚಕ್ರವರ್ತಿಯನ್ನು ಒಂದು ದುರ್ಗದೊಳಗೆ ಗೋಡೆಯ ಮುಂದೆ ನಿಲ್ಲಿಸಿ ಗುಂಡಿಕ್ಕಿ ಸಾಯಿಸಿದರು. ಈಗ ಪಾಪ – ಚಕ್ರವರ್ತಿಯ ಈ ಇಳಿ ವಯಸ್ನಲ್ಲಿ ಯುವರಾಜನನ್ನು ಹೊಡೆದು ಹಾಕಿದ್ದಾರೆ. ಇಂಥ ಸಂಕಟಗಳು ಯಾರಿಗಾದರೂ ಹುಚ್ಚು ಹಿಡಿಸ್ತವೆ. ಆಗ ಯಾವನೋ ಕುಡುಕ ಮುಂಡೇಗಂಡ ಚಕ್ರವರ್ತಿ ಬಗ್ಗೆ ಚಿಲ್ಲರೆ ಪುಂಡ ಪೋಕರಿ ಮಾತುಗಳನ್ನಾಡ್ತಾನೆ... ಇವತ್ತು ಏನಾದರೂ ಯುದ್ಧ ಪ್ರಾರಂಭವಾಯಿತೂಂದ್ರೆ ನಾನು ಸ್ವಂತ ಇಚ್ಛೆಯಿಂದ ಸಾಯೋತನಕ ಚಕ್ರವರ್ತಿಯ ಸೇವೆ ಮಾಡ್ತೇನೆ.''

ಶ್ವೀಕ್ ಆಳವಾಗಿ ಉಸಿರೆಳೆದು ಮುಂದುವರಿಸಿದ :

''ಚಕ್ರವರ್ತಿ ಇಂಥ ಪರಿಸ್ಥಿತಿಯನ್ನು ಸಹಿಸ್ಕೊಂಡು ಸುಮ್ಮನಿರ್ತಾನೆಂದುಕೊಂಡಿದ್ದೀರೇನು? ನನ್ನ ಮಾತು ನೆನಪಿಟ್ಟುಕೊಳ್ಳಿ : ತುರ್ಕಿ ಜೊತೆ ಯುದ್ಧ ನಡೀಲೇಬೇಕು. 'ನನ್ನ ಯುವರಾಜನನ್ನು ಕೊಂದಿರಿ ಅಲ್ವೇ ? ಅದಕ್ಕೆ ಪ್ರತಿಯಾಗಿ ಇದೋ ಮೊದಲು, ನಿಮ್ಮ ಮುಸುಡಿನ ಮೇಲೊಂದು ಗುದ್ದು.' ಓ ಖಂಡಿತಾ ! ಯುದ್ಧ ನಡದೇ ತೀರ್ತದೆ. ಸರ್ಬಿಯಾ–ರಷ್ಯಗಳೆರಡೂ ನಮ್ಮ ಸಹಾಯಕ್ಕೆ ಬರ್ತಾವೆ. ಒಂದು ದೊಡ್ಡ ಸ್ಫೋಟ ಆಗಿಯೇ ಆಗ್ತದೆ.''

ಪ್ರವಾದಿಯ ಹಾಗೆ ಶ್ವೀಕ್ ಭವಿಷ್ಯ ನುಡಿಯುತ್ತಿದ್ದ ಆ ನಿಮಿಷದಲ್ಲಿ ಅವನನ್ನು ನೋಡುವುದೇ ಕಣ್ಣಿಗೆ ಒಂದು ಹಬ್ಬವಾಗಿತ್ತು. ಹುಣ್ಣಿಮೆಯ ಚಂದ್ರನಂತೆ ನಗುತ್ತಿದ್ದ ಅವನ ಮುಗ್ಧಮುಖ ಉತ್ಸಾಹದಿಂದ ಮಿಂಚುತ್ತಿತ್ತು. ಅವನ ಮಟ್ಟಿಗೆ ಎಲ್ಲವೂ ಅಷ್ಟೊಂದು ಸ್ಪಷ್ಟವಾಗಿತ್ತು !

ಆಸ್ಟ್ರಿಯಾದ ಭವಿಷ್ಯವನ್ನು ಚಿತ್ರಿಸುತ್ತ ಅವನು ಮುಂದುವರಿಸಿದ :

''ಒಂದು ವೇಳೆ ನಮಗೂ ತುರ್ಕಿಗೂ ಯುದ್ಧ ನಡೆದರೆ, ಬಹುಶಃ ಜರ್ಮನರು ನಮ್ಮ ಮೇಲೆ ಆಕ್ರಮಣ ಮಾಡ್ಬಹುದು. ಯಾಕೆ ಅಂದರೆ, ಜರ್ಮನಿ ಮತ್ತು ತುರ್ಕಿ ಒಂದನ್ನೊಂದು ಬೆಂಬಲಿಸ್ತವೆ. ಈ ಜರ್ಮನರು ಮತ್ತು ತುರ್ಕರು ತೀರಾ ತುಚ್ಛ ಮಂದಿ – ಕಚಡಾ ಜನ. ಆದರೂ ನಾವು ಫ್ರಾನ್ಸ್‌ನ ಜೊತೆ ಸೇರಿಕೊಳ್ಬಹುದು. ಯಾಕೆಂದರೆ, 1871ರಿಂದಲೂ ಅವರಿಗೆ ಜರ್ಮನಿಯ ಮೇಲೆ ಜಿದ್ದು ಇದೆ. ಆಗ ಬಲು ಮಜವಾಗಿರ್ತದೆ – ಯುದ್ಧ ಆಗಿಯೇ ತೀರ್ತದೆ. ಇದಕ್ಕಿಂತ ಹೆಚ್ಚು ನಾನು ಹೇಳಲಾರೆ.

ಬ್ರೆಟ್‌ಸ್ವನೇಇಡರ್ ಎದ್ದು ನಿಂತು ಗಂಭೀರವಾಗಿ ಹೇಳಿದ :

''ನೀನೇನು ಇದಕ್ಕಿಂತ ಹೆಚ್ಚು ಹೇಳೋ ಅಗತ್ಯವಿಲ್ಲ. ಮೊಗಸಾಲೆಗೆ ನನ್ನ ಹಿಂದೆ ಬಾ... ಅಲ್ಲಿ ನಿನಗೊಂದು ವಿಷಯ ತಿಳಿಸ್ತೇನೆ.''

''ಶ್ವೀಕ್ ಮಫ್ತಿಯಲ್ಲಿದ್ದ ಪೊಲೀಸಿನವನ ಹಿಂದೆ ಹೊರಟ. ಮೊಗಸಾಲೆಯಲ್ಲಿ ಅವನಿಗೊಂದಿಷ್ಟು ಆಶ್ಚರ್ಯ ಕಾದಿತ್ತು. ಅವನ ಸಹ ಕುಡುಕ ತನ್ನ ಗುರುತಿನ ಬಿಲ್ಲೆಯನ್ನು ತೋರಿಸಿ ಶ್ವೀಕ್‌ನನ್ನು ತಾನು ದಸ್ತಗಿರಿ ಮಾಡಿರುವುದಾಗಿ ಹೇಳಿದ. ತಕ್ಷಣವೇ ಅವನನ್ನು ಕೇಂದ್ರ ಪೊಲೀಸ್

ಕಚೇರಿಗೆ ಕರೆದೊಯ್ಯುವುದಾಗಿ ತಿಳಿಸಿದ. ಇದರಲ್ಲಿ ಏನೋ ತಪ್ಪಾಗಿರಬೇಕೆಂದು ವಿವರಿಸಲು ಶ್ವೀಕ್ ಪ್ರಯತ್ನಪಟ್ಟ. ತಾನು ಸಂಪೂರ್ಣ ನಿರ್ದೋಷಿ – ಯಾರಿಗೂ ಅಪಚಾರವಾಗುವಂಥ ಒಂದು ಮಾತನ್ನೂ ತಾನು ಆಡಿಲ್ಲವೆಂದು ಹೇಳಿದ.

ಆದರೆ ಶ್ವೀಕ್ ನಿಜವಾಗಿಯೂ ಶಿಕ್ಷಾರ್ಹವಾದ ಹಲವು ಅಪರಾಧಗಳನ್ನು – ಅದರಲ್ಲಿ ದೇಶದ್ರೋಹವೂ ಸೇರಿತ್ತು– ಮಾಡಿರುವುದಾಗಿ ಬ್ರೆಟ್ಸ್ಶ್ವನೇಇಡರ್ ತಿಳಿಸಿದ.

ಬಳಿಕ ಅವರಿಬ್ಬರೂ ಪಾನ ಮಂದಿರದ ಒಳಕ್ಕೆ ಮರಳಿ ಬಂದರು. ಶ್ವೀಕ್ ಮಿ. ಪಲಿವೆತ್ಸ್‌ಗೆ ಹೇಳಿದ :

''ನಾನು ಐದು ಬೀರ್‌ಗಳನ್ನೂ, ಒಂದು ಉರುಳು ರೊಟ್ಟಿ ಹಾಗೂ ಕೆಲವು ಸಾಸೇಜುಗಳನ್ನೂ ತೆಗೆದುಕೊಂಡಿದ್ದೇನೆ – ಈಗ ನನಗೊಂದು ಚೆರ್ರಿ ಬ್ರಾಂಡಿಕೊಡು, ನಾನು ಬೇಗ ಹೋಗ್ಬೇಕು – ನನ್ನನ್ನು ದಸ್ತಗಿರಿ ಮಾಡಿದ್ದಾರೆ.''

ಬ್ರೆಟ್ಸ್ಶ್ವನೇಇಡರ್ ಮಿ. ಪಲಿವೆತ್ಸ್‌ಗೂ ತನ್ನ ಗುರುತು ಬಿಲ್ಲೆ ತೋರಿಸಿದ ; ಒಂದು ಕ್ಷಣ ಅವನ ಕಡೆ ನೋಡಿದ; ಅನಂತರ ಕೇಳಿದ :

''ನಿನಗೆ ಮದುವೆ ಆಗಿದೆಯೇ ?''

''ಓಹೋ.''

''ನಿನ್ನ ಗೈರುಹಾಜರಿಯಲ್ಲಿ ನಿನ್ನ ಹೆಂಡತಿ ನಿನ್ನ ವ್ಯಾಪಾರವನ್ನು ಮುಂದುವರಿಸಿಕೊಂಡು ಹೋಗ್ತಾಳಷ್ಟೆ?''

''ಓಹೋ.''

ಬ್ರೆಟ್ಸ್ಶ್ವನೇಇಡರ್ ಉಲ್ಲಾಸದಿಂದ ನುಡಿದ :

''ಹಾಗಾದರೆ ಸರಿ, ಮಿ. ಪಲಿವೆತ್ಸ್. ನಿನ್ನ ಹೆಂಡತೀನ ಈ ಕಡೆ ಬಂದು ಕುಳಿತುಕೋ ಅಂತ ಹೇಳು – ವ್ಯಾಪಾರವನ್ನೆಲ್ಲಾ ಅವಳಿಗೆ ವಹಿಸಿಕೊಡು. ನಾನು ನಿನ್ನನ್ನು ಕರೆದುಕೊಂಡು ಹೋಗೋದಕ್ಕೆ ಸಂಜೆ ಬರ್ತೇನೆ.''

ಪಲಿವೆತ್ಸ್‌ನನ್ನು ಸಂತವಿಸುತ್ತಾ ಶ್ವೀಕ್ ಹೇಳಿದ :

''ನೀನು ಇದರ ಬಗ್ಗೆ ತಲೆಕೆಡಿಸಿಕೊಳ್ಳಬೇಡ. ನನ್ನನ್ನು ಕೇವಲ ದೇಶದ್ರೋಹದ ಆಪಾದನೆ ಮೇಲೆ ಎಳೆದುಕೊಂಡು ಹೋಗ್ತಿದ್ದಾರೆ ಅಷ್ಟೆ.''

''ಆದರೆ ನನ್ನ ಗತಿ ಏನು ? ನಾನು ಮಾತನಾಡುವಾಗ ಅಷ್ಟೊಂದು ಹುಷಾರಾಗಿದ್ದೆನಲ್ಲಾ ?'' ಎಂದು ಪಲಿವೆತ್ಸ್ ಹಲುಬಿದ.

ಬ್ರೆಟ್ಸ್ಶ್ವನೇಇಡರ್ ಮುಗುಳ್ನಕ್ಕು ಸಂಭ್ರಮದಿಂದ ಹೇಳಿದ :

''ಚಕ್ರವರ್ತಿಯ ಚಿತ್ರದ ಮೇಲೆ ನೊಣಗಳು ತಮ್ಮ ಮುದ್ರೆ ಒತ್ತಿದ್ದವು ಅಂದೆಯಲ್ಲಾ – ಅದಕ್ಕೋಸ್ಕರ ನಿನ್ನನ್ನು ಎಳೆದುಕೊಂಡು ಹೋಗ್ತಾ ಇದ್ದೀನಿ. ನಿನ್ನ ತಲೆಯೊಳಗಿನ ಆ ಕೊಬ್ಬನ್ನೆಲ್ಲಾ ಇಳಿಸ್ತೀವಿ.''

ಮಫ್ತಿ ವೇಷದ ಪೊಲೀಸಿನವನ ಜೊತೆ ಶ್ವೀಕ್ ಫ್ಲಾಗೆನ್ ಬಾರ್‌ನಿಂದ ಹೊರಟ. ಅವರಿಬ್ಬರೂ ರಸ್ತೆಗೆ ತಲುಪಿದಾಗ, ಬ್ರೆಟ್ಸ್ಶ್ವನೇಇಡರ್‌ನ ಮುಖದತ್ತ ತನ್ನ ಉಲ್ಲಾಸದ ಮುಗುಳ್ನಗೆಯನ್ನು ಬೀರುತ್ತಾ ಶ್ವೀಕ್ ಕೇಳಿದ :

''ನಾನು ಕಾಲು ಹಾದಿ ಬಿಟ್ಟು ಕೆಳಕ್ಕೆ ಇಳೀಬಹುದಾ ?''

''ನೀನು ಏನು ಹೇಳ್ತಾ ಇದಿಯೋ.''

''ನಾನು ಅಂದ್ಕೊಂಡೆ – ಈಗ ನಾನು ಹೇಗೂ ದಸ್ತಗಿರಿಯಾಗಿದ್ದೇನಲ್ಲಾ? ಆದ್ರಿಂದ ಕಾಲ್ದಾರಿ ಮೇಲೆ ನಾನು ನಡೀಬಾರದೇನೋ ಅಂತ.''

ಕೇಂದ್ರ ಪೊಲೀಸ್ ಕಛೇರಿಯೊಳಕ್ಕೆ ಇಬ್ಬರೂ ಪ್ರವೇಶಿಸುತ್ತಿದ್ದಾಗ ಶ್ವೀಕ್ ನುಡಿದ :

''ಬಹಳ ಚೆನ್ನಾಗಿ ನಡೀತು ಕಣಯ್ಯಾ, ಅದು. ನೀನು ಫ್ಲಾಗೆನ್‌ಗೆ ಆಗಾಗ ಹೋಗ್ತಿರ್ತೀಯಾ ?''

ಇತ್ತ ಶ್ವೀಕ್‌ನನ್ನು ಪೊಲೀಸ್ ಕಛೇರಿಯ ಸ್ವಾಗತ ಕೊಠಡಿಯೊಳಕ್ಕೆ ಒಯ್ಯುತ್ತಿದ್ದಾಗ ಅತ್ತ ಫ್ಲಾಗೆನ್‌ನಲ್ಲಿ ಮಿ. ಪಲಿವೆತ್ಸ್ ತನ್ನ ಪಾನಮಂದಿರದ ವಹಿವಾಟನ್ನು ತನ್ನ ಪತ್ನಿಗೆ ವಹಿಸುತ್ತಿದ್ದ. ರೋದಿಸುತ್ತಿದ್ದ ಅವಳನ್ನು ತನ್ನದೇ ಆದ ವಿಶಿಷ್ಟ ಶೈಲಿಯಲ್ಲಿ ಸಂತವಿಸುತ್ತ ಆತ ಹೇಳಿದ :

''ಸಾಕು, ಅಳೋದನ್ನು ನಿಲ್ಲಿಸು, ಈ ಗಲಾಟೆಯೆಲ್ಲಾ ಬೇಡ. ನೊಣಗಳು ತಮ್ಮ ಮುದ್ರೆಯನ್ನೊತ್ತಿದ್ದ ಚಕ್ರವರ್ತಿಯ ಆ ಚಿತ್ರದ ವಿಷಯವಾಗಿ ಅವರು ನನಗೆ ಏನನ್ನು ತಾನೇ ಮಾಡಿಯಾರು ?''

ಈ ಪ್ರಕಾರವಾಗಿ, ಸೌಜನ್ಯಶೀಲ ಸೈನಿಕ ಶ್ವೀಕ್. ತನ್ನದೇ ಆಗಿದ್ದ ಆ ವಿಶಿಷ್ಟ ರೀತಿಯ ನಯ ವಿನಯಗಳಿಂದ ಮಹಾಯುದ್ಧದಲ್ಲಿ ಮಧ್ಯಪ್ರವೇಶ ಮಾಡಿದ. ಅವನು ದೂರದೃಷ್ಟಿಯಿಂದ ಭವಿಷ್ಯದ ಆಗುಹೋಗುಗಳನ್ನು ಕಲ್ಪಿಸಿಕೊಂಡಿದ್ದು ಮುಂದಿನ ಇತಿಹಾಸಕಾರರಲ್ಲಿ ಕುತೂಹಲವನ್ನು ಕೆರಳಿಸಬಹುದು. ಅನಂತರದ ಘಟನೆಗಳು ಅವನು ಫ್ಲಾಗೆನ್ ಬಾರ್‌ನಲ್ಲಿ ಮಂಡಿಸಿದ್ದಕ್ಕಿಂತ ಬೇರೆ ರೀತಿಯಲ್ಲೇ ನಡೆದುಹೋದವು ಎನ್ನುವುದಾದರೆ 'ಅವನು ರಾಜತಂತ್ರದಲ್ಲಿ ಪ್ರಾರಂಭಿಕ ತರಬೇತಿಯನ್ನೂ ಪಡೆದಿರಲಿಲ್ಲ' ಎಂಬ ವಿಷಯವನ್ನು ನಾವು ಗಣನೆಗೆ ತೆಗೆದುಕೊಳ್ಳಬೇಕು.

○

○ ಫ್ರಾನ್ಜ್ ಕಾಫ್ಕ

ಉಪವಾಸ ಕಲಾಕಾರ

ಇತ್ತೀಚಿನ ಕೆಲವು ದಶಕಗಳಲ್ಲಿ ಸಾರ್ವಜನಿಕರ ಮುಂದೆ ಉಪವಾಸ ಪ್ರದರ್ಶನ ಮಾಡುವ ವೃತ್ತಿಯ ಬಗ್ಗೆ ಜನರ ಆಸಕ್ತಿ ಬಹಳಷ್ಟು ಕಡಿಮೆಯಾಗಿದೆ. ಅಂಥ ಮಹಾ ಪ್ರದರ್ಶನಗಳನ್ನು ಕಲಾಕಾರ ಹಿಂದೆ ಸ್ವಂತವಾಗಿ ಏರ್ಪಡಿಸಿಕೊಂಡರೂ ಅವುಗಳಿಂದ ಬೇಕಾದಷ್ಟು ಲಾಭ ಗಿಟ್ಟುತ್ತಿತ್ತು. ಆದರೆ ಈಗ ಅದು ಅಸಾಧ್ಯವಾಗಿದೆ. ಇವತ್ತಿನ ನಮ್ಮ ಪ್ರಪಂಚ ಬಹಳ ಬದಲಾವಣೆ ಹೊಂದಿದೆ. ಒಂದಾನೊಂದು ಕಾಲದಲ್ಲಿ ಇಡೀ ಊರಿಗೆ ಊರೇ ಉಪವಾಸ ಕಲೆಯ ಆ ನಿಪುಣನ ಬಗ್ಗೆ ಬಹಳ ಆಸಕ್ತಿ ತಳೆಯುತ್ತಿತ್ತು; ಅವನು ಉಪವಾಸ ನಡೆಸುವಾಗ ಒಂದು ದಿನದಿಂದ ಇನ್ನೊಂದು ದಿನಕ್ಕೆ ಜನರ ಕುತೂಹಲ ಹೆಚ್ಚು ಉದ್ರೇಕಗೊಳ್ಳುತ್ತಿತ್ತು. ಪ್ರತಿಯೊಬ್ಬರೂ ದಿನಕ್ಕೊಮ್ಮೆಯಾದರೂ ಅವನನ್ನು ನೋಡಲು ತವಕಿಸುತ್ತಿದ್ದರು. ಕೆಲವರಂತೂ ಕೊನೆಯ ಕೆಲವು ದಿನಗಳಿಗೋಸ್ಕರ ಸೀಜನ್ ಟಿಕೆಟ್ ತೆಗೆದುಕೊಂಡು ಅವನನ್ನು ಪ್ರದರ್ಶನಕ್ಕೆ ಇಟ್ಟಿದ್ದ ಸಣ್ಣ ಬೋನಿನ ಮುಂದೆ ಬೆಳಗಿನಿಂದ ರಾತ್ರಿಯವರೆಗೂ ಕುಳಿತಿರುತ್ತಿದ್ದರು. ರಾತ್ರಿಯ ಹೊತ್ತು ಸಹ ಅವನನ್ನು ನೋಡುವ ಸೌಕರ್ಯವಿರುತ್ತಿತ್ತು. ಆಗ ಪಂಜುಗಳನ್ನು ಹೊತ್ತಿಸಿಟ್ಟು ಆ ದೃಶ್ಯ ಹೆಚ್ಚು ಪರಿಣಾಮ ಬೀರುವಂತೆ ಮಾಡುತ್ತಿದ್ದರು. ಹವೆ ಚೆನ್ನಾಗಿದ್ದ ದಿನಗಳಲ್ಲಿ ಬೋನನ್ನು ಹೊರಗೆ ಬಯಲು ಪ್ರದೇಶದಲ್ಲಿ ಇಟ್ಟಿರುತ್ತಿದ್ದರು. ಅಂಥ ದಿನಗಳೆಂದರೆ ಮಕ್ಕಳಿಗೊಂದು ಹಬ್ಬ. ಆಗ ಅವರಿಗೋಸ್ಕರ ವಿಶೇಷ ಪ್ರದರ್ಶನ ವಿರುತ್ತಿತ್ತು. ದೊಡ್ಡವರಿಗೆ ಅದೊಂದು ತಮಾಷೆಯೋ, ಮಾಮೂಲಿನ ವಿನೋದವೋ ಆಗಿದ್ದರೂ ಮಕ್ಕಳು ಮಾತ್ರ ಆ ಉಪವಾಸ ಕಲಾನಿಪುಣನನ್ನು ಬಾಯಿ ಬಿಟ್ಟುಕೊಂಡು ನೋಡುತ್ತಿದ್ದರು. ಬಿಳಿಚಿಕೊಂಡ ಅವನು ಕರಿಯ ಬಿಗಿ ಷರಾಯಿ ಧರಿಸಿರುತ್ತಿದ್ದ– ಅವನ ಪಕ್ಕೆಲುಬುಗಳು ಸ್ಪಷ್ಟವಾಗಿ ಮುಂಚಾಚಿ ತೋರುತ್ತಿದ್ದವು. ಅವನಿಗೆ ಕೂರಲು ಪೀಠವೂ ಇರುತ್ತಿರಲಿಲ್ಲ– ನೆಲದ ಮೇಲೆ ಹಾಸಿದ್ದ ಹುಲ್ಲಿನ ಮೇಲೆ ಆತ ಕೂತಿರುತ್ತಿದ್ದ. ಕೆಲವೊಮ್ಮೆ ಹೊರಗಿನವರಿಗೆ ಗೌರವ ಸೂಚಿಸಲು ಅವನು ನಮಸ್ಕರಿಸುತ್ತಿದ್ದ. ಬಿಗಿ ಹಿಡಿದ ಹುಸಿ ನಗೆಯೊಡನೆ ಪ್ರಶ್ನೆಗಳಿಗೆ ಉತ್ತರ ಕೊಡುತ್ತಿದ್ದ ಅಥವಾ ಇನ್ನೂ ಕೆಲವು ಸಲ ಬೋನಿನ

ಕಂಬಿಗಳಿಂದಾಚೆ ಕೈಚಾಚಿ ತನ್ನ ತೋಳು ಎಷ್ಟು ತೆಳ್ಳಗಾಗಿದೆ ಎಂದು ಪರೀಕ್ಷಿಸಲು ನೋಟಕರಿಗೆ ಅವಕಾಶ ಕೊಡುತ್ತಿದ್ದ. ಅನಂತರ ಪುನಃ ಅಂತರ್ಮುಖಿಯಾಗುತ್ತಿದ್ದ. ಯಾವುದನ್ನೂ ಯಾರನ್ನೂ ಗಮನಿಸದೆ – ಬೋನಿನಲ್ಲಿದ್ದ ಗಡಿಯಾರವು ಗಂಟೆ ಹೊಡೆಯುವುದನ್ನು ಸಹ ಲಕ್ಷಿಸದೆ, ಅರೆಮುಚ್ಚಿದ ಕಣ್ಣುಗಳಿಂದ ಶೂನ್ಯವನ್ನು ದಿಟ್ಟಿಸುತ್ತ, ತನ್ನ ಒಣಗಿದ ತುಟಿಗಳನ್ನು ತೇವ ಮಾಡಿಕೊಳ್ಳಲು ಪುಟ್ಟ ಗಾಜಿನ ಲೋಟದಿಂದ ಒಂದು ಗುಟುಕು ನೀರು ಕುಡಿಯುತ್ತಾ ಆತ ಕುಳಿತಿರುತ್ತಿದ್ದ. ಮಕ್ಕಳು ಹೆದರಿಕೆಯಿಂದ ಒಬ್ಬರನ್ನೊಬ್ಬರು ಹಿಡಿದುಕೊಂಡು ಅವನನ್ನು ಆಶ್ಚರ್ಯಚಕಿತರಾಗಿ ನೋಡುತ್ತಿದ್ದರು.

ಪ್ರದರ್ಶನಕ್ಕೆ ಬರುವ ಸಾಮಾನ್ಯ ಪ್ರೇಕ್ಷಕರಲ್ಲದೆ ಸಾರ್ವಜನಿಕರು ಆರಿಸಿ ನೇಮಿಸಿದ ಕೆಲವು ಕಾಯಂ ಪರೀಕ್ಷಕರೂ ಸರದಿ ಪ್ರಕಾರ ಅಲ್ಲಿ ಸದಾ ಇರುತ್ತಿದ್ದರು. ಈ ಪರೀಕ್ಷಕರು ಸಾಮಾನ್ಯವಾಗಿ ಕಸಾಯಿಖಾನೆಯವರೇ ಇರುತ್ತಿದ್ದುದು ಒಂದು ವೈಚಿತ್ರ್ಯ. ಉಪವಾಸ ಕಲೆಯ ಆ ನಿಪುಣ ಎಲ್ಲಿಯಾದರೂ ಗುಟ್ಟಿನಲ್ಲಿ ಆಹಾರ ಸೇವಿಸುತ್ತಾನೋ ಎಂದು ಪ್ರತಿ ಸರದಿಯಲ್ಲಿ ಮೂವರಂತೆ ಹಗಲಿರುಳೂ ಅವನನ್ನು ಕಾಯುವುದು ಅವರ ಕರ್ತವ್ಯವಾಗಿತ್ತು. ವಾಸ್ತವವಾಗಿ ಇದು ಕೇವಲ ಔಪಚಾರಿಕ ವಿಧಿ ಮಾತ್ರ. ಸಾರ್ವಜನಿಕರನ್ನು ತೃಪ್ತಿಪಡಿಸುವುದೊಂದೇ ಇದರ ಉದ್ದೇಶವಾಗಿತ್ತು. ಯಾಕೆಂದರೆ, ಹಾಗೆ ಉಪವಾಸ ಕೂತಿದ್ದಾಗ ಯಾವುದೇ ಸಂದರ್ಭದಲ್ಲಿಯೂ – ಅತ್ಯಂತ ಬಲವಂತದ ಒತ್ತಡದಲ್ಲಿಯೂ – ಆ ಕಲಾಕಾರ ಒಂದು ಸಣ್ಣ ತುತ್ತು ಆಹಾರವನ್ನೂ ತಿನ್ನುತ್ತಿರಲಿಲ್ಲ. ಇದು ಆ ಕಲೆಯ ಅಭ್ಯಾಸಿಗಳಿಗೆ ಚೆನ್ನಾಗಿ ಗೊತ್ತಿತ್ತು. ಆಹಾರದ ಚೂರನ್ನೂ ಮುಟ್ಟದಿರುವುದು ಅವನ ವೃತ್ತಿಯ ಗೌರವವನ್ನು ಕಾಪಾಡುವ ಸಾಧನ. ಆದರೆ ಕಾವಲು ಕಾಯುತ್ತಿದ್ದವರೆಲ್ಲರಿಗೂ ಇದನ್ನು ಅರ್ಥಮಾಡಿ ಕೊಳ್ಳುವಷ್ಟು ಯೋಗ್ಯತೆ ಇರಲಿಲ್ಲ. ಕೆಲವೊಮ್ಮೆ ರಾತ್ರಿ ಕಾಲದ ಕೆಲವು ತಂಡದವರು ತಮ್ಮ ಕರ್ತವ್ಯ ಪಾಲನೆಯಲ್ಲಿ ತೀರಾ ಅಸಡ್ಡೆಯಿಂದಿದ್ದು ಯಾವುದೋ ದೂರದ ಮೂಲೆಯಲ್ಲಿ ಗುಂಪು ಗುಂಪಾಗಿ ಸೇರಿ ಇಸ್ಪೀಟು ಆಟದಲ್ಲಿ ಮಗ್ನರಾಗಿರುತ್ತಿದ್ದರು – ಉಪವಾಸ ನಿಪುಣ ಆಗಾಗ ತಮಗೆ ಕಾಣದಂತೆ ಏನಾದರೂ ಆಹಾರ ನುಂಗಲು ಅವನಿಗೆ ಅವಕಾಶ ಕೊಡುವುದೇ ಅವರ ಸ್ಪಷ್ಟವಾದ ಉದ್ದೇಶವಾಗಿತ್ತು. ಆತನಿಗೆ ಅಂಥ ಕಾವಲು ತಂಡದವರನ್ನು ಕಂಡರೆ ಮೈ ಉರಿಯುತ್ತಿತ್ತು; ಅವರ ವರ್ತನೆಯಿಂದ ಅವನಿಗೆ ಸಂಕಟವಾಗುತ್ತಿತ್ತು; ಅವರಿಂದಾಗಿ ಅವನಿಗೆ ತನ್ನ ಉಪವಾಸ ಅಸಹನೀಯವಾಗುತ್ತಿದೆ ಎನ್ನಿಸುತ್ತಿತ್ತು. ಒಮ್ಮೊಮ್ಮೆ ಅಂಥ ತಂಡದವರು ಕಾವಲಿರುವಾಗ ತನ್ನನ್ನು ಕುರಿತ ಅವರ ಅನುಮಾನಗಳು ಸುಳ್ಳೆಂದು ತೋರಿಸಲು ಅವನು ತನ್ನ ನಿಶ್ಶಕ್ತಿಯನ್ನೂ ಅದುಮಿಟ್ಟು ಕೈಲಾದಷ್ಟು ಹೊತ್ತು ಹಾಡುತ್ತಾ ಕುಳಿತಿರುತ್ತಿದ್ದ. ಆದರೆ ಅದರಿಂದ ಯಾವ ಪ್ರಯೋಜನವೂ ಇರಲಿಲ್ಲ. ಯಾಕೆಂದರೆ, ಹಾಡುತ್ತಿರುವಾಗಲೇ ಆತ ಬಾಯಿಗೆ ಆಹಾರ ತುರುಕಿಕೊಳ್ಳಬಲ್ಲನೆಂದು ಊಹಿಸುತ್ತ, ಆಗಲೂ ಅವನ 'ಕಿಲಾಡಿತನ'ವನ್ನು ಅವರು ಮೆಚ್ಚುತ್ತಿದ್ದರು. ಈ ಕಾವಲಿನವರ ಪೈಕಿ ಕೆಲವರು ಬೋನಿನ ಸರಳುಗಳಿಗೆ ತೀರಾ ಹತ್ತಿರ ಕುಳಿತು ಕೋಣೆಯಲ್ಲಿನ ಮಂಕು ದೀಪಗಳು ಸಾಲವೆಂದು ಹೇಳಿ ಪ್ರದರ್ಶನದ ವ್ಯವಸ್ಥಾಪಕ ಕೊಟ್ಟಿದ್ದ ಸಣ್ಣ ಎಲೆಕ್ಟ್ರಿಕ್ ಟಾರ್ಚುಗಳ ಥಾಳಾದ ಬೆಳಕನ್ನು ಅವನ ಮೇಲೆ ಕೇಂದ್ರೀಕರಿಸುತ್ತಿದ್ದರು – ಅಂಥವರನ್ನು ಅವನು ಬಹಳ ಮೆಚ್ಚುತ್ತಿದ್ದ. ಟಾರ್ಚ್‌ನ ಪ್ರಖರ ಬೆಳಕಿನಿಂದ ಅವನಿಗೇನೂ ತೊಂದರೆಯಾಗುತ್ತಿರಲಿಲ್ಲ. ಹೇಗಿದ್ದರೂ ಅವನಿಗೆ ಸರಿಯಾಗಿ ನಿದ್ರೆ ಮಾಡುವುದಕ್ಕಾಗುತ್ತಿರಲಿಲ್ಲ. ಆದರೆ ಎಷ್ಟೇ ಹೊತ್ತಾಗಿರಲಿ, ಎಂಥ ಬೆಳಕೇ ಇರಲಿ, ಹಾಲ್‌ನ ತುಂಬಾ ಪ್ರೇಕ್ಷಕರ ಸದ್ದು ಗದ್ದಲಗಳಿದ್ದಾಗಲೂ ಸಹ, ಒಂದು ಸ್ವಲ್ಪ ಹೊತ್ತು ಅರೆನಿದ್ರೆ ಮಾಡಲು ಅವನಿಗೆ ಸಾಧ್ಯವಾಗುತ್ತಿತ್ತು.

ಆದ್ದರಿಂದ ಅಂಥ ಕಾವಲಿನವರ ಜೊತೆ ರಾತ್ರಿ ಇಡೀ ಜಾಗರಣೆಯಲ್ಲಿ ಕಳೆಯಬೇಕಾದಾಗ ಅವನಿಗೆ ಬಹಳ ಖುಷಿಯಾಗುತ್ತಿತ್ತು; ಅವರ ಜೊತೆ ಆತ ಹಾಸ್ಯದ ಚಟಾಕಿಗಳನ್ನು ಹಾರಿಸುತ್ತಿದ್ದ. ತನ್ನ ಅಲೆಮಾರಿ ಜೀವನದ ಬಗ್ಗೆ ಅವರಿಗೆ ಕಥೆಗಳನ್ನು ಹೇಳುತ್ತಿದ್ದ ಅಥವಾ ಇನ್ನೇನನ್ನೋ ಮಾಡುತ್ತ ಅವರು ಎಚ್ಚರವಾಗಿರುವಂತೆ ನೋಡಿಕೊಂಡು ರಾತ್ರಿ ಹೊತ್ತು ಸಹ ಮುಚ್ಚುಮರೆಯಲ್ಲಿ ತಾನು ಏನನ್ನೂ ತಿನ್ನುವುದಿಲ್ಲವೆಂದೂ ಹಾಗೂ ತನ್ನಂತೆ ಅವರಲ್ಲಿ ಯಾರಿಗೂ ಉಪವಾಸ ಮಾಡಲು ಸಾಧ್ಯವಿಲ್ಲವೆಂದೂ ಆತ ಖಚಿತವಾಗಿ ತೋರಿಸುತ್ತಿದ್ದ. ಬೆಳಗಾದ ಕೂಡಲೇ ಅವನು ತನ್ನ ಖರ್ಚಿನಲ್ಲಿ ಅವರಿಗೆ ಭರ್ಜರಿಯಾದ ಉಪಾಹಾರ ತರಿಸುತ್ತಿದ್ದ. ರಾತ್ರಿಯೆಲ್ಲಾ ಜಾಗರಣೆ ಮಾಡಿ ಸೋತಿದ್ದ ಅವರು ಆರೋಗ್ಯಕಾಯರಿಗೆ ಸಹಜವಾದ ಹಸಿವಿನಿಂದ ಆ ಉಪಾಹಾರವೆಲ್ಲವನ್ನೂ ಧ್ವಂಸ ಮಾಡುತ್ತಿದ್ದರು – ಅದು ಅವನ ಅತ್ಯಂತ ಸಂತೋಷದ ಗಳಿಗೆ. ನಿಜ, ಅವನು ಹೀಗೆ ಅವರಿಗೆಲ್ಲಾ ತಿಂಡಿ ತರಿಸಿಕೊಟ್ಟು ಅಕ್ರಮವಾಗಿ ಅವರ ಮನ ಒಲಿಸಿಕೊಳ್ಳುತ್ತಿದ್ದಾನೆಂದು ಕೆಲವರು ವಾದಿಸುತ್ತಿದ್ದುದುಂಟು. ಆದರೆ ಅದು ತೀರಾ ಅತಿಯೆಂದು ಹೇಳಬೇಕು. ಅಲ್ಲದೆ ತಿಂಡಿ ತೀರ್ಥಗಳ ಆಮಿಷವಿಲ್ಲದೆ ಬರಿ ಪಂಧ್ಯದ ಆದರ್ಶಕ್ಕಾಗಿ ಕೆಲಸ ಮಾಡಲು ಬನ್ನಿ ಎಂದು ಅಂಥವರನ್ನು ಕಾವಲಿಗೆ ಕರೆದಾಗ ಅವರು ಅವನ ಬಗ್ಗೆ ಮೊಂಡುತನದಿಂದ ತಮ್ಮ ಅನುಮಾನಗಳಾವುದನ್ನೂ ಬಿಟ್ಟುಕೊಡದೆ, ಜಾಗರಣೆ ಕೆಲಸದಿಂದ ತಪ್ಪಿಸಿಕೊಂಡುಬಿಡುತ್ತಿದ್ದರು.

ಅಂಥ ಅನುಮಾನಗಳು ಉಪವಾಸ ಪ್ರದರ್ಶನ ವೃತ್ತಿಯ ಅನಿವಾರ್ಯ ಅಂಶಗಳಾಗಿದ್ದವು. ಅವನನ್ನು ಹಗಲಿರುಳೂ ಕಾದುಕೊಂಡಿರಲು ಯಾರಿಗೂ ಸಾಧ್ಯವಿರಲಿಲ್ಲ. ಆದ್ದರಿಂದ ಅವನು ನಡೆಸುವ ಉಪವಾಸ ಕಠಿಣವೂ ನಿರಂತರವೂ ಆಗಿದೆಯೆಂಬುದನ್ನು ಸಾಬೀತು ಮಾಡುವ ಪ್ರತ್ಯಕ್ಷ ಪ್ರಮಾಣಗಳು ಯಾರ ಬಳಿಯಲ್ಲಿಯೂ ಇರಲಿಲ್ಲ. ಅದು ಆ ಕಲಾಕಾರನಿಗೆ ಮಾತ್ರ ತಿಳಿದಿದ್ದ ವಿಷಯ; ಆದ್ದರಿಂದ ಅವನ ಉಪವಾಸ ವ್ರತದ ಬಗ್ಗೆ ಸಂಪೂರ್ಣ ತೃಪ್ತಿ ಪಡೆದಿದ್ದ ಒಬ್ಬನೇ ಪ್ರೇಕ್ಷಕನೆಂದರೆ ಅವನೇ. ಆದರೂ ಬೇರೆ ಕಾರಣಗಳಿಗಾಗಿ ಅವನಿಗೂ ತೃಪ್ತಿ ಸಿಗುತ್ತಿರಲಿಲ್ಲ. ಅವನು ದಿನದಿನಕ್ಕೂ ಅಸ್ಥಿಪಂಜರದಂತೆ ಕೃಶವಾಗುತ್ತಿದ್ದುದರಿಂದ ಬಹಳ ಜನ ವ್ಯಥೆಯಿಂದ ಅವನನ್ನು ನೋಡಲಾರದೆ, ಅವನ ಪ್ರದರ್ಶನಕ್ಕೆ ಬರುವುದನ್ನು ನಿಲ್ಲಿಸಿದ್ದರು. ಆದರೆ ಬಹುಶಃ ಇದಕ್ಕೆ ಕೇವಲ ಉಪವಾಸವೇ ಕಾರಣವಾಗಿರಲಿಲ್ಲ. ತನ್ನ ಬಗ್ಗೆ ಅವನಿಗೆ ಉಂಟಾಗಿದ್ದ ಅತೃಪ್ತಿಯೂ ಇದಕ್ಕೆ ಕಾರಣವಾಗಿದ್ದಿರಬೇಕು. ಏಕೆಂದರೆ ಉಪವಾಸವಿರುವುದು ಎಷ್ಟು ಸುಲಭಸಾಧ್ಯವೆಂಬುದು ಅವನೊಬ್ಬನಿಗೆ ಮಾತ್ರ ತಿಳಿದಿತ್ತು. ಆ ಕಲೆಯ ಇತರ ಯಾವ ಅಭ್ಯಾಸಿಗೂ ಅದು ಗೊತ್ತಿರಲಿಲ್ಲ. ಅದನ್ನು ಇವನೇನು ಗುಟ್ಟಾಗಿಟ್ಟಿರಲಿಲ್ಲವಾದರೂ ಜನರು ಅವನ ಮಾತನ್ನು ನಂಬುತ್ತಿರಲಿಲ್ಲ. ಹೆಚ್ಚೆಂದರೆ, ಅವನು ಕೇವಲ ವಿನಯಕ್ಕೋಸ್ಕರ ಹಾಗೆ ಹೇಳುತ್ತಾನೆ ಎಂದು ಅವನು ಭಾವಿಸುತ್ತಿದ್ದರು. ಅವರಲ್ಲಿ ಹೆಚ್ಚಿನವರು ಅವನು ಕೇವಲ ಪ್ರಚಾರಕ್ಕೋಸ್ಕರ ಹಾಗನ್ನುತ್ತಾನೆಂದೋ ಅವನು ಉಪವಾಸ ಮಾಡುವ ಸುಲಭ ಮಾರ್ಗವನ್ನು ಹೇಗೋ ಕಂಡುಹಿಡಿದು ಅದನ್ನು ಧಾರ್ಷ್ಟ್ಯದಿಂದ ಒಪ್ಪಿಕೊಳ್ಳುತ್ತಿರುವ ಮೋಸಗಾರನೆಂದೋ ಯೋಚಿಸುತ್ತಿದ್ದರು. ಅದೆಲ್ಲವನ್ನೂ ಅವನು ಸಹಿಸಿಕೊಳ್ಳ ಬೇಕಾಗಿತ್ತು. ಕಾಲಕ್ರಮೇಣ ಅದು ಅವನಿಗೆ ರೂಢಿಯಾಗಿ ಹೋಯಿತು. ಆದರೆ ಅವನೊಳಗಿನ ಅತೃಪ್ತಿ ಅವನನ್ನು ಸದಾ ಕೊರೆಯುತ್ತಿತ್ತು. ಅದೇನೇ ಇರಲಿ ಅವನ ಪರವಾಗಿ ಒಂದು ಮಾತನ್ನು ಹೇಳಲೇಬೇಕು. ತನ್ನ ಉಪವಾಸದ ಯಾವುದೇ ಅವಧಿ ಮುಗಿದ ಬಳಿಕ ಅವನು ಸ್ವಂತ ಇಚ್ಛೆಯಿಂದ ಎಂದೂ ಬೋನಿನಿಂದ ಹೊರಕ್ಕೆ ಬಂದಿರಲಿಲ್ಲ. ಪ್ರದರ್ಶನದ ವ್ಯವಸ್ಥಾಪಕ ಉಪವಾಸಕ್ಕೆ ನಿಗದಿ ಮಾಡುತ್ತಿದ್ದ ಗರಿಷ್ಠ ಅವಧಿಯೆಂದರೆ 40 ದಿನಗಳು – ದೊಡ್ಡ ಪಟ್ಟಣಗಳಲ್ಲಿ

ಸಹ ಅವನನ್ನು ಅದಕ್ಕಿಂತ ಹೆಚ್ಚಿನ ಅವಧಿಯವರೆಗೆ ಹೋಗಲು ಬಿಡುತ್ತಿರಲಿಲ್ಲ. ಅದಕ್ಕೆ ಸರಿಯಾದ ಕಾರಣವೂ ಇತ್ತು. ಸಾರ್ವಜನಿಕರ ಕುತೂಹಲ – ಆಸಕ್ತಿಗಳನ್ನು ದಿನೇ ದಿನೇ ಜಾಹಿರಾತುಗಳ ಒತ್ತಡದಿಂದ ಉತ್ಕಟಗೊಳಿಸುತ್ತಾ ಹೋಗಿ ಸುಮಾರು ನಲವತ್ತು ದಿನಗಳವರೆಗೆ ಅದನ್ನು ಉಳಿಸಿಕೊಂಡು ಬರಬಹುದೆಂಬುದು ವ್ಯವಸ್ಥಾಪಕನಿಗೆ ತನ್ನ ಅನುಭವದಿಂದ ಖಚಿತವಾಗಿತ್ತು. ಆಮೇಲೆ ಊರಿನವರ ಆಸಕ್ತಿ ಹಾಗೂ ಸಹಾನುಭೂತಿ ಕ್ರಮೇಣ ಕಡಿಮೆ ಆಗುತ್ತವೆನ್ನುವುದು ಅವನಿಗೆ ತಿಳಿದಿತ್ತು. ಈ ಗಡುವಿನ ಬಗ್ಗೆ ಒಂದು ಊರು ಮತ್ತೊಂದು ಊರಿನ ನಡುವೆ, ಒಂದು ದೇಶ ಇನ್ನೊಂದು ದೇಶದ ನಡುವೆ ಪ್ರಾದೇಶಿಕವಾದ ವ್ಯತ್ಯಾಸಗಳಿರುತ್ತಿದ್ದವು. ಆದರೆ ನಲವತ್ತು ದಿನಗಳ ಮಿತಿ ಎನ್ನುವುದು ಒಂದು ಸಾಮಾನ್ಯ ಸೂತ್ರವಾಗಿತ್ತು. ಆದ್ದರಿಂದ ನಲವತ್ತನೆಯ ದಿನ ಪುಷ್ಪಾಲಂಕೃತವಾದ ಆ ಬೋನನ್ನು ತೆರೆಯಲಾಗುತ್ತಿತ್ತು. ಉತ್ಸಾಹಭರಿತ ಪ್ರೇಕ್ಷಕರು ಆ ಹಾಲ್‌ನಲ್ಲಿ ಕಿಕ್ಕಿರಿಯುತ್ತಿದ್ದರು; ಮಿಲಿಟರಿ ಬಾಜಾ ಬಜಂತ್ರಿಗಳು ಮೊಳಗುತ್ತಿದ್ದವು. ಇಬ್ಬರು ವೈದ್ಯರು ಉಪವಾಸದ ಫಲಿತಾಂಶಗಳ ಮಾಪನಕ್ಕೋಸ್ಕರ ಬೋನನ್ನು ಪ್ರವೇಶಿಸುತ್ತಿದ್ದರು ಮತ್ತು ವಿವರಗಳನ್ನು ಧ್ವನಿವರ್ಧಕದ ಮೂಲಕ ಪ್ರಕಟಿಸುತ್ತಿದ್ದರು. ಕೊನೆಯಲ್ಲಿ ಜಾಗರೂಕತೆಯಿಂದ ಆರಿಸಿದ ಇಬ್ಬರು ಯುವತಿಯರು ಅಲ್ಲಿ ಕಾಣಿಸಿಕೊಳ್ಳುತ್ತಿದ್ದರು – ತಮಗೆ ಸಂದ ಗೌರವದಿಂದ ಆನಂದತುಂದಿಲರಾದ ಅವರು ಉಪವಾಸ ಕಲೆಯ ನಿಪುಣನನ್ನು ಕೆಲವು ಮೆಟ್ಟಲುಗಳ ಮೂಲಕ ಕೆಳಕ್ಕೆ ನಡೆಸಿಕೊಂಡು ಹೋಗಿ, ಅಲ್ಲಿ ಎಚ್ಚರದಿಂದ ಆಯ್ದು ತಂದ ಪಥ್ಯದ ಊಟವನ್ನಿಟ್ಟಿದ್ದ ಒಂದು ಸಣ್ಣ ಮೇಜಿನ ಮುಂದೆ ಕುಳಿತುಕೊಳ್ಳಲು ಅವನಿಗೆ ಸಹಾಯ ಮಾಡುತ್ತಿದ್ದರು. ಆದರೆ ಅಂಥ ಗಳಿಗೆಯಲ್ಲಿ ಉಪವಾಸ ನಿಪುಣ ಯಾವಾಗಲೂ ಬಹಳ ಮೊಂಡುತನ ಹೂಡುತ್ತಿದ್ದ, ನಿಜ. ತನ್ನ ಮೇಲೆ ಬಗ್ಗಿದ ಹುಡುಗಿಯರ ಕಡೆಗೆ ಮೂಳೆ ಚಕ್ಕಳವಾಗಿದ್ದ ತನ್ನ ತೋಳುಗಳನ್ನು ಅವನು ಚಾಚುತ್ತಿದ್ದ. ಆದರೆ, ಸರ್ವಥಾ ಎದ್ದು ನಿಲ್ಲುತ್ತಿರಲಿಲ್ಲ. ಹೇಗೂ ನಲವತ್ತು ದಿನಗಳ ಕಾಲ ಉಪವಾಸ ಮಾಡಿದ ಬಳಿಕ ಈ ನಿರ್ದಿಷ್ಟ ಗಳಿಗೆಯಲ್ಲಿ ಯಾಕೆ ಅದನ್ನು ನಿಲ್ಲಿಸಬೇಕು ? ಬಹಳ ದೀರ್ಘಕಾಲ ಆತ ತಾಳಿಕೊಂಡಿದ್ದ – ಎಣಿಸಲಾರದಷ್ಟು ದೀರ್ಘಕಾಲ. ಉಪವಾಸ ಕಲೆಯ ಪರಾಕಾಷ್ಠೆಯನ್ನು ಅವನೀಗ ತಲುಪಿದ್ದ; ಅಥವಾ ಹೆಚ್ಚು ಸರಿಯಾಗಿ ಹೇಳಬೇಕೆಂದರೆ ಇನ್ನೂ ಸಂಪೂರ್ಣ ತಲುಪಿರಲಿಲ್ಲ. ಇಂಥ ಘಟ್ಟದಲ್ಲಿ ಯಾಕೆ ಅದನ್ನು ಮುಕ್ತಾಯಗೊಳಿಸಬೇಕು ? ಇನ್ನೂ ಹೆಚ್ಚು ಕಾಲ ಉಪವಾಸ ಮಾಡುವ ಮೂಲಕ ಲಭಿಸುವ ಕೀರ್ತಿಯಿಂದ ಯಾಕೆ ತಾನು ವಂಚಿತನಾಗಬೇಕು ? ಎಲ್ಲ ಕಾಲದ ಅತಿ ಶ್ರೇಷ್ಠ ಉಪವಾಸ ನಿಪುಣನೆಂದು ಬಹುಶಃ ಈಗಾಗಲೇ ಸಾಧಿಸಿರುವ ತನ್ನ ದಾಖಲೆಯನ್ನು ಮಾನವನ ಊಹೆಗೂ ನಿಲುಕದಂಥ ಒಂದು ಮಹೋನ್ನತ ಸಾಧನೆಯಿಂದ ತಾನೇ ಯಾಕೆ ಮುರಿಯಬಾರದು ? – ಎಂದು ಅವನಿಗೆ ತೋರುತ್ತಿತ್ತು. ಉಪವಾಸ ಮಾಡುವ ತನ್ನ ಸಾಮರ್ಥ್ಯಕ್ಕೆ ಮಿತಿಯಿಲ್ಲವೆಂದು ನಂಬಿದ್ದವನು ಆತ. ತನ್ನನ್ನು ಅಷ್ಟೊಂದು ಮೆಚ್ಚಿಕೊಳ್ಳುವಂತೆ ನಟಿಸುವ ಪ್ರೇಕ್ಷಕ ವೃಂದ ಯಾಕೆ ಇಷ್ಟು ಬೇಗ ತಾಳ್ಮೆಗೆಡುತ್ತಿದೆ ಎಂದು ಅವನಿಗೆ ಅರ್ಥವಾಗುತ್ತಿರಲಿಲ್ಲ. ಇನ್ನೂ ಹೆಚ್ಚು ಕಾಲದವರೆಗೆ ಉಪವಾಸದ ಶ್ರಮವನ್ನು ತಾನು ತಾಳಬಲ್ಲೆನಾದರೆ, ಸಾರ್ವಜನಿಕರು ಯಾಕೆ ಅದನ್ನು ತಾಳಲಾರರು ?

ಈಗ ಅವನಿಗೆ ಸುಸ್ತಾಗಿತ್ತು. ಹುಲ್ಲಿನ ಮೇಲೆ ಕುಳಿತುಕೊಂಡಿರಲು ಹಿತವಾಗಿತ್ತು. ಇಂಥ ಸಮಯದಲ್ಲಿ ಶ್ರಮಪಟ್ಟು ಯಾಕೆ ಎದ್ದು ನಿಂತು ಊಟ ಮಾಡಲು ಹೋಗಬೇಕು ? ಊಟದ ಯೋಚನೆಯಿಂದ ಅವನಿಗೆ ವಾಕರಿಗೆ ಬರುವಂತಾಯಿತು. ಆದರೆ ಆ ಯುವತಿಯರು

ಅಲ್ಲಿದ್ದುದರಿಂದ ಪ್ರಯತ್ನಪೂರ್ವಕವಾಗಿ ಅದನ್ನು ಆತ ತಡೆದುಕೊಂಡ. ಮೇಲುನೋಟಕ್ಕೆ ಸ್ನೇಹಪರರಂತೆ ಕಾಣಿಸುತ್ತಿದ್ದರೂ ವಾಸ್ತವವಾಗಿ ಕ್ರೂರಿಗಳಾಗಿದ್ದ ಆ ಮಹಿಳೆಯರ ಕಣ್ಣುಗಳನ್ನು ದಿಟ್ಟಿಸಿ ನೋಡಿ ಅವನು ತಲೆ ಅಲ್ಲಾಡಿಸಿದ; ಕ್ಷೀಣವಾದ ಕುತ್ತಿಗೆಯ ಮೇಲೆ ತಲೆ ಒರಗಿತು. ಆದರೆ ಯಾವಾಗಲೂ ನಡೆಯುತ್ತಿದ್ದ ಒಂದು ಸಂಗತಿ ಆಗ ಮತ್ತೆ ಸಂಭವಿಸಿತು. ಪ್ರದರ್ಶನದ ವ್ಯವಸ್ಥಾಪಕ ಮುಂದೆ ಬಂದು ಒಂದು ಮಾತನ್ನೂ ಆಡದೆ (ಬಾಜಾ ಬಜಂತ್ರಿಯ ಗದ್ದಲದಲ್ಲಿ ಮಾತೆಂಬುದು ಸಾಧ್ಯವೇ ಇರಲಿಲ್ಲ) ಉಪವಾಸ ನಿಪುಣನ ಹಿಂದೆ ನಿಂತ. ಬಳಿಕ, ಹುಲ್ಲಿನ ಮೇಲೆ ಕುಳಿತಿದ್ದ ತನ್ನ ಈ ಕಂದನನ್ನು, ನೋವಿನಿಂದ ನರಳುತ್ತಿದ್ದ ಈ ಹುತಾತ್ಮನನ್ನು (ಆತ ನಿಜವಾಗಿಯೂ ಒಬ್ಬ ಹುತಾತ್ಮನಾಗಿದ್ದ; ಆದರೆ ಬೇರೆಯೇ ಅರ್ಥದಲ್ಲಿ) ದೇವರು ಕಣ್ಣು ತೆರೆದು ನೋಡಬೇಕೆಂದು ಅವನನ್ನು ಪ್ರಾರ್ಥಿಸುತ್ತಿದ್ದನೋ ಎಂಬಂತೆ ಆತ ತನ್ನ ಎರಡೂ ಕೈಗಳನ್ನು ಅಂತರಿಕ್ಷದತ್ತ ಎತ್ತಿದ. ಅನಂತರ ಉಪವಾಸ ಕಲಾಕಾರ ಎಷ್ಟು ನಿಶ್ಶಕ್ತನಾಗಿದ್ದನೆಂಬುದನ್ನು ಜನರಿಗೆ ತೋರಿಸುವುದಕ್ಕೋಸ್ಕರ ಕೃಶವಾದ ಅವನ ಸೊಂಟವನ್ನು ಉತ್ಪ್ರೇಕ್ಷಿತವಾದ ಎಚ್ಚರಿಕೆಯಿಂದ ಹಿಡಿದೆತ್ತಿದ. ತರುವಾಯ ಆತ ಮುಗ್ಗರಿಸಿ ಅತ್ತಿತ್ತ ತೂರಾಡುವಂತೆ ಮಾಡುವ ಸಲುವಾಗಿ, ಯಾರಿಗೂ ಕಾಣದಂತೆ ಅವನ ದೇಹವನ್ನು ಚೆನ್ನಾಗಿ ಕುಲುಕಿದ ಮೇಲೆ ಹೆದರಿ ಬಿಳಿಚಿಕೊಂಡಿದ್ದ ತರುಣಿಯರ ವಶಕ್ಕೆ ಅವನನ್ನು ಒಪ್ಪಿಸಿದ. ಉಪವಾಸ ನಿಪುಣ ಆಗ ಪ್ರತಿಭಟಿಸದೆ ಸುಮ್ಮನಾದ; ಅವನ ತಲೆಯು ಎದೆಯ ಮೇಲೆ, ಎಲ್ಲಿಂದಲೋ ಅಕಸ್ಮಾತ್ ಬಂದು ಸೇರಿದ ರೀತಿಯಲ್ಲಿ ಜೋಲಾಡಿತು; ಅವನ ದೇಹವು ಒಳಗಡೆ ಟೊಳ್ಳಾಗಿದ್ದಂತೆ ಬಗ್ಗಿಕೊಂಡಿತ್ತು; ಅವನ ಕಾಲುಗಳು ಆತ್ಮರಕ್ಷಣೆ ಮಾಡಿಕೊಳ್ಳುವ ರೀತಿಯಲ್ಲಿ ಹಿಂದಕ್ಕೆ ಸೆಳೆದುಕೊಂಡು ಮಂಡಿಗಳ ಬಳಿ ಒಂದಕ್ಕೊಂದು ಬಲವಾಗಿ ಅಂಟಿಕೊಂಡವು. ಆಮೇಲೆ ಎದ್ದು ನಿಲ್ಲುವಾಗ ನಿಂತ ನೆಲ ಭದ್ರವಾಗಿಲ್ಲವೇನೋ ಎನ್ನುವ ಹಾಗೆ, ಅಂಥ ನೆಲವನ್ನು ಅರಸುತ್ತಿರುವ ಹಾಗೆ, ಜೋಲಾಡುತ್ತಿದ್ದ ಆ ಕಾಲುಗಳು ನೆಲವನ್ನು ಒರಸುತ್ತ ಚಲಿಸಿದವು. ಗರಿಯಂತೆ ಹಗುರವಾಗಿದ್ದ ಅವನ ಇಡೀ ದೇಹದ ಭಾರವೆಲ್ಲವೂ ಯುವತಿಯೊಬ್ಬಳ ಮೇಲೆ ಕುಸಿಯಿತು. ಅವಳು ಸ್ವಲ್ಪ ಏದುಸಿರೆಳೆಯುತ್ತಾ, ಸಹಾಯಕ್ಕಾಗಿ ಸುತ್ತಲೂ ತಿರುಗಿ ನೋಡಿದಳು – ಈ ಗೌರವದ ಕೆಲಸ ಅವಳು ನಿರೀಕ್ಷಿಸಿದ್ದಂತೆ ಇರಲಿಲ್ಲ. ಉಪವಾಸ ನಿಪುಣನ ದೇಹ ತನ್ನಮೇಲೆ ಒರಗಿದಾಗ ತನ್ನ ಮುಖಕ್ಕೆ ಅವನ ಸಂಪರ್ಕವಾಗದಂತೆ ಅವಳು ಮುಖವನ್ನು ಪಕ್ಕಕ್ಕೆ ತಿರುಗಿಸಿದಳು. ಆದರೆ ಅದು ಸಾಧ್ಯವಾಗಲಿಲ್ಲ. ಅವಳಿಗಿಂತ ಹೆಚ್ಚು ಅದೃಷ್ಟವಂತೆಯಾದ ಅವಳ ಜೊತೆಗಾತಿ ಇವಳ ಸಹಾಯಕ್ಕೆ ಬರದೆ ಮೂಳೆಗಳ ಸಣ್ಣ ಗೊಂಚಲಿನಂತಿದ್ದ ಉಪವಾಸ ನಿಪುಣನ ಕೈಗಳನ್ನು ನಡುಗುತ್ತಿದ್ದ ತನ್ನ ಕೈಗಳಿಂದ ಬಾಚಿ ಹಿಡಿದುಕೊಂಡಿದ್ದಳು. ಆಗ ಇವಳು ನಿಸ್ಸಹಾಯಕಳಾಗಿ ಗಳಗಳನೆ ಅತ್ತುಬಿಟ್ಟಳು. ಅದನ್ನು ನೋಡಿದ ಪ್ರೇಕ್ಷಕರಿಗೆ ಬಹಳ ಖುಷಿಯಾಯಿತು. ಇವಳನ್ನು ತಕ್ಷಣವೇ ಅಲ್ಲಿಂದ ತೆಗೆದು, ಮೊದಲೇ ಸಿದ್ಧವಾಗಿಟ್ಟುಕೊಂಡಿದ್ದ ಇನ್ನೊಬ್ಬ ಸೇವಕನನ್ನು ಅವಳ ಸ್ಥಾನದಲ್ಲಿ ನೇಮಿಸಲಾಯಿತು. ಅಷ್ಟು ಹೊತ್ತಿಗೆ ಅವನಿಗೆ ಕೊಡುವ ಆಹಾರ ಬಂತು – ಅರ್ಧ ಮೂರ್ಛೆ ತಿಳಿದಂತೆ ಕುಳಿತಿದ್ದ ಉಪವಾಸ ನಿಪುಣನ ಸ್ಥಿತಿಯಿಂದ ಪ್ರೇಕ್ಷಕರ ಗಮನವನ್ನು ಬೇರೆಡೆ ಸೆಳೆಯುವುದಕ್ಕಾಗಿ ನಗುಮೊಗದಿಂದ ಏನೇನೋ ಹರಟುತ್ತಾ, ಈ ಆಹಾರದ ಒಂದು ಚೂರನ್ನು ಅವನ ತುಟಿಯೊಳಕ್ಕೆ ಪ್ರದರ್ಶನದ ವ್ಯವಸ್ಥಾಪಕ ಹೇಗೋ ತುರುಕಿದ. ಆ ಬಳಿಕ ವ್ಯವಸ್ಥಾಪಕನ ಕಿವಿಯಲ್ಲಿ ಉಪವಾಸ ನಿಪುಣ ಏನನ್ನೋ ಪಿಸುಗುಟ್ಟಿದಂತೆ ಕಾಣುವ ಏರ್ಪಾಟು ನಡೆದು, ಅದರಂತೆ ಸಾರ್ವಜನಿಕರ ಗೌರವಾರ್ಥವಾಗಿ ಸ್ವಸ್ತಿಪಾನ ಮಾಡಲಾಯಿತು. ಈ ಎಲ್ಲ ವಿಧಿಗಳನ್ನೂ ಅಂತಿಮವಾಗಿ ಸಮರ್ಥಿಸುವ ರೀತಿಯಲ್ಲಿ ಬಾಜಾ

ಬಜಂತ್ರಿಗಳು ಒಮ್ಮೆಲೇ ಭೋರಿಟ್ಟ ಮೇಲೆ ಪ್ರೇಕ್ಷಕರು ಚದುರಿದರು... ಅಂದಿನ ಕಾರ್ಯ ಕಲಾಪಗಳ ಬಗ್ಗೆ ಉಪವಾಸ ಕಲಾಕಾರನೊಬ್ಬನನ್ನು ಬಿಟ್ಟು ಉಳಿದ ಯಾರಿಗೂ ಯಾವುದೇ ಅಸಮಾಧಾನವಿರಲಿಲ್ಲ. ಎಂದಿನಂತೆ ಅವನೊಬ್ಬನು ಮಾತ್ರ ಅತೃಪ್ತನಾಗಿಯೇ ಉಳಿದ.

ಹೀಗೆ ಕೆಲವು ನಿಯತ ಕಾಲಗಳಲ್ಲಿ ಮಾತ್ರ ಅಲ್ಪಾವಧಿಯ ವಿಶ್ರಾಂತಿ ಪಡೆಯುತ್ತಾ ಅನೇಕ ವರ್ಷಗಳನ್ನು ಆತ ಕಳೆದ. ಹೊರನೋಟಕ್ಕೆ ಅವನು ಕೀರ್ತಿವಂತನಾಗಿದ್ದ. ಜಗತ್ತು ಅವನಿಗೆ ಗೌರವ ನೀಡುತ್ತಿತ್ತು. ಆದರೂ ಮಾನಸಿಕ ಕ್ಲೇಶ ಅವನನ್ನು ಕಾಡುತ್ತಿತ್ತು. ಅದನ್ನು ಮಾತ್ರ ಯಾರೂ ಗಂಭೀರವಾಗಿ ಪರಿಗಣಿಸುತ್ತಿರಲಿಲ್ಲ. ಆದ್ದರಿಂದ ಅವನ ಕ್ಲೇಶ ಇನ್ನಷ್ಟು ಅಧಿಕವಾಗುತ್ತಿತ್ತು. ಇತರರಿಗೆ ಅದು ಅರ್ಥವಾಗುತ್ತಿರಲಿಲ್ಲ. ಅವನಿಗೆ ಯಾವ ರೀತಿಯ ಸಮಾಧಾನ ಬೇಕಾಗಿತ್ತು? ತಾನು ಗಳಿಸಿದ್ದುದಕ್ಕಿಂತ ಹೆಚ್ಚಿನ ಯಾವುದನ್ನು ಅವನು ನಿರೀಕ್ಷಿಸುತ್ತಿದ್ದ? ಒಂದು ವೇಳೆ ಯಾವನಾದರೂ ಸೌಜನ್ಯಶೀಲ ವ್ಯಕ್ತಿ ಅವನ ಬಗ್ಗೆ ಅನುತಾಪ ಪಡುತ್ತಾ ಅವನ ಮಾನಸಿಕ ಕ್ಲೇಶಕ್ಕೆ ಬಹುಶಃ ಅವನ ಉಪವಾಸಗಳೇ ಕಾರಣವೆಂದು ಸಮಾಧಾನ ಪಡಿಸಲು ಯತ್ನಿಸಿದಾಗ – ಅದರಲ್ಲೂ ಅವನು ಉಪವಾಸ ನಡಸುತ್ತಿದ್ದ ಅವಧಿಯಲ್ಲಿ ಹಾಗೆ ಹೇಳಿದಾಗ ಅವನಿಗೆ ಅತೀವ ರೋಷ ಉಕ್ಕಿ ಎಲ್ಲರಿಗೂ ಗಾಬರಿಯಾಗುವ ರೀತಿಯಲ್ಲಿ ಕಾಡುಪ್ರಾಣಿಯಂತೆ ಅವನು ಬೋನಿನ ಕಂಬಿಗಳನ್ನು ಹಿಡಿದು ಅಲ್ಲಾಡಿಸುತ್ತಿದ್ದ. ಅಂಥ ರೋಷದ ವೇಳೆಗಳಲ್ಲಿ ವ್ಯವಸ್ಥಾಪಕ ಅವನನ್ನು ತನ್ನದೇ ಆದ ರೀತಿಯಲ್ಲಿ ಶಿಕ್ಷಿಸುತ್ತಿದ್ದ. ಈ ಶಿಕ್ಷೆ ಕೊಡುವಾಗ ವ್ಯವಸ್ಥಾಪಕ ಬಹಳ ಖುಷಿಪಡುತ್ತಿದ್ದ. ಮೊಟ್ಟಮೊದಲು ಉಪವಾಸ ನಿಪುಣನ ಕೆಟ್ಟ ನಡತೆಗಾಗಿ ಆತ ಸಾರ್ವಜನಿಕರಲ್ಲಿ ಬಹಿರಂಗವಾಗಿ ಕ್ಷಮೆ ಬೇಡುತ್ತಿದ್ದ. ಬಳಿಕ, ಉಪವಾಸದ ಕಠಿಣ ಶ್ರಮದಿಂದ ಸಿಡುಕಿ ಕಲಾಕಾರ ಹಾಗೆ ನಡೆದುಕೊಳ್ಳುವನೆಂದೂ, ಉಪವಾಸದ ಶ್ರಮವನ್ನರಿಯದವರಿಗೆ ಅವನ ಪರಿಸ್ಥಿತಿಯನ್ನು ತಿಳಿಯುವುದು ಕಷ್ಟವೆಂದೂ ವಿವರಿಸುತ್ತಿದ್ದ. ಆಮೇಲೆ, ಇನ್ನೂ ಹೆಚ್ಚು ಕಾಲ ಉಪವಾಸ ಮಾಡಬಲ್ಲೆನೆಂಬ ಕಲಾಕಾರನ ಹೆಮ್ಮೆಯ ಹೇಳಿಕೆಯನ್ನು ಪ್ರಸ್ತಾಪಿಸಿ, ಆ ಹೇಳಿಕೆಯಲ್ಲಿ ನಿಸ್ಸಂಶಯವಾಗಿಯೂ ಅಡಕವಾಗಿದ್ದ ಅವನ ಮಹತ್ವಾಕಾಂಕ್ಷೆ, ಸ್ವಾರ್ಥತ್ಯಾಗ, ಉನ್ನತ ಆದರ್ಶ ಮತ್ತು ಸೌಜನ್ಯಗಳನ್ನು ಕೊಂಡಾಡುತ್ತಿದ್ದ. ಆದರೆ ಮರು ಕ್ಷಣದಲ್ಲೇ ಕೆಲವು ಛಾಯಾಚಿತ್ರಗಳನ್ನು ತೆಗೆದು ತೋರಿಸಿ ಈ ಹೆಗ್ಗಳಿಕೆಯನ್ನು ಆತ ಸುಲಭವಾಗಿ ಧ್ವಂಸ ಮಾಡುತ್ತಿದ್ದ. ಅವುಗಳನ್ನು ಸಾರ್ವಜನಿಕರ ಸಲುವಾಗಿ ಮಾರಾಟಕ್ಕೂ ಇಡಲಾಗುತ್ತಿತ್ತು. ಆ ಚಿತ್ರಗಳಲ್ಲಿ ಉಪವಾಸದ ನಲವತ್ತನೆಯ ದಿನದಂದು ಕಲಾಕಾರ ಸೋತು ಸತ್ತವನಂತೆ ಬಿದ್ದಿರುವುದನ್ನು ತೋರಿಸಲಾಗಿತ್ತು. ಹೀಗೆ ವ್ಯವಸ್ಥಾಪಕ ಸತ್ಯವನ್ನು ವಿರೂಪಗೊಳಿಸುವ ಸಂಗತಿ ಉಪವಾಸ ನಿಪುಣನಿಗೆ ಚೆನ್ನಾಗಿ ಗೊತ್ತಿದ್ದರೂ ಪ್ರತಿಸಲ ಅವನು ಹಾಗೆ ಮಾಡುವಾಗಲೂ ಇವನಿಗೆ ಅಸಹನೀಯ ಸಂಕಟ ಉಂಟಾಗುತ್ತಿತ್ತು. ಬೇಗ ಉಪವಾಸ ನಿಲ್ಲಿಸುವುದರ ಪರಿಣಾಮವನ್ನು ಅದರ ಕಾರಣವೆನ್ನುವಂತೆ ಈ ನಿದರ್ಶನದಲ್ಲಿ ವಿರೂಪಗೊಳಿಸಲಾಗಿತ್ತು. ಹೀಗೆ ಉಂಟಾಗುವ ಅಪಾರ್ಥದ – ಇಡೀ ಲೋಕವೇ ತನ್ನನ್ನು ಅಪಾರ್ಥ ಮಾಡಿಕೊಳ್ಳುತ್ತಿರುವುದರ ವಿರುದ್ಧ ಹೋರಾಡುವುದು ಅಸಾಧ್ಯವಾಗಿತ್ತು. ಆದರೂ ಅವನು ಬೋನಿನ ಕಂಬಿಗಳ ಹಿಂದೆ ನಿಂತು, ವ್ಯವಸ್ಥಾಪಕ ಪ್ರೇಕ್ಷಕರಿಗೆ ಕೊಡುವ ಇಂಥ ವಿವರಣೆಗಳನ್ನು ಬಾರಿ ಬಾರಿಗೂ ನಿಸ್ಸಂಶಯ ಚಿತ್ತದಿಂದ ಆಲಿಸುತ್ತಿದ್ದ. ಆದರೆ ಛಾಯಾಚಿತ್ರಗಳು ಕಾಣಿಸಿಕೊಂಡ ಕೂಡಲೇ ಆತ ಹತಾಶೆಯಿಂದ ಹಿಂದಕ್ಕೆ ಸರಿದು, ಸಂಕಟದಿಂದ ನರಳುತ್ತಾ, ಪುನಃ ಹುಲ್ಲಿನ ಮೇಲೆ ಕುಸಿದುಬಿಡುತ್ತಿದ್ದ. ಆಗ ಪ್ರೇಕ್ಷಕರು ನಿಶ್ಚಿಂತೆಯಿಂದ ಮತ್ತೆ ಬೋನಿನ ಹತ್ತಿರ ಬಂದು ಅವನನ್ನು ದಿಟ್ಟಿಸಿ ನೋಡಲು ಪ್ರಾರಂಭಿಸುತ್ತಿದ್ದರು.

ಈ ದೃಶ್ಯಗಳನ್ನು ಕಣ್ಣಾರೆ ನೋಡಿದ್ದವರು ಕೆಲವು ವರ್ಷಗಳ ಬಳಿಕ ಅವನ್ನೆಲ್ಲ ಜ್ಞಾಪಿಸಿಕೊಂಡಾಗ, ಹಲವೊಮ್ಮೆ ತಮ್ಮನ್ನು ತಾವೇ ಅರ್ಥ ಮಾಡಿಕೊಳ್ಳುವುದು ಅವರಿಗೆ ಕಷ್ಟವಾಗುತ್ತಿತ್ತು. ಈ ನಡುವೆ ಸಾರ್ವಜನಿಕ ಆಸಕ್ತಿಯಲ್ಲಿ ಮೇಲೆ ಹೇಳಿದ ಬದಲಾವಣೆ ಪ್ರಾರಂಭವಾಗಿತ್ತು. ಇದ್ದಕ್ಕಿದ್ದಂತೆ ರಾತ್ರೋ ರಾತ್ರಿ ಆ ಬದಲಾವಣೆ ಉಂಟಾಗಿದ್ದಂತೆ ತೋರಿತು; ಅದಕ್ಕೆ ಗಾಢವಾದ ಕಾರಣಗಳಿದ್ದಿರಬಹುದು. ಆದರೆ ಅದು ಯಾರಿಗೆ ಬೇಕಾಗಿತ್ತು; ಅದೇನೇ ಇರಲಿ, ಸಾರ್ವಜನಿಕರ ಕಣ್ಮಣಿಯಾಗಿದ್ದ ಉಪವಾಸ ನಿಪುಣ ಒಂದು ದಿನ ಒಮ್ಮೆಲೆ ಅವರ ಉಪೇಕ್ಷೆಗೆ ಒಳಗಾದ; ಪ್ರೇಕ್ಷಕರು ಅವನತ್ತ ಕಡೆಗಣ್ಣಿನಿಂದಲೂ ನೋಡದೆ ಗುಂಪು ಗುಂಪಾಗಿ ಅವನನ್ನು ದಾಟಿ ಹೆಚ್ಚು ಆಕರ್ಷಣೀಯವಾದ ಪ್ರದರ್ಶನಗಳನ್ನು ನೋಡಲು ಹೋಗಿಬಿಡುತ್ತಿದ್ದರು. ಕಡೆಯ ಬಾರಿ ಅವನ ವ್ಯವಸ್ಥಾಪಕ ಅವನನ್ನು ಅರ್ಧ ಯೂರೋಪಿನ ಉದ್ದಗಲಕ್ಕೂ ಆತುರಾತುರವಾಗಿ ಕೊಂಡೊಯ್ದು ಜನರಿಗೆ ಇನ್ನೂ ಅವನ ಬಗ್ಗೆ ಕುತೂಹಲ ಉಳಿದಿದೆಯೇ ಎಂದು ಪರೀಕ್ಷಿಸಿದ. ಆದರೆ ಆ ಪ್ರಯತ್ನವೆಲ್ಲ ವ್ಯರ್ಥವಾಯಿತು. ಎಲ್ಲಾ ಕಡೆಯೂ, ಎಲ್ಲರೂ ಯಾವುದೋ ರಹಸ್ಯ ರೀತಿಯ ಒಂದು ಒಮ್ಮತಕ್ಕೆ ಬಂದವರಂತೆ 'ಉಪವಾಸ ಕಲೆಯ ಪ್ರದರ್ಶನ'ದ ಬಗ್ಗೆ ಖಚಿತವಾದ ಅಸಹ್ಯ ಭಾವವನ್ನು ತೋರಿಸಿದರು. ಬಹುಶಃ ಇಂಥ ಬದಲಾವಣೆ ಏಕಕಾಲದಲ್ಲಿ ಒಮ್ಮೆಲೆ ಉದ್ಭವಿಸಿರಲಾರದು. ಅದರ ಮುನ್ಸೂಚನೆಗಳು ಹಿಂದೆಯೇ ಕಾಣಿಸಿ ಕೊಂಡಿದ್ದವು. ಆದರೆ ಆಗ ವಿಜಯದ ಹುಮ್ಮಸ್ಸಿನಲ್ಲಿ ಕಲಾಕಾರನಾಗಲೀ, ವ್ಯವಸ್ಥಾಪಕನಾಗಲೀ ಅವುಗಳನ್ನು ಸರಿಯಾಗಿ ಗಮನಿಸಿರಲಿಲ್ಲ. ಒಂದು ವೇಳೆ ಗಮನಿಸಿದ್ದರೂ ಸಂಪೂರ್ಣ ಕಡೆಗಣಿಸಿದ್ದರು. ಈಗ ಮಾತ್ರ ಅವುಗಳ ನೆನಪು ಬಂದು ಎಲ್ಲವೂ ಅರ್ಥವಾಗುತ್ತಿತ್ತು. ಆದರೆ ಅದರಿಂದೇನು ಪ್ರಯೋಜನ? ಈ ಹೊಸ ಬದಲಾವಣೆಯನ್ನು ತಡೆಗಟ್ಟಲು ಈಗ ಕಾಲ ಮಿಂಚಿಹೋಗಿತ್ತು. ಭವಿಷ್ಯದಲ್ಲಿ ಎಂದಾದರೂ ಒಂದು ದಿನ ಉಪವಾಸ ಕಲೆಯ ಪ್ರದರ್ಶನ ನೋಡುವ ಫ್ಯಾಶನ್ ಮರುಕಳಿಸಿಯೆ ತೀರುತ್ತದೆ ಎಂದು ಅನಿಸಿದರೂ ವರ್ತಮಾನ ಕಾಲದಲ್ಲಿ ಜೀವಿಸುತ್ತಿದ್ದವರಿಗೆ ಅಂಥ ಭವಿಷ್ಯದ ಕಲ್ಪನೆಗಳಿಂದ ಸಮಾಧಾನ ದೊರೆಯಲು ಸಾಧ್ಯವಿರಲಿಲ್ಲ. ಇನ್ನು ಮುಂದೆ ತಾನೇನು ಮಾಡಬೇಕು ಎಂದು ಉಪವಾಸ ಕಲಾಕಾರನಿಗೆ ಚಿಂತೆ ಹತ್ತಿತ್ತು. ಅವನ ಕಾಲದಲ್ಲಿ ಸಾವಿರಾರು ಮಂದಿ ಅವನನ್ನು ಮೆಚ್ಚಿಕೊಂಡಿದ್ದರು – ಹಳ್ಳಿಯ ಸಂತೆಗಳಿಗೆ ತೆರಳಿ ರಸ್ತೆಯ ಮೂಲೆಯೊಂದರಲ್ಲಿ ಪ್ರದರ್ಶನ ನೀಡುವ ಸ್ಥಿತಿಗೆ ಇಳಿಯಲು ಈಗ ಅವನಿಗೆ ಸಾಧ್ಯವಿರಲಿಲ್ಲ. ಹೋಗಲಿ, ಈ ವೃತ್ತಿಯನ್ನು ಬಿಟ್ಟು ಬೇರೊಂದು ಕಸುಬನ್ನು ಹಿಡಿಯೋಣವೆಂದರೆ ಅವನಿಗೆ ತೀರಾ ವಯಸ್ಸಾಗಿತ್ತು. ಅಷ್ಟೇ ಅಲ್ಲ; ಉಪವಾಸ ಮಾಡುವ ಕಲೆಯ ಮೇಲೆ ಅವನಿಗೆ ಮತಾಂಧನಂತೆ ಅಚಲ ನಿಷ್ಠೆಯಿತ್ತು. ಆದ್ದರಿಂದ ಅವನು ಆವರೆಗೆ ತನ್ನ ಅಸದೃಶ ಯಶಸ್ಸಿನಲ್ಲಿ ಪಾಲುದಾರನಾಗಿದ್ದ ವ್ಯವಸ್ಥಾಪಕನಿಗೆ ವಿದಾಯ ಹೇಳಿ ಒಂದು ದೊಡ್ಡ ಸರ್ಕಸ್ ಕಂಪೆನಿಯಲ್ಲಿ ಕೆಲಸಕ್ಕೆ ಸೇರಿದ; ತನ್ನ ಮನಸ್ಸಿಗೆ ನೋವಾಗಬಹುದೆಂಬ ಭೀತಿಯಿಂದ, ಹೊಸ ಒಪ್ಪಂದಕ್ಕೆ ಸಹಿ ಹಾಕುವಾಗ ಅದರಲ್ಲಿನ ಷರತ್ತುಗಳನ್ನು ಗಮನಿಸುವ ಗೋಜಿಗೆ ಕೂಡ ಅವನು ಹೋಗಲಿಲ್ಲ.

ಒಂದು ದೊಡ್ಡ ಸರ್ಕಸ್ ಕಂಪನಿಯಲ್ಲಿ ಜನರನ್ನು, ಪ್ರಾಣಿಗಳನ್ನು, ಯಂತ್ರೋಪಕರಣ ಗಳನ್ನು ಹೊಸದಾಗಿ ಸೇರಿಸುವ ಹಾಗೂ ಹಳತಾದುದನ್ನು ಬದಲಾಯಿಸುವ ಕೆಲಸ ನಿರಂತರವಾಗಿ ನಡೆಯುತ್ತಿರುತ್ತದೆ. ಅಂಥ ಸ್ಥಳದಲ್ಲಿ ಎಂತೆಂಥವರೂ ಕೆಲಸಕ್ಕೆ ಬೇಕಾಗುತ್ತಾರೆ. ಉಪವಾಸ ಕಲೆಯ ನಿಪುಣನಂಥವನಿಗೂ ಅಲ್ಲಿ ಬೇಡಿಕೆ ಇರುತ್ತದೆ. ಆದರೆ ಅವನು ಅತಿಯಾದುದನ್ನು

ಬಯಸಬಾರದು ಅಷ್ಟೆ. ಈ ಸಂದರ್ಭದಲ್ಲಂತೂ ಸರ್ಕಸ್ ಕಂಪನಿ ಈ ನಿಪುಣನ ಜತೆಗೆ ಅವನ ಒಳ್ಳೆಯ ಹೆಸರಿನ ಪ್ರಯೋಜನವನ್ನೂ ಪಡೆಯಿತು. ನಿಜ, ಅವನಿಗೆ ವಯಸ್ಸಾಗುತ್ತಾ ಬಂದಿತ್ತು. ಆದರೆ ವಿಚಿತ್ರ ರೀತಿಯ ಅವನ ವೃತ್ತಿ ಕೌಶಲ್ಯಕ್ಕೆ ಅದರಿಂದೇನೂ ಹಾನಿ ಉಂಟಾಗಿರಲಿಲ್ಲ. ಆದುದರಿಂದ ಆತ ಹದಗೆಟ್ಟ ಸ್ಥಿತಿಯಲ್ಲಿದ್ದ ಕಲಾಕಾರನೆಂದು ಹೇಳುವಂತಿರಲಿಲ್ಲ; ತನ್ನ ಕಲಾನೈಪುಣ್ಯವನ್ನು ಕಳೆದುಕೊಂಡು, ಸರ್ಕಸ್ಸಿನ ಶಾಂತ ಮೂಲೆಯೊಂದರಲ್ಲಿ ಆಶ್ರಯ ಪಡೆಯಲು ಬಂದವನೆಂದು ಅವನನ್ನು ಆಕ್ಷೇಪಿಸುವಂತಿರಲಿಲ್ಲ. ತಾನು ಎಂದಿನಂತೆ ಉಪವಾಸ ಮಾಡಬಲ್ಲೆನೆಂದು ಅವನು ಕಂಠೋಕ್ತವಾಗಿ ಹೇಳುತ್ತಿದ್ದುದು ನಿಜವಾಗಿತ್ತು. ಅಷ್ಟು ಮಾತ್ರವಲ್ಲದೆ ತನಗಿಷ್ಟ ಬಂದ ರೀತಿಯಲ್ಲಿ ಉಪವಾಸ ಮಾಡುವ ಸ್ವಾತಂತ್ರ್ಯವನ್ನು ಕೊಟ್ಟಲ್ಲಿ, (ಅದನ್ನು ಕೊಡುವುದಾಗಿ ಅವನಿಗೆ ತಕ್ಷಣ ಆಶ್ವಾಸನೆ ನೀಡಲಾಯಿತು) ತಾನು ಹಿಂದೆಂದೂ ಯಾರೂ ಸಾಧಿಸದಂಥ ದಾಖಲೆಯನ್ನು ಸ್ಥಾಪಿಸಿ ಜಗತ್ತನ್ನು ಬೆರಗುಗೊಳಿಸುವುದಾಗಿ ಆತ ಸಾರಿದ. ಇದನ್ನು ಕೇಳಿದ ಇತರ ಕಸುಬುದಾರರು ಮುಗುಳ್ನಕ್ಕರು; ಜನಾಭಿಪ್ರಾಯ ಈಗ ಬದಲಾಯಿಸಿರುವುದನ್ನು ಅವನು ತನ್ನ ಉತ್ಸಾಹಭರದಲ್ಲಿ ಗಣನೆಗೆ ತೆಗೆದುಕೊಳ್ಳದೆ ಹಾಗೆ ಹೇಳಿದ್ದು ಅವರಿಗೆ ಮೋಜೆನಿಸಿತ್ತು.

ಆದರೆ ಅವನಿಗೆ ವಾಸ್ತವಿಕ ಪರಿಸ್ಥಿತಿಯ ಬಗ್ಗೆ ಸ್ಪಷ್ಟವಾದ ತಿಳುವಳಿಕೆ ಇತ್ತು – ತನ್ನನ್ನೂ ತನ್ನ ಬೋನನ್ನೂ ಸರ್ಕಸ್ಸಿನ ಕೇಂದ್ರ ಆಕರ್ಷಣೆಯ ಸ್ಥಾನದಲ್ಲಿರಿಸದೆ ಹೊರಗಡೆ, ಮೃಗಗಳನ್ನು ಇಟ್ಟಿದ್ದ ಪಂಜರಗಳ ಹತ್ತಿರ, ಸುಲಭವಾಗಿ ಎಟಕಬಲ್ಲ ಸ್ಥಳದಲ್ಲಿಟ್ಟಾಗ ಅವನು ಅದನ್ನು ಹೆಚ್ಚಾಗಿ ಮನಸ್ಸಿಗೆ ಹಚ್ಚಿಕೊಳ್ಳಲಿಲ್ಲ. ರಂಗುರಂಗಿನ ಬಣ್ಣದಲ್ಲಿ, ದಪ್ಪಕ್ಷರಗಳಲ್ಲಿ ಬರೆದ ಬೋರ್ಡುಗಳ ಮೇಲೆ ಆಯಾ ಪಂಜರಗಳ ಒಳಗಿನ ಪ್ರಾಣಿ ವಿಶೇಷಗಳನ್ನು ಸೂಚಿಸಲಾಗಿತ್ತು. ಬಿಡುವಿನ ಸಮಯದಲ್ಲಿ ಸಾರ್ವಜನಿಕರು ಕಿಕ್ಕಿರಿದು ಪ್ರಾಣಿಗಳನ್ನು ನೋಡಲು ಬಂದಾಗ ಉಪವಾಸ ನಿಪುಣನ ಬೋನನ್ನು ನೋಡದೆ ಮುಂದೆ ಹೋಗುವುದಕ್ಕಾಗುತ್ತಿರಲಿಲ್ಲ – ಅವರು ಒಂದೇ ಒಂದು ಕ್ಷಣ ಅವನ ಬೋನಿನ ಇದಿರು ನಿಂತು ಬಳಿಕ ಮುಂದೆ ಹೋಗುತ್ತಿದ್ದರು – ಕಿರಿದಾದ ದಾರಿಯ ಮೇಲೆ ನಿಂತ ಅವರನ್ನು ಹಿಂದಿನಿಂದ ಜನರ ನೂಕು ನುಗ್ಗಲು ತಳ್ಳದಿದ್ದ ಪಕ್ಷದಲ್ಲಿ ಅವರು ಇನ್ನೂ ಸ್ವಲ್ಪ ಹೆಚ್ಚು ಹೊತ್ತು ಅವನನ್ನು ನೋಡುತ್ತ ನಿಂತಿರುತ್ತಿದ್ದರೋ ಏನೋ? ಆದರೆ ಹಿಂದಿನಿಂದ ನುಗ್ಗುತ್ತಿದ್ದ ಜನರಿಗೆ ಹೀಗೇಕೆ ತಮ್ಮನ್ನು ಅರ್ಧದಲ್ಲಿ ತಡೆದು ನಿಲ್ಲಿಸಿ ಪ್ರಾಣಿಗಳನ್ನು ನೋಡುವ ಖುಷಿಗೆ ಅಡ್ಡಬರುತ್ತಾರೆಂದು ತಿಳಿಯುತ್ತಿರಲಿಲ್ಲ. ಈ ಕಾರಣದಿಂದ ಯಾರಿಗೂ ಅವನ ಬೋನಿನ ಮುಂದೆ ನಿಂತು ಬಹಳ ಹೊತ್ತು ಆರಾಮವಾಗಿ ಅವನನ್ನು ದಿಟ್ಟಿಸಿ ನೋಡುವ ಅವಕಾಶವಿರುತ್ತಿರಲಿಲ್ಲ. ಇದರ ಪರಿಣಾಮವಾಗಿ, ಈ ಭೇಟಿಯ ವೇಳೆಗಳನ್ನು ತನ್ನ ಬದುಕಿನ ಮುಖ್ಯ ಸಾಧನೆಯೆಂದು ಭಾವಿಸಿ ಎದುರು ನೋಡುವುದನ್ನು ಆತ ಕ್ರಮೇಣ ನಿಲ್ಲಿಸಿ, ಜನರ ದೃಷ್ಟಿಗೆ ಬೀಳದಂತೆ ಹಿಂದಕ್ಕೆ ಸರಿಯಲು ಉಪಕ್ರಮಿಸಿದ. ಮೊದಮೊದಲು ವಿರಾಮಕಾಲಕ್ಕಾಗಿ ಅವನು ಅತ್ಯಂತ ತವಕದಿಂದ ಕಾಯುತ್ತಿದ್ದ. ಜನರ ಗುಂಪು ತನ್ನ ಕಡೆ ಹರಿದು ಬರುವುದನ್ನು ಕಂಡಾಗ ಅವನಿಗೆ ಮಹದಾನಂದವಾಗುತ್ತಿತ್ತು. ಆದರೆ ಎಷ್ಟೇ ಆತ್ಮವಂಚನೆ ಮಾಡಿಕೊಂಡರೂ ಬಹಳ ಬೇಗ ಅವನಿಗೆ ಕಡೆಗಣಿಸಲಾರದ ಒಂದು ಸತ್ಯ ಸಂಗತಿಯ ಅರಿವಾಯಿತು. ಆ ಜನರನ್ನು ಗಮನಿಸಿದಾಗ, ಅವರು ಬರುತ್ತಿರುವುದು ತನ್ನನ್ನು ನೋಡಲು ಅಲ್ಲ – ಪ್ರಾಣಿಗಳನ್ನು ನೋಡಲು ಎಂಬ ಸತ್ಯಾಂಶ ಪುನಃ ಪುನಃ ಅವನಿಗೆ ಮನದಟ್ಟಾಯಿತು. ದೂರದಿಂದ ಅವರನ್ನು ಮೊದಲ ನೋಟಕ್ಕೆ ನೋಡುವುದು ಮಾತ್ರ ಅತ್ಯಂತ ಸೂಕ್ತವೆನಿಸಿತು. ಏಕೆಂದರೆ ಅವರು ಅವನ ಬೋನಿನ ಬಳಿ ಬಂದಾಗ ಅವರ ಕೂಗಾಟ-ಕಿರಿಚಾಟ, ಪರಸ್ಪರ ವಾಗ್ಯುದ್ಧಗಳಿಂದ ಅವನ ಕಿವಿ

ಕಿವುಡಾಗುತ್ತಿತ್ತು. ಮತ್ತೆ ಮತ್ತೆ ಬರುತ್ತಿದ್ದವರಲ್ಲಿ ಎರಡು ಗುಂಪುಗಳೆದ್ದು, ಒಂದು ಗುಂಪಿನವರು ಕೇವಲ ಸ್ವಪ್ರತಿಷ್ಠೆಗೋಸ್ಕರ ಅವನ ಬೋನಿನ ಬಳಿ ನಿಂತು ಅವನನ್ನು ನೋಡಬೇಕೆಂದೂ ಇನ್ನೊಂದು ಗುಂಪಿನವರು ಪ್ರಾಣಿಗಳ ಕಡೆಗೆ ಸೀದಾ ಸರಿಯಬೇಕೆಂದೂ ಜಗಳವಾಡುತ್ತಿದ್ದರು. ಪ್ರಾರಂಭದ ನೂಕುನುಗ್ಗಲು ಕಡಿಮೆಯಾದ ಮೇಲೆ, ಗುಂಪಿನಿಂದ ಬೇರಾಗಿ ಹಿಂದೆ ಉಳಿದಿದ್ದವರು ಒಳಕ್ಕೆ ಬರುತ್ತಿದ್ದರು. ಅವರಾದರೂ ಯಾವ ಅಡ್ಡಿ ಆತಂಕವೂ ಇಲ್ಲದೆ ಇಷ್ಟ ಬಂದಷ್ಟು ಹೊತ್ತು ಅವನ ಬೋನಿನ ಬಳಿ ನಿಂತು ನೋಡಬಹುದಾಗಿತ್ತು. ಆದರೆ ಅವರು ದಾಪುಗಾಲು ಹಾಕುತ್ತಾ ಅವನ ಕಡೆ ತಿರುಗಿಯೂ ನೋಡದೆ, ಪ್ರಾಣಿಗಳನ್ನು ನೋಡಲು ಹೊತ್ತಾಗಿಬಿಡುವುದೆಂಬ ಆತುರದಿಂದ ಮುಂದಕ್ಕೆ ಹೋಗಿಬಿಡುತ್ತಿದ್ದರು. ಎಲ್ಲೋ ಅಪರೂಪಕ್ಕೆ ಅವನ ಅದೃಷ್ಟ ಖುಲಾಯಿಸುತ್ತಿತ್ತು – ಒಮ್ಮೊಮ್ಮೆ ತನ್ನ ಮಕ್ಕಳು ಮರಿಗಳನ್ನು ಕರೆದುಕೊಂಡು ಯಾರೋ ಒಬ್ಬ ಗೃಹಸ್ಥ ಬರುತ್ತಿದ್ದ. ಬೋನಿನ ಮುಂದೆ ನಿಂತುಕೊಂಡು, ಕಲಾಕಾರನತ್ತ ಬೆರಳುಚಾಚಿ ಮಕ್ಕಳಿಗೆ ಅವನನ್ನು ತೋರಿಸಿ, ಉಪವಾಸ ಕಲೆಯ ಬಗ್ಗೆ ಅವರಿಗೆ ದೀರ್ಘವಾದ ವಿವರಣೆಗಳನ್ನು ಆತ ಕೊಡುತ್ತಿದ್ದ; ತಾನು ಚಿಕ್ಕವನಾಗಿದ್ದಾಗ ನೋಡಿದ ಇಂಥ ಪ್ರದರ್ಶನಗಳನ್ನು ಕುರಿತು ಕಥೆ ಹೇಳುತ್ತಿದ್ದ; ಆ ಪ್ರದರ್ಶನಗಳು ಇನ್ನೂ ಹೆಚ್ಚು ರೋಮಾಂಚನಕಾರಿಯಾಗಿರುತ್ತಿದ್ದವೆಂದು ತಿಳಿಸುತ್ತಿದ್ದ. ಆದರೆ ತಮ್ಮ ಶಾಲೆಯ ಒಳಗೆ ಅಥವಾ ಹೊರಗೆ ಈ ವಿಷಯದ ಬಗ್ಗೆ ಆ ಮಕ್ಕಳಿಗೆ ಯಾರೂ ಏನೂ ತಿಳಿವಳಿಕೆ ನೀಡಿರದಿದ್ದ ಕಾರಣ – ಮಕ್ಕಳಿಗೆ 'ಉಪವಾಸ ಕಲೆ' ಕಟ್ಟಿಕೊಂಡು ಏನಾಗಬೇಕು ? ಈ ಪಾಠ ಅವುಗಳಿಗೆ ಅರ್ಥವಾಗುತ್ತಿರಲಿಲ್ಲ. ಆದರೂ ತಲ್ಲೀನತೆಯಿಂದ ನೋಡುತ್ತಿದ್ದ ಅವುಗಳ ಹೊಳೆಯುವ ಕಣ್ಣುಗಳು ಮುಂದೆ ಎಂದಾದರೂ ಒಳ್ಳೆಯ ಕಾಲ ಬರಬಹುದೆಂಬ ಸೂಚನೆಯನ್ನು ನೀಡುತ್ತಿದ್ದವು. ಅನೇಕ ಸಲ ಉಪವಾಸ ನಿಪುಣ ತನ್ನಷ್ಟಕ್ಕೆ ತಾನೇ ಹೇಳಿಕೊಳ್ಳುತ್ತಿದ್ದ : ಮೃಗಾಲಯಕ್ಕೆ ಅಷ್ಟು ಹತ್ತಿರವಾಗಿ ತನ್ನನ್ನು ಇಡದೇ ಹೋಗಿದ್ದರೆ ಪರಿಸ್ಥಿತಿ ಸ್ವಲ್ಪ ಉತ್ತಮವಾಗಿರುತ್ತಿತ್ತು ಎಂದು. ತನ್ನ ಬೋನು ಮೃಗಗಳಿಗೆ ತೀರಾ ಸಮೀಪವಾಗಿರುತ್ತಿದ್ದುದರಿಂದ ಪ್ರೇಕ್ಷಕರು ತಮಗೆ ಯಾವುದು ಹೆಚ್ಚು ಇಷ್ಟವೆಂಬುದನ್ನು ಸುಲಭವಾಗಿ ಆರಿಸಿಕೊಳ್ಳುತ್ತಿದ್ದರು... ಇದರ ಜೊತೆಗೆ ಮೃಗಾಲಯದ ದುರ್ವಾಸನೆ, ರಾತ್ರಿ ಹೊತ್ತು ಆ ಮೃಗಗಳ ಕ್ಷೋಭೆ ಮೊದಲಾದ ಹಲವಾರು ಉಪದ್ರವಗಳನ್ನು ಅವನು ಸಹಿಸಿಕೊಳ್ಳಬೇಕಾಗಿತ್ತು. ಇದಲ್ಲದೆ ಆಹಾರ ಕೊಡುವ ವೇಳೆಯಲ್ಲಿ ಮೃಗಗಳಿಗೋಸ್ಕರ ಹಸಿ ಮಾಂಸದ ತುಂಡುಗಳನ್ನು ಬೋನಿನ ಮುಂದೆಯೇ ಕೊಂಡೊಯ್ಯುತ್ತಿದ್ದರು. ಹಸಿದಾಗ ಅವು ಕೆಟ್ಟದಾಗಿ ಗರ್ಜಿಸುತ್ತಿದ್ದುವು. ಇವೆಲ್ಲದರಿಂದಾಗಿ ಅವನು ಯಾವಾಗಲೂ ಖಿನ್ನನಾಗಿರುತ್ತಿದ್ದ. ಆದರೆ ಅವನಿಗೆ ಇದರ ಬಗ್ಗೆ ವ್ಯವಸ್ಥಾಪಕ ವರ್ಗಕ್ಕೆ ದೂರು ಕೊಡಲು ಮನಸ್ಸಾಗುತ್ತಿರಲಿಲ್ಲ. ಎಷ್ಟಾದರೂ ಅವನ ಬೋನಿನ ಬಳಿ ಅಷ್ಟೊಂದು ಜನ ಬರುತ್ತಿದ್ದುದು ಆ ಮೃಗಗಳ ದೆಸೆಯಿಂದಷ್ಟೇ! ಈಗಲಾದರೆ, ಆ ಜನಸಮೂಹದಲ್ಲಿ ಯಾರಾದರೂ ಒಬ್ಬಿಬ್ಬರಾದರೂ ಅವನ ಕಡೆ ತಿರುಗಿ ಒಂದಿಷ್ಟು ಆಸಕ್ತಿ ತೋರಿಸುವ ಸಂಭವವಿತ್ತಲ್ಲ! ಅಲ್ಲದೆ ಅವನೇನಾದರೂ ಹಾಗೆ ದೂರಿತ್ತ ಪಕ್ಷದಲ್ಲಿ, ಅವನನ್ನು ಯಾವ ಮೂಲೆಯಲ್ಲಿ ಕೂಡಿಹಾಕಿ ಬಿಡುವರೋ ಏನೋ, ಯಾರಿಗೆ ಗೊತ್ತು? ಏಕೆಂದರೆ, ಹಾಗೆ ದೂರು ಕೊಡುವುದರಿಂದ ಅವನ ಅಸ್ತಿತ್ವದ ಬಗ್ಗೆ ಮತ್ತು ತನ್ಮೂಲಕ ಮೃಗಾಲಯಕ್ಕೆ ಹೋಗುವವರ ದಾರಿಯಲ್ಲಿ ಅವನೊಂದು ತಡೆಯಾಗಿದ್ದ ಬಗ್ಗೆ ಅನವಶ್ಯಕವಾಗಿ ಅವರ ಗಮನ ಸೆಳೆದಂತಾಗುತ್ತಿರಲಿಲ್ಲವೇ ?

ನಿಜ, ಅವನ ಅಸ್ತಿತ್ವವೇನೂ ಒಂದು ದೊಡ್ಡ ತಡೆಯಾಗಿರಲಿಲ್ಲ. ಕ್ರಮೇಣ ಅದು ಹೆಚ್ಚು ಹೆಚ್ಚು ಚಿಕ್ಕದಾಗುತ್ತಾ ಬಂತು. ಇಂದಿನಂಥ ದಿನಗಳಲ್ಲಿ ಒಬ್ಬ ಉಪವಾಸ ಕಲಾಕಾರನ ಬಗ್ಗೆ ತಾವು ಆಸಕ್ತಿ

ವಹಿಸಬೇಕೆಂದು ನಿರೀಕ್ಷಿಸುವುದು ಸರಿಯಲ್ಲ ಎಂಬ ಅಭಿಪ್ರಾಯ ಜನರಲ್ಲಿ ಬೆಳೆಯತೊಡಗಿತು. ಇದರ ಪರಿಣಾಮವಾಗಿ ಜನತೆಯ ತೀರ್ಪು ಅವನಿಗೆ ವಿರುದ್ಧವಾಗಿ ಪರಿಣಮಿಸಿತು. ಈಗ ಎಷ್ಟು ದೀರ್ಘಕಾಲ ಬೇಕಾದರೂ ಆತ ಉಪವಾಸ ಮಾಡಬಹುದಿತ್ತು – ಅವನು ಹಾಗೆ ಮಾಡಿಯೂ ಮಾಡಿದ. ಆದರೆ ಅದಾವುದರಿಂದಲೂ ಅವನಿಗೆ ಉಳಿಗಾಲವಿರಲಿಲ್ಲ. ಜನ ಅವನ ಕಡೆ ತಿರುಗಿ ನೋಡದೆ ಮುಂದಕ್ಕೆ ದಾಟಿ ಹೋಗಿಬಿಡುತ್ತಿದ್ದರು. 'ಉಪವಾಸ ಕಲೆ'ಯ ಬಗ್ಗೆ ಭಾವುಕತೆ ಇಲ್ಲದವರಿಗೆ ಅದನ್ನು ಅರ್ಥ ಮಾಡಿಕೊಳ್ಳಲು ಸಾಧ್ಯವಿರಲಿಲ್ಲ. ಅವನ ಬೋನಿನ ಬಳಿಯಿದ್ದ ಸುಂದರವಾದ ಬೋರ್ಡುಗಳು ಓದಲಾಗದಷ್ಟು ಕೊಳಕಾದವು. ಕೆಲವನ್ನು ಹರಿದು ಬಿಸಾಕಿದರು. ಅವನು ಉಪವಾಸ ಮಾಡಿದ ದಿನಗಳ ಸಂಖ್ಯೆಯನ್ನು ಪ್ರಕಟಿಸಲಾಗುತ್ತಿದ್ದ ಬೋರ್ಡಿನ ಅಂಕಿ-ಅಂಶಗಳನ್ನು ಮೊದಲು ಪ್ರತಿದಿನವೂ ಕರಾರುವಾಕ್ಕಾಗಿ ಬದಲಾಯಿಸುತ್ತಿದ್ದರು. ಈಗ ಅದರಲ್ಲಿನ ಸಂಖ್ಯೆಗಳು ಹಾಗೆಯೇ ಉಳಿದಿದ್ದವು. ಕೆಲವು ವಾರಗಳ ತರುವಾಯ ಈ ಸಣ್ಣ ಕೆಲಸವೂ ಅಲ್ಲಿನ ಸಿಬ್ಬಂದಿಗೆ ಅರ್ಥಹೀನವೆನಿಸಿತು. ಆದ್ದರಿಂದ ಹಿಂದೊಮ್ಮೆ ತಾನು ಬಯಸಿದ್ದಂತೆ ಉಪವಾಸ ನಿಪುಣ ಸುಮ್ಮನೆ ಉಪವಾಸ ಮಾಡುತ್ತಲೇ ಹೋದ. ಆತ ಹಿಂದೆ ಯಾವಾಗಲೂ ಹೇಳುತ್ತಿದ್ದಂತೆ ಅವನಿಗೆ ಅದೊಂದು ಕಷ್ಟದ ಕೆಲಸವಾಗಿಯೂ ಪರಿಣಮಿಸಲಿಲ್ಲ. ಆದರೆ ಅವನು ಎಷ್ಟು ದಿನ ಉಪವಾಸವಿದ್ದ ಎಂದು ಯಾರೂ ಲೆಕ್ಕ ಇಡಲಿಲ್ಲ. ಅವನು ಈಗಾಗಲೇ ಎಷ್ಟು ದಾಖಲೆಗಳನ್ನು ಮುರಿದಿದ್ದ ಎಂದು ಯಾರಿಗೂ, ಸ್ವತಃ ಕಲಾಕಾರನಿಗೆ ಕೂಡ, ಗೊತ್ತಾಗಿರಲಿಲ್ಲ. ಪರಿಣಾಮವಾಗಿ ಅವನ ಹೃದಯ ದಿನದಿಂದ ದಿನಕ್ಕೆ ಭಾರವಾಗುತ್ತಾ ಹೋಯಿತು. ಒಮ್ಮೊಮ್ಮೆಯಂತೂ ಯಾರಾದರೊಬ್ಬ ಸೋಮಾರಿ ಪ್ರೇಕ್ಷಕ ಬೋನಿನ ಮುಂದೆ ನಿಂತು ಬೋರ್ಡಿನಲ್ಲಿದ್ದ ಹಳೆಯ ಅಂಕಿ ಅಂಶಗಳ ಬಗ್ಗೆ ಹಾಸ್ಯ ಮಾಡುತ್ತಾ, 'ಸುಲಿಗೆ, ಮೋಸ ದಗಾ' ಎಂದೆಲ್ಲ ಹೇಳುತ್ತಿದ್ದುದುಂಟು. ನಿರಾಸಕ್ತಿ ಹಾಗೂ ಸಹಜ ದ್ವೇಷದಿಂದ ಹುಟ್ಟಿದ ಕೆಟ್ಟ ಸುಳ್ಳು ಅದು. ಯಾಕೆಂದರೆ ಮೋಸಗೊಳಿಸುತ್ತಿದ್ದವನು ಉಪವಾಸ ನಿಪುಣನಲ್ಲ – ಆತ ಪ್ರಾಮಾಣಿಕತೆಯಿಂದ ದುಡಿಯುತ್ತಿದ್ದ. ಆದರೆ ಅದಕ್ಕೆ ತಕ್ಕ ಪ್ರತಿಫಲ ನೀಡದೆ ಜಗತ್ತು ಮಾತ್ರ ಅವನನ್ನು ವಂಚಿಸುತ್ತಿತ್ತು.

ಅದೇನಿದ್ದರೂ ಹಲವು ದಿನಗಳು ಹೀಗೆಯೇ ಉರುಳಿದವು. ಕೊನೆಗೆ ಅದು ಕೂಡ ಮುಕ್ತಾಯವಾಯಿತು. ಒಬ್ಬ ಮೇಲ್ವಿಚಾರಕನ ಕಣ್ಣು ಇವನನ್ನು ಇಟ್ಟಿದ್ದ ಬೋನಿನ ಮೇಲೆ ಬಿತ್ತು. ಇಷ್ಟು ಒಳ್ಳೆಯ ಬೋನನ್ನು ಯಾವ ಕೆಲಸಕ್ಕೂ ಉಪಯೋಗಿಸದೆ ಹೀಗೆ ಕೊಳಕು ಹುಲ್ಲು ತುಂಬಿಸಿ ಏಕೆ ಇಟ್ಟಿರಬೇಕು ಎಂದು ಆತ ಸೇವಕರನ್ನು ಕೇಳಿದ. ಅದರ ವಿಷಯ ಯಾರಿಗೂ ಗೊತ್ತಿರಲಿಲ್ಲ– ಆದರೆ ಅವರಲ್ಲೊಬ್ಬ ಅದರ ಮೇಲೆ ನೇತುಹಾಕಿದ ಹಳೆಯ ಬೋರ್ಡನ್ನು ನೋಡಿ ಉಪವಾಸ ನಿಪುಣನ ಬಗ್ಗೆ ನೆನಪು ಮಾಡಿಕೊಂಡ. ಆಗ ಅವರೆಲ್ಲರೂ ಸೇರಿ ಕೋಲುಗಳಿಂದ ಹುಲ್ಲನ್ನು ಕೆದಕಿದಾಗ ಅದರೊಳಗಿದ್ದ ಅವನನ್ನು ಕಂಡರು. ಮೇಲ್ವಿಚಾರಕ ಆಶ್ಚರ್ಯದಿಂದ ಅವನೊಡನೆ ಕೇಳಿದ :

''ಏನು, ನೀನು ಇನ್ನೂ ಉಪವಾಸ ನಡೆಸ್ತಾ ಇದ್ದೀಯಾ ? ಅಯ್ಯಾ ಮಹರಾಯ, ನೀನು ಇದನ್ನು ನಿಲ್ಲಿಸೋದು ಯಾವಾಗ ?''

''ನೀವೆಲ್ಲರೂ ನನ್ನನ್ನು ದಯವಿಟ್ಟು ಕ್ಷಮಿಸಬೇಕು'' – ಉಪವಾಸ ನಿಪುಣ ಪಿಸುಗುಟ್ಟಿದ.

ಬೋನಿನ ಸರಳುಗಳ ಮೇಲೆ ಕಿವಿ ಇಟ್ಟಿದ್ದ ಮೇಲ್ವಿಚಾರಕನಿಗೆ ಮಾತ್ರ ಈ ಮಾತು ಕೇಳಿಸಿತು. ಸೇವಕರಿಗೆ ಆ ವ್ಯಕ್ತಿಯ ಅವಸ್ಥೆಯನ್ನು ಸೂಚಿಸುವ ಸಲುವಾಗಿ ತನ್ನ ಹಣೆಯನ್ನು ಕೈಯಿಂದ ಮುಟ್ಟಿಕೊಳ್ಳುತ್ತಾ ಆತ ಹೇಳಿದ :

''ಓಹೋ, ಅಗತ್ಯವಾಗಿ; ಖಂಡಿತ ಕ್ಷಮಿಸ್ತೇವೆ.''

ಉಪವಾಸ ನಿಪುಣ ಪುನಃ ಗೊಣಗಿದ :

''ನೀವೆಲ್ಲರೂ ನನ್ನ ಉಪವಾಸವನ್ನು ಮೆಚ್ಚಬೇಕು ಅಂತ ನಾನು ಯಾವಾಗಲೂ ಹಂಬಲಿಸ್ತಾ ಇದ್ದೆ.''

ಮೇಲ್ವಿಚಾರಕ ಸೌಜನ್ಯದಿಂದ ನುಡಿದ :

''ನಾವು ಖಂಡಿತ ಮೆಚ್ಚಿದ್ದೇವೆ.''

ಅದಕ್ಕೆ ಕಲಾಕಾರ ಉತ್ತರಿಸಿದ :

''ಆದರೆ ನೀವು ಅದನ್ನು ಮೆಚ್ಚಕೂಡದು.''

''ಹಾಗೋ, ಸರಿ ನಾವು ಮೆಚ್ಚೋದಿಲ್ಲ... ಆದರೆ ಹ್ಞಾ, ಯಾಕೆ ನಾವದನ್ನು ಮೆಚ್ಚಬಾರದು ?''

''ಯಾಕೆಂದರೆ, ನಾನು ಗತ್ಯಂತರವಿಲ್ಲದೆ ಉಪವಾಸ ಮಾಡ್ತೇನೆ... ಮಾಡ್ತೇನೆ ಬೇರೆ ಉಪಾಯವಿಲ್ಲ.''

''ಅರೆ, ಎಂಥ ಮನುಷ್ಯನಯ್ಯ ನೀನು ! ಯಾಕೆ ನಿನಗೆ ಬೇರೆ ಉಪಾಯವಿಲ್ಲ ?''

ಉಪವಾಸ ನಿಪುಣ ಸ್ವಲ್ಪ ತಲೆಯೆತ್ತಿದ. ಬಳಿಕ ಮುತ್ತು ಕೊಡುವವನಂತೆ ತುಟಿಗಳನ್ನು ಮುದುರಿಸಿ, ತನ್ನ ಮಾತಿನ ಒಂದು ಅಕ್ಷರವೂ ವ್ಯರ್ಥವಾಗದೆ ಮೇಲ್ವಿಚಾರಕನಿಗೆ ಸ್ಪಷ್ಟವಾಗಿ ಕೇಳಿಸುವಂತೆ, ನೇರವಾಗಿ ಅವನ ಕಿವಿಯೊಳಕ್ಕೆ ಉಸುರಿದ :

''ಯಾಕೆಂದರೆ, ನನಗೆ ಇಷ್ಟವಾದ ಆಹಾರ ಎಲ್ಲೂ ಸಿಕ್ಕಲಿಲ್ಲ. ಹಾಗೇನಾದರೂ ಅದು ಸಿಕ್ಕಿದ್ದ ಪಕ್ಷದಲ್ಲಿ ನಿಜವಾಗಿಯೂ ನಾನು ಒಂದಿಷ್ಟೂ ಗಲಾಟೆಯಿಲ್ಲದೆ ನಿಮ್ಮ ಹಾಗೆಯೇ ಹೊಟ್ಟೆ ಬಿರಿಯುವಂತೆ ತಿನ್ನುತ್ತಿದ್ದೆ. ಇದು ಸತ್ಯ.''

ಇವೇ ಅವನ ಕೊನೆಯ ಮಾತುಗಳಾಗಿ ಪರಿಣಮಿಸಿದವು. ಆದರೆ ಅವನ ಮಂಕು ಹಿಡಿದ ಕಣ್ಣುಗಳಲ್ಲಿ ತಾನಿನ್ನೂ ಉಪವಾಸವನ್ನು ಮುಂದುವರಿಸುತ್ತಿದ್ದೇನೆ ಎಂಬ ಆಡಂಬರ ರಹಿತ, ಆದರೆ ಪ್ರಬಲ, ನಿರ್ಧಾರವಿತ್ತು.

''ಇದನ್ನು ತೆಗೆದು ಆಚೆಗೆ ಬಿಸಾಡಿ !''

ಮೇಲ್ವಿಚಾರಕ ಸೇವಕರಿಗೆ ಅಪ್ಪಣೆ ಮಾಡಿದ. ಅದರಂತೆ ಅವರು ಉಪವಾಸ ನಿಪುಣನನ್ನು ಹುಲ್ಲಿನ ಸಮೇತ ನೆಲದೊಳಗೆ ಸೇರಿಸಿದರು. ಅವನಿದ್ದ ಬೋನಿನೊಳಗೆ ಒಂದು ಸಣ್ಣ ಚಿರತೆಯನ್ನಿಟ್ಟರು. ಅಷ್ಟೊಂದು ದೀರ್ಘಕಾಲ 'ಬಿಕೋ' ಎನ್ನುತ್ತಿದ್ದ ಆ ಬೋನಿನೊಳಗೆ ಈ ಕಾಡುಪ್ರಾಣಿ ಅತ್ತಿಂದಿತ್ತ ನೆಗೆಯುವುದನ್ನು ಕಂಡಾಗ ಎಂಥ ಜಡ ಹೃದಯಿಗೂ ಉಲ್ಲಾಸವೆನಿಸಿರಬೇಕು. ಚಿರತೆ ಚೆನ್ನಾಗಿತ್ತು. ಅದಕ್ಕೆ ಇಷ್ಟವಾದ ಆಹಾರವನ್ನು ಸೇವಕರು ಯಾವ ಸಂಕೋಚವೂ ಇಲ್ಲದೆ ತರುತ್ತಿದ್ದರು. ಅದು ತನ್ನ ಬಂಧನವನ್ನು ಲೆಕ್ಕಿಸಿದಂತೆ ತೋರುತ್ತಿರಲಿಲ್ಲ. ಆ ಪ್ರಾಣಿಯ ಸ್ವಾತಂತ್ರ್ಯವೆಂಬುದು ಬಿರಿದು ಹೋಗುವಷ್ಟು ತುಂಬಿಕೊಂಡಿದ್ದ ಅದರ ಭವ್ಯ ದೇಹದ ಸುತ್ತ ಎಲ್ಲೋ ಸುಳಿದಾಡುವಂತೆ ಕಾಣುತ್ತಿತ್ತು. ಅದರ ದವಡೆಗಳ ನಡುವೆ ಎಲ್ಲೋ ಅಡಗಿಕೊಂಡಿದ್ದಂತೆ ತೋರುತ್ತಿತ್ತು. ಬದುಕಿನಲ್ಲಿ ಅದಕ್ಕಿದ್ದ ಉಲ್ಲಾಸ ಅದರ ಗಂಟಲಿನಿಂದ ಎಷ್ಟು ಆವೇಶಪೂರ್ಣವಾಗಿ ಭೋರ್ಗರೆಯುತ್ತಿತ್ತೆಂದರೆ, ಪ್ರೇಕ್ಷಕರಿಗೆ ಅದರ ಆಘಾತವನ್ನು ತಡೆದುಕೊಳ್ಳುವುದು ಕಷ್ಟವಾಗುತ್ತಿತ್ತು. ಆದರೆ ಅವರು ಹೇಗೋ ಜೀವ ಬಿಗಿಹಿಡಿದುಕೊಂಡು, ಬೋನಿನ ಸುತ್ತ ನೆರೆಯುತ್ತಿದ್ದರು – ಆ ಸ್ಥಳದಿಂದಾಚೆ ಕದಲಲು ಅವರಿಗೆ ಮನಸ್ಸೇ ಬರುತ್ತಿರಲಿಲ್ಲ. ❍

○ ಕಾರೆಲ್ ಚಾಪೆಕ್

ಆರ್ಕಿಮಿಡೀಸನ ಮರಣ

ಆರ್ಕಿಮಿಡೀಸನ* ಮರಣದ ಬಗ್ಗೆ ಈಗ ಇರುವ ಉಲ್ಲೇಖಗಳಿಗೂ ಅದು ನಿಜವಾಗಿ ನಡೆದ ರೀತಿಗೂ ಸ್ವಲ್ಪ ವ್ಯತ್ಯಾಸವಿದೆ. ರೋಮನರು ಸೈರಕ್ಯೂಸನ್ನು** ಆಕ್ರಮಿಸಿಕೊಂಡಾಗ ಆತ ಕೊಲ್ಲಲ್ಪಟ್ಟ ಎನ್ನುವುದು ನಿಜವಾದರೂ, ಅವನನ್ನು ಒಬ್ಬ ಸಾಮಾನ್ಯ ರೋಮನ್ ಸೈನಿಕ ಗೊತ್ತಿಲ್ಲದೆ ಕೊಂದ ಎನ್ನುವುದು ಸರಿಯಲ್ಲ. ಅವನು ರೇಖಾಗಣಿತದ ರಚನೆಯೊಂದರಲ್ಲಿ ಮಗ್ನನಾಗಿದ್ದಾಗ, ಅವನ ಮನೆಯನ್ನು ಸೂರೆ ಮಾಡಲು ಒಬ್ಬ ರೋಮನ್ ಯೋಧ ಅದರೊಳಕ್ಕೆ ನುಗ್ಗಿದನೆಂದೂ ಆರ್ಕಿಮಿಡೀಸ್ ''ನಾನು ರೇಖಿಸುತ್ತಿರುವ ವೃತ್ತಗಳನ್ನು ಕೆಡಿಸ್ಬೇಡ'' ಎಂದು ಗುರುಗುಟ್ಟಿದನೆಂದೂ ಆಗ ಆ ಸೈನಿಕ ಅವನನ್ನು ಕೊಂದನೆಂದೂ ಹೇಳುವುದು ನಿಜವಲ್ಲ. ಮೊದಲನೆಯದಾಗಿ, ಆರ್ಕಿಮಿಡೀಸ್ ತನ್ನ ಸುತ್ತಣ ಆಗುಹೋಗುಗಳನ್ನು ಗಮನಿಸಲಾರದಂಥ ಅನ್ಯಮನಸ್ಕ ಪ್ರಾಧ್ಯಾಪಕನಾಗಿರಲಿಲ್ಲ: ಬದಲು, ಸ್ವಭಾವತಃ ಅವನೊಬ್ಬ ಪಕ್ಕಾ ಸೈನಿಕನಾಗಿದ್ದ; ಸೈರಕ್ಯೂಸ್‌ನ ಜನರಿಗೆ ನಗರದ ರಕ್ಷಣೆಗಾಗಿ ಯುದ್ಧಯಂತ್ರಗಳನ್ನು ನಿರ್ಮಿಸಿ ಕೊಟ್ಟಿದ್ದ. ಇನ್ನೊಂದು ಸಂಗತಿಯೆಂದರೆ, ಆ ರೋಮನ್ ಸೈನಿಕ ಒಬ್ಬ ಕುಡುಕ, ಲೂಟಿಗಾರನಾಗಿರಲಿಲ್ಲ. ಆತ ಸುಶಿಕ್ಷಿತನೂ, ಮಹತ್ವಾಕಾಂಕ್ಷಿಯೂ ಆಗಿದ್ದ ಸರದಾರ ಲೂಶಿಯಸ್. ನೂರು ಸೈನಿಕರಿಂದ ಕೂಡಿದ ಒಂದು ತುಕುಡಿಯ ನಾಯಕ. ಅವನಿಗೆ

---

* ಆರ್ಕಿಮಿಡೀಸ್ : ಪ್ರಾಚೀನ ಗ್ರೀಕ್ ಗಣಿತಶಾಸ್ತ್ರಜ್ಞ, ಭೌತವಿಜ್ಞಾನಿ ಹಾಗೂ ಸಂಶೋಧಕ – ನಿರ್ಮಾಪಕ, ಜನನ ಸುಮಾರು ಕ್ರಿ.ಪೂ. 287 : ಮರಣ : ಕ್ರಿ.ಪೂ. 212. ಇವನ ಸಂಶೋಧನೆಗಳಲ್ಲಿ ಮುಖ್ಯವಾದವು, ಮೀಟುಗೋಲಿಗೆ ಸಂಬಂಧಿಸಿದ ಹಾಗೂ ದ್ರವ ಪದಾರ್ಥಗಳಲ್ಲಿ ಮುಳುಗಿದ ವಸ್ತುಗಳ ಭಾರಕ್ಕೆ ಸಂಬಂಧಿಸಿದ ನಿಯಮಗಳು. ಇವುಗಳಲ್ಲಿ ಎರಡನೆಯದು 'ಆರ್ಕಿಮಿಡೀಸನ ನಿಯಮ' ಎಂದೇ ಪ್ರಖ್ಯಾತವಾಗಿದೆ.

** ಸೈರಕ್ಯೂಸ್ : ಇಟಲಿಯ ದಕ್ಷಿಣ ತುದಿಯ ಕೆಳಗಿರುವ ಸಿಸಿಲಿ ದ್ವೀಪದ ಒಂದು ಪ್ರಾಚೀನ ನಗರ. ಕ್ರಿಸ್ತಪೂರ್ವ 734ರಲ್ಲಿ ಗ್ರೀಕರಿಂದ ಸ್ಥಾಪಿಸಲ್ಪಟ್ಟ ಈ ನಗರದ ಮೇಲೆ ಕ್ರಿ.ಪೂ. 212ರಲ್ಲಿ ರೋಮನರು ದಾಳಿ ಮಾಡಿ ಅದನ್ನು ತಮ್ಮ ವಶಪಡಿಸಿಕೊಂಡರು.

ತಾನು ಯಾವ ಮಹಾ ವ್ಯಕ್ತಿಯ ಜೊತೆ ಮಾತನಾಡುತ್ತಿದ್ದೆನೆಂದು ಗೊತ್ತಿತ್ತು. ಅವನು ಕೊಳ್ಳೆಹೊಡೆಯಲು ಬಂದಿರಲಿಲ್ಲ. ಬದಲಾಗಿ ಬಾಗಿಲ ಬಳಿ ನಿಂತು ಅಭಿವಂದಿಸಿ ಆತ ಹೇಳಿದ :

''ನಮಸ್ಕಾರ, ಆರ್ಕಿಮಿಡೀಸ್.''

ಒಂದು ಮೇಣದ ಹಲಗೆಯ ಮೇಲೆ ಏನನ್ನೋ ಬರೆಯುತ್ತಿದ್ದ ಆರ್ಕಿಮಿಡೀಸ್ ತಲೆಯೆತ್ತಿ ನೋಡಿ ಕೇಳಿದ :

''ಏನು ಬೇಕಿತ್ತು ?''

ಲೂಶಿಯಸ್ ನುಡಿದ :

''ಆರ್ಕಿಮಿಡೀಸ್, ನಿನ್ನ ಯುದ್ಧಯಂತ್ರಗಳಿಲ್ಲದಿರುತ್ತಿದ್ದರೆ ಸೈರಕ್ಯೂಸ್‌ನವರು ಹೀಗೆ ಒಂದು ತಿಂಗಳ ಕಾಲ ಪಟ್ಟುಹಿಡಿದು ಪ್ರತಿಭಟಿಸುತ್ತಿರಲಿಲ್ಲ; ಈಗಿನ ಸ್ಥಿತಿಯಲ್ಲಿ ನಾವು ಪೂರ್ತಿ ಎರಡು ವರ್ಷ ಹೋರಾಡಬೇಕಾಗಿದೆ. ಸೈನಿಕರಾದ ನಾವು ಇದನ್ನು ಮೆಚ್ಚಿಲ್ಲ ಅಂದ್ಕೋಬೇಡ, ಅವು ನಿಜವಾಗಿಯೂ ಅದ್ಭುತವಾದ ಯಂತ್ರಗಳು. ಇಕೋ ! ನನ್ನ ಅಭಿನಂದನೆಗಳು.''

ಆರ್ಕಿಮಿಡೀಸ್ ಕೈ ಬೀಸಿ ಹೇಳಿದ :

''ಛೆ, ಅದೇನು ಮಹಾ ದೊಡ್ಡ ವಿಷಯ ? ಅವು ತೀರಾ ಸಾಮಾನ್ಯವಾದ ಕ್ಷಿಪಣಿ ಯಂತ್ರಗಳು – ಕೇವಲ ಆಟಿಕೆಗಳು. ವೈಜ್ಞಾನಿಕ ದೃಷ್ಟಿಯಿಂದ ನೋಡಿದರೆ ಅವುಗಳಿಗೆ ಯಾವ ಹೆಚ್ಚಿನ ಮಹತ್ವವೂ ಇಲ್ಲ.''

''ಆದರೆ ಮಿಲಿಟರಿ ದೃಷ್ಟಿಯಿಂದ ಮಹತ್ವವಿದೆ. ಇಲ್ಲಿ ಕೇಳು, ಆರ್ಕಿಮಿಡೀಸ್. ನೀನು ನಮ್ಮ ಜತೆ ಸೇರಿ ಕೆಲಸ ಮಾಡು ಅಂತ ಕೇಳೋದಕ್ಕೆ ಬಂದಿದೀನಿ, ನಾನು.''

''ಯಾರ ಜತೆ ?''

''ನಮ್ಮ ಜತೆ – ರೋಮನರ ಜತೆ. ನಿನಗೆ ತಿಳಿದ ಹಾಗೆ ಕಾರ್ಥೇಜ್* ಇಳಿಗತಿಯಲ್ಲಿದೆ. ಆ ದೇಶಕ್ಕೆ ಸಹಾಯ ಮಾಡೋದರಿಂದ ಏನು ಪ್ರಯೋಜನ ? ನೀನೇ ನೋಡುವೆಯಂತೆ – ಸದ್ಯದಲ್ಲೇ ಕಾರ್ಥೇಜಿನವರು ಕಾಲಿಗೆ ಬುದ್ಧಿ ಹೇಳೋ ಹಾಗೆ ನಾವು ಮಾಡ್ತೇವೆ. ನೀನು – ಅಂದರೆ ನೀವೆಲ್ಲರೂ – ನಮ್ಮ ಜತೆ ಸೇರೋದೇ ಒಳ್ಳೆಯದು.''

''ಯಾಕೆ ?'' ಎಂದು ಗುರುಗುಟ್ಟಿ ಆರ್ಕಿಮಿಡೀಸ್ ಹೇಳಿದ :

''ನಾವು ಸೈರಕ್ಯೂಸಿನವರು, ಗ್ರೀಕ್ ಜನಾಂಗದವರು, ನಾವೇಕೆ ನಿಮ್ಮ ಜೊತೆ ಸೇರ್ಕೋಬೇಕು ?''

''ಯಾಕೆಂದರೆ, ನೀವು ಸಿಸಿಲಿಯಲ್ಲಿದ್ದೀರಿ. ನಮಗೆ ಸಿಸಿಲಿ ಬೇಕು.''

''ಅದು ಯಾಕೆ ಬೇಕು ನಿಮಗೆ ?''

''ಏಕೆಂದರೆ ಭೂಮಧ್ಯ ಪ್ರದೇಶದ ಮೇಲೆ ನಮ್ಮ ಒಡೆತನ ಸ್ಥಾಪಿಸ್ಬೇಕು ಅಂತ ನಮ್ಮ ಇಚ್ಛೆ.''

ಆರ್ಕಿಮಿಡೀಸ್ ''ಆಹಾ !'' ಎಂದ. ತನ್ನ ಮೇಣದ ಹಲಗೆಯ ಮೇಲೆ ಯೋಚನಾಪರ ದೃಷ್ಟಿಯನ್ನು ಬೀರಿದ. ಬಳಿಕ ಕೇಳಿದ :

---

* ಕಾರ್ಥೇಜ್ : ಉತ್ತರ ಆಫ್ರಿಕದ ಒಂದು ಪುರಾತನ ನಗರ, ಕ್ರಿ.ಪೂ. 9ನೇ ಶತಮಾನದಲ್ಲಿ ಫೆನೀಶಿಯನ್ನರಿಂದ ಸ್ಥಾಪನೆ. ಕ್ರಿ.ಪೂ. 3ನೇ ಶತಮಾನದಲ್ಲಿ ಇದು ರೋಮ್‌ನ ಅತ್ಯಂತ ಪ್ರಬಲ ಪ್ರತಿಸ್ಪರ್ಧಿಯಾಗಿ ಪರಿಣಮಿಸಿ, ಸ್ಪೇನ್, ಸಾರ್ಡೀನಿಯ ಮತ್ತು ಸಿಸಿಲಿಗಳಲ್ಲಿ ತನ್ನ ವಸಾಹತುಗಳನ್ನು ಸ್ಥಾಪಿಸಿತು. ಪರಿಣಾಮವಾಗಿ ಕ್ರಿ.ಪೂ. 264ರಿಂದ ಸುಮಾರು 100 ವರ್ಷಗಳ ಕಾಲ ರೋಮ್ ಮತ್ತು ಕಾರ್ಥೇಜ್‌ಗಳ ನಡುವೆ ಆಗಿಂದಾಗ್ಗೆ ಯುದ್ಧಗಳು ನಡೆದು ಕೊನೆಗೆ ಕ್ರಿ.ಪೂ. 146ರಲ್ಲಿ ರೋಮನರು ಅದನ್ನು ಆಕ್ರಮಿಸಿ ನಾಶಮಾಡಿದರು.

''ಅದರ ಒಡೆತನ ನಿಮಗೆ ಯಾಕೆ ಬೇಕು ?''

''ಭೂಮಧ್ಯ ಪ್ರದೇಶಕ್ಕೆ ಯಾರು ಒಡೆಯರಾಗ್ತಾರೋ ಅವರು ಪ್ರಪಂಚದ ಒಡೆಯರೂ ಆಗ್ತಾರೆ. ಅದು ಸುಸ್ಪಷ್ಟ.''

''ಸರಿ, ನೀವು ಪ್ರಪಂಚಕ್ಕೆ ಒಡೆಯರಾಗ್ಲೇಬೇಕೋ ?''

''ಹೌದು. ಪ್ರಪಂಚದ ಮೇಲೆ ತನ್ನ ಒಡೆತನ ಸ್ಥಾಪಿಸೋದೇ ರೋಮ್‌ನ ಧ್ಯೇಯ. ನಾನು ಹೇಳ್ತೀನೆ ಕೇಳು, ಈ ಧ್ಯೇಯವನ್ನು ರೋಮ್ ಸಾಧಿಸಿಯೇ ತೀರ್ತದೆ.''

''ಇರಬಹುದು.''

ಹಲಗೆಯ ಮೇಲೆ ಏನನ್ನೋ ಅಳಿಸುತ್ತಾ ಆರ್ಕಿಮಿಡೀಸ್ ಮತ್ತೆ ನುಡಿದ :

''ಆದರೆ ನಾನು ಇಂಥ ಸಲಹೆ ಕೊಡಲಾರೆ. ಲೂಶಿಯಸ್, ನನ್ನ ಮಾತು ಕೇಳು. ಇಡೀ ಪ್ರಪಂಚಕ್ಕೆ ಒಡೆಯರಾಗೋದು ಅಂದರೆ – ಮುಂದೆ ಒಂದು ದಿನ ನೀವು ಎಷ್ಟೊಂದು ವ್ಯಾಪಕ ಪ್ರದೇಶವನ್ನು ರಕ್ಷಿಸಿಕೊಳ್ಳಬೇಕಾಗ್ತದೆ – ಛೇ! ಅನ್ಯಾಯ! ನಿಮಗೆ ಅದರಿಂದ ಎಷ್ಟು ಕಷ್ಟ ಆಗಲಿದೆ, ಗೊತ್ತೇ ?''

''ಅದೇನು ಪರವಾಯಿಲ್ಲ; ಅಷ್ಟು ಹೊತ್ತಿಗೆ ನಮ್ಮದು ಮಹಾ ಸಾಮ್ರಾಜ್ಯವಾಗಿರ್ತದೆ.''

''ಮಹಾಸಾಮ್ರಾಜ್ಯ'' ಆರ್ಕಿಮಿಡೀಸ್ ಗುಣುಗುಣಿಸಿದ. ''ನಾನು ಒಂದು ಸಣ್ಣ ವೃತ್ತವನ್ನು ರಚಿಸಿದರೂ ಅಥವಾ ಒಂದು ದೊಡ್ಡ ವೃತ್ತವನ್ನು ರಚಿಸಿದರೂ ಅದು ಕೇವಲ ಒಂದು ವೃತ್ತವಷ್ಟೇ. ಅದಕ್ಕೆ ಗಡಿಗಳಿದ್ದೇ ಇರ್ತವೆ. ಹಾಗೆಯೇ ನಿಮ್ಮ ಸಾಮ್ರಾಜ್ಯ ಎಷ್ಟೇ ದೊಡ್ಡದಾದರೂ ಅದಕ್ಕೆ ಗಡಿಗಳಿಲ್ಲದಿರೋದಕ್ಕೆ ಸಾಧ್ಯವಿಲ್ಲ, ಲೂಶಿಯಸ್. ಒಂದು ದೊಡ್ಡ ವೃತ್ತ ಸಣ್ಣ ವೃತ್ತಕ್ಕಿಂತ ಹೆಚ್ಚು ಸಂಪೂರ್ಣ ಅಂತ ನಿನಗೆ ಅನಿಸ್ತದೆಯೇ ? ಹೆಚ್ಚು ದೊಡ್ಡ ವೃತ್ತ ರಚಿಸಿದ ಮಾತ್ರಕ್ಕೆ ಒಬ್ಬ ವ್ಯಕ್ತಿ ಹೆಚ್ಚು ದೊಡ್ಡ ರೇಖಾಗಣಿತಜ್ಞ ಆಗಿಬಿಡ್ತಾನೆ ಅಂತ ನೀನು ಭಾವಿಸ್ತೀಯಾ ?''

ರೋಮನ್ ಸರದಾರ ಆಕ್ಷೇಪಿಸಿದ :

''ಗ್ರೀಕರಿದ್ದೀರಲ್ಲ, ನೀವು ಯಾವಾಗಲೂ ವಾದಗಳನ್ನು ಹಿಡಿದುಕೊಂಡು ಕಸರತ್ತು ಮಾಡ್ತಾ ಇರ್ತೀರಿ. ನಮ್ಮ ವಾದವೇ ಸರಿ ಅಂತ ರುಜುವಾತು ಮಾಡೋದಕ್ಕೆ ನಮ್ಮಲ್ಲಿ ಇನ್ನೊಂದು ಮಾರ್ಗವಿದೆ.''

''ಹೇಗೆ ?''

''ಕೃತಿಯಿಂದ, ಉದಾಹರಣೆಗೆ ನಾವು, ನಿಮ್ಮ ಸೈರಕ್ಯೂಸನ್ನು ಗೆದ್ದಿದ್ದೇವೆ. ಆದ್ದರಿಂದ ಸೈರಕ್ಯೂಸ್ ನಮ್ಮದು. ಇದು ಸ್ಪಷ್ಟ ರುಜುವಾತು ತಾನೇ ?''

''ಹೌದು'', ಎಂದು ಆರ್ಕಿಮಿಡೀಸ್ ಲೇಖನಿಯಿಂದ ತಲೆ ಕೆರೆದುಕೊಂಡು ಮುಂದುವರಿಸಿದ :

''ಹೌದು, ನೀವು ಸೈರಕ್ಯೂಸನ್ನು ಗೆದ್ದಿದ್ದೀರಿ. ಆದರೆ ಅದು ಮೊದಲಿನ ಸೈರಕ್ಯೂಸ್ ಅಲ್ಲ; ಎಂದೆಂದಿಗೂ ಅದು ಸೈರಕ್ಯೂಸ್ ಆಗಿ ಉಳೀಲಾರದು, ಯಾಕೆ ? ಪ್ರಖ್ಯಾತವಾದ ಒಂದು ಮಹಾನಗರವಾಗಿತ್ತು. ಇನ್ನು ಪುನಃ ಎಂದೆಂದಿಗೂ ಅದು ಮಹಾನಗರ ಆಗೋದಿಲ್ಲ. ಅಯ್ಯೋ, ಬಡ ಸೈರಕ್ಯೂಸ್ !''

''ಆದರೆ ರೋಮ್ ಮಹಾನಗರವಾಗ್ತದೆ. ಪ್ರಪಂಚದ ಇತರ ಎಲ್ಲ ರಾಜ್ಯಗಳಿಗಿಂತಲೂ ರೋಮ್ ಹೆಚ್ಚು ಬಲಿಷ್ಠವಾಗಲೇಬೇಕು.''

''ಯಾಕೆ ?''

''ಅದರ ಸ್ಥಾನವನ್ನು ಉಳಿಸಿಕೊಳ್ಳೊದಕ್ಕೆ. ನಾವು ಹೆಚ್ಚು ಬಲಿಷ್ಠರಾದಷ್ಟೂ ನಮ್ಮ ಶತ್ರುಗಳ ಸಂಖ್ಯೆ ಹೆಚ್ಚಾಗ್ತದೆ. ಆದ್ದರಿಂದ ನಾವು ಅತ್ಯಂತ ಬಲಿಷ್ಠರಾಗ್ಬೇಕು.''

ಆರ್ಕಿಮಿಡೀಸ್ ಮೆಲುದನಿಯಲ್ಲಿ ನುಡಿದ :

''ಬಲಿಷ್ಠತೆ ಬಗ್ಗೆ ಮಾತನಾಡೋದಾದರೆ... ನಾನು ಸ್ವಲ್ಪ ಭೌತಶಾಸ್ತ್ರ ತಿಳಿದವನು. ಲೂಶಿಯಸ್ ನಾನು ನಿನಗೊಂದು ಮಾತು ಹೇಳ್ತೇನೆ : ಬಲ ತನ್ನನ್ನು ತಾನೇ ಹೀರಿಕೊಳ್ತದೆ.''

''ಹಾಗಂದರೇನರ್ಥ ?''

''ಅದೊಂದು ನಿಯಮ ಲೂಶಿಯಸ್. ಬಲ ಅಥವಾ ಶಕ್ತಿ ಕ್ರಿಯಾಶೀಲವಾಗಿರೋದರಿಂದ ಅದು ತನ್ನನ್ನು ತಾನೇ ಹೀರಿಕೊಳ್ತದೆ. ನೀನು ಹೆಚ್ಚು ಬಲಶಾಲಿಯಾಗಿದ್ದಷ್ಟೂ, ಆ ಸ್ಥಿತಿಯನ್ನು ಹಾಗೆಯೇ ಉಳಿಸಿಕೊಳ್ಳೋದಕ್ಕಾಗಿ ನೀನು ಹೆಚ್ಚು ಶಕ್ತಿ ಅಥವಾ ಬಲವನ್ನು ಬಳಸಬೇಕಾಗ್ತದೆ; ಯಾವುದೇ ಒಂದು ದಿನ ಅದು...''

''ನೀನು ಏನು ಹೇಳಬೇಕು ಅಂತಿದೀಯಾ ?''

''ಓ ಏನೂ ಇಲ್ಲ. ಬಿಡು ನಾನೇನು ಪ್ರವಾದಿಯಲ್ಲ ಲೂಶಿಯಸ್; ನಾನೊಬ್ಬ ಕೇವಲ ಭೌತ ವಿಜ್ಞಾನಿ. ಬಲ ಬಲವನ್ನು ಹೀರಿ ನಾಶಪಡಿಸ್ತದೆ. ಅದಕ್ಕಿಂತ ಹೆಚ್ಚು ನನಗೆ ಗೊತ್ತಿಲ್ಲ.''

''ಇಲ್ಲಿ ಕೇಳು, ಆರ್ಕಿಮಿಡೀಸ್, ನಮ್ಮ ಜೊತೆ ಸೇರಿ ಕೆಲಸ ಮಾಡಬೇಕು ಅಂತ ನಿನಗೆ ಅನಿಸೋದಿಲ್ವೇನು ? ರೋಮ್‌ನಲ್ಲಿ ನಿನಗೆ ಎಂಥೆಂಥ ಮಹತ್ವದ ಅವಕಾಶಗಳು ದೊರೆಯಲಿವೆ ಅನ್ನೋ ಕಲ್ಪನೆಯೇ ನಿನಗಿಲ್ಲ. ಇಡೀ ಪ್ರಪಂಚದಲ್ಲೇ ಅತ್ಯಂತ ಪ್ರಬಲ ಯುದ್ಧಯಂತ್ರಗಳನ್ನು ನಿರ್ಮಿಸೋದಕ್ಕೆ ಅಲ್ಲಿ ನಿನಗೆ ಸಾಧ್ಯವಾಗ್ತದೆ.''

''ನನ್ನನ್ನು ಕ್ಷಮಿಸು ಲೂಶಿಯಸ್; ನಾನೊಬ್ಬ ಮುದುಕ – ನನ್ನ ಒಂದೆರಡು ವಿಚಾರಗಳನ್ನು ಪ್ರಯೋಗ ಮಾಡಿ ನೋಡ್ಬೇಕು ಅನ್ನೋ ಆಸೆ ಇದೆ ನನಗೆ. ನಿನಗೆ ಕಾಣೋ ಹಾಗೆ ಈಗ ತಾನೇ ನಾನು ಇಲ್ಲಿ ಏನನ್ನೋ ರಚಿಸ್ತಾ ಇದ್ದೇನೆ.''

''ಆರ್ಕಿಮಿಡೀಸ್, ನಮ್ಮ ಜೊತೆ ಸೇರಿ ಇಡೀ ಪ್ರಪಂಚದ ಮೇಲೆ ಸ್ವಾಮ್ಯವನ್ನು ಸಾಧಿಸೋ ವಿಚಾರ ನಿನ್ನ ಮನಸ್ಸನ್ನು ಸೆಳೆಯೋದಿಲ್ವಾ ? ಯಾಕೆ, ನೀನು ಉತ್ತರ ಕೊಡ್ತಾ ಇಲ್ವಲ್ಲ ?''

ಮೇಣದ ಹಲಗೆಯ ಮೇಲೆ ಬಗ್ಗುತ್ತಾ ಆರ್ಕಿಮಿಡೀಸ್ ಗುರುಗುಟ್ಟಿದ : ''ಕ್ಷಮಿಸು, ಏನಂದೆ ನೀನು ?''

''ನಿನ್ನಂಥ ವ್ಯಕ್ತಿ ಇಡೀ ಪ್ರಪಂಚದ ಮೇಲೆ ಸ್ವಾಮ್ಯ ಸಾಧಿಸ್ಬಹುದು ಅಂದೆ.''

ಆರ್ಕಿಮಿಡೀಸ್ ಬೇಸರದ ಧ್ವನಿಯಲ್ಲಿ ಹೇಳಿದ :

''ಹ್ಞು! ಪ್ರಪಂಚದ ಮೇಲೆ ಸ್ವಾಮ್ಯ ! ನಾನು ಹೀಗೆ ಹೇಳಿದೆ ಅಂತ ನೊಂದುಕೋಬೇಡ – ನನಗೆ ಇಲ್ಲಿ ಅದಕ್ಕಿಂತಲೂ ಹೆಚ್ಚು ಮುಖ್ಯವಾದ ಕೆಲಸ ಇದೆ. ಅದಕ್ಕಿಂತಲೂ ಹೆಚ್ಚು ಕಾಲ ನಿಲ್ಲುವಂಥ ಕೆಲಸ – ನಿಜವಾಗಿಯೂ ಶಾಶ್ವತವಾಗಿ ಉಳಿಯುವಂಥ ಒಂದು ವಿಷಯ.''

''ಅದೇನು ?''

''ಇಲ್ಲಿ ನೋಡು; ಆದರೆ ಹುಷಾರ್ ! ನನ್ನ ವೃತ್ತಗಳನ್ನು ಕೆಡಿಸಿಬಿಡಬೇಡ ! ಈಗ ಅಲ್ಲಿ ನಾನು ರಚಿಸಿರೋದು – ವೃತ್ತದ ಒಂದು ಖಂಡದ ವಿಸ್ತೀರ್ಣವನ್ನು ಲೆಕ್ಕಹಾಕುವ ವಿಧಾನ...''

* * *

ಜ್ಞಾನಿ ಆರ್ಕಿಮಿಡೀಸ್ ಒಂದು ಆಕಸ್ಮಿಕ ಅಪಘಾತದಿಂದಾಗಿ ಸತ್ತುಹೋದ ಎಂದು ಆಮೇಲೆ ವರದಿ ಮಾಡಲಾಯಿತು. ❍

○ ಯಾನ್ ದರದಾ

ನೀರವ ತಡೆಗಟ್ಟೆ

ಮಳೆಯಿಂದ ಉಕ್ಕೇರಿ ಹಸಿರುಗಟ್ಟಿದ್ದ ವಲತಾವಾ ನದಿಯ ನೀರು ಸೇತುವೆಯ ಕೆಳಗೆ ಸುಳಿಸುಳಿಯಾಗಿ ಹರಿಯುತ್ತಿತ್ತು. ನದಿಯ ದಂಡೆಯುದ್ದಕ್ಕೂ ಬಡ ಗುಡಿಸಲುಗಳು ಅಡಿಮೇಲಾಗಿ ಇರಿಸಿದ ಲೊಡ್ಡು ದೋಣಿಗಳಂತೆ ಇಡಿಕಿರಿದು ನಿಂತಿದ್ದವು – ಅವುಗಳ ಅಂಚುಗಳಲ್ಲಿ ಅಂಟಿಕೊಂಡ ಬೂಷ್ಟು ತೋರಣಾಲಂಕಾರದಂತೆ ಕಾಣುತ್ತಿತ್ತು. ಈ ಗುಡಿಸಲುಗಳ ಹಿಂದೆ ಮೂರು ಅಂತಸ್ತಿನ ಪೌರ ವಸತಿ ಗೃಹಗಳು ಸಾಲಾಗಿ ನದಿ ದಂಡೆಯ ಮೇಲೆ ನಿಂತಿದ್ದವು. ನದಿಗೆ ಅಡ್ಡವಾಗಿದ್ದ ಸೇತುವೆಯ ಜರ್ಮನ್ ನಾಮಫಲಕವನ್ನು ಎರಡು ದಿನಗಳ ಹಿಂದೆ ಯಾರೋ ಕಿತ್ತುಹಾಕಿದ್ದುದರಿಂದ ಅದೀಗ ಹೆಸರಿಲ್ಲದೆ ನಿಂತಿತ್ತು. ತಲೆಕೆಳಗಾದ ಟ್ರಾಮ್ ಕಾರುಗಳನ್ನು, ತಿರುಪು ಮೊಳೆಗಳಿಂದ ತುಂಬಿದ ದೊಡ್ಡ ಪೆಟ್ಟಿಗೆಗಳನ್ನು, ಬಂದೂಕಿನ ಗುಂಡುಗಳನ್ನು ನಿಶ್ಶಬ್ದವಾಗಿ ನುಂಗುವ ರಾಕ್ಷಸಾಕಾರದ ನ್ಯೂಸ್‌ಪ್ರಿಂಟ್ ಉರುಳೆಗಳನ್ನು ಮತ್ತು ಕಾಲ್ದಾರಿಯ ಹಾಸುಗಲ್ಲುಗಳನ್ನು ಪೇರಿಸಿ, ಸೇತುವೆಯ ಎರಡು ಕಡೆಯ ದ್ವಾರಗಳಲ್ಲಿ ಒಂದೊಂದರಂತೆ ಹಾಗೂ ಅದರ ನಡುವೆ ಒಂದರಂತೆ, ಒಟ್ಟು ಮೂರು ತಡೆಗಟ್ಟೆಗಳನ್ನು ನಿರ್ಮಿಸಿದ್ದ ಅನಾಮಧೇಯ ಸ್ತ್ರೀ ಪುರುಷರ ಹಾಗೆ ಆ ಸೇತುವೆಯೂ ಅನಾಮಧೇಯವಾಗಿತ್ತು. ರಸ್ತೆಯ ಕಪ್ಪುರಾಳ ಮಳೆ ನೀರಿನಿಂದ ತೋಯ್ದು ಮಿನುಗುತ್ತಿತ್ತು.

ಅದನ್ನು ನೋಡಿ ಜನರು ಶಪಿಸಿದರು :

''ಈ ಮಹಾ ದರಿದ್ರ ಕಪ್ಪುರಾಳ ! ಜರ್ಮನರು ಏನಾದರೂ ಈ ಕಡೆ ಭೇದಿಸಿಕೊಂಡು ಬಂದರೆ, ಈ ಮಿನುಗೋ ದರಿದ್ರ ಕಪ್ಪುರಾಳವೇ ಅದಕ್ಕೆ ಕಾರಣವಾಗ್ತದೆ.''

''ಅಲ್ಲಿ ಪುರಸಭೆಯಲ್ಲಿದ್ದಾರಲ್ಲಾ, ಆ ನನ್ಮಕ್ಕಳಿಗೆ ಸ್ವಲ್ಪವೂ ಬುದ್ಧಿಯಿಲ್ಲ. ಒಳ್ಳೆಯ ಮಜಬೂತಾದ ಹಾಸುಗಲ್ಲುಗಳನ್ನು ಹಾಕಿದ್ದರೆ ಅವು ಯಾವತ್ತಾದರೂ ಒಂದು ದಿನ ಒಳ್ಳೆಯ ಕೆಲಸಕ್ಕೆ ಬರುತ್ತಿದ್ದವು ಅಂತ ಅವರಿಗೆ ಹೊಳೀಲೇ ಇಲ್ಲ!''

ಜರ್ಮನರು ನದಿಯ ಆಚೆಯ ಬದಿಯಲ್ಲಿದ್ದರು. ತಪ್ಪಲಿನಲ್ಲಿದ್ದ ಮನೆಗಳ ಹಸಿರು ಹೂದೋಟಗಳ ನಡುವೆ, ಮರದ ತೋಪುಗಳ ಗುಂಗುರು ತಲೆಗಳ ನಡುವೆ ಅಡಗಿಕೊಂಡಿದ್ದ ಅವರು ಕಣ್ಣಿಗೆ

ಬೀಳುತ್ತಿರಲಿಲ್ಲ. ಶನಿವಾರ ಮಧ್ಯಾಹ್ನ ಅವರು ತಮಗೆ ಸಮೀಪವಾಗಿದ್ದ ಸೇತುವೆಯ ತುದಿಯತ್ತ ಮೆಷಿನ್‌ಗನ್‌ಗಳನ್ನು ಹಾರಿಸುತ್ತಿದ್ದರು. ಅಲ್ಲಿ ಅಡ್ಡ ಪೇರಿಸಿದ್ದ ಖಾಲಿ ಟ್ರಾಮ್ ಕಾರಿನ ಗಾಜುಗಳು ಫಳಫಳನೆ ಒಡೆದು ನೆಲದ ಮೇಲೆ ಉದುರುತ್ತಿದ್ದವು. ಸೇತುವೆಯ ದೀಪಗಳು ಬಿರುಸಿನಿಂದ ಒಡೆದು ಚೂರಾಗಿ ಡ್ಯಾಂಡೆಲಿಯನ್* ಹೂವಿನ ಬೀಜಗಳಂತೆ ಸಿಡಿಯುತ್ತಿದ್ದವು.

'ಈ ಕ್ಷಣ ನಾವು ತಡೆಗಟ್ಟೆಗಳನ್ನು ನಿರ್ಮಿಸದಿದ್ದರೆ ಫಜೀತಿಯಲ್ಲಿ ಸಿಕ್ಕಿ ಬೀಳ್ತೇವೆ.'

ವೈರ್‌ಲೆಸ್ ಮೂಲಕ ಈ ನಿರ್ದೇಶ ಬರುವ ಮೊದಲೇ ಆ ಜನರು ತಮ್ಮಷ್ಟಕ್ಕೆ ತಾವೇ ಆ ತೀರ್ಮಾನಕ್ಕೆ ಬಂದಿದ್ದರು. ಭಾನುವಾರ ಬೆಳಕು ಹರಿಯುವುದಕ್ಕೆ ಮುಂಚೆಯೇ ಸೇತುವೆಯ ಮೇಲೆ ಮೂರು ತಡೆಗಟ್ಟೆಗಳನ್ನು ಅವರು ಹಾಕಿದ್ದರು. ಕೆಲಸ ಮಾಡಿ ಮುಗಿದ ಮೇಲೆ ಹೆಂಗಸರ ದೀರ್ಘ ಮೆರವಣಿಗೆ ತಮ್ಮ ತಮ್ಮ ಮನೆಗಳಿಗೆ ಹಿಂತೆರಳಿತ್ತು – ಬೆಳಗಿನ ಉಪಾಹಾರ ತಯಾರಿಸಲು ಒಲೆ ಹಚ್ಚುವ ಸಲುವಾಗಿ. ಮಳೆಯಲ್ಲಿ ತೋಯ್ದು ಅವರು ಒದ್ದೆಮುದ್ದೆಯಾಗಿದ್ದರು. ಅವರ ಕೈಗಳು ಕೊಳೆಯಿಂದ ಕಪ್ಪಾಗಿದ್ದವು. ರಾತ್ರಿ ಇಡೀ ನಿದ್ದೆಯಿಲ್ಲದೆ ಬಳಲಿದ್ದ ಅವರು ದೇಹದ ಒಳಗೆ ಕೂಡ ಕೊರೆಯುತ್ತಿದ್ದ ಚಳಿಯಿಂದ ಗಡಗಡನೆ ನಡುಗುತ್ತಿದ್ದರು.

''ಮೊದಲನೆಯ ತಡೆಗಟ್ಟೆಯನ್ನು ನೋಡಿಕೊಳ್ಳುವ ಜನ ಯಾರು ?''

''ಸೈನ್ಯದಲ್ಲಿ ಕೆಲಸ ಮಾಡಿ ಅನುಭವವಿರುವವರು ಬೇಕು, ನಮಗೆ.''

''ಅದೀಗ ಸರಿಯಾದ ಮಾತು ! ನಮಗೆ ಅಲ್ಲಿ ಬೇಕಾಗಿರೋದು ನಿರ್ಭಯವಾಗಿರಬಲ್ಲಂಥ ಜನ.''

ಕಪ್ಪು ಗುಂಗುರು ಕೂದಲಿನ ಮುವತ್ತು ವರ್ಷದ ಒಬ್ಬ ಸಾರ್ಜೆಂಟ್ ಹತ್ತು ಮಂದಿ ಯುವಕರೊಂದಿಗೆ ಅಲ್ಲಿಗೆ ಬಂದು ನಿಂತ. ಆ ಯುವಕರಲ್ಲಿ ಯಾರಿಗೂ ಇನ್ನೂ ಇಪ್ಪತ್ತು ವರ್ಷ ಕಳೆದಿರಲಿಲ್ಲ. ಎಲ್ಲರೂ ಧೀರರಂತೆ ಸುಳ್ಳು ಹೇಳಿದರು. ತನಗೆ ಸೈನ್ಯದಲ್ಲಿ ಕೆಲಸ ಮಾಡಿದ ಅನುಭವವಿದೆಯೆಂದು ಪ್ರತಿಯೊಬ್ಬನೂ ಆಣೆ ಇಟ್ಟು ನುಡಿದ. ಅವರ ಬಳಿ ಹಿಂದಿನ ದಿನ ಜರ್ಮನರಿಂದ ವಶಪಡಿಸಿ ಕೊಂಡಿದ್ದ ಎರಡು ಟಾಮಿಗನ್‌ಗಳಲ್ಲದೆ, ಐದು ರೈಫಲ್‌ಗಳು ಮತ್ತು ಒಂದು ದೊಡ್ಡ ಪೆಟ್ಟಿಗೆ ತುಂಬಾ ಮರದ ಹಿಡಿಗಳಿದ್ದ ಕೈ ಬಾಂಬುಗಳು ಇದ್ದವು. ಹೊರಡಲು ಅನುವಾಗುತ್ತಾ ಅವರೆಂದರು : ''ನಮಗೇನಾದರೂ ವಿಪರೀತ ಕಷ್ಟವಾದರೆ, ಹಿಂದಕ್ಕೆ ತೆವಳಿಕೊಂಡು ನೀವಿರೋ ಕಡೆಗೇ ಬಂದು ಬಿಡ್ತೇವೆ. ನಾವು ಹಿಂದಕ್ಕೆ ಸರೀತಾ ಇರುವಾಗ ನೀವು ನಮ್ಮ ಬೆಂಗಾವಲಾಗಿರ್ಬೇಕು – ಅಪ್ಪಿತಪ್ಪಿ ನಮ್ಮನ್ನೇ ಹೊಡೆದುಬಿಟ್ಟೀರಿ !''

''ಅತಿಯಾದ ಜಾಣತನ ಯಾಕೆ ತೋರಿಸ್ತೀರಿ ?'' ಎಂದು ನನ್ನ ಟ್ರಾಮ್-ಕಾರಿನೊಂದಿಗೆ ಅಲ್ಲಿಯೇ ನಿಲ್ಲಬೇಕಾಗಿ ಬಂದು, ನಡುವಣ ತಡೆಗಟ್ಟೆಯ ಸುಪರ್ದು ವಹಿಸಿಕೊಂಡಿದ್ದ ಒಬ್ಬ ಟ್ರಾಂ ಡ್ರೈವರ್ ಹೇಳಿದ. ಆದರೆ ತಾನು ಆಡಿದ ದಬಾವಣೆಯ ಮಾತಿನಿಂದ ಸಾರ್ಜೆಂಟ್‌ಗೆ ಮುಖಭಂಗ ವಾಗಿರಬಹುದೆಂಬ ಭಯದಿಂದ, ಪುಸಲಾಯಿಸುವ ಧ್ವನಿಯಲ್ಲಿ ಅವನು ಮತ್ತೆ ನುಡಿದ :

''ಏನೇ ಆಗಲೀ, ಹೆಚ್ಚು ಹೊತ್ತು ಅವರನ್ನು ಎದುರಿಸಿ ನಿಲ್ಲೋದು ಸಾಧ್ಯವಿಲ್ಲ. ನಿಮ್ಮ ಮೇಲೆ ದಾಳಿ ಮಾಡಲು ಅನುಕೂಲವಾಗೋ ಹಾಗೆ ಅವರಿಗೆ ರಕ್ಷಣೆ ಇದೆ. ಸ್ವಲ್ಪ ಕಚಗುಳಿ ಇಟ್ಟಹಾಗೆ ಮಾಡಿ ಹಿಂದಕ್ಕೆ ಓಡಿ ಬಂದುಬಿಡಿ. ಜರ್ಮನರು ಸೇತುವೆಯ ಮೇಲಕ್ಕೆ ಬಂದರೆ ಮುಳ್ಳಿನ ಬೇಲಿಯಲ್ಲಿ ಕುಂಡೆಗಳನ್ನು ಇಟ್ಟುಕೊಂಡು ಕುಳಿತಷ್ಟೇ ಹಿತವಾಗ್ತದೆ ಅವರಿಗೆ. ಒಂದ್ವೇಳೆ ನಮ್ಮನ್ನು ಅವರು ಭೇಟಿಯಾಗಬೇಕಾದರೆ ಸೀದಾ ಈ ರಾಳದ ರಸ್ತೆಯ ಮೇಲೆಯೇ ದಾಟಿ ಬರಬೇಕಾಗ್ತದೆ.''

ಆಮೇಲೆ ಆ ಹನ್ನೊಂದು ಜನರು ಮೊದಲನೆಯ ತಡೆಗಟ್ಟೆಯ ಹಿಂದೆ ಅವಿತುಕೊಂಡು ಕೆಳ ಮೊಗವಾಗಿ ಮಲಗಿದರು. ಗುಡ್ಡದ ಪಕ್ಕದ ಮರಗಳ ನಡುವಿನಿಂದ ಜರ್ಮನರ ಗುಂಡುಗಳು ಸುಂಯ್

---

* ಹಳದಿ ಬಣ್ಣದ ಒಂದು ಹೂವು.

ಗುಟ್ಟುತ್ತ ಹಾರಿಬಂದವು – ತಡೆಗಟ್ಟೆಯ ಮರಮುಟ್ಟುಗಳನ್ನು ಹುಳುಗಳಂತೆ ಕೊರೆದು ಅವುಗಳ ಒಳಕ್ಕೆ ಹೊಕ್ಕವು. ಅಂದು ಭಾನುವಾರ, ಸಮಯ ಮುಂಜಾನೆ ಆರು ಗಂಟೆ. ನಡುವಣ ತಡೆಗಟ್ಟೆಯ ಆಶ್ರಯದಲ್ಲಿ ಅಲ್ಲಿನ ತರುಣರು ಸ್ವಲ್ಪ ಹೊತ್ತು ವಿರಮಿಸಿಕೊಳ್ಳಲು ಕುಳಿತರು. ಟೋಪಿಯನ್ನು ಕಿವಿಗೆ ಅಡ್ಡಲಾಗಿ ಧರಿಸಿದ್ದ ಟ್ರಾಂ-ಡ್ರೈವರ್, ಪೊಲೀಸ್ ಸಿಪಾಯಿ ಬ್ರೂಚೆಕ್, ಪಕ್ಕದ ಕಾಗದದ ಕಾರ್ಖಾನೆಯ ಏಳು ಜನ ಯುವಕರು, ನದಿಯಲ್ಲಿ ಮರದ ದಿಮ್ಮಿ ಸಾಗಿಸುವವರು ಮತ್ತು ಕಸಾಯಿ ಖಾನೆಯ ಕೆಲಸದವರು ಅಲ್ಲಿದ್ದರು. ಅವರ ನಡುವೆ ಅಗಲವಾದ ಎದೆಯುಳ್ಳ ಒಬ್ಬ ಯುವಕ ಮಾತಿಲ್ಲದೆ ನಗುತ್ತ ಕುಳಿತಿದ್ದ – ಅವನು ಎರಡು ಟಾಮಿಗನ್‌ಗಳನ್ನು ಎಳೆದು ತಂದಿದ್ದ. ಅವರು ಅವನ ಕಡೆ ಅಪನಂಬಿಕೆಯಿಂದ ನೋಡಿದರು. ಅವನೊಬ್ಬ ಜರ್ಮನ್ ಆಗಿರಲಿಲ್ಲ ತಾನೇ ?

''ನೆದೆರ್‌ಲೆಂಡ್, ನೆದೆರ್‌ಲೆಂಡ್, ಹಾಲೆಂಡ್ !'' ತನ್ನ ಮಾತು ಅವರಿಗೆ ಅರ್ಥವಾಗದಿರುವುದನ್ನು ಕಂಡು ಆತ ಅಸಹನೆಯಿಂದ ಮತ್ತೆ ಮತ್ತೆ ಅದೇ ಪದಗಳನ್ನು ಉಚ್ಚರಿಸಿದ. ತಮ್ಮ ಮಳೆ ಅಂಗಿಗಳು ರೈಫಲ್ ನಳಿಗೆಗಳನ್ನು ರಕ್ಷಿಸುತ್ತಿದ್ದುದರಿಂದ ಅವರ ಕೋಟುಗಳು ಮಳೆಯಲ್ಲಿ ತೋಯ್ದು ಮುದ್ದೆಯಾಗುತ್ತಿದ್ದವು. ಒಂದು ಕಪ್ಪು ಬ್ರೆಡ್ಡನ್ನು ಎಲ್ಲರೂ ಹಂಚಿಕೊಂಡು ತಿನ್ನುತ್ತಿದ್ದರು. ಮಳೆಗೆ ಬೆದರುವುದಿಲ್ಲವೆಂದು ತೋರಿಸುವ ರೀತಿಯಲ್ಲಿ ಯಾರೋ ಒಬ್ಬ ಮನೆಯಲ್ಲಿ ಬೆಳೆದ ಕೊಳಕಲು ಹೊಗೆಸೊಪ್ಪಿನಿಂದ ಒಂದು ಸಿಗರೇಟು ಸುರುಳಿ ಮಾಡಿದ. ಒಬ್ಬರಾದ ಮೇಲೊಬ್ಬರಂತೆ ಎಲ್ಲರೂ ಒಂದೊಂದು ದಮ್ಮು ಎಳೆದು ಆಸಕ್ತಿಯಿಂದ ಹೊಗೆಯನ್ನು ಕುಡಿದರು. ಅವರಲ್ಲಿ ಮೂರು ಜನ ಹೆಂಗಸರಿದ್ದರು – ತಮ್ಮ ಟೊಂಕಗಳನ್ನು ನೆಲದ ಮೇಲೆ ಊರಿ ಕುಳಿತು ಯಾರಿಗೋ ಪ್ರಾರ್ಥನೆ ಸಲ್ಲಿಸುವ ರೀತಿಯಲ್ಲಿ ಅವರು ತೊಡೆಗಳ ಮೇಲೆ ಕೈಗಳನ್ನು ಜೋಡಿಸಿ ಇಟ್ಟುಕೊಂಡಿದ್ದರು.

ಗಂಡಸರ ಪೈಕಿ ತೆಳ್ಳನೆಯ ಒಬ್ಬ ಕಪ್ಪು ವ್ಯಕ್ತಿ ಅವರ ಮೇಲೆ ರೇಗಿದ :

''ಇಲ್ಲಿ ವ್ಯರ್ಥವಾಗಿ ದಾರಿಗಡ್ಡಲಾಗಿ ಕೂತಿರೋದರ ಬದಲು ನೀವೆಲ್ಲಾ ಬಾಯಿ ಮುಚ್ಕೊಂಡು ತೆಪ್ಪಗೆ ಮನೇಗೆ ಯಾಕೆ ಹೋಗಬಾರದು ?''

''ಬಾಯಿ ಮುಚ್ಕೊಂಡು ನಿನ್ನ ಕೆಲಸ ನೀನು ನೋಡಿಕೋ – ಅವರ ಉಸಾಬರಿ ನಿನಗ್ಯಾಕೆ ? ಅವರು ನಮ್ಮ ಹಳೆಯ ಗೆಳತಿಯರು'' ಎಂದು ತರುಣರ ಪೈಕಿ ಮೂವರು ಒಟ್ಟಿಗೆ ಬೊಬ್ಬೆಹಾಕಿದರು. ಆ ಕರಿಯ ವ್ಯಕ್ತಿ ಹುಸಿನಗೆ ನಕ್ಕು ತಡೆಗಟ್ಟೆಯ ಮೇಲೆ ಪೇರಿಸಿದ ಮರದ ದಿಮ್ಮಿಗಳ ಮೇಲೆ ಉಗಿದ. ಬಳಿಕ ಹೇಳಿದ :

''ಇದರಲ್ಲಿ ಪಾಲ್ಗೊಳ್ಳೋದಕ್ಕೆ ಒಬ್ಬ ವ್ಯಕ್ತಿ ತನ್ನ ಗೆಳತಿಯನ್ನು ಕರೆಯುವಂಥ ಹಾಸಿಗೆಯಲ್ವಲ್ಲ ಇದು ?''

ಅವನು ಮಾತನಾಡಿದ ಧಾಟಿಯಲ್ಲಿ ಅವನ ಏಕಾಕಿತನ ಎದ್ದು ಕಾಣುತ್ತಿತ್ತು.

ಅಂಗಿಯನ್ನು ದೇಹದ ಮೇಲೆ ಬಿಗಿಯಾಗಿ ಸುತ್ತಿಕೊಂಡು ಫ್ರಾಂತಾಕ್ರೌಪಾ ಮೌನವಾಗಿ ನದಿಯ ದಂಡೆಯನ್ನು ವೀಕ್ಷಿಸುತ್ತಿದ್ದ. ಬೇರೆ ಹೆಸರಿನ ಇನ್ನೊಂದು ನದಿಯನ್ನು ಕುರಿತು, ಕಾಳರಾತ್ರಿಯಂತೆ ಕಪ್ಪಾದ ತಲೆಗೂದಲಿಂದ ಶೋಭಿಸುತ್ತಿದ್ದ ಕಂಚಿನ ಮೈ ಬಣ್ಣದ ಹೆಂಗಸರ ಬಗೆಗೆ ಆತ ಯೋಚಿಸುತ್ತಿದ್ದ. ಮಂಜನಾರೆಸ್* ನದೀತಟದಲ್ಲಿದ್ದ ಕಂದಕಗಳೊಳಕ್ಕೆ ಆಹಾರ ಹಾಗೂ ಮದ್ದು

* ಮಂಜನಾರೆಸ್ : ಸ್ಪೇನಿನ ಒಂದು ನದಿ. 1936ರಿಂದ 39ರ ತನಕ ಸ್ಪೇನಿನಲ್ಲಿ ಒಂದು ಅಂತರ್ಯುದ್ಧ ನಡೆಯಿತು. ಇದು ಸ್ಪೇನಿನ ಚುನಾಯಿತ ಸರಕಾರದ ವಿರುದ್ಧ ಹಿಟ್ಲರ್ ಮತ್ತು ಮುಸ್ಸೋಲಿನಿಗಳ ಪ್ರತ್ಯಕ್ಷ ಬೆಂಬಲದಿಂದ ಜನರಲ್ ಫ್ರಾಂಕೋ ಪ್ರಾರಂಭಿಸಿದ್ದ ಯುದ್ಧ. ಈ ಸಮಯದಲ್ಲಿ ಬೇರೆ ಬೇರೆ ದೇಶಗಳಿಂದ ಅನೇಕ ಮಂದಿ ಸ್ವಾತಂತ್ರ್ಯಪ್ರೇಮಿ ಯುವಕರು ಮತ್ತು ಕಮ್ಯೂನಿಸ್ಟರು ಫಾಸಿಸ್ಟ್ ಫ್ರಾಂಕೋನ ವಿರುದ್ಧ ಹೋರಾಡಲು ಸ್ಪೇನಿಗೆ ತೆರಳಿದ್ದರು. ಇಂಥವರಲ್ಲಿ ಫ್ರಾಂತಾ ಕ್ರೌಪಾ ಒಬ್ಬನಾಗಿದ್ದಿರಬೇಕು.

ಗುಂಡುಗಳನ್ನು ತಂದುಕೊಡುತ್ತಿದ್ದ ಮಹಿಳಾ ಸಂಗಾತಿಗಳನ್ನು ಆತ ಜ್ಞಾಪಿಸಿಕೊಳ್ಳುತ್ತಿದ್ದ. ಫ್ರಾಂತಾನ ಪಕ್ಕದಲ್ಲಿದ್ದ ಅಗಲವಾದ ಭುಜಗಳ, ನಸು ಹೊಂಬಣ್ಣದ ಕೂದಲಿನ ಆ ಹುಡುಗ 'ನೆದರ್‌ಲ್ಯಾಂಡ್' ಎಂದ. ಭವ್ಯವಾದ ಮ್ಯಾಡ್ರಿಡ್ ನಗರವನ್ನು ನೆನಪಿಸಿಕೊಳ್ಳುತ್ತಾ ಫ್ರಾಂತಾ ''ಎಸ್ಪಾನಾ, ಎಸ್ಪಾನಾ'' ಎಂದ. ಎಂಟು ವರ್ಷಗಳ ಹಿಂದಿನ ನೆನಪು ಇನ್ನೂ ಮಾಸಿರಲಿಲ್ಲ. ಕುಂಟುಬಿದ್ದ ಒಂದು ಕಾಲು, ನಿಶ್ಚೇತನಗೊಂಡ ಒಂದು ಶ್ವಾಸಕೋಶ – ಇವೇ ಅವನಿಗೆ ದೊರಕಿದ್ದ ಪದಕಗಳು. ಬಳಿಕ ಕಂದು ಸಮವಸ್ತ್ರದ ಪಿಶಾಚಿಗಳಿಂದ* ತಪ್ಪಿಸಿಕೊಳ್ಳುವ ಸಲುವಾಗಿ ತಲೆಮರೆಸಿಕೊಂಡು ಕಳೆದ ಆರು ಕಠಿಣ ವರ್ಷಗಳು. ಎಷ್ಟು ಪ್ರಯತ್ನಿಸಿದರೂ ಫ್ರಾಂತಾನನ್ನು ಹಿಡಿಯಲು ಅವರಿಗೆ ಸಾಧ್ಯವಾಗಿರಲಿಲ್ಲ. ಕುಂಟುಕಾಲಿನ, ಕ್ಷಯ ಅಂಟಿದ ಅವನು ಆ ದಿನ ಬೆಳಿಗ್ಗೆ ಉಳಿದವರ ಜೊತೆ ತಡೆಗಟ್ಟೆಯ ಹಿಂದೆ ಕೆಳಮೊಗವಾಗಿ ಮಲಗಲು ಬಂದಾಗ ಪೊಲೀಸ್ ಸಿಪಾಯಿ ಮಿ. ಬ್ರೂಚೆಕ್ ಅವನ ಶಿರಸ್ತ್ರಾಣವನ್ನು ಸವರುತ್ತಾ ಹೇಳಿದ್ದ:

''ಓಹೋ, ಏನಾಶ್ಚರ್ಯ! ಇದು ನಮ್ಮ ಹಳೆಯ ಕಮ್ಯೂನಿಸ್ಟ್ ಗೆಳೆಯ ಅಲ್ವಾ ?''

ಫ್ರಾಂತಾ ನಕ್ಕು ನುಡಿದಿದ್ದ: ''ನಿನ್ನ ಕಾಲದಲ್ಲಿ ನೀನೂ ನನ್ನ ಬೆನ್ನು ಹತ್ತಿ ಕಾಡ್ತಾ ಇದ್ದಿ ಅಲ್ವಾ ?''

ಬ್ರೂಚೆಕ್ ಗೋಣು ಅಲ್ಲಾಡಿಸಿದ್ದ: ''ಹೌದು, ಆದರೆ ಆ ಕಾಲದಲ್ಲಿ ನೀನು ಒಳ್ಳೆ ಮೊಲದ ಹಾಗೆ ಚುರುಕಾಗಿದ್ದೆ. ಆಗ ನಾವು ಹಾಜರಿರಬೇಕಾಗಿದ್ದ ಪ್ರತಿಭಟನಾ ಪ್ರದರ್ಶನಗಳು ಪ್ರಚಂಡವಾಗಿರ್ತಿದ್ದವು.''

ಬಳಿಕ, ಫ್ರಾಂತಾ ತನ್ನ ಕಿಸೆಯಲ್ಲಿ ಕೈ ಹಾಕಿ ತಡಕಿ, ದರ್ಜಿಗಳು ಬಳಸುವ ಸೀಮೆಸುಣ್ಣದ ಒಂದು ಚೂರನ್ನು ತೆಗೆದ. ತಡೆಗಟ್ಟೆಯ ಹಿಂಭಾಗದ ಗೋಡೆಯಾಗಿದ್ದ ತಲೆಕೆಳಗಾದ ಟ್ರಾಮ್-ಕಾರಿನ ಛಾವಣಿಗೆ ಕೈಚಾಚಿ ಅದರ ಮೇಲೆ ಸುತ್ತಿಗೆ ಮತ್ತು ಕುಡುಗೋಲಿನ ಒಂದು ಚಿತ್ರ ಗೀಚಿದ.

''ಹೀಗೆ ಇದನ್ನು ಗೀಚಿದರೆ ಆಗ ನಮಗೆ ಸಿಕ್ತಾ ಇದ್ದುದು ದವಡೆಯ ಮೇಲೊಂದು ಬಲವಾದ ಹೊಡೆತ ಅಲ್ವಾ ?''

ಅದಕ್ಕೆ ಪೊಲೀಸ್ ಸಿಪಾಯಿ ಒಂದು ನಿಟ್ಟುಸಿರು ಬಿಟ್ಟು ಉತ್ತರಿಸಿದ :

''ಹೌದು. ನೀನು ಹೇಳಿದ್ದು ನಿಜ, ಆಗ ನಾವು ನಮ್ಮ ಮುಷ್ಟಿಗಳನ್ನು ಚೆನ್ನಾಗಿ ಉಪಯೋಗಿಸ್ತಾ ಇದ್ದೆವು. ಒಳ್ಳೆ ಕತ್ತೆಗಳ ತರಹ ಆಡ್ತಾ ಇದ್ದೆವು.''

ಸಿಗರೇಟು ತುಂಡಿನ ತುದಿ ಕೊನೆಯ ದಮ್ಮಿಗಾಗಿ ಕೈಯಿಂದ ಕೈಗೆ ಸುತ್ತಿ ಬಂತು – ಪೋಲಿಸ್ ಸಿಪಾಯಿ, ಕಮ್ಯೂನಿಸ್ಟ್ ಫ್ರಾಂತಾ, ಕಾಮ್ರೇಡ್ ನೆದರ್‌ಲೆಂಡ್, ನೆದರ್‌ಲೆಂಡ್.

* * *

ಒಂಬತ್ತೂವರೆ ಗಂಟೆಗೆ ಕದನ ಶುರುವಾಯಿತು. ಟ್ರಾಮ್ ಕಂಡಕ್ಟರಿಣಿಯ ಸಮವಸ್ತ್ರ ಧರಿಸಿದ್ದ ಒಬ್ಬ ಹುಡುಗಿ ಬೆನ್ನು ತಗ್ಗಿಸಿಕೊಂಡು ನಡುವಣ ತಡೆಗಟ್ಟೆಯ ತನಕ ಓಡಿಬಂದಳು. ಅದರ ಜವಾಬ್ದಾರಿ ವಹಿಸಿದ್ದ ಟ್ರಾಂ ಡ್ರೈವರನೊಡನೆ ಆಕೆ ಹೇಳಿದಳು : ''ಏಯ್ ಗೆಳೆಯ, ಜರ್ಮನರು ತೋಟಗಳ ಮೂಲಕ ನುಸುಳಿ ಬರ್ತಿದ್ದಾರೆ ಅಂತ ಪೌರ ವಸತಿ ಗೃಹಗಳಲ್ಲಿರೋ ನಮ್ಮ ಯುವಕರು ವರದಿ ಮಾಡ್ತಿದ್ದಾರೆ.''

ಅವನು ಕಣ್ಣು ನೋಯುವ ತನಕ ಆಚೆ ಕಡೆಯ ದಂಡೆಯನ್ನು ನಿಟ್ಟಿಸಿದ. 'ರಾಟ್-ಟಟ್- ಟಟ್-ರಾಟ್-ಟಟ್-ಟಟ್-ಟಟ್-, ರಾಟ್-ಟಟ್-ಟಟ್' – ಮೊದಲನೆಯ ತಡೆಗಟ್ಟೆಯ ಮೇಲಿಂದ ಟಾಮಿಗನ್‌ಗಳು ಗುಂಡಿನ ತಾಳ ಬಡಿಯಲಾರಂಭಿಸಿದವು. ಅಂದರೆ, ಅಲ್ಲಿನ ಸಂಗಾತಿಗಳಿಗೆ

---

* ಬ್ರೌನ್‌ಶರ್ಟ್ಸ್ ಎಂದು ಕುಖ್ಯಾತರಾಗಿದ್ದ ಹಿಟ್ಲರನ ಭಟರು.

ವಿಷಯ ತಿಳಿದಿತ್ತು... ನೆಲಧ ಮೇಲಿನ ಗಿಡಗೆಂಟೆಗಳನ್ನು ರೈಫಲ್ ಗುಂಡುಗಳು ಚಾಟಿಯ ಹೊಡೆತದಂತೆ ಸವರಿಕೊಂಡು ಬರುತ್ತಿದ್ದವು. ಆಮೇಲೆ ಸ್ವಲ್ಪ ಹೊತ್ತು ಗಾಢ ನೀರವತೆ – ಎರಡು ಕಡೆಯವರು ಸ್ವಲ್ಪ ಉಸಿರಾಡಲು ಸುಮ್ಮನಾಗಿದ್ದರೇನೋ ಎನ್ನುವಂತೆ. ಬ್ರೂಚೆಕ್ ಜೋಲುಮೋರೆ ಮಾಡಿ 'ಹು ಹು ಹು' ಎಂದು ಅಸಮಾಧಾನವನ್ನು ವ್ಯಕ್ತಪಡಿಸುತ್ತಾ ತನ್ನ ಬಂದೂಕಿಗಾಗಿ ಕೈ ಚಾಚಿದ.

''ಯಾರಾದರೂ ಅವರ ಸಹಾಯಕ್ಕೆ ಹೋಗ್ಬೇಕು. ಅವು ಶುದ್ಧ ಎಳೆ ನಿಂಬೆಕಾಯಿಗಳು.''

ಹೀಗೆಂದು ತಡೆಗಟ್ಟೆಯ ಪಕ್ಕದ ಸಣ್ಣ ತೆರಪಿನ ಬಳಿಗೆ ಆತ ಧಾವಿಸಿದ. ಅವನ ಅಂಗಿಯ ತೋಳು ಜಗ್ಗಿ ಫ್ರಾಂತಾ ಅವನನ್ನು ನಿಲ್ಲಿಸಿದ.

''ಅಯ್ಯಾ, ಮಿ. ಬ್ರೂಚೆಕ್, ಸ್ವಲ್ಪ ತಾಳು, ನಮ್ಮ ಸರದಿ ಬರ್ತದೆ.''

ಏನೋ ಅನ್ಯಾಯವಾದವನಂತೆ ಪೊಲೀಸಿನವರು ಪೆಚ್ಚು ಮೋರೆಯಿಂದ ಹಿಂದಕ್ಕೆ ಬಂದ; ಬಿಗಿ ಹಿಡಿದ ಮುಷ್ಟಿಯನ್ನು ತನ್ನ ಪೊಲೀಸ್ ಕೋಟಿನೊಳಕ್ಕೆ ತುರುಕುತ್ತ ಆತ ಗೊಣಗಿದ :

''ಇಂಥ ದಿನ ಬರಲಿ ಅಂಥ ಆರು ವರ್ಷ ಕಾಯ್ತಾ ಇದ್ದು, ಅದು ಬಂದಾಗ ಒಂದು ಗುಂಡು ಹಾರಿಸೋದಕ್ಕೂ ಇವರು ಬಿಡೋದಿಲ್ಲ.''

ಒಂದು ಜೊತೆ ದುರ್ಬೀನುಗಳ ಮೂಲಕ ಇದಿರಿನ ದಂಡೆಯನ್ನು ವೀಕ್ಷಿಸುತ್ತಿದ್ದ ಟ್ರಾಂ ಡ್ರೈವರ್ ಒಮ್ಮೆಲೆ ಶಪಿಸಿದ. ತನ್ನ ಸಂಗಾತಿಗಳ ಕಡೆ ಅವನು ತಿರುಗಿದಾಗ ಅವನ ಮುಖ ಶವದ ಹಾಗೆ ಬಿಳಿಚಿಕೊಂಡಿದ್ದುದನ್ನು ಕಂಡು ಅವರಿಗೆ ಅಚ್ಚರಿಯಾಯಿತು. ಒಡೆದ ಧ್ವನಿಯಲ್ಲಿ ಆತ ನುಡಿದ :

''ಕಳ್ಳ ಸೂಳೆ ಮಕ್ಕಳು, ಅವರ ಎರಡು ಟ್ಯಾಂಕುಗಳು ನಮ್ಮ ಕಡೆ ಬರ್ತಾ ಇವೆ.''

ಮೊದಲನೇ ತಡೆಗಟ್ಟೆಯಲ್ಲಿ ಅವುಗಳನ್ನು ಮೊದಲು ನೋಡಿದವನು ಗುಂಗುರು ತಲೆಯ ಸಾರ್ಜೆಂಟ್. ನದಿ ದಂಡೆಯ ಮೇಲಿದ್ದ ಗುಡಿಸಲುಗಳ ಮರೆಯಲ್ಲಿ ಕಬ್ಬಿಣದ ರಾಕ್ಷಸ ಮೃಗಗಳಂತಿದ್ದ ಎರಡು ಟ್ಯಾಂಕುಗಳು ಸೇತುವೆಯತ್ತ ಬರುತ್ತಿದ್ದವು. ಅವುಗಳ ವೇಗ ಹೆಚ್ಚಾದಾಗ ಎಂಜಿನ್ನುಗಳ ಭೋರ್ಗರೆತ ಚೆನ್ನಾಗಿ ಕೇಳಿಬರುತ್ತಿತ್ತು. ಬೆರಳುಗಳಂತೆ ಹೊರಚಾಚಿದ್ದ ಅವುಗಳ ತೋಪುಗಳು ಮರದ ದಿಮ್ಮಿಗಳ ತನ್ನ ಕಟ್ಟೆಯತ್ತ, ತನ್ನ ಕೈಕೆಳಗಿದ್ದ ಹತ್ತು ಜನ ಎಳೆಯರತ್ತ ನೇರವಾಗಿ ಗುರಿ ಹಿಡಿದಂತೆ ಅವನಿಗೆ ಕಾಣಿಸಿತು.

''ನೋಡಿ, ಮರಿಗಳೇ, ನಿಜವಾದ ಮೋಜು ಈಗಷ್ಟೇ ಪ್ರಾರಂಭವಾಗ್ತಾ ಇದೆ'' ಎಂದು ಹುಸಿನಗೆ ಬೀರುತ್ತಾ ಅವರ ಕಡೆ ತಿರುಗಿ ಆತ ಹೇಳಿದ. ಅವನಿಗೆ ಅರ್ಥವಾಗಿತ್ತು – ಇದು ಅಂತಿಮ ಘಳಿಗೆ ಎಂದು.

''ಹುಡುಗರೇ, ಇಲ್ನೋಡಿ, ನಾವು ಬಾಲ ಮುದುರಿಕೊಂಡು ಹಿಂದಕ್ಕೆ ಓಡಬೇಕಾಗಿ ಬರ್ಬಹುದು... ಅಥವಾ ಏನೂ ಆಗದೆ ಹೋಗ್ಬಹುದು.''

ಎಳೆಯ ಕೈಗಳು ಬಾಂಬಿನ ಹಿಡಿಗಳತ್ತ ಚಾಚಿದವು – ಅಗತ್ಯಬಿದ್ದರೆ ಉಪಯೋಗಿಸಲೆಂದು.

''ಒಂದರ್ಧ ನಿಮಿಷ... ನನಗೊಂದು ಸ್ವಲ್ಪ ಉಳಿಸ್ರಯ್ಯಾ'' – ಅವರಲ್ಲಿ ಒಬ್ಬ ಪ್ರತಿಭಟಿಸಿದ. ಬಳಿಕ ತನ್ನ ಜೇಬಿನಿಂದ ಒಂದು ದಾರದ ತುಂಡನ್ನು ತೆಗೆದು ಆತ ಹತ್ತು ಕೈಬಾಂಬುಗಳನ್ನು ಒಂದು ಗೊಂಚಲಿನಂತೆ ಕಟ್ಟಿದ.

''ನಾನಿನ್ನೂ ಅವರಿಗೆ ಕಾಣಿಸ್ತಾ ಇಲ್ಲ, ಅಲ್ವಾ ? ನಾನಿನ್ನೂ ಮರೆಯಲ್ಲಿದ್ದೇನೆ ತಾನೆ ?''

ಬಾಂಬಿನ ಗೊಂಚಲನ್ನು ಎದೆಗವಚಿಕೊಂಡು ಆತ ತೆವಳುತ್ತಾ ತಡೆಗಟ್ಟೆಯಿಂದ ಹೊರಗೆ ಹೋದ. ಅವನು ಏನು ಮಾಡಲಿದ್ದನೆಂಬುದು ಅವರಿಗೆ ತಿಳಿಯಿತು. ಇಲ್ಲ – ಅವನಿನ್ನೂ ಜರ್ಮನರ ಕಣ್ಣಿಗೆ ಬಿದ್ದಿರಲಿಲ್ಲ. ರಸ್ತೆಯ ಕೆಸರಿನ ಮೇಲೆ ತೆವಳಿಕೊಂಡೇ ಹೋಗಿ ಆತ ಹುಲ್ಲು

ಬೆಳೆದ ಗುಂಡಿಯೊಳಕ್ಕೆ ಹಾವುಮೀನಿನ ಹಾಗೆ ಜಾರಿದ. ಅವರಿಗೆಲ್ಲ ಅವನು ವಿದಾಯ ಸಹ ಹೇಳಿರಲಿಲ್ಲ. ಅವರ ಮುಖಗಳು ಬಿಳುಪೇರಿದವು. ಯಾವುದೋ ಒಳಗಿನ ಚಳಿಯಿಂದ ಅವರು ನಡುಗಿದರು. ಬದುಕಿನಲ್ಲಿ ಮೊದಲ ಬಾರಿಗೆ ಅವರಿಗೆ ಮೃತ್ಯುವಿನ ಸ್ಪರ್ಶದ ಅನುಭವ ಉಂಟಾಯಿತು. ಆರನೇ ಇಯತ್ತೆಯಲ್ಲಿ ಅನುತ್ತೀರ್ಣನಾಗಿದ್ದ ಚರಕಿ ಯಂತ್ರದ ಕೆಲಸಗಾರ ಯರದಾ ಅಲ್ಲಿ ಟ್ಯಾಂಕುಗಳ ಹಾದಿಯಲ್ಲಿ! ಅವನಿಗೂ ದಿಗಿಲಾಗುತ್ತಿತ್ತೇ ?

ಐದು ನಿಮಿಷಗಳ ಅನಂತರ ಎಲ್ಲವೂ ಮುಗಿದೇ ಹೋಯಿತು. ಅವನು ಎದ್ದು ನಿಂತು, ಮುಂದಕ್ಕೆ ಹಾಯಲು ಬರುತ್ತಿದ್ದ ಟ್ಯಾಂಕಿನ ಮುಂಭಾಗಕ್ಕೆ ಸರಿಯಾಗಿ ಗುರಿಯಿಟ್ಟು, ಕೈಯಲ್ಲಿದ್ದ ಬಾಂಬು ಗೊಂಚಲನ್ನು ತನ್ನ ಶಕ್ತಿಯೆಲ್ಲವನ್ನೂ ಪ್ರಯೋಗಿಸಿ ಒಗೆದ. ಅದರ ಆಸ್ಫೋಟನ ಎಲ್ಲರನ್ನೂ ಥರಥರನೆ ನಡುಗಿಸಿತು. ಬೆಂಕಿಯ ಒಂದು ಜ್ವಾಲೆ ಭಗ್ಗನೆದ್ದು ಆ ರಾಕ್ಷಸ ಟ್ಯಾಂಕಿನ ಮುಂಭಾಗದ ಸುತ್ತಲೂ ನಾಲಿಗೆಯಾಡಿಸಿತು; ಬಲವಾಗಿ ಎದ್ದು ನಿಂತ ಬೆಂಕಿಯುರಿ, ಟ್ಯಾಂಕನ್ನು ತನ್ನ ದವಡೆಗಳಲ್ಲಿ ಹಿಡಿದು ಕಬಳಿಸಿತು.

''ಹುರ್ರಾ !''

ತಮ್ಮ ಅದೃಷ್ಟವನ್ನು ಕಂಡು ಅವರು ಬಾಯಿ ಚಪ್ಪರಿಸಿದರು.

ನದೀ ದಂಡೆಯ ಬದಿಯಲ್ಲಿ ಬೆಳೆದಿದ್ದ ಕ್ಯಾಮೊಮೈಲ್* ಪೊದರುಗಳ ನಡುವೆ ಸಿಕ್ಕಿಕೊಳ್ಳುತ್ತಾ, ಯರದಾನ ದೇಹ ದಂಡೆಯ ಮೇಲಿಂದ ನಿಧಾನವಾಗಿ ಕೆಳಗೆ ನೀರಿನತ್ತ ಉರುಳುತ್ತಿರುವುದನ್ನು ಅವರು ಕಂಡರು – ತಾವು ಚಿಕ್ಕವರಾಗಿದ್ದಾಗ ಕೆಸರಿನಲ್ಲಿ 'ಹೂರಣಗಡುಬು' ಮಾಡುತ್ತಿದ್ದರಲ್ಲಾ, ಅದೇ ಸ್ಥಳದಲ್ಲಿ.

ಎರಡನೆಯ ಟ್ಯಾಂಕ್ ಹಿಮ್ಮೆಟ್ಟಿತು.

ಸಾರ್ಜೆಂಟ್ ತನ್ನ ಒಂಬತ್ತು ಜನ ಹುಡುಗರ ಕಡೆ ವೀಕ್ಷಿಸಿದ – ಎಲ್ಲರೂ ಉದ್ವೇಗದಿಂದ ಬಿಳಿಚಿಕೊಂಡಿದ್ದರು. ಆದರೆ ಒಬ್ಬರಿಗೂ ಗಾಯವಾಗಿರಲಿಲ್ಲ.

''ಏನ್ರಯ್ಯಾ, ನಿಮ್ಮಲ್ಲಿ ಯಾರಿಗಾದರೂ ಹಿಂದಕ್ಕೆ ಹೊರಟು ಹೋಗ್ಬೇಕು ಅನಿಸ್ತದೆಯೇನು ?''

ನಿರುತ್ತರ. ನೆಲದೊಳಕ್ಕೆ ಬೇರುಬಿಟ್ಟ ಹಾಗೆ ಅವರು ನಿಂತಿದ್ದರು. ನದಿಯ ದಂಡೆಯ ಬುಡದಲ್ಲಿ, ದಡಕ್ಕೆ ಬಡಿಯುತ್ತಿದ್ದ ನೀರಿನ ಬಳಿ ಬಿದ್ದಿದ್ದ ಯರದಾನ ದೇಹವನ್ನು ನಿಟ್ಟಿಸುತ್ತಿದ್ದ ಅವರ ಕಣ್ಣುಗಳು ಮಾತ್ರ ಚಲಿಸುತ್ತಿದ್ದವು. ಬಾಯಾರಿಕೆ ತಣಿಸಲು ನೀರಿನಲ್ಲಿ ತಲೆ ಬಗ್ಗಿಸಿದ ಹಾಗೆ ಆತ ಮುಖ ಕೆಳಗಾಗಿ ಬಿದ್ದಿದ್ದ.

ಅಷ್ಟರಲ್ಲಿ ನಡುವಣ ತಡೆಗಟ್ಟೆಯೊಳಗಿನಿಂದ ಬೇಹುಗಾರ್ತಿಯೊಬ್ಬಳು ಅವರ ಕಡೆಗೆ ತೆವಳಿ ಬಂದಳು. ಆಕೆ ಎಳೆ ವಯಸ್ಸಿನ ಒಬ್ಬ ಟ್ರಾಂ ಕಂಡಕ್ಟರಿಣಿ. ತಲೆಯ ಮೇಲೆ ಅವಳು ಏನನ್ನೂ ಧರಿಸಿರಲಿಲ್ಲ. ಹೆಣೆದ ಕಪ್ಪು ಕೂದಲ ರಾಶಿ ಅವಳ ಕುತ್ತಿಗೆಯ ಮೇಲೆ ಹರಡಿತ್ತು. ಕಿಸೆಯೊಳಗಿಂದ ಒಂದು ಥರ್ಮಾಸ್ ತೆಗೆದು ಅದನ್ನು ಸಾರ್ಜೆಂಟ್‌ಗೆ ನೀಡುತ್ತಾ ಅವಳು ನುಡಿದಳು :

''ಗೆಳೆಯರೇ, ನಿಮ್ಮ ಮೈ ಬಿಸಿ ಮಾಡಲು ಇಲ್ಲಿ ಒಂದಿಷ್ಟು ಚಹಾ ಇದೆ. ಇನ್ನೇನಾದರೂ ಬೇಕೇನು ನಿಮಗೆ ?''

ಸಾರ್ಜೆಂಟ್ ಅವಳನ್ನು ತನ್ನ ಪಕ್ಕಕ್ಕೆ ಸೆಳೆದುಕೊಂಡು ತನ್ನ ಸುಂದರ ತುಂಟ ಕಣ್ಣುಗಳಿಂದ ಅವಳ ಮುಖವನ್ನು ದಿಟ್ಟಿಸಿ ಹೇಳಿದ : ''ನಮಗೆ ಒಳ್ಳೆಯದಾಗಲಿ ಅಂತ ಹೇಳಿ ನೀನು ಒಂದು ಮುತ್ತು ಕೊಡ್ಬೇಕು.''

---

* ಸುವಾಸನೆಯ ಬಳ್ಳಿಗಿಡ, ಪುಟ್ಟಪುಟ್ಟ ಹೂಗಳು

ಆ ದಿನ ಮೊಟ್ಟ ಮೊದಲನೆಯ ಸಲ ಅವರೆಲ್ಲರೂ ನಕ್ಕರು – ಗಟ್ಟಿಯಾದ, ನಿರರ್ಗಳವಾದ, ಮಗುವಿನ ನಗೆಯಂಥ ನಿಷ್ಕಲ್ಮಷ ನಗೆ ಅದು. ಒಬ್ಬೊಬ್ಬರಾಗಿ ಎಲ್ಲರೂ ಲಜ್ಜೆಯಿಂದ ಅವಳನ್ನು ಆಲಿಂಗಿಸಿದರು. ದೇವರ ಪವಿತ್ರ ಪ್ರಸಾದವನ್ನು ಹಂಚುವಂತೆ ಅವಳು ನಿಷ್ಪಕ್ಷಪಾತವಾಗಿ ಎಲ್ಲರಿಗೂ ಕೊಟ್ಟ ಪುಟ್ಟ ಮುತ್ತುಗಳನ್ನು ಸ್ವೀಕರಿಸಿದರು.

ಹತ್ತನೆಯ ಮುತ್ತು ಮುಗಿಯುವ ಹೊತ್ತಿಗೆ ಜರ್ಮನ್ ಫಿರಂಗಿ ದಳ ಗುಂಡು ಹಾರಿಸಲು ಪ್ರಾರಂಭಿಸಿತು.

ಗುಂಡಿನ ಮಳೆ ಎಡೆಬಿಡದೆ ಜಡಿಯಿತು. ಹಿಂದಿನ ದಿನದ ಗುಂಡಿನ ದಾಳಿಯಲ್ಲಿ ಲಾಂದ್ರಗಳನ್ನು ಕಳೆದುಕೊಂಡಿದ್ದ ಎತ್ತರದ ಕಾಂಕ್ರೀಟ್ ಲಾಂದ್ರ ಕಂಬಗಳು ನಡು ಮುರಿದು ತುಂಡಾದವು. ಷೆಲ್ಲುಗಳು ಆಸ್ಫೋಟಿಸಿದಂತೆಲ್ಲಾ ಕಪ್ಪುರಾಳ ಮೇಲಕ್ಕೆ ಹಾರಿತು. ನದಿಯಾಚೆಯ ಬಡಕುಟೀರಗಳ ಮೇಲ್ಛಾವಣಿಯ ತುಂಡುಗಳು ಒಡೆದು ಸಿಡಿದವು. ವಾಂಪೈರ್ ವಿಮಾನಗಳ ಕರ್ಕಶ ಚೀತ್ಕಾರದಿಂದ ಅವರ ಕಿವಿಗಳು ಗಡಚಿಕ್ಕಿದವು. ಫ್ರಾಂತಾ ಕ್ರೌಪಾ, ಕಾಮ್ರೇಡ್ ನೆದೆರ್‌ಲೆಂಡ್, ಮಿ. ಬ್ರೂಚೆಕ್ ಮತ್ತಿತರ ಹತ್ತು ಜನ ತಮ್ಮ ತಡೆಗಟ್ಟಿನ ಬುಡದಲ್ಲಿ ಮಲಗಿದ್ದರು. ಮಾತನಾಡಲು ಪುರಸೊತ್ತಿರಲಿಲ್ಲ.

ಆಕಾಶದಲ್ಲಿ ಬರುತ್ತಿದ್ದ ಪಿಶಾಚಿಗಳ ಎದುರು ತಾವು ನಿಸ್ಸಹಾಯಕರೆಂಬುದು ಚೆನ್ನಾಗಿ ತಿಳಿದಿದ್ದರೂ ಅವರು ತಮ್ಮ ಬಂದೂಕುಗಳ ಚಿಲಕಗಳನ್ನು ಸವರಿದರು. ಟ್ರಾಂ ಡ್ರೈವರ್‌ನ ಕೈಯಲ್ಲಿದ್ದ ದುರ್ಬೀನು ಮಳೆಯಿಂದ ಹಾಗೂ ಅವನ ತೀವ್ರ ಉಸಿರಾಟದಿಂದ ಮಂಜು ಮಂಜಾಗಿತ್ತು. ಆದರೂ ಮೊದಲನೆಯ ತಡೆಗಟ್ಟೆಯನ್ನು ಬಿಟ್ಟು ಅವನು ಬೇರೆ ಕಡೆ ಕಣ್ಣು ತಿರುಗಿಸಲಿಲ್ಲ.

''ಜರ್ಮನರು ನೇರವಾಗಿ ಅವರ ಕಡೆಗೇ ಗುರಿ ಇಡ್ತಿದ್ದಾರೆ !''

ಉತ್ಕಟ ವೇದನೆಯಿಂದ ಅವನಿಗೆ ಅಳು ಬರುವಂತಾಯಿತು. ಮುಂದೆ ಸ್ವಲ್ಪ ದೂರದಲ್ಲಿ, ನೂರು ಗಜಗಳಾಚೆ, ಮರದ ಚೆಕ್ಕೆಗಳು ಗಾಳಿಯಲ್ಲಿ ಮೇಲೆ ಸಿಡಿದು ಹಾರುತ್ತಿದ್ದವು. ತೋಪುಗಳ ಬಿರುಸಿನ ಹೊಡತಕ್ಕೆ ಸೇತುವೆಯ ಕಾಂಕ್ರೀಟು ನಿಧಾನವಾಗಿ ಕುಸಿಯುತ್ತಿತ್ತು. ಬಳಿಕ ಮೆಲ್ಲನೆ ಹೊಗೆ ಮೇಲಕ್ಕೇರಿತು – ಬಲಿ ಪೀಠದಿಂದ ಏಳುವಂತಹ ತೆಳುವಾದ, ಬೂದು – ಬಿಳಿ ಹೊಗೆ.

ಮರದ ತಡೆಗಟ್ಟೆ ಉರಿಯುತ್ತಿತ್ತು.

''ಆಸ್ಫೋಟನೆಗಳ ನಡುವಣ ಅವಕಾಶದಲ್ಲಿ ಮೊದಲನೆಯ ತಡೆಗಟ್ಟೆಯವರನ್ನು ಉದ್ದೇಶಿಸಿ ಟ್ರಾಂ ಡ್ರೈವರ್ ಬೊಬ್ಬೆ ಹಾಕಿದ :

''ಹಿಂದಕ್ಕೆ ಬನ್ರೋ, ಹಿಂದಕ್ಕೆ ಓಡಿ ಬನ್ನಿ.''

ಆ ಹುಡುಗಿಯೂ ಅಲ್ಲೇ ಇದ್ದಳು, ಚಿಕ್ಕ ವಲಾಸ್ತಾ. ತಾವಿಬ್ಬರೂ ಕೆಲಸದ ಮೇಲಿದ್ದಾಗ ಆ ಕೊಳಕು ಟ್ರಾಂಗಳಲ್ಲಿ ಕೆಲಸ ಮಾಡುವ ಅವಳ ಬಗ್ಗೆ ಎಷ್ಟೋ ಬಾರಿ ಅವನಿಗೆ ಕನಿಕರವೆನಿಸಿತ್ತು. ತನ್ನ ಕೈಯಿಂದ ಮುಟ್ಟಬೇಕೆನಿಸುತ್ತಿದ್ದ ಅವಳ ಸುಂದರ ಕೂದಲನ್ನು ಆತ ನೆನಪುಮಾಡಿಕೊಂಡ.

''ಬಾ ಹಿಂದಕ್ಕೆ ಬಾ.''

ಆದರೆ ಯಾರಿಗೂ ಅದು ಕೇಳಿಸಲಿಲ್ಲ. ಯಾರೂ ಉತ್ತರ ಕೊಡಲಿಲ್ಲ. ಎರಡು ಗಂಟೆ ಕಾಲ ವೈರಿ ದಳದ ಅವಿಚ್ಛಿನ್ನವಾದ ಗುಂಡಿನ ಹೊಡೆತಕ್ಕೆ ಸಿಕ್ಕಿದ ಮರದ ತಡೆಗಟ್ಟೆಯ ಚಿತೆ ಉರಿಯುತ್ತಿತ್ತು. ಆಮೇಲೆ ಎಲ್ಲವೂ ಹೊತ್ತಿ ಭಸ್ಮವಾಯಿತು.

ಸೇತುವೆಯನ್ನು ಪ್ರವೇಶಿಸುವ ದಾರಿ ಸುಗಮವಾಗಿತ್ತು.

ಅದರ ಹಿಂದೆ ಧಗಧಗಿಸುತ್ತಿದ್ದ ಬೆಂಕಿ ರಾತ್ರಿಯ ಆಕಾಶವನ್ನು ಬೆಳಗಿತು.

ಉಗ್ರಾಣದ ಕಟ್ಟಡಗಳು ಬೆಂಕಿಯಲ್ಲಿ ಉರಿಯುತ್ತಿದ್ದವು. ಮನೆಗಳು ಉರಿಯುತ್ತಿದ್ದವು. ಎಲ್ಲ

ಕಡೆಯೂ ಬೆಂಕಿ. ಹತ್ತಿರದಲ್ಲಿ ಮಾತ್ರವಲ್ಲ; ದೂರದಲ್ಲಿದ್ದ ನಗರದ ಕೇಂದ್ರದಲ್ಲಿ ಕೂಡ. ಬೆಂಕಿಯ ಕೆಂಪು ಧ್ವಜಗಳು ಕತ್ತಲೊಡನೆ ವರ್ಣಮಯವಾಗಿ ನೇಯಲ್ಪಟ್ಟಂತೆ ಕಂಡವು.

ಫ್ರಾಂತಾ, ನೆದೆರ್‌ಲೆಂಡ್, ಮಿ. ಬ್ರೂಚೆಕ್, ಟ್ರಾಂ ಡ್ರೈವರ್, ಕಸಾಯಿ ಅಂಗಡಿಯವರು, ಲೋಹದ ಕೆಲಸದವರು ಎಲ್ಲರೂ ಅಕ್ಕಪಕ್ಕದಲ್ಲಿ. ಗುಂಡು ಹಾರಿಸುವ ತಮ್ಮ ತಮ್ಮ ಸ್ಥಳಗಳಲ್ಲಿ ನೆಲದ ಮೇಲೆ ಮಂಡಿಯೂರಿ ಕುಳಿತಿದ್ದರು ಅಥವಾ ಕೆಳಮೊಗವಾಗಿ ಮಲಗಿದ್ದರು. ಈಗ ಅವರ ಸರದಿ.

ತಮ್ಮ ಮುಂದೆ ಚಾಚಿದ್ದ ಕತ್ತಲೆಯತ್ತ ಅವರು ಬಂದೂಕುಗಳನ್ನು ಗುರಿಮಾಡಿದರು. ಆದರೆ ಆ ಕತ್ತಲೆಯಲ್ಲಿ ಯಾವುದೇ ಚಟುವಟಿಕೆಯ ಚಿಹ್ನೆ ಕಂಡುಬರಲಿಲ್ಲ. ಆ ರಾಕ್ಷಸ ಮೃಗವೇನಾದರೂ ತನ್ನ ಗುಹೆಯೊಳಕ್ಕೆ ಹಿಂತಿರುಗಿ ಹೋಗಿಬಿಟ್ಟಿತ್ತೆ? ಅದಕ್ಕೇನಾದರೂ ಏಟು ತಾಗಿ ಊನವಾಗಿತ್ತೇ ಅಥವಾ ಅದು ಸತ್ತು ಹೋಗಿತ್ತೇ ? ತಾನು ಅಷ್ಟೊಂದು ರಕ್ತ ಹೀರಿದ ಕತ್ತಲೆಯ ಒಡಲನ್ನು ಕಂಡು ಅದಕ್ಕೆ ಭಯವಾಗಿದ್ದಿರಬಹುದೇ ? ಯಾರಿಗೆ ಗೊತ್ತು...

ವಲತಾವಾ ನದಿಯು ಸೇತುವೆ ಕಂಬಗಳಿಗೆ ಮೆಲ್ಲನೆ ಬಡಿಯುತ್ತಿತ್ತು. ಈ ನದಿಯು ಭವ್ಯ ಮಂಜನಾರೆಸ್ ನದಿಗಿಂತಲೂ ಎಷ್ಟು ವಿಭಿನ್ನ ಎಂದು ಫ್ರಾಂತಾ ಯೋಚಿಸಿದ. ಆದರೆ ಪರಿಸ್ಥಿತಿಯಲ್ಲಿ ವ್ಯತ್ಯಾಸವಿರಲಿಲ್ಲ. ಮ್ಯಾಡ್ರಿಡ್ ಮತ್ತು ಪ್ರಾಗ್. ಆಗಲೇ, ಅಂದರೆ 1938ರ ಮೇ ತಿಂಗಳಿನಲ್ಲಿ, ಗುಂಡಿನೇಟಿನಿಂದ ಜಜ್ಜಿಹೋದ ಕಾಲೆಳೆದುಕೊಂಡು, ತಾನು ಹಿಂತಿರುಗಿ ಮನೆಗೆ ಬಂದಾಗಲೇ ಫ್ರಾಂತಾನಿಗೆ ಎಲ್ಲವೂ ಸ್ಪಷ್ಟವಾಗಿತ್ತು. ಇಂದಲ್ಲ ನಾಳೆ ಅವರ ವಿರುದ್ಧ ಮಾರಣಾಂತಿಕ ಹೋರಾಟ ನಡೆಯಲೇಬೇಕು ಎಂದು ಅವನಿಗೆ ಆಗಲೇ ಗೊತ್ತಿತ್ತು. ಫ್ರಾಂಕೋ* ಮತ್ತು ಅವನ ಕೂಲಿ ಸಿಪಾಯಿಗಳು – ಹಿಟ್ಲರ್ ಮತ್ತು ಅವನ ಎಸ್.ಎಸ್. ಸೈನಿಕರು – ಅವರೆಲ್ಲರೂ ಒಂದೇ ಹುತ್ತದಿಂದ ಹೊರಟಿದ್ದ ವಿಷದ ಹಾವುಗಳು.

ಫ್ರಾಂಕೋನ ಆಫ್ರಿಕನ್ ಕೂಲಿ ಸಿಪಾಯಿಗಳು ಮಾನಹಾನಿ ಮಾಡಿದ್ದ ಹೆಂಗಸರ ಮಧುರ ಹೆಸರುಗಳು – ಡೇಲೊರೆಸ್, ಕನ್‌ಸೊಲೇತ್ಸಿಯನ್, ಮನುಏಲಾ – ಸಿಡಿಗುಂಡುಗಳಿಂದ ಜರ್ಜರಿತವಾದ ಮಕ್ಕಳ ಪುಟ್ಟ ದುಂಡು ದೇಹಗಳು, ಬಾಂಬುಗಳಿಂದ ಮುರಿದುಬಿದ್ದ ಸುಂದರ, ಪ್ರಶಾಂತ, ಶ್ವೇತ ಗೃಹಗಳು, ಗಣಗಣ ಬಾರಿಸುವ ಗಂಟೆಗಳ ಮತ್ತು ತಾಳ-ಚಿಟಿಕೆಗಳ ಬದಲು ಕೊಲೆಗಡುಕ ಮೆಷಿನ್‌ಗನ್‌ಗಳು...

ಸಂಗಾತಿ ನೆದೆರ್‌ಲೆಂಡ್ ನಿದ್ದೆಯಿಂದ ತೂಕಡಿಸುವಂತೆ ತೋರಿತು. ತನ್ನ ಕೈಗಳಲ್ಲಿ ಟಾಮಿಗನ್ ಹಿಡಿದುಕೊಂಡು ನಿಂತ ನಿಲುವಿನಲ್ಲೇ ಆತ ತೂಕಡಿಸುತ್ತಿದ್ದ ಅಥವಾ ಅವನು ತನ್ನ ತಾಯ್ನಾಡನ್ನು ಕುರಿತು ಚಿಂತಿಸುತ್ತಿದ್ದನೆ ?

ಫ್ರಾಂತಾ ಕ್ರೌಪಾ ಅವನ ಪರವಾಗಿ, ಅವನ ಹಾಗೆಯೇ, ಮಕ್ಕಳ ಚಿತ್ರ ಪುಸ್ತಕದ ಪುಟಗಳನ್ನು ತಿರುವಿ ಹಾಕುವ ರೀತಿಯಲ್ಲಿ ಆಲೋಚಿಸುತ್ತಿದ್ದ. ಗಾಳಿ ಗಿರಣಿಗಳು, ಹಾಲಿನ ಭಾರದಿಂದ ತೊನೆಯುವ ಕೆಚ್ಚಲಿನ ಹಸುಗಳು, ಪ್ರಶಾಂತ ಕಾಲುವೆಗಳ ಮೇಲೆ ಚಲಿಸುವ ದೋಣಿಗಳು, ಟ್ಯೂಲಿಪ್** ಹೂವುಗಳು. ಫ್ರಾಂತಾನಿಗೆ ಹಾಲೆಂಡನ್ನು ನೆನೆದ ಕೂಡಲೇ ಬರುತ್ತಿದ್ದ ಚಿತ್ರಗಳು ಇವು. ಆಮೇಲೆ ಇದ್ದಕ್ಕಿದ್ದಂತೆ ನುಗ್ಗುವ ನೀರು – ಕಂದು ಬಣ್ಣದ ಕದಡಿದ ನೀರಿನ ನಿರಂತರ ಪ್ರವಾಹ ಫಲವತ್ತಾದ ಮಣ್ಣಿನ ಮೇಲೆ ಅತ್ಯಾಚಾರ ನಡೆಸುವ ದೃಶ್ಯ. ಉಪ್ಪಿನಿಂದ ಕಲುಷಿತಗೊಂಡ

---

* ಸ್ಪೇನಿನ ಗಣರಾಜ್ಯವನ್ನು ನಾಶಪಡಿಸಿ, ಮುಂದೆ ಸರ್ವಾಧಿಕಾರಿಯಾದವನು.

** ಘಂಟೆಯಾಕಾರದ ನಾನಾ ಬಣ್ಣಗಳ ಹೂವು ಬಿಡುವ ಒಂದು ಗಿಡ. ಹಾಲೆಂಡ್ ದೇಶ ಈ ಹೂವುಗಳ ಉತ್ಪನ್ನಕ್ಕೆ ಪ್ರಸಿದ್ಧ

ಸಮುದ್ರದ ನೀರು ನೆಲದ ಉದ್ದಕ್ಕೂ ಹರಿಯುವ ಚಿತ್ರ. ಜರ್ಮನರು ಆ ದೇಶದ ಬಗ್ಗೆ ತಮ್ಮ ವಾರ್ತಾ ಚಿತ್ರಗಳಲ್ಲಿ ಕೊಚ್ಚಿಕೊಂಡದ್ದು ಆ ರೀತಿ. ಸಂಗಾತಿ ನೆದರ್‌ಲೆಂಡಿನ ಜನ್ಮಭೂಮಿಯನ್ನು ಜರ್ಮನರು ಹಾಳುಗೆಡಹಿದ್ದ ಬಗೆ ಅದು. ಅವರು ಯಾರ ಮೇಲಾದರೂ ಕರುಣೆ ತೋರಿದ್ದರೆ ? ಅವರು ಯಾರನ್ನಾದರೂ ಹಾಗೆಯೇ ಉಳಿಯಲು ಬಿಟ್ಟಿದ್ದರೇ ?

ಮಧ್ಯರಾತ್ರೆಯ ಅನಂತರ ಒಬ್ಬ ಲೆಫ್ಟಿನೆಂಟ್ ತಡೆಗಟ್ಟೆಯ ಕಡೆಗೆ ಓಡಿ ಬಂದ. ಅವನ ತಲೆಯ ಮೇಲೆ ಟೋಪಿಯ ಬದಲು ಒಂದು ಬಿಳಿ ಬ್ಯಾಂಡೇಜ್ ಇತ್ತು. ಅವನ ಹಣೆಯಮೇಲೆ ಆದ ಗಾಯದಿಂದ ರಕ್ತ ತೊಟ್ಟಿಕ್ಕುತ್ತಿತ್ತು. ಸುಸ್ತಾಗಿ ಏದುಸಿರು ಬಿಡುತ್ತಿದ್ದ ಅವನ ಕೈಯಲ್ಲಿ ಒಂದು ಬಲವಾದ ಪಿಸ್ತೂಲು ಇತ್ತು. ಒಂದೊಂದು ಶಬ್ದವನ್ನೂ ಪ್ರಯತ್ನಪೂರ್ವಕವಾಗಿ ತುಟಿಯಿಂದಾಚೆಗೆ ತಳ್ಳುತ್ತಿದ್ದಂತೆ ಬಹಳ ಪ್ರಯಾಸದಿಂದ ಮಾತನಾಡುತ್ತಾ ಆತ ಹೇಳಿದ:

''ಸಂಗಾತಿಗಳೇ... ಈ ತಡೆಗಟ್ಟೆಯನ್ನು... ನಾವು ಬಿಟ್ಟು ಹೋಗ್ಬೇಕು''

''ಖಂಡಿತ ಸಾಧ್ಯವಿಲ್ಲ!'' ರೋಷದಿಂದ ಅವರೆಲ್ಲರೂ ಅವನ ಕಡೆ ತಿರುಗಿ ಕಿರಿಚಿದರು. ಅವನೊಬ್ಬ ವೇಷ ಮರೆಸಿಕೊಂಡ ಶತ್ರುವಿರಬಹುದೇ ? ಹೇಡಿಯೇ ? ಶರಣಾಗತಿವಾದಿಯೇ ? ಅವರು ಮನಬಂದಂತೆ ಅವನನ್ನು ಬಯ್ದು ಶಪಿಸಿದರು. ಬಯ್ಗುಳದ ಒಂದೊಂದು ಶಬ್ದದೊಂದಿಗೂ ಅವರ ಹತಾಶೆ, ರೋಷ ಹೆಚ್ಚುತ್ತಿದ್ದಂತೆ ತೋರಿತು.

ಬಳಲಿದ್ದ ಅವನು ಅವರ ಮಾತುಗಳನ್ನು ಲೆಕ್ಕಿಸದವನಂತೆ ಕೈಬೀಸಿದ. ಜರ್ಮನರು ದೋಣಿಗಳಲ್ಲಿ ನದಿ ದಾಟುತ್ತಿದ್ದರು. ಕೆಳಗಡೆ ಅಲ್ಲಿ ನದಿಯ ದಂಡೆಯ ಮೇಲೆ ರಣರಂಗ ಏರ್ಪಟ್ಟಿತ್ತು. ಉಗ್ರಾಣದ ಮನೆಗಳ ಖಾಲಿ ವ್ಯಾಗನ್‌ಗಳ, ತಲೆ ಕೆಳಗಾದ ದೋಣಿಗಳ ನಡುವೆ ಕತ್ತಲೆಯಲ್ಲಿ ಯುದ್ಧ ನಡೆಯುತ್ತಿತ್ತು. ಇದರ ಹಿಂದೆ ಇಕ್ಕೆಲಗಳಲ್ಲೂ ರಕ್ಷಣಾ ವ್ಯವಸ್ಥೆಯಿದ್ದ ಇನ್ನೊಂದು ತಡೆಗಟ್ಟೆ ಇತ್ತು – ಸೇತುವೆಯನ್ನು ಪ್ರವೇಶಿಸುವ ಮಾರ್ಗದಲ್ಲಿ. ಇವರು ಆ ತಡೆಗಟ್ಟೆಯನ್ನು ರಕ್ಷಿಸಬಹುದಲ್ಲಾ? ಆದರೆ ನದಿಯ ದಂಡೆಯ ಹಿಂದೆ ಎಲ್ಲವೂ ಬಟ್ಟಂಬಯಲು – ಕಣ್ಣು ಹಾಯುವಷ್ಟು ದೂರ ತೆರೆದ ಬಯಲು. ಒಂದು ವೇಳೆ ನದಿಯ ದಂಡೆ ತಮ್ಮ ಕೈ ತಪ್ಪಿ ಹೋದರೆ, ಅಲ್ಲಿಗೆ ಬಂದಿಳಿಯಲು ಶತ್ರುಗಳನ್ನು ತಾವೇನಾದರೂ ಬಿಟ್ಟರೆ, ಸರ್ವನಾಶ ಖಂಡಿತ ಎಂದು ಆತ ವಿವರಿಸಿದ. ರಕ್ತ ಸೋರಿ ಹೋಗುತ್ತಿದೆ ಎನ್ನುವಂತೆ ಅವನು ಮಾತನಾಡಿದ.

ನೀರಿನ ಬಳಿ ಗುಂಡುಗಳು ಹಾರಿದ ಶಬ್ದ ಕೇಳಿಸಿತು. ಬಹುಶಃ ವೈರಿಗಳು ಇನ್ನೂ ನದಿಯ ನಡು ಭಾಗದಲ್ಲೇ ಇದ್ದಿರಬಹುದು ಅಥವಾ ತೀರದಿಂದ ಕೆಲವೇ ಅಡಿ ದೂರದಲ್ಲಿರಬಹುದು. ಮತ್ತೆ...

''ಕ್ರಾಂತಿಯ ಹೆಸರಿನಲ್ಲಿ ನಿಮಗೆ ನಾನು ಆಜ್ಞಾಪಿಸ್ತಿದ್ದೇನೆ.''

ಹುಡುಗರು ಒಬ್ಬೊಬ್ಬರಾಗಿ ನಿರುತ್ಸಾಹದಿಂದ ಎದ್ದು ನಿಂತರು. ಇದು ಅವರ ತಡೆಗಟ್ಟೆ – ಒಂದೆ ಒಂದು ಗುಂಡು ಹಾರಿಸದೆ ಅದನ್ನೀಗ ಅವರು ಬಿಟ್ಟುಕೊಡುತ್ತಿದ್ದರು. ಅವಮಾನದಿಂದ ಅವರ ತಲೆ ಸುತ್ತುತ್ತಿತ್ತು. ಆದರೆ ಲೆಫ್ಟಿನೆಂಟ್ ಹೇಳಿದ್ದು ಸರಿ ಎಂದು ಅವರಿಗೆ ಗೊತ್ತಿತ್ತು. ಒಬ್ಬ ಸೈನಿಕನಾಗಿ ಅವನು ಹೇಳಿದ್ದು ಸರಿಯಾಗಿತ್ತು – ಬಂದೂಕುಗಳು ಆಚೆ ಕಡೆಯ ದಂಡೆಯಲ್ಲಿ ಬೇಕಾಗಿದ್ದವು. ಆಚೆಯ ತೀರದಲ್ಲಿ, ಗುಂಡುಹಾರಿಸಬಲ್ಲ ಜನರ ಅಗತ್ಯವಿತ್ತು. ನದಿ ದಂಡೆ ಕೈತಪ್ಪಿ ಹೋದರೆ ಜರ್ಮನರು ಹಿಂದುಗಡೆಯಿಂದ ನುಗ್ಗಿ ತಡೆಗಟ್ಟೆಯನ್ನು ಹಿಡಿಯುತ್ತಿದ್ದರು. ಅವರೆಲ್ಲರೂ ಎದ್ದು ನಿಂತರು. ಅವರಲ್ಲಿ ಮೂವರು ಮಾತ್ರ ಅವರವರ ಸ್ಥಳದಲ್ಲಿ ಉಳಿದರು.

ಸಂಗಾತಿ ನೆದರ್‌ಲೆಂಡ್, ಕಲ್ಪನಾ ಲೋಕದಲ್ಲಿ ತನ್ನ ಮನೆಗೆ ಹಿಂತಿರುಗಿ ಒಂದು ಕಾಲುವೆಯ ಪಕ್ಕದಲ್ಲಿ, ಯುದ್ಧದಿಂದ ಭಗ್ನವಾದ ಗಾಳಿ ಗಿರಣಿಗಳ ನೆರಳಿನಲ್ಲಿ, ಟ್ಯೂಲಿಪ್ ಹೂಗಳ ಒಂದು

ಪಾತಿಯ ಪಕ್ಕದಲ್ಲಿ, ಸಮುದ್ರದಿಂದ ನಾಶಗೊಂಡ ನಾಡಿನಲ್ಲಿ ಆತ ವಿಹರಿಸುತ್ತಿದ್ದನೋ ಏನೋ ?

ಎರಡನೆಯವ ಫ್ರಾಂತಾ ಕ್ರೌಪಾ. ಅವನು ಏಕಕಾಲದಲ್ಲಿ ವಲತಾವಾ ಮತ್ತು ಮಂಜನಾರೆಸ್ ನದಿಗಳ ಮೇಲೆ ಕಾವಲು ಕಾಯುತ್ತಿದ್ದ. ಜರ್ಮನರಿಗೆ ಉಕ್ಕಿನ ಮೊನೆಯಿಂದ ಉತ್ತರ ನೀಡ ಬೇಕೆಂಬ ಉಜ್ವಲ ರಣ ಘೋಷಣೆ ಅವನದು. ಅಂದು ಫ್ರಾಂಕೋನ ಕೂಲಿ ಸಿಪಾಯಿಗಳ ಮುಖದ ಮೇಲೆ ಎಸೆದಿದ್ದ ಉತ್ತರ ಇಂಥದೇ.

ಮೂರನೆಯವನು ಬ್ರೂಚೆಕ್. ಏನೆ ಆಗಲೀ, ತನ್ನಂಥ ಹಳೆ ಹುಲಿ ಒಂದಿಷ್ಟು ಗುಂಡು ಹಾರಿಸದೆ ಬಿಟ್ಟುಕೊಡುವುದೇ ? ಇದೇನು, ಅವರ ಅರ್ಥ ?

ಲೆಫ್ಟಿನೆಂಟನ ಆಜ್ಞೆಯಂತೆ ಅಲ್ಲಿಂದ ಹೊರಡಲು ಅನುವಾದವರು ನೆದೆರ್‌ಲೆಂಡ್‌ನನ್ನು ಕೂಗಿ ಕರೆದರು. ಕೈ ಸನ್ನೆಗಳ ಮೂಲಕ ಹಿಂದೆ ಸರಿಯಬೇಕೆಂದು ಅವನಿಗೆ ಸೂಚಿಸಿ, ಆ ದಾರಿಯನ್ನು ತೋರಿಸಿದರು. ಅವನು ಅವರ ಕಡೆ ಅರ್ಥ ತಿರುಗಿ, ಅದೆಲ್ಲಾ ಸಾಧ್ಯವಿಲ್ಲವೆಂದು ಕೈಯಾಡಿಸಿದ. ತಾನು ತಪ್ಪು ಮಾಡುತ್ತಿರುವುದನ್ನು ಚೆನ್ನಾಗಿ ಬಲ್ಲ ಶಾಲಾ ಬಾಲಕನಂತೆ ಆತ ಹಲ್ಲುಕಿರಿದ. ಅನಂತರ ಅವರು ಫ್ರಾಂತಾನತ್ತ ನೋಡಿ ಕೂಗಿ ಕರೆದರು.

ಫ್ರಾಂತಾ ಹೇಳಿದ :

''ಸೋದರ ಲೆಫ್ಟಿನೆಂಟ್, ನಾನು ಇಲ್ಲೇ ಇರ್ತೇನೆ... ಇದು ಅಗತ್ಯ ಅಂತ ನನ್ನ ಅಭಿಪ್ರಾಯ...''

''ನೀನು ವೃಥಾ ನಿನ್ನ ಪ್ರಾಣ ಕಳೆದುಕೊಳ್ತಾ ಇದ್ದೀಯೆ.''

''ಚಿಂತೆಯಿಲ್ಲ, ಬಿಡು.''

ಲೆಫ್ಟಿನೆಂಟ್, ಹುಡುಗರನ್ನು ತನಗಿಂತ ಮುಂದೆ ಕಳುಹಿಸಿದ. ಅವರು ಒಲ್ಲದ ಮನಸ್ಸಿನಿಂದ ಹೊರಟರು – ಆದರೆ ನದಿ ತೀರದಲ್ಲಿದ್ದ ಕುಟೀರಗಳ ನೆಲಮಾಳಿಗೆಗಳಲ್ಲಿ ಕ್ಯಾಲಿಕೋ ಹಾಸಿಗೆ ವಸ್ತ್ರಗಳನ್ನು ಹೊದೆದು ಅವರ ಹೆಂಡತಿಯರು ನಿದ್ರಿಸುತ್ತಿದ್ದರು.

ಅವರ ಮಕ್ಕಳು ಮುದುಡಿ ನಿದ್ರೆ ಮಾಡುತ್ತಿದ್ದ ಸ್ಥಳ ಅದು. ಅಲ್ಲಿ... ನದಿ ತೀರದಿಂದ ಕೆಲವೇ ಅಡಿಗಳ ದೂರದಲ್ಲಿ... ಫ್ರಾಂತಾನ ಕಡೆ ಲೆಫ್ಟಿನೆಂಟ್ ತನ್ನ ಕೈ ಚಾಚಿದ.

''ನನಗೆ ಗೊತ್ತು, ಇಲ್ಲಿಯೂ ಕೆಲವರು ಬೇಕು ಅಂತ... ಆದರೆ...''

''ಆದರೆ ಗೀದರೆ ಬೇಡ, ನೀನು ನದಿ ದಂಡೆಗೆ ಹೋಗು... ನಮಸ್ಕಾರ !''

ಅಲ್ಲಿಂದ ಹೊರಡುತ್ತಾ ಲೆಫ್ಟಿನೆಂಟ್ 'ನನಗ್ಯಾಕೆ ನಮಸ್ಕಾರ ? ಧ್ವಜಕ್ಕೆ ನಮಸ್ಕಾರ ಮಾಡು' ಎಂದು ಮನಸ್ಸಿನಲ್ಲೇ ಅಂದುಕೊಂಡ. ಅವನದು ಸೈನ್ಯದ ಶಿಸ್ತು.

ಇಷ್ಟು ಹೊತ್ತೂ ಬ್ರೂಚೆಕ್ ನಿದ್ದೆ ಮಾಡುತ್ತಿರುವಂತೆ ನಟಿಸುತ್ತಿದ್ದ. ಈ ಎಳಸು ಅಧಿಕಾರಿ ಯೊಂದಿಗೆ ವಾದಿಸಲು ಅವನಿಗೆ ಮನಸ್ಸಿರಲಿಲ್ಲ. ಅವರು ಮೂವರೇ ಉಳಿದ ಬಳಿಕ ಅವನು ಸರಿಯಾಗಿ ಮೂಗು ಒರೆಸಿಕೊಂಡ. ಆಮೇಲೆ, ಚೆನ್ನಾಗಿ ಕೈ ಕಾಲು ಚಾಚಿದ. ಹೀಗೆ ದೇಹದ ಅಗತ್ಯಗಳನ್ನೆಲ್ಲಾ ಪೂರೈಸಿದ ತರುವಾಯ ಆತ ಫ್ರಾಂತಾನತ್ತ ನೋಡಿ ಪಿತೂರಿ ನಡೆಸುವವನಂತೆ ಕಣ್ಣು ಮಿಟುಕಿಸುತ್ತಾ ಹೇಳಿದ :

''ಸರಿ... ಇವರೆಲ್ಲ ಹೇಳಿದ ಹಾಗೆ ಕೇಳ್ತ ಹೋಗ್ಬಿಟ್ರೆ ಒಂದು ಸಲವೂ ಸಕತ್ತಾಗಿ ಗುಂಡು ಹಾರಿಸೋ ಅವಕಾಶವೇ ಯಾರಿಗೂ ಸಿಗೋದಿಲ್ಲ.''

''ಗೋಪುರದ ಗಂಟೆ ಮುಂಜಾವಿನ ಮೂರು ತಾಸು ಬಾರಿಸಿತು. ನದಿ ದಂಡೆಗೆ ತೆರಳಿದ್ದ ಅವರ ಸಂಗಾತಿಗಳು ಅಷ್ಟು ಹೊತ್ತಿಗೆ ಹೋರಾಟ ಪ್ರಾರಂಭಿಸಿದ್ದರು. ನದಿಯ ಕೆಳಮುಖ ಹಾಗೂ ಮೇಲು ಮುಖದಲ್ಲಿ ಮೆಷಿನ್‌ಗನ್ ಗುಂಡುಗಳ ಶಬ್ದ ಮಣಿಸರದಂತೆ ಪಟಪಟಗುಟ್ಟುತ್ತಿತ್ತು. ತಡೆಗಟ್ಟೆ ಮೂಕವಾಗಿತ್ತು.

ನೀರವ ತಡೆಗಟ್ಟೆ, ನಿರ್ಜೀವ ತಡೆಗಟ್ಟೆ.

ಮೂರು ನಾಡಿಗಳ ಬಡಿತ ಮತ್ತು ಮೂರು ಉಸಿರಾಟ. ಹಾಗೂ ಮೂರು ಜತೆ ಕಣ್ಣುಗಳು. ಕೆಳಗೆ ಬಿದ್ದವರಂತೆ ಮಲಗಿದ್ದ ಅವರು ಒಂದು ಸ್ನಾಯುವನ್ನೂ ಅಲುಗಾಡಿಸುತ್ತಿರಲಿಲ್ಲ. ಅವರ ಬಂದೂಕುಗಳ ಉಕ್ಕಿನ ಭಾಗಗಳು ಅವರ ಹಸ್ತ ಸ್ಪರ್ಶದಿಂದ ಚೆನ್ನಾಗಿ ಬಿಸಿಯಾಗಿದ್ದವು. ಸೇತುವೆಯ ಮೇಲಿನ ಕತ್ತಲೆಯತ್ತ ಇಟ್ಟ ಗುರಿ. ಅವರು ಬರುತ್ತಾರೆಯೇ ? ಬರುತ್ತಾರೆಯೇ ?

ಈ ನಿಶ್ಚಲ ಮೌನದಲ್ಲಿ ರಾತ್ರೆ ಕಳೆದು ಒಮ್ಮೆಲೇ ಬೆಳಕು ಹರಿಯಿತು; ನದಿಯ ಮೇಲಣ ಮಂಜಿನ ಎಳೆಗಳು ನದಿಯೊಂದಿಗೆ ಕೆಳಗೆ ತೇಲಿ ಹೋಗುತ್ತಿದ್ದವು. ಜರ್ಮನ್ ದೋಣಿಗಳು ಒಂದು ಕ್ಷಣಕಾಲ ರಾಕ್ಷಸ ಮೀನುಗಳಂತೆ ಮೇಲೆದ್ದು ಬಂದವು – ಅಸ್ತಿರವಾಗಿದ್ದ ಒಂದು ಅನಿಶ್ಚಿತ ಗುರಿ.

ಫ್ರಾಂತಾ ತಾನೊಂದು ಚಿಟ್ಟೆ ಹಿಡಿಯುತ್ತಿರುವಷ್ಟು ಹಗುರವಾಗಿ, ಮೆಲ್ಲನೆ ಕೈ ಎತ್ತಿದ. ತನ್ನ ಬಂದೂಕಿನ ನಳಿಗೆಯನ್ನು ನದಿಯ ಕಡೆ ತಿರುಗಿಸುತ್ತಿದ್ದ ಕಾಮ್ರೆಡ್ ನೆದೆರ್‌ಲೆಂಡ್ ಕಡೆ ತಿರುಗಿ 'ಬೇಡ ಬೇಡ' ಎನ್ನುವಂತೆ ಸಂಜ್ಞೆ ಮಾಡಿ ಅವನನ್ನು ತಡೆದ. ಅದು ಅವರ ಕೆಲಸವಲ್ಲ – ಫ್ರಾಂತಾನ ಬೆರಳು ತಮ್ಮ ಮುಂದಣ ಪ್ರದೇಶವನ್ನು ತೋರಿಸುತ್ತಾ ಗಾಳಿಯನ್ನು ತಿವಿಯಿತು. ತಮ್ಮ ಶಿಕಾರಿ ಬರುವುದು ಆ ಕಡೆಯಿಂದ ಎಂಬಂತೆ.

ನೆದೆರ್‌ಲೆಂಡ್ ತನ್ನ ಟಾಮಿಗನ್‌ಅನ್ನು ಹಿಂದಕ್ಕೆ ಸೆಳೆದ; ನಸುನಕ್ಕು 'ಹೌದು' ಎನ್ನುವಂತೆ ತಲೆಯಲ್ಲಾಡಿಸಿದ. ಬ್ರೂಚೆಕ್ ಪ್ರಯಾಸದಿಂದ ಆಕಳಿಸಿದ. ಮುಂಜಾನೆಯ ನಿದ್ದೆಯ ಮಂಪರು ಅವನನ್ನು ಮೆಲ್ಲ ಮೆಲ್ಲನೆ ಆವರಿಸಿತ್ತು.

ರಾತ್ರೆಯ ಕತ್ತಲಿನ ಕವಚವನ್ನು ಹೊಸ ಹಗಲು ಭೇದಿಸುವವರೆಗೆ ಅವರ ಸರದಿ ಬರಲಿಲ್ಲ. ಮುಂಜಾನೆಯ ಬೆಳಕು ಮಳೆಯಿಂದ ತೋಯ್ದು ಕಂಬನಿ ಸುರಿಸುತ್ತಿರುವಂತೆ ತೋರುತ್ತಿತ್ತು. ಅಲ್ಲಿನ ನೀರವತೆಯಿಂದ ಜರ್ಮನರು ಮೋಸ ಹೋದರು. ರಾತ್ರೆ ಕನಸಿನಲ್ಲಿ ಕಾಣಿಸಿಕೊಳ್ಳುವ ನೀರು ದೆವ್ವಗಳಂತೆ ಸೊಂಟದ ಸುತ್ತ ಮಡಿಸಿದ ಹಸಿರು - ಕಂದು ಬಣ್ಣದ ಅಂಗಿಗಳನ್ನು ಧರಿಸಿದ ಪ್ಯಾರಾಚ್ಯೂಟ್ ಸೈನಿಕರು ಸೇತುವೆಯ ತುದಿಯಲ್ಲಿ ಭಸ್ಮವಾಗಿ ನಿಂತಿದ್ದ ತಡೆಗಟ್ಟೆಯ ಬಳಿ ಕಾಣಿಸಿಕೊಂಡರು. ಒಬ್ಬರ ಹಿಂದೊಬ್ಬರು ಟಾಮಿಗನ್ನುಗಳನ್ನು ಹಿಡಿದು, ರಸ್ತೆಯ ಕಪ್ಪುರಾಳದ ಮೇಲೆ ತೆವಳುತ್ತ ಅವರು ಬಂದರು. ಸೇತುವೆಯ ಎರಡು ಬದಿಯ ಗೋಡೆಗಳು ಪಕ್ಕದಿಂದ ಅವರಿಗೆ ರಕ್ಷಣೆ ಒದಗಿಸಿದ್ದವು. ಮೊದಲು ಐದು ಜನ, ಅನಂತರ ಹತ್ತು, ಆಮೇಲೆ ಚೀಲ ಒಡೆದು ಹೊರಕ್ಕೆ ಚೆಲ್ಲಿದಂತೆ ನಲ್ವತ್ತು, ಐವತ್ತು ಮಂದಿ ಸೇತುವೆಯ ಮೇಲೆ ಗೋಚರಿಸಿದರು. ಅವರು ನಿರ್ಜೀವವಾಗಿದ್ದ ತಡೆಗಟ್ಟೆಯ ಹತ್ತಿರಕ್ಕೆ ಬರಲಾರಂಭಿಸಿದರು. ಅವರಲ್ಲೊಬ್ಬ ಏನಾಗುತ್ತದೆ ನೋಡೋಣವೆಂದು ರಸ್ತೆಯನ್ನು ಅಡ್ಡಲಾಗಿ ದಾಟಿದ. ಅಲ್ಲಿನ ನಿಶ್ಶಬ್ದತೆಯಿಂದ ಮೋಸ ಹೋದ ಅವರು ಮುಂದುವರಿಯುತ್ತಾ ಸೇತುವೆ ಗೋಡೆಯ ತೂತುಗಳಿಂದ ಶತ್ರುವಿನ ಕಡೆಯ ನದಿ ದಂಡೆಯನ್ನು ಗಮನವಿಟ್ಟು ನೋಡಿದರು.

ಫ್ರಾಂತಾ ತನ್ನ ಕಾಲನ್ನು ಮೆಲ್ಲನೆ ಚಾಚಿ ಪೊಲೀಸ್ ಸಿಪಾಯಿಯ ತೊಡೆಯನ್ನು ಮೃದುವಾಗಿ ತಿವಿದ. ಬ್ರೂಚೆಕ್ ತಲೆ ಎತ್ತಿದಾಗ ಫ್ರಾಂತಾನ ಬೆರಳು ತುಟಿಯ ಮೇಲೆ ನಿಂತು 'ಚುಪ್' ಎಂದಿತು. ನೆದೆರ್‌ಲೆಂಡ್ ಹಲ್ಲು ಕಿರಿದ. ಬ್ರೂಚೆಕ್‌ಗೆ ಅರ್ಥವಾಯಿತು. ತಡೆಗಟ್ಟೆಯಲ್ಲಿದ್ದ ಸಣ್ಣ ಸಂದಿಯಿಂದ ಜರ್ಮನರ ಕಡೆ ಆತ ಇಣಿಕಿ ನೋಡಿದ – ಅವನ ಕೈಗಳು ಉದ್ವಿಗ್ನತೆಯಿಂದ ನಡುಗಿದವು. ಫ್ರಾಂತಾನ ಕೈಗೆ ಮತ್ತೆ ಎಚ್ಚರಿಕೆ ನೀಡುವಂತೆ ಚಲಿಸಿತು; ಬೇಡ, ಬೇಡ, ನಮ್ಮ ಸರದಿ ಇನ್ನೂ ಬಂದಿಲ್ಲ!

ಫ್ರಾಂತಾ ಕ್ರೌಪಾನಿಗೆ ಖುಷಿಯಿಂದ ಹಾಡಬೇಕೆನಿಸಿತು. ಆತ ಜೇಬನ್ನು ಸೀಮೆಸುಣ್ಣದ

ಚೂರಿಗಾಗಿ ತಡಕಿದ. ಅವನ ಯೋಚನೆಗಳು ಯೂರೋಪಿನ ಆಚೆ ತುದಿಯ ಒಂದು ದೇಶದಲ್ಲಿ, ಎಂದೋ ಸತ್ತು ಹೋಗಿದ್ದ ಸಂಗಾತಿಗಳ ಜತೆ, ಎಂದೋ ಕೈಬಿಟ್ಟ ಕಂದಕಗಳಲ್ಲಿ ಕಳೆದ ಕಾಲವನ್ನು ಮೆಲಕು ಹಾಕಿದವು. ಇನ್ನು ಒಂದು ಬಾರಿ, ಇನ್ನು ಒಂದೇ ಒಂದು ಬಾರಿ ಸಾಕು. ಮತ್ತೆ, ಅವನ ಸುತ್ತ ಇದ್ದ ಎಂದೋ ಸತ್ತು ಹೋದವರು ಮರಳಿ ಜೀವ ತಳೆದರು. ಅವರ ಹಣೆಗಳಲ್ಲಿ ಈಗ ಗಾಯಗಳಿರಲಿಲ್ಲ. ಅವರ ಕೈ ಕಾಲುಗಳು ಗುಂಡು ತಾಕಿ ಕತ್ತರಿಸಿ ಹೋಗಿರಲಿಲ್ಲ... ಜೀವ ತುಂಬಿ, ಬೆಳಕು ತುಂಬಿ ಹಿಂದೆ ಇದ್ದ ಹಾಗೆ ಅವರು ನಳನಳಿಸುತ್ತಿದ್ದರು.

ಫ್ರಾಂತಾನ ಕೈ ತಲೆಕೆಳಗಾದ ಟ್ರಾಮಿನ ಕಪ್ಪುಗಟ್ಟಿದ ಮೇಲ್ಹಾವಣಿಯವರೆಗೆ ಚಾಚಿತು. ಅದರ ಮೇಲಿದ್ದ ಸುತ್ತಿಗೆ - ಕುಡುಗೋಲಿನ ಹತ್ತಿರದಲ್ಲೇ ನಿಧಾನವಾಗಿ ಅಕ್ಷರ ಅಕ್ಷರವನ್ನೂ ಬಿಡಿಸಿ ಆತ ಬರೆದ :

ನೋ ಪಾ

ಸಂಗಾತಿ ನೆದರ್‌ಲೆಂಡ್ ತುಟಿಯರಳಿಸಿ ನಕ್ಕ – ಆ ಎರಡು ದಿನಗಳಲ್ಲಿ ಅವರನ್ನು ಉಲ್ಲಸಿತಗೊಳಿಸಿದ್ದ ಅವನ ಮಂದಹಾಸಗಳಲ್ಲಿ ಅದು ಅತ್ಯಂತ ಸಂತೋಷದ್ದು. ಫ್ರಾಂತಾ ಮೂರನೆಯ ಅಕ್ಷರವನ್ನು ಪ್ರಾರಂಭಿಸುವಷ್ಟರಲ್ಲಿ, ಆ ವಿದೇಶೀಯ ತಾನೂ ಬರೆಯುವನೆಂದು ಕೈ ನೀಡಿದ. ಅವನು ಫ್ರಾಂತಾನ ಬೆರಳುಗಳನ್ನು ತಡಕಿ ಸೀಮೆಸುಣ್ಣದ ಚೂರನ್ನು ಅವುಗಳಿಂದ ಸೆಳೆದುಕೊಂಡ. ಹಾಲೆಂಡಿನ ಪರವಾಗಿ ಅವನು ಹೇಳಬೇಕಾದುದೂ ಇತ್ತು. ಫ್ರಾಂತಾನ ಬರಹಕ್ಕೆ ಆತ ಒಂದೊಂದೇ ಅಕ್ಷರಗಳನ್ನು ಸೇರಿಸಲಾರಂಭಿಸಿದ.

ಸ ರಾ ನ್

ದಪ್ಪಕ್ಷರಗಳಲ್ಲಿ ಅವನು ಬರೆದು ಮುಗಿಸಿದ –

ನೋ ಪಾಸರಾನ್ !

ದಾಟಿ ಹೋಗಲು ಬಿಡೆವು !

ಪೊಲೀಸ್ ಶಿರಸ್ತ್ರಾಣದ ಕೆಳಗಿನ ಬ್ರೂಚೆಕ್‌ನ ಕಣ್ಣುಗಳು ಅರ್ಥಮಾಡಿಕೊಂಡು ಹೊಳೆದವು. ಅವನ ಮುಖಭಾವ ಫ್ರಾಂತಾನಿಗೂ ಅರ್ಥವಾಯಿತು. ಹೌದು, ಹೌದು, ಅನೇಕ ಬಾರಿ ಆ ಮಾತನ್ನು ಅವರು ಸೀಮೆಸುಣ್ಣದಲ್ಲಿ ಬರೆದಿದ್ದರು. ಗೋಡೆಗಳ ಮೇಲೆ, ಬೇಲಿ ಬಾಗಿಲುಗಳ ಮೇಲೆಲ್ಲಾ ಬರೆಯುತ್ತಿದ್ದರು. ಅದಕ್ಕಾಗಿ ಅವರು ತಿಂದ ಏಟುಗಳು ಎಷ್ಟೋ !

ನೀರುದೆವ್ವಗಳು ಕೇವಲ ಮೂವತ್ತು ಗಜ ದೂರದಲ್ಲಿದ್ದರು. ಅವರಿಗೆ ತಡೆಗಟ್ಟೆಯ ಬಗೆ ಇದ್ದ ಭಯವೆಲ್ಲಾ ಮಾಯವಾಗಿತ್ತು. ಚೆಕ್ ಸೈನಿಕರು ಹಿಂದಕ್ಕೆ ಸರಿದಿರುವರೆಂದು ಅವರಿಗೆ ಖಚಿತವಾಯಿತು. ಅವರ ದುರಹಂಕಾರದ ಅಜಾಗರೂಕತೆಯು ಒಬ್ಬರಿಂದ ಒಬ್ಬರಿಗೆ ಅಂಟುಜಾಡ್ಯದಂತೆ ಹರಡಿತು. ಅವರ ಕಣ್ಣುಗಳಲ್ಲಿನ ಎಚ್ಚರಿಕೆಯ ನೋಟ ಮಸುಕಾಗುತ್ತಿತ್ತು – ಅವರ ಮುಖಗಳಲ್ಲಿ ಮೂಡುತ್ತಿದ್ದ ಮುಗುಳ್ನಗೆಗಳನ್ನು ಫ್ರಾಂತಾ ಎಣಿಸತೊಡಗಿದ. ಅವರು ಸರಸರನೆ ತಡೆಗಟ್ಟೆಯ ಕಡೆ ನಡೆದು ಬರುತ್ತಿದ್ದರು. ಅವರ ಜೇಬಿನ ತುಂಬಾ ಕೈ ಬಾಂಬುಗಳು. ಹೆಜ್ಜೆಯ ಮೇಲೆ ಹೆಜ್ಜೆ.

ಬ್ರೂಚೆಕ್‌ನ ಕಣ್ಣುಗಳು ಹಸಿದ ಆತುರದಿಂದ ತುಂಬಿದ್ದವು. ನೆದರ್‌ಲೆಂಡ್‌ನ ಕಣ್ಣುಗಳು ಆಕ್ರಮಣಕ್ಕೆ ಸಿದ್ಧವಾದ ಚೂರಿಯ ಅಲಗಿನಂತೆ ಹರಿತವಾಗಿದ್ದವು. ಫ್ರಾಂತಾನ ಕಣ್ಣುಗಳು ಒಮ್ಮೆ ರೆಪ್ಪೆ ಬಡಿದು ಗುಂಡು ಹಾರಿಸುವ ಆಜ್ಞೆ ಕೊಟ್ಟವು.

ಪ್ರಾಗಿನ ಸಲುವಾಗಿ ! ಹಾಲೆಂಡಿನ ಸಲುವಾಗಿ ! ಸ್ಪೇನಿನ ಸಲುವಾಗಿ ! ಸಂಗಾತಿಗಳೇ ಗುಂಡು ಹಾರಿಸಿ.

ರಟ್ ಟಟ್- ಟಟ್- ಟಟ್- ಟಟ್- ರಟ್- ಟಟ್- ಟಟ್- ಟಟ್- ಟಟ್-

ಕ್ಷಣಾರ್ಧದಲ್ಲಿ ಮೃತ್ಯು ಎಲ್ಲವನ್ನೂ ಮುಗಿಸಿತು. ❍

○ ಜೂಲಿಯಸ್ ಫೂಚಿಕ್

ಆರು ಹುಡುಗರ ಕಥೆ

ಮೇಲಿನಿಂದ ನೋಡಿದರೆ, ಹೊಡೆಯಬೇಕಾದ ಗುರಿ ತೀರಾ ಚಿಕ್ಕದಾಗಿತ್ತು.

ಸ್ಪೇನಿನ ಒಂದು ಸಣ್ಣ ಹಳ್ಳಿ. ಅದರ ಸುತ್ತಲೂ ಎಲ್ಲುಎಟ್‌ಗೆ ಸೇರಿದ ಒಂದರ್ಧ ಡಜನ್ ಹುಡುಗರು ಬಣ್ಣದ ಗೋಲಿಗಳನ್ನು ಎಸೆದಾಡುತ್ತಿದ್ದರು. ಯುದ್ಧವು ಕಾವ್ಯ ದೇವತೆಗಳ ಸೊಲ್ಲಡಗಿಸಬಹುದು. ಆದರೆ ಮಕ್ಕಳ ಆಟಪಾಟಗಳನ್ನು ಅಡಗಿಸಲಾರದು.

ಹೆರ್ ಯುಂಕೆರ್ಸ್ ಚೆನ್ನಾಗಿ ಗುರಿ ಇಟ್ಟ.

ಬಾಂಬು ನೇರವಾಗಿ ಮಕ್ಕಳ ಗುಂಪಿನ ನಡುವೆಯೇ ಬಿತ್ತು. ಜನರು ಮನೆಗಳಿಂದೀಚೆಗೆ ಓಡಿಬಂದರು. ಅವರ ಕೆಂಪಡರಿದ ಕಣ್ಣುಗಳು ತಮ್ಮ ಗೂಡುಗಳೊಳಕ್ಕೆ ಇನ್ನೂ ಹೆಚ್ಚು ಹೆಚ್ಚು ಆಳವಾಗಿ ಇಳಿಯುತ್ತಿದ್ದವು. ಹರಿದು ತುಂಡಾದ ಮಕ್ಕಳ ದೇಹಗಳನ್ನು ಅವರು ಒಟ್ಟುಗೂಡಿಸಿದರು. ಅವುಗಳನ್ನು ಶಾಲಾ ಕಟ್ಟಡದೊಳಗೆ ಇರಿಸಿದರು – ಕೊಂಚ ಹೊತ್ತಿನ ಹಿಂದೆ ಅದೇ ಕಟ್ಟಡದಿಂದ ಆ ಮಕ್ಕಳು ಜೀವಂತವಾಗಿ ನಲಿದಾಡುತ್ತ ಹೊರಕ್ಕೆ ಬಂದಿದ್ದವು.

ಸರ್ಕಾರದ ಫೋಟೋಗ್ರಾಫರ್ ಬಂದ. ಭೀಕರ ಉದ್ವೇಗದಿಂದಾಗಿ ಅವನಿಗೆ ಎಂದಿನ ಕೈಚಳಕವಿರಲಿಲ್ಲ. ಆದುದರಿಂದ ಆ ಘೋರ ಪುರಾವೆಯನ್ನು ಆತ ಒಡ್ಡೊಡ್ಡಾಗಿ ಸಂಗ್ರಹಿಸಿ ತನ್ನ ಕ್ಯಾಮರಾದಲ್ಲಿ ಭದ್ರಪಡಿಸಿದ.

ಮೂರು ದಿನಗಳೊಳಗಾಗಿ ಆ ಪುರಾವೆ ಪ್ಯಾರಿಸ್, ಲಂಡನ್, ಪ್ರಾಗ್‌ಗಳಿಗೆ ವಿಮಾನಗಳ ಮೂಲಕ ಸಾಗಿಸಲ್ಪಟ್ಟಿತು. ವೃತ್ತಪತ್ರಿಕೆಗಳ ಕಪ್ಪು ಕೋಣೆಗಳೊಳಗೆ ಅದನ್ನು ಪರಿಷ್ಕರಿಸಿ ಮುಖಪುಟಗಳಲ್ಲಿ ಅದನ್ನು ಪ್ರಕಟಿಸಲಾಯಿತು. ಜನರು ಅದನ್ನು ದಿಟ್ಟಿಸಿ ನೋಡಿದರು – ಅವರ ಕಣ್ಣುಗಳು ಸಹ ಎಲ್ಲುಎಟ್‌ನ ಜನರ ಕಣ್ಣುಗಳ ಹಾಗೆಯೇ ಆಗಿದ್ದವು.

* * *

ಆಗ ವಸಂತಕಾಲ.

ಕಲ್ಲಿದ್ದಲಿನ ಮಳಿಗೆಯೊಂದರ ಆವರಣದ ಹಿಂದುಗಡೆಯ ಒಂಟಿ ಮರ ಚಿಗುರಿತ್ತು – ಪ್ರಾಗ್‌ನ ಸ್ಮಿಖಾವ್ ಬಡಾವಣೆಯ ಕಪ್ಪು ಹೊಗೆಯ ಸಮುದ್ರದ ನಡುವೆ ಅದೊಂದು ದೀಪಸ್ತಂಭ.

ಆಟವಾಡಲು ಮಕ್ಕಳನ್ನು ಸೆಳೆಯುತ್ತಿದ್ದ ಆ ಸಣ್ಣ ಹಳ್ಳಕ್ಕೆ ಅದೇ ದಾರಿ. ಆರು ಜನ ಹುಡುಗರು ಧೂಳಿನ ಪರಿಸರವನ್ನು ದಾಟಿ ಅಲ್ಲಿಗೆ ಹೋಗುತ್ತಿದ್ದರು. ಇಡೀ ಪ್ರಾಗ್‌ನಲ್ಲಿ ಅದೊಂದೇ ಆಟಕ್ಕೆ ತಕ್ಕ ಸ್ಥಳ. ಕವಿಗಳು ಕವನ ರಚಿಸುವ ಮುನ್ನ ಚಿತ್ರ ಕಲ್ಪಿಸಿಕೊಳ್ಳುವಂತೆ ಆ ಹುಡುಗರು ಆಟದ ಕಲ್ಪನೆಗಳನ್ನು ಕುರಿತು ಯೋಚಿಸುತ್ತಾ ಬರುತ್ತಿದ್ದರು. ಮೇಷ್ಟರುಗಳು ಸುಳಿಯದ ಮೂಲೆ ಅದು. ಇಲ್ಲಿ ಕೆಸರು ಹಾದಿಯನ್ನು ಲಾರಿ ಡ್ರೈವರುಗಳು ಸೊಗಸಾದ ಮಟ್ಟಸ ಸ್ಥಳವನ್ನಾಗಿ ಮಾರ್ಪಡಿಸಿದ್ದರು. ಹುಡುಗರ ಗೋಲಿಗಳು ಅಲ್ಲಿ ಯಾವೊಂದು ಅಡೆ ತಡೆಗಳಿಲ್ಲದೆ ಉರುಳುತ್ತಿದ್ದವು. ಕಲ್ಲಿದ್ದಲು ರಾಶಿಯೊಳಗಿನಿಂದ ಒಂದು ಚೂರು ಹುಲ್ಲು ಕೂಡ ಹೊರಕ್ಕೆ ಕಾಣಿಸಿಕೊಂಡಿತ್ತು. ಅದೇ ಪ್ರಕೃತಿಯ ಗುಣ. ದಟ್ಟ ಕಾಡುಗಳ ಸೂಚನೆ ಮತ್ತು ದಿಟ್ಟ ನಾವಿಕ ಕ್ಯಾಪ್ಟನ್ ಕೋರ್ಕೊರಾನ್ ಯಾನ ಮಾಡಿದ್ದ ದೂರದ ನಾಡುಗಳ ವಾಸನೆ ಅದರಲ್ಲಿ ಅಡಕವಾಗಿತ್ತು. ಈ ಮೂಲೆಯಲ್ಲಿ ಯಾರು ಬೇಕಾದರೂ ಜಗಳವಾಡಬಹುದಿತ್ತು. ಕನಸು ಕಾಣುತ್ತ ಕೂರಬಹುದಿತ್ತು. ಅಥವಾ ಉದ್ವೇಗದ ಗೋಲಿಯಾಟದಲ್ಲಿ ಕಾಮನಬಿಲ್ಲಿನ ಬಣ್ಣದ ಒಂದು ಗೋಲಿಯನ್ನು ಗೆಲ್ಲಬಹುದಿತ್ತು. ಇಲ್ಲವೇ ಸೋಲಬಹುದಿತ್ತು.

ಆದರೆ ಮೇಲೆ ಹೇಳಿದ ಆರು ಜನ ಹುಡುಗರು ಪ್ರಾಗ್‌ನ ಸ್ಮಿಖಾವ್ ಬಡಾವಣೆಯಲ್ಲಿದ್ದ ಆ ಕಲ್ಲಿದ್ದಲಿನ ಮಳಿಗೆಯ ಮೂಲೆಗೆ ಜಗಳ ಕಾಯಲು, ಕನಸು ಕಾಣಲು ಅಥವಾ ಆಟವಾಡಲು ಈ ದಿನ ಬಂದಿರಲಿಲ್ಲ. ಅವರಿಗಾಗಿ ಕಾದಿದ್ದ, ಜೋಪಾನವಾಗಿ ಕೊರೆದಿದ್ದ ಆ ಕುಳಿಯ ಕಡೆ ಅವರು ತಿರುಗಿಯೂ ನೋಡಲಿಲ್ಲ. ರಸ್ತೆಯ ಅಂಚಿನಲ್ಲಿ ಕುಳಿತು, ಸಾಹಸದಿಂದ ತಲೆಯೆತ್ತಿದ್ದ ಹುಲ್ಲಿನ ಗೊಂಚಲುಗಳ ಕಡೆಗೆ ಬೆನ್ನು ತಿರುಗಿಸಿ ಎಲ್ಲರೂ ಸಮಾಲೋಚನೆಯಲ್ಲಿ ತೊಡಗಿದರು.

ಫ್ರಾಂತಾ ತನ್ನ ಎಕ್ಸರ್‌ಸೈಜ್ ಪುಸ್ತಕವನ್ನು ತೆಗೆದ. ಅದರೊಳಗಿನಿಂದ ವೃತ್ತಪತ್ರಿಕೆಯ ಪುಟವೊಂದನ್ನು ಎತ್ತಿ ನಿಧಾನವಾಗಿ ಬಿಡಿಸಿ ಸರಿ ಮಾಡಿದ. ಅವನ ತಂದೆ ಅದೇ ರೀತಿ ಮಾಡುವುದನ್ನು ಅವನು ನೋಡಿದ್ದ. ಪತ್ರಿಕೆಯ ಪುಟದಲ್ಲಿ ಹಣೆಯ ಭಾಗವೆಲ್ಲವೂ ಎಗರಿ ಹೋಗಿದ್ದ ಒಂದು ಮಗುವಿನ ಮುಖದ ಚಿತ್ರವನ್ನು ಅವರು ನೋಡಿದರು.

ಎಲ್ಲುಗಿಟ್‌ನ ಒಬ್ಬ ಹುಡುಗ.

ಮಕ್ಕಳಿಗೆ ಸಹಜವಲ್ಲದ ತಗ್ಗು ದನಿಯಲ್ಲಿ ಫ್ರಾಂತಾ ಓದಿದ. ಎಲ್ಲುಗಿಟ್‌ನಲ್ಲಿ ನಡೆದ ಬಾಂಬ್ ದಾಳಿಯ ವರದಿ, ಫಾಸಿಸಮಿನ ಪಾಶವೀಯತೆಯನ್ನು ಕುರಿತ ಚಿಂತನೆಗಳು, ಅದರ ವಿರುದ್ಧ ಪ್ರತಿಭಟನೆ ಮತ್ತು ಕ್ರಿಯಾತ್ಮಕ ಐಕಮತ್ಯಕ್ಕೆ ಕೊಟ್ಟ ಕರೆ – ಇವೆಲ್ಲವನ್ನೂ ಆತ ಸಮಗ್ರವಾಗಿ ಓದಿದ.

ಅವನು ಅಲ್ಲಲ್ಲಿ ತಡವರಿಸುತ್ತಾ ಉಚ್ಚರಿಸುತ್ತಿದ್ದ ಶಬ್ದಗಳೆಲ್ಲವೂ ಅವರಿಗೆ ಅರ್ಥವಾಗಲಿಲ್ಲ. – ಆದರೆ ಅವರು ಆ ಶಬ್ದಗಳನ್ನು ತಮ್ಮದೇ ಆದ ಮಾತಿಗೆ ಭಾಷಾಂತರಿಸಿಕೊಂಡರು. ಎಲ್ಲುಗಿಟ್‌ನ ಮಕ್ಕಳು – ನಿಶ್ಚಿತವಾಗಿಯೂ ಅದು ತಾವೇ. ತಮ್ಮ ಹಾಗೆಯೇ ಅವರು ಗೋಲಿ ಗಜ್ಜುಗ ಆಡಲು ಶಾಲೆಯಿಂದ ನೇರವಾಗಿ ಕಲ್ಲಿದ್ದಲಿನ ಮಳಿಗೆಯ ಬಳಿ ಹೋಗಿದ್ದರು. ಮತ್ತೆ, ಅಲ್ಲಿಯೇ, ಎಲ್ಲುಗಿಟ್‌ನ ಕಲ್ಲಿದ್ದಲಿನ ಮಳಿಗೆಯ ಬಳಿಯಲ್ಲಿಯೇ ಮೃತ್ಯು ಅವರ ಮೇಲೆ ಎರಗಿತ್ತು.

ಬೆದರಿದ ಕಣ್ಣುಗಳಿಂದ, ಅವರು ಮೇಲೆ ನೋಡಿದರು. ವಸಂತ ಋತುವಿನ ಮೋಡಗಳು ನಾನು ಮುಂದು ತಾನು ಮುಂದು ಎಂದು ಆಕಾಶದುದ್ದಕ್ಕೂ ನುಗ್ಗುತ್ತಿದ್ದವು. ಆದರೆ ಅಲ್ಲಿ ಶತ್ರು ಇರಲಿಲ್ಲ. ಅವನನ್ನು ತಮ್ಮ ಕಣ್ಣ ಮುಂದೆ ಕಲ್ಪಿಸಿಕೊಳ್ಳಲು ಅವರು ಕಣ್ಣುಗಳನ್ನು ಕುಗ್ಗಿಸಿ ನೋಡಿದರು. ಅವನಿಗೆ ಡ್ರೇಗನ್ ಸರ್ಪದ ಹಾಗೆ ಅನೇಕ ಮುಖಗಳು – ಒಂದಕ್ಕೊಂದು ಸೇರಿಸಿಕೊಳ್ಳುತ್ತಿದ್ದ ದಪ್ಪನೆಯ, ಅಂಟು ಅಂಟಾದ ವಿಕಾರ ಮುಖಗಳು. ಅವುಗಳ ಪರಸ್ಪರ ವ್ಯತ್ಯಾಸಗಳು ಅವರಿಗೆ

ಸ್ಪಷ್ಟವಾಗಿ ತೋರಲಿಲ್ಲ. ಅವರ ದೃಷ್ಟಿಯಲ್ಲಿ 'ಶತ್ರು' ಎಂದರೆ ಒಬ್ಬನೇ – ಭಯಂಕರವಾದ ಶತ್ರು, ಎಲ್ಲುಇಟ್‌ನ ಮಕ್ಕಳನ್ನು ಕೊಲೆ ಮಾಡಿದ್ದ ಶತ್ರು. ಅವನ ವಿರುದ್ಧ ಸಹಾಯ ಮಾಡಿ ಎಂದು ಎಲ್ಲುಇಟ್‌ನ ಮಕ್ಕಳು ಕೂಗಿ ಕರೆಯುತ್ತಿದ್ದರು.

ಅವರಿಗೆ ಸಹಾಯ ನೀಡಲು ತಮಗೆ ಸಾಧ್ಯವೇ ?

ಖಂಡಿತ.

ಈಗ ಬಂದ ಪ್ರಶ್ನೆ ಅದಲ್ಲ. ಫ್ರಾಂತಾ ಪತ್ರಿಕೆಯನ್ನು ಓದಿ ಮುಗಿಸುವುದಕ್ಕೆ ಮುಂಚೆಯೇ ಅವರಿಗೆ ಅದು ತಿಳಿದಿತ್ತು.

ರೂದಾ ಗಂಭೀರವಾಗಿ ನುಡಿದ :

''ನಮ್ಮಣ್ಣ ಸ್ವಯಂಸೇವಕ ಸೈನಿಕನಾಗಿ ಸ್ಪೇನಿಗೆ ಹೋಗಿದ್ದಾನೆ...''

ಅವರು ದೀರ್ಘವಾಗಿ ಆಲೋಚಿಸಿದರು. ಅದೊಂದು ಭವ್ಯ ಕನಸು. ಆದರೆ ಮಕ್ಕಳಿಗೆ ಅದರಿಂದ ಸಹಾಯ...?

''ನಮಗೆ ಗುಂಡು ಹಾರಿಸೋದಕ್ಕೆ ಬರೋದಿಲ್ವಲ್ಲಾ?'' ಎಂದು ಫ್ರಾಂತಾ ಆಕ್ಷೇಪಿಸಿದ. ತೂಕವಾದ ಮಾತು – ಅದನ್ನು ತೆಗೆದು ಹಾಕುವಂತಿರಲಿಲ್ಲ. ಅವರು ಅದೆಲ್ಲವನ್ನೂ ಎಂದೋ ಒಂದು ದಿನ ಕಲಿತುಕೊಳ್ಳಬಹುದು. ಖಂಡಿತ. ಆದರೆ ಮಕ್ಕಳಿಗೆ ಸಹಾಯ – ಅದನ್ನು ತಡಮಾಡುವಂತಿರಲಿಲ್ಲ. ಈಗ – ವೃತ್ತಪತ್ರಿಕೆಗಳಲ್ಲಿನ ಮನವಿ ತುರ್ತಾಗಿ ಕರೆ ಕೊಟ್ಟಿತ್ತು – ಈ ಕ್ಷಣ ಸಹಾಯಬೇಕಾಗಿತ್ತು.

ಅವರಿಂದ ಅದು ಹೇಗೆ ಸಾಧ್ಯ ?

ಏನೂ ತಿಳಿಯದೆ ಅವರು ವೃತ್ತಪತ್ರಿಕೆಯನ್ನು ನೋಡಿದರು. ಖಂಡಿತವಾಗಿ ಅದರ ಬಗ್ಗೆ ಅದರಲ್ಲಿ ಇರಬೇಕಲ್ಲಾ? ಹೌದು, ಇತ್ತು.

ಫ್ರಾಂತಾ ಸಂಭ್ರಮದಿಂದ ಆ ಪ್ಯಾರಾ ಕಡೆಗೆ ತೋರಿಸಿದ :

''ಸ್ಪೇನಿನ ಜನರ ಸಹಾಯಾರ್ಥ ನಿಧಿ.''

ಐದು, ಹತ್ತು, ಐವತ್ತು, ನೂರು ಕ್ರೌನ್*ಗಳು ಬೇರೆ ಬೇರೆ ಕಡೆಗಳಿಂದ ಹರಿದು ಬಂದು ಒಟ್ಟು ಸಹಾಯ ನಿಧಿ...

ಆರು ಜೇಬುಗಳೊಳಗಿಂದ ಅವರ ಎಲ್ಲಾ ಹಣಕಾಸು ರಸ್ತೆಯ ಅಂಚಿನಲ್ಲಿ ಸಂಗ್ರಹವಾಯಿತು. ಎಲ್ಲಾ ಸೇರಿಸಿದರೂ ಅರ್ಧ ಕ್ರೌನ್ ಆಗಲಿಲ್ಲ.

''ಛೇ, ತೀರಾ ಕಡಿಮೆ ಆಯ್ತು...''

ಅವರು ಪುನಃ ಪತ್ರಿಕೆಯ ಕಡೆ ನೋಡಿದರು. ಅಷ್ಟು ಸ್ವಲ್ಪ ಹಣವನ್ನು ಯಾರೂ ಕೊಟ್ಟಿರಲಿಲ್ಲ. ಅದೆಂಥ ಸಹಾಯ !

''ನಾಳೆ ನಾನು ತರ್ತೇನೆ...''

''ನಾಳೆ ಅಂದರೆ ತಡವಾಗ್ತದೆ.''

ನಾಳೆಯ ಒಳಗೆ ಏನಾಗುತ್ತದೋ ಯಾರು ಬಲ್ಲರು ? ತಮ್ಮ ವಿಳಂಬದಿಂದಾಗಿ ಎಲ್ಲುಇಟ್‌ನ ಇನ್ನೆಷ್ಟು ಮಕ್ಕಳು ಬಲಿಯಾಗುತ್ತಾರೋ ಏನೋ ? ಛೀ ನಾಳೆ ! ಆದರೆ ಇವತ್ತು...?

ಹತಾಶ ಕಣ್ಣುಗಳು ಸುತ್ತಣ ಭೂದೃಶ್ಯದ ಮೇಲೆ ಹರಿದಾಡಿದವು. ಇಲ್ಲೇ ಎಲ್ಲಾದರೂ ಒಂದು

---

* ಒಬ್ಬ ಕೆಲಸಗಾರನಿಗೆ ಒಂದು ವಾರಕ್ಕೆ ಅಂದು ದೊರೆಯುತ್ತಿದ್ದ ಕೂಲಿ ಸುಮಾರು 150 ಚೆಕ್ ಕ್ರೌನ್‌ಗಳು.

ಬ್ಯಾಂಕ್ ನೋಟ್ ಯಾಕೆ ಬಿದ್ದಿರಬಾರದು! ಎಷ್ಟೋ ಸಲ ಹಾಗೆ ಆಗುತ್ತಿತ್ತಲ್ಲ? ಯಾರಾದರೂ ದಾರಿಯಲ್ಲಿ ಹೋಗುವಾಗ ಒಮ್ಮೊಮ್ಮೆ ಹಣ ಕೆಳಗೆ ಬೀಳುವುದುಂಟು. ಅದು ಬಹಳ ಸುಲಭ. ಹಾಗೆ ಹಿಂದೆ ನಡೆದಿದ್ದ ಸಂದರ್ಭಗಳನ್ನು ಅವರು ಜ್ಞಾಪಿಸಿಕೊಂಡರು.

ಗಟ್ಟಿಯು ಮೇಲೆ ಬ್ಯಾಂಕ್ ನೋಟ್ ಬಿದ್ದಿರಲಿಲ್ಲ.

ಆರು ಹುಡುಗರ ತಲೆಗಳೂ ಒಂದೇ ಸಮನೆ ಕೆಲಸ ಮಾಡಿದವು. ಯೋಚನೆಗಳ ಧುಮುಧುಮಿಸುವ ಸೆಳವಿನಲ್ಲಿ ವಸ್ತುಸ್ಥಿತಿ ಮತ್ತು ಕಲ್ಪನೆಗಳು ಬೆರೆತುಹೋದವು.

ಒಮ್ಮೆಲೇ ಏಂತೊನೀನ್ ಬಾಯಿ ತೆರೆದ. ''ನನ್ನ...'' ಎಂದು ತಡವರಿಸಿ ಮತ್ತೆ ಹೇಳಿದ :

''ಆ್ಞ... ನನ್ನ ಹತ್ತಿರ ಒಂದು ಸಣ್ಣ ಚಾಕು ಇದೆ.''

ಯೋಚನೆಗಳ ಸೆಳವಿಗೆ ಅದು ದಾರಿಯಾಯಿತು.

''ಒಂದು ಸಣ್ಣ ಚಾಕುವಿನಿಂದ ಏನೂ ಮಾಡಲಿಕ್ಕೂ ಸಾಧ್ಯವಿಲ್ಲ.''

ಅದು ಅಪವಿತ್ರವಾದ ಮಾತು ಅನಿಸಿತು. ಏಂತೊನೀನ್‌ನ ಸಣ್ಣ ಚಾಕು ಯಾರೇ ಆದರೂ ಹೆಮ್ಮೆ ಪಟ್ಟುಕೊಳ್ಳುವಂಥ ಒಂದು ನಿಧಿ – ಅದು ಅವರೆಲ್ಲರೂ ಕೈ ಇಟ್ಟು ಆಣೆ ಮಾಡುವ ಗೌರವ ಖಡ್ಗವಾಗಿತ್ತು.

''ಯಾಕೆ ಆಗೋದಿಲ್ಲ... ಅದನ್ನು ನಾನು ಮಾರಿದರೆ ?'' ಐದು ಜತೆ ಕಣ್ಣುಗಳು ಅಪನಂಬಿಕೆಯಿಂದ ಏಂತೊನೀನ್‌ನ ಮೇಲೆ ನೆಟ್ಟವು. ಅವನ ಸರ್ವ ಸಂಪತ್ತೂ ಆಗಿದ್ದ ಆ ಸಣ್ಣ ಚಾಕುವನ್ನು ಮಾರುವುದೆಂದರೇನು ?

ಸಂಪತ್ತು ?

ಆಗ ಅವರಿಗೆ ಅರ್ಥವಾಯಿತು. ಫ್ರಾಂತಾ ಗಂಭೀರವಾಗಿ ಎದ್ದ – ಎಲ್ಲರೂ ಎದ್ದು ನಿಂತರು. ಏಂತೊನೀನ್‌ನ ಕೈಯನ್ನು ಫ್ರಾಂತಾ ಅತ್ಯಂತ ಆದರದಿಂದ ಹಿಡಿದುಕೊಂಡ – ಅಂಥ ಆದರವನ್ನು ಯಾವಾಗಲೂ ಕೇವಲ ಹುಡುಗರು ಅಥವಾ ಅಪಾಯಕ್ಕೆ ಸಿಕ್ಕಿದ ಗಳಿಗೆಯಲ್ಲಿ ವಯಸ್ಕರು ಮಾತ್ರ ತೋರಿಸಬಲ್ಲರು.

ಅನಂತರ, ಫ್ರಾಂತಾ ತುಟಿಪಿಟ್ಟೆನ್ನದೆ ಏಂತೊನೀನ್‌ನ ಚಾಕುವಿನ ಪಕ್ಕದಲ್ಲಿ ಜಜ್ಜಿಹೋದ ಒಂದು ಬೂಟ್‌ಪಾಲೀಷ್ ಡಬ್ಬಿಯನ್ನು ಇಟ್ಟ. ಆ ಡಬ್ಬಿಯಲ್ಲಿ ಆತ ಒಮ್ಮೊಮ್ಮೆ ಕೀಟಗಳನ್ನಿಟ್ಟುಕೊಂಡಿರುತ್ತಿದ್ದ. ಕೆಲವು ಸಲ ಅದು ಗಡಗಡನೆ ಓಡುವ ರೈಲಾಗುತ್ತಿತ್ತು. ಇನ್ನು ಕೆಲವು ಬಾರಿ ಅದು ವಲತಾವಾ ನದಿಯ ತೀರದಲ್ಲಿ ಸಂಚರಿಸುವ ಹೊಗೆ ಹಡಗಾಗುತ್ತಿತ್ತು. ಅದು ಏಂತೊನೀನ್‌ನ ಚಾಕುವಿನಷ್ಟು ಅಮೂಲ್ಯವಾಗಿರಲಿಲ್ಲ. ಆದರೆ ಆ ಡಬ್ಬಿಯೊಳಗೆ ಫ್ರಾಂತಾನ ಬದುಕಿನ ಇತಿಹಾಸದ ಅರ್ಧಭಾಗವೇ ಸೇರಿಹೋಗಿತ್ತು.

ರೂದಾ ತನ್ನ ಅಂಗೈಯಲ್ಲಿದ್ದ ಬಣ್ಣ ಬಣ್ಣದ ಹದಿಮೂರು ಗೋಲಿಗಳನ್ನು ಕೊನೆಯ ಬಾರಿ ಬೆರಳಿನಿಂದ ಅದುಮಿ ಬಿಟ್ಟುಕೊಟ್ಟ. ಆದರೆ ಜೋಸೆಫ್ ತನ್ನ ಆಟದ ಪೀಪಿಯನ್ನು ಕಾಣಿಕೆಗಳ ಸಾಲಿಗೆ ಸೇರಿಸಿದಾಗ ರೂದಾನಿಗೆ ನಾಚಿಕೆಯಾಗಿ, ಜೇಬಿನಲ್ಲಿ ಉಳಿಸಿಕೊಂಡಿದ್ದ, ತಾನು ಯಾವಾಗಲೂ ಆಟದಲ್ಲಿ ಗೆಲ್ಲಲು ಬಳಸುತ್ತಿದ್ದ ಹದಿನಾಲ್ಕನೆಯ ಮುಖ್ಯ ಗೋಲಿಯನ್ನೂ ಆತ ತೆಗೆದುಕೊಟ್ಟ.

ಆರು ಜೊತೆ ಜೇಬುಗಳನ್ನು ಒಳ ಹೊರಗಾಗುವಂತೆ ತಿರುವಿಹಾಕಲಾಯಿತು. ರಸ್ತೆಯ ನಡುವೆ, ಒಂದು ಸಣ್ಣ ಚಾಕು, ಒಂದು ಡಬ್ಬ, ಒಂದು ಊದುವ ಪೀಪಿ, ಕೆಲವು ಗೋಲಿಗಳು, ದಾರ, ಒಂದು ಮರದ ಹಿಡಿ, ಕಾಗದದಿಂದ ಮಾಡಿದ, ಆದರೆ ಚರ್ಮದಂತೆ ತೋರಲು ಯತ್ನಿಸುತ್ತಿದ್ದ ಒಂದು ಹರಿದ ಹಣದ ಚೀಲ, ಒಂದು ತಿರುಪಿನ ಮೊಳೆಯ ಮೇಲ್ಭಾಗ, ಒಂದು

ಕವಣೆ, ಅಕುಶಲಿ ಹಸ್ತದಿಂದ ಬರೆಯಲ್ಪಟ್ಟ ಸುಳ್ಳು ಸಹಿಯಿದ್ದ ಪ್ಲಾನಿಚ್ಕಾನ* ಒಂದು ಭಾವಚಿತ್ರ, ಇವೇ ಮುಂತಾದ ಶ್ರೇಷ್ಠ ವಸ್ತುಗಳಿದ್ದವು – ನಿಮ್ಮ ಬಾಲ್ಯ ಕಳೆದ ಅನಂತರ ನೀವು ಅವುಗಳ ಹೆಸರನ್ನೂ ಮರೆತುಬಿಡುತ್ತೀರಿ. ಈ ಎಲ್ಲ ವಸ್ತುಗಳನ್ನು ಜೋಪಾನವಾಗಿ ಸಾಲಾಗಿ ಇರಿಸಲಾಗಿತ್ತು. ಅವುಗಳನ್ನು ಇನ್ನೂ ರಾಶಿ ಹಾಕಿರಲಿಲ್ಲ. ಆರು ಜನ ಹುಡುಗರು ಈ ಸಿರಿ ಸಂಪತ್ತನ್ನು ಕಣ್ಣಿನಿಂದಲೇ ತೂಕ ಮಾಡಿ, 'ಪರವಾಯಿಲ್ಲ' ಅಂದುಕೊಂಡರು. ಆಮೇಲೆ ಗಂಭೀರ ಮುಖಮುದ್ರೆಯಿದ ಅವರು ಆ ವಸ್ತುಗಳ ಮಾರಾಟದ ಕೆಲಸಕ್ಕೆ ಫ್ರಾಂತಾ ಮತ್ತು ಏಂತೊನೀನ್‌ರನ್ನು ಆರಿಸಿದರು.

ಪ್ರಾಗ್‌ನ ಹಳೆಪೇಟೆ ವಲತಾವಾ ನದಿಗೆ ಸಮಾನಾಂತರವಾಗಿ ಅದರ ಬಲದಂಡೆಯ ಮೇಲೆ ನಿಂತಿದೆ. ಅದರ ಸುತ್ತುಬಳಸಿನ ಸಂದಿಗೊಂದಿಗಳಲ್ಲಿ ಅಕ್ರಮ ದಾಸ್ತಾನುಗಾರರ ಹಳೆಯ ಮಳಿಗೆಗಳಿವೆ. ಗಿರವಿ ಅಂಗಡಿಗಳ ಸಂಘಟಿತ ಸ್ಪರ್ಧೆಯನ್ನು ಇದಿರಿಸಿ ಅವು ಇನ್ನೂ ನಿಂತಿವೆ. ಆ 'ಯೆಹೂದ್ಯ'ರ ಬಳಿಗೆ ಬಡಬಗ್ಗರು ತಮ್ಮ ಕಷ್ಟಕಾರ್ಪಣ್ಯಗಳನ್ನು ಕೊಂಡೊಯ್ಯುತ್ತಾರೆ. ಆ ಕಷ್ಟಕಾರ್ಪಣ್ಯಗಳನ್ನು ಒಂದಿಷ್ಟು ಚಿಲ್ಲರೆ ಹಣವಾಗಿ ಮಾರ್ಪಡಿಸಿದರೆ ಅವುಗಳ ಭಾರ ಕಡಿಮೆಯಾದಾವು ಎನ್ನುವ ಸಮಾಧಾನ ಅವರಿಗೆ.

ಸೇತುವೆಯ ಮತ್ತು ರಸ್ತೆಯ ಹಾಸುಕಲ್ಲುಗಳ ಮೇಲೆ ತಮ್ಮ ತಂದೆ ತಾಯಿಗಳು ತುಳಿದು ಮೂಡಿಸಿದ ಅಗೋಚರ ಹೆಜ್ಜೆ ಗುರುತುಗಳನ್ನೇ ಆ ಆರು ಜನ ಹುಡುಗರು ಹಿಂಬಾಲಿಸಿದರು. ಜನರ ಗುಂಪು ಇವರ ಕಡೆ ತಿರುಗಿ ನೋಡದೆ ಹಾದುಹೋಗುತ್ತಿತ್ತು. ಅವರಿಗೆ ತಮ್ಮ ಎದುರಿಗೆ ವಿಜಯೋತ್ಸವದ ಒಂದು ಮೆರವಣಿಗೆ ಬರುತ್ತಿದೆ ಎಂಬುದರ ಅರಿವಿರಲಿಲ್ಲ. (ಯಾರಿಗೆ ಗೊತ್ತು! ಅದೇನಾದರೂ ಅವರ ಗಮನಕ್ಕೆ ಬಂದಿದ್ದರೆ ಅವರು ತಮ್ಮ ಟೋಪಿಗಳನ್ನು ತೆಗೆದು ಗೌರವ ಸೂಚಿಸುತ್ತಿದ್ದರೇನೋ)

ತಮ್ಮ ಸರ್ವಸಂಪತ್ತನ್ನೂ ಜೇಬುಗಳೊಳಗೆ ಭದ್ರವಾಗಿ ಅವಚಿಕೊಂಡು ಫ್ರಾಂತಾ ಮತ್ತು ಏಂತೊನೀನ್ ಮುಂದುಗಡೆ ನಡೆಯುತ್ತಿದ್ದರು. ಹತ್ತು ಹೆಜ್ಜೆಗಳ ಹಿಂದೆ – ತಮ್ಮ ದೃಷ್ಟಿಯನ್ನು ಬೇರೆ ಯಾವ ಕಡೆಗೂ ಹೊರಳಿಸದೆ – ಉಳಿದ ನಾಲ್ಕು ಮಂದಿ ನಡೆದು ಬಂದರು. ಗೌರವ ದಳ, ಕಾಪಿನ ದಳ ಎಲ್ಲವೂ ಅದರಲ್ಲೇ ಸೇರಿಹೋಗಿದ್ದವು. ಅವರನ್ನು ಕಣ್ಣಿಗೆ ಬಟ್ಟೆ ಕಟ್ಟಿ ಬಿಟ್ಟಿದ್ದರೂ ಅವರು ಮುದುಕ ಇಸಾಕ್‌ನ ಅಂಗಡಿಯನ್ನು ಸೇರುತ್ತಿದ್ದರು.

ನಾಲ್ಕು ಜನರ ಗೌರವ ದಳ ಅಂಗಡಿಬಾಗಿಲಲ್ಲಿ ಕಾಲೂರಿ ನಿಂತಿತ್ತು. ಕಿಮುಟ ಹಿಡಿದ ಭವ್ಯ ಸೂಟುಗಳ ಮತ್ತು ಕೂಲಿಕಾರರ ಹರಕಲು ವಸ್ತ್ರಗಳ ನಡುವೆ, ಫ್ರಾಂತಾ ಮತ್ತು ಏಂತೊನೀನ್ ಒಳ ಹೊಕ್ಕರು. ಅವರ ಎದೆಗಳು 'ಡವಡವನೆ' ಹೊಡೆದುಕೊಳ್ಳುತ್ತಿದ್ದರೂ ತಮ್ಮ ಸಂಗಾತಿಗಳ ಕಣ್ಣುಗಳು ತಮ್ಮ ಮೇಲೆ ನೆಟ್ಟಿದ್ದುದರಿಂದ ಅವರು ಅದನ್ನು ತೋರ್ಪಡಿಸಲಿಲ್ಲ.

ಅಂಗಡಿಯ ಕೌಂಟರಿನ ಹಿಂದೆ ಮುದುಕ ಇಸಾಕ್ ನಿಂತಿದ್ದ.

ನಿಶ್ಶಬ್ದವಾಗಿ ಅವರು ಅವನ ಮುಂದುಗಡೆ ಡಬ್ಬಿ, ಪೀಪಿ, ದಾರ ಗೋಲಿಗಳು ಹಾಗೂ ಕೊನೆಯದಾಗಿ ಏಂತೋನೀನ್‌ನ ಸಣ್ಣ ಚಾಕು – ಇವುಗಳನ್ನಿಟ್ಟರು. ಅವರ ದೃಷ್ಟಿ ಅವನ ಮುಖದ ಮೇಲೇ ನೆಟ್ಟಿತ್ತು. ಅದು ಅವರ ತಾಯಂದಿರ ಬೆದರಿದ ದೃಷ್ಟಿಯಲ್ಲ; ಅವರಪ್ಪಂದಿರ ಬಲವಂತದ, ನಿಷ್ಪ್ರಯೋಜಕ ಪ್ರತಿಭಟನೆಯ ದೃಷ್ಟಿಯಲ್ಲ. ಅದು ವಿಜಯೋತ್ಸಾಹದ ನೋಟವಾಗಿತ್ತು.

---

* ಪ್ಲಾನಿಚ್ಕ : ಒಬ್ಬ ಪ್ರಸಿದ್ಧ ಕಾಲ್ಚೆಂಡು ಆಟಗಾರ – ಆ ಕಾಲದ ಹುಡುಗರ ಆರಾಧ್ಯಮೂರ್ತಿಯಾಗಿದ್ದವನು.

ಮುದುಕ ಇಸಾಕ್ ಬಾಲಯೋಗ್ಯವಾದ ಆ ಕಚಡ ವಸ್ತುಗಳನ್ನು ನೋಡಿ ಗೊಂದಲದಿಂದ ಗುರುಗುಟ್ಟಿದ :

''ಇದನ್ನು ತಗೊಂಡು ನಾನು ಏನು ಮಾಡಲಿ ?''

ಅವನಿಗೆ ನಿಜವಾಗಿಯೂ ಆಶ್ಚರ್ಯವಾಗಿತ್ತು. ಅದು ಆಶಾದಾಯಕ ಚಿಹ್ನೆ. ಒಂದೇ ವರಸೆಗೆ ತೀರಾ ಹೆಚ್ಚು ಅನಿಸುವಷ್ಟು ವಸ್ತುಗಳು ನಿಜವಾಗಿಯೂ ಅಲ್ಲಿದ್ದವು.

''ಇದನ್ನು ನಾನು ಏನು ಮಾಡಲಿ, ಅಂತ ? ಬೇವಾರ್ಸಿ ಮುಂಡೇವ ! ಎತ್ಕೊಂಡು ನಡೀರಿ ಇಲ್ಲಿಂದ'' ಎಂದು ಅವನು ಒದರಿದ.

ಎಲಾ ಅವನಿಗೆ ಅದು ಅರ್ಥವೇ ಆಗಿರಲಿಲ್ಲವಲ್ಲ? ಅವರು ತಮಾಷೆ ಮಾಡುತ್ತಿದ್ದಾರೆಂದೇ ಅವನು ನಿಜವಾಗಿ ಭಾವಿಸಿದ್ದನಲ್ಲ?

ಫ್ರಾಂತಾನಿಗೆ ತನ್ನ ಗುರುತರ ಜವಾಬ್ದಾರಿಯನ್ನು ಇನ್ನೂ ಹೆಚ್ಚು ಕಾಲ ಹೊತ್ತಿರುವುದು ಸಾಧ್ಯವಾಗಲಿಲ್ಲ.

''ಅದೆಲ್ಲವನ್ನೂ ಮಾರಾಟಕ್ಕೆ ತಂದಿದ್ದೀವಿ'' ಎಂದು ಆತ ಒದರಿಯೇ ಬಿಟ್ಟ.

ಮುದುಕ ಇಸಾಕ್‌ಗೆ ಜನರ ಸ್ವಭಾವ ಗೊತ್ತಿತ್ತು. ಅವರವರ ಧ್ವನಿಯಿಂದಲೇ ಅವನು ಪತ್ತೆ ಹಚ್ಚುತ್ತಿದ್ದ – ಯಾರು ಅಂಗಲಾಚುತ್ತಾರೆ, ಯಾರು ಮುಳುಗಿ ಹೋಗುತ್ತಾ ಇದ್ದಾರೆ, ಯಾರು ತನ್ನ ಬಳಿ ಮೊಟ್ಟ ಮೊದಲ ಬಾರಿ ಬಂದಿದ್ದಾರೆ, ಯಾರು ಎರಡನೆಯ ಸಲ ಬಂದಿದ್ದಾರೆ ಎಂದು. ಮಾತ್ರವಲ್ಲ; ಈಗ ತಾನು ನಿರಾಕರಿಸಿದರೆ ಯಾರು ಪುನಃ ಎಂದೆಂದಿಗೂ ಬರದೆ ಹೊರಟು ಹೋಗುತ್ತಾರೆ ಎಂದೂ ಅವನಿಗೆ ಗೊತ್ತಾಗುತ್ತಿತ್ತು. ಯಾಕೆಂದರೆ ಅಂಥವನು ಹಸಿವಿನಿಂದ ಸತ್ತರೂ ಸತ್ತಾನೇ ಹೊರತು ತನ್ನ ಕೊಳಕಲು ಕೋಟನ್ನು ಪುನಃ ಮಾರಲು ಬರಲಾರ ಎಂದು ಅವನಿಗೆ ತಿಳಿಯುತ್ತಿತ್ತು. ಆದರೆ ಫ್ರಾಂತಾನ ಮಾತಿನಲ್ಲಿ ಇದುವರೆಗೂ ತಾನು ಕೇಳಿರದ ಯಾವುದೋ ಧ್ವನಿಯನ್ನು ಅವನು ಗುರುತಿಸಿದ. ಅಷ್ಟೊಂದು ವಯಸ್ಸಾಗಿಲ್ಲದಿದ್ದರೆ ಅವನು ನಿಜವಾಗಿಯೂ ರೇಗಿಬಿಡುತ್ತಿದ್ದ. ಆದರೆ ಈಗ... ಫ್ರಾಂತಾನ ಧ್ವನಿ ಅವನಿಗೆ ಸ್ವಾರಸ್ಯವಾಗಿ ತೋರಿತು, ಹಾಸ್ಯಾಸ್ಪದವೆನಿಸಿತು. ಒಂದಿಷ್ಟು ಸಿಗರೇಟಿಗೆ ಬೇಕಾದ ಪುಡಿಕಾಸಿಗೋಸ್ಕರ ಈ ಹುಡುಗರು ಏನು ಬೇಕಾದರೂ ಮಾಡಬಹುದು...

''ಸಿಗರೇಟಿನ ಕಾಸಿಗೋಸ್ಕರ ಬಂದಿಲ್ಲ ನಾವು'' – ನೊಂದು ನುಡಿದ ಫ್ರಾಂತಾ.

''ಓಹೋ... ಹಾಗಾದರೆ ಸಿನಿಮಾ...?''

''ಸಿನಿಮಾಕ್ಕೂ ಅಲ್ಲ.''

– ಅವನು ಕಟುವಾಗಿ ಉತ್ತರ ಕೊಟ್ಟ. ಅಂಗಡಿಯವನು ಅಪಾರ್ಥ ಮಾಡಿಕೊಂಡಿದ್ದುದರಿಂದ ಅವನಿಗೆ ಬೇಸರವಾಗಿತ್ತು. ಅನಂತರ ಆತ ವಿವರಿಸಿದ :

''ಇದು ಸ್ಪೇನ್ ದೇಶಕ್ಕೋಸ್ಕರ...''

ಸ್ವಲ್ಪ ಹೊತ್ತು ನಿಶ್ಶಬ್ದ.

ಇಸಾಕ್‌ನ ತಲೆಯಲ್ಲಿ ದೀರ್ಘವಾದ ಅವನ ಬಾಳಿನ ತಂತು ತನ್ನ ಸುರುಳಿ ಬಿಚ್ಚಿಕೊಂಡಿತು. ಫ್ರಾಂತಾ ತನ್ನನ್ನು ತಾನೇ ಶಪಿಸಿಕೊಂಡ. ಏಂತೋನೀನ್ ಕಡೆ ನೋಡುವ ಧೈರ್ಯವೂ ಅವನಲ್ಲಿ ಉಳಿದಿರಲಿಲ್ಲ, ತಾನು ಯಾಕಾದರೂ ಆ ಮಾತನ್ನು ಈ ಮುದಿ ಯೆಹೂದಿಗೆ ಹೇಳಿದೆ ಎಂದು ಅವನಿಗೆ ಅನಿಸಿತು. ಅದು ಆತನಿಗೆ ಎಲ್ಲಿ ಅರ್ಥವಾಗಬೇಕು ? ಅವನು ಪೊಲೀಸಿನವರನ್ನು ಕರೆಯಬಹುದು. ತಮ್ಮ ಅತ್ಯಮೂಲ್ಯ ಆಸ್ತಿಯನ್ನು ಅವರು ಮುಟ್ಟುಗೋಲು ಹಾಕಬಹುದು.

ಎಲ್ಲುಎಟ್‌ನ ಮಕ್ಕಳಿಗೆ ನೀಡಬಹುದಾದ ಸಹಾಯ ನಿಂತು ಹೋಗಬಹುದು. ಕೌಂಟರಿನ ಬಳಿಗೆ ಆತ ನಿಧಾನವಾಗಿ ಸರಿದ – ಸಾಧ್ಯವಾದಷ್ಟನ್ನು ಉಳಿಸಿಕೊಳ್ಳೋಣ ಎಂದು.

ಇಸಾಕ್ ಬಿರುಸಾಗಿ ನುಡಿದ :

''ಹಾಗಿರಲಿ ಬಿಡು.''

ಅವನು ಫ್ರಾಂತಾನ ನೆಗ್ಗಿದ ಡಬ್ಬಿಯನ್ನು ಎತ್ತಿಕೊಂಡು ಬಹಳ ಹೊತ್ತು ಪರೀಕ್ಷಿಸಿದ. ಆ ಇಬ್ಬರು ಪ್ರತಿನಿಧಿಗಳ ಕಣ್ಣುಗಳು ಹೆಚ್ಚು ಹೆಚ್ಚು ತೀವ್ರವಾಗಿ ಅಂಗಲಾಚಿದವು.

ಇಸಾಕ್ ಮಣಗುಟ್ಟಿದ :

''ಹುಂ... ಸ್ಸರಿ... ಈ ಡಬ್ಬವೇನೋ ಪರವಾಗಿಲ್ಲ. ಆದರೆ ಇದಕ್ಕೆ ಎರಡು ಕ್ರೌನಿಗಿಂತ ಜಾಸ್ತಿ ನಾನು ಕೊಡಲಾರೆ...''

ಆಮೇಲೆ ಏಂತೋನೀನ್‌ನ ಸಣ್ಣ ಚಾಕುವನ್ನು ಕೈಯಲ್ಲಿ ಎತ್ತಿಕೊಂಡು ಆತ ತೂಗಿ ನೋಡಿದ; ಕಣ್ಣುಗಳಿಂದ ಆ ಹುಡುಗರನ್ನೂ ತೂಗಿದ. ಬಳಿಕ ಹೇಳಿದ :

''ಮತ್ತೆ ಇದು... ಒಳ್ಳೇ ಕುಸುರಿ ಕೆಲಸ... ಸ್ಸರಿ... ಸ್ಪೇನ್ ದೇಶಕ್ಕೆ ಅಂತಹೇಳಿದ್ರಿ ಅಲ್ಲವೇ... ಹುಂ... ಭ್ಹಾಳ ಒಳ್ಳೇ ಕುಸುರಿ ಕೆಲಸ... ಐದು ಕ್ರೌನ್‌ಗಳು... ಆಯ್ತಾ... ಏನು ?

ಬಾಲಕ ಪ್ರತಿನಿಧಿಗಳು ಉಸಿರು ಹಿಡಿದುಕೊಂಡು ನಿಂತಿದ್ದರು. ತಾವು ಎಲ್ಲುಎಟ್‌ಗೆ ನೀಡಲಿದ್ದ ಅದ್ಭುತ ಗೆಲುವನ್ನು ಕುರಿತು ಅವರು ಏನೇನೋ ಕನಸು ಕಂಡರು... ಅಬ್ಬಾ – ಎಷ್ಟೊಂದು ಹಣ !

ಮುದುಕ ಇಸಾಕ್ ಒಂದೊಂದು ವಸ್ತುವನ್ನೂ ಪ್ರತ್ಯೇಕವಾಗಿರಿಸಿ ನ್ಯಾಯವಾಗಿ ಬೆಲೆಕಟ್ಟಿದ... ದಾರ, ಮರದ ಹಿಡಿ, ರೂದಾನ ಪ್ರಮುಖ ಗೋಲಿ.

ಅದಾದ ಮೇಲೆ, ಹಣ ಇನ್ನಷ್ಟು ಹೆಚ್ಚಾಗಿ ಕಾಣಿಸಲೆಂದು ಅವನು ಕೌಂಟರಿನ ಮೇಲೆ ಇಪ್ಪತ್ತ ಕ್ರೌನುಗಳನ್ನು ಚಿಲ್ಲರೆ ನಾಣ್ಯಗಳಲ್ಲಿ ಎಣಿಸಿ ಇಟ್ಟ. ○

○ ಪಾವೆಲ್ ಫ್ರಾಂತೌಸ್

ಕೂಳೆಯ ಹೊಲ

ಅವರು ಕಾಡಿನಿಂದಾಚೆಗೆ ಕಾರನ್ನು ನಡೆಸಿಕೊಂಡು ಬಂದರು. ರಸ್ತೆಯ ಅಕ್ಕಪಕ್ಕದಲ್ಲಿ ನೀಲಿ ಮಿಶ್ರಿತ ಹಳದಿ ಬಣ್ಣದ ಒಂದು ದೊಡ್ಡ ಕೂಳೆಯ ಹೊಲವಿತ್ತು. ದೂರದ ದಿಗಂತದಂಚಿನ ಗುಡ್ಡಗಳು ಬೂದು ಮಿಶ್ರಿತ ನೀಲಿ ಬಣ್ಣದಿಂದ ರಂಜಿಸುತ್ತಿದ್ದವು. ಕಾರಿನಲ್ಲಿ ಇಬ್ಬರು ವ್ಯಕ್ತಿಗಳಿದ್ದರು. ಒಬ್ಬ ಗಂಡಸು, ಇನ್ನೊಬ್ಬಳು ಹೆಂಗಸು. ಗಂಡಸು ಹೇಳಿದ :

''ನನಗೆ ಸಂಪೂರ್ಣ ವಿಶ್ವಾಸವಿದೆ, ನಾನು ಅವನನ್ನು ಸೋಲಿಸ್ತೇನೆ, ಅಂತ. ಎರಡು ಅಥವಾ ಮೂರು ಸಾವಿರ ಕಡಿಮೆ ಮಾಡಲು ಅವನು ಸಿದ್ಧವಾಗಿರೋ ಹಾಗೆ ಕಾಣಿಸ್ತು. ಮುಖ್ಯ ವಿಷಯ ಅಂದ್ರೆ – ಅವನಿಗೆ ತೀರಾ ಅಗತ್ಯವಾಗಿ ಹಣ ಬೇಕಾಗಿದೆ. ಆದ್ದರಿಂದಲೇ ಅವನು ಆ ಮನೆಯನ್ನು ಮಾರ್‍ತಾ ಇರೋದು. ಅವನಿಗೆ ಹಣದ ಅವಶ್ಯಕತೆ ಇದೆ – ಹಾಗೆ ಅವನು ಹೇಳಿದ. ಹಾಗೆ ನನ್ನ ಹತ್ತಿರ ಹೇಳಬಾರದಾಗಿತ್ತು. ಅದರ ಫಲವಾಗಿ ಈಗ ಅವನಿಗೆ ಮೂರು ಸಾವಿರ ನಷ್ಟವಾಗ್ತದೆ. ಅವನನ್ನು ನಾನು ಈಗ ಸ್ವಲ್ಪ ಆಟ ಆಡಿಸ್ತೇನೆ. ಗೊತ್ತಾಯಿತಾ ? ನಾನು ಅವನಿಗೆ ಹಣದ ಆಸೆ ಹುಟ್ಟಿಸ್ತೇನೆ – ದುಡ್ಡನ್ನು ನನ್ನ ಜೊತೆ ತಗೊಂಡು ಹೋಗಿ ಅವನ ಮೂಗಿಗೆ ಹಿಡಿದು ಅದರ ವಾಸನೆ ಬಡಿಯೋ ಹಾಗೆ ಮಾಡ್ತೇನೆ. ಆಮೇಲೆ ಅದನ್ನು ಜೇಬಿನಲ್ಲಿ ವಾಪಸು ತುರುಕಿ ಇಟ್ಟುಕೊಳ್ಳುವವನ ಹಾಗೆ ನಟಿಸ್ತೇನೆ. ಅವನು ಕಡಿಮೆ ಬೆಲೆಗೆ ಕೊಡಲು ಸಿದ್ಧನಾಗಿಲ್ಲವಾದ್ದರಿಂದ ನನಗೂ ಅದರಲ್ಲಿ ಆಸಕ್ತಿ ಇಲ್ಲದವನ ಹಾಗೆ ನಟಿಸ್ತೇನೆ. ನಾನು ಬಾಜಿ ಕಟ್ತೇನೆ, ಬೇಕಾದರೆ ನೋಡುವೆಯಂತೆ – ನನ್ನ ಬಳಿ ಹಣ ಇದೆ ಅಂತ ಗೊತ್ತಾದರೆ ಅವನು ಏನು ಬೇಕಾದರೂ ಮಾಡ್ತಾನೆ, ಅದನ್ನು ತಗೊಳ್ಳೋಕೆ. ಏಕೆಂದರೆ ಅವನಿಗೆ ಜರೂರಾಗಿ ಹಣ ಬೇಕಾಗಿದೆ. ಇದರಲ್ಲಿ ಇಷ್ಟೇ ತತ್ವ – ಜನರನ್ನು ಹೇಗೆ ಬುಟ್ಟಿಗೆ ಹಾಕಿಕೊಳ್ಳಬೇಕು ಅನ್ನೋದನ್ನು ಅರ್ಥಮಾಡಿಕೊಳ್ಳಬೇಕು. ಒಬ್ಬನ ಬಳಿ ಮೂರು ಸಾವಿರ ಇರೋದಕ್ಕೂ, ಮೂರು ಸಾವಿರ ಇಲ್ಲದಿರೋದಕ್ಕೂ ಬೇಕಾದಷ್ಟು ವ್ಯತ್ಯಾಸವುಂಟು. ಈಗಿನ ಕಾಲದಲ್ಲಿ ಮೂರು ಸಾವಿರ ಅಂದರೇನು ಬೀದಿಯಲ್ಲಿ ಬಿದ್ದಿರ್‍ತದೇನು ? ಅದಕ್ಕೆ ಇನ್ನೊಂದು ಸಾವಿರ ಸೇರಿಸಿದರೆ ನಾವು ಮನೆ ಜೊತೆಗೆ ಒಂದು ಟೆಲಿವಿಷನ್ ಸಹ ಕೊಂಡುಕೊಳ್ಳಬಹುದು.''

ಹೆಂಗಸು ಅಂದಳು :

''ಕಾರು ನಿಲ್ಲಿಸು; ದಯವಿಟ್ಟು ಇಲ್ಲಿ ನಿಲ್ಲಿಸು.''

ಅವನು ಆಶ್ಚರ್ಯದಿಂದ ಅವಳ ಕಡೆ ತಿರುಗಿದ.

''ಯಾಕೆ ?''

''ನಾನು ಒಂದು ನಿಮಿಷ ಇಳೀಬೇಕು... ಸ್ವಲ್ಪ ಗಾಳಿ ಬೇಕು ನನಗೆ.''

''ಇಲ್ಲಿ ?''

''ಹೌದು, ಇಲ್ಲಿ.''

''ಯಾಕೆ ನಿನಗೆ ಮೈ ಸರಿಯಾಗಿಲ್ಲವಾ ?''

''ಏನಿಲ್ಲ, ಸರಿಯಾಗಿದೆ. ಆದರೆ ದಯವಿಟ್ಟು ನಿಲ್ಲಿಸ್ತೀಯಾ ?''

ಅವನು ತಲೆಯಲ್ಲಾಡಿಸಿದ, ಅವಳತ್ತ ಇನ್ನೊಂದು ಪರೀಕ್ಷಕ ನೋಟ ಬೀರಿದ. ಆಮೇಲೆ ಕಾರಿನ ಗೇರನ್ನು ನ್ಯೂಟ್ರಲ್‌ಗೆ ತಂದು ರಸ್ತೆ ಪಕ್ಕದಲ್ಲಿ ನಿಲ್ಲಿಸಿದ.

ಅವಳು ಬಾಗಿಲು ತೆರೆದು ಕಾರಿನಿಂದ ಹೊರಕ್ಕೆ ಬಂದಳು. ರಸ್ತೆಯ ಬದಿಯ ಮರಗಳಲ್ಲಿ ಕೆಂಪು ರೌಅನ್ ಕಾಯಿಗಳ ಗೊಂಚಲುಗಳು ತೂಗಾಡುತ್ತಿದ್ದವು. ಮರಗಳ ಎಲೆಗಳ ಮೇಲೆ ಹೇಮಂತ ಋತುವಿನ ಕೆಂಪು ಬೂಷ್ಟಿನ ಚುಕ್ಕೆಗಳು ತುಂಬಿದ್ದವು.

ಅವನೂ ಕೆಳಗಿಳಿದ; ಕಾರನ್ನು ಬಳಸಿಬಂದು ಅವಳ ಪಕ್ಕದಲ್ಲಿ ನಿಂತ.

''ನಾನು ಊಹಿಸಿದ ಹಾಗೇ ಎಲ್ಲಾ ನಡೆದರೆ ನಾವು ಆ ರೌಬಲ್ ಕುಟುಂಬದವರಿಗಿಂತ ಮುಂಚೆಯೇ ಅದನ್ನು ತಂದುಬಿಡಬಹುದು.''

''ಏನನ್ನು ?''

''ಟೆಲಿವಿಷನ್‌ಅನ್ನು, ಗೊತ್ತಾಗಲಿಲ್ವ ? ಆ ಹಳೆಯ ಸೆಟ್ಟನ್ನು ಮರೆಚೆಕ್‌ಗೆ ದಾಟಿಸಿ ಬಿಡ್ತೇನೆ... ಮೂರಕ್ಕೋ, ಎರಡೂವರೆಗೋ... ಅದಕ್ಕಿಂತ ಕಡಿಮೆಗೆ ಕ್ಕೋಡೋಲ್ಲ... ಖಂಡಿತ ಇಲ್ಲ, ಏಕೆಂದರೆ ಅದು ನಿಜವಾಗಿಯೂ ಅಷ್ಟು ಹಳೇ ಮಾಡಲ್ ಏನೂ ಅಲ್ಲ... ಅದಕ್ಕೆ ಆಟೋಮ್ಯಾಟಿಕ್ ಟ್ಯೂನಿಂಗ್ ಇಲ್ಲ, ಅಷ್ಟೆ.

ಅವಳು ಚರಂಡಿಯನ್ನು ದಾಟಿ ಆಚೆಗೆ ಹೋದಳು.

''ಎಲ್ಲಿಗೆ ಹೊರಟೆ ?'' ಅವನು ಕೇಳಿದ.

''ಆ ಪೊದೆ ಇದೆಯಲ್ಲಾ ಅಲ್ಲಿಗೆ... ಈಗ ಅದರಲ್ಲಿ ಗುಲಾಬಿ ಕಾಯಿಗಳು ಬಿಟ್ಟಿರ್ತವೇನು ?''

ಆತ ಆಶ್ಚರ್ಯದಿಂದ ನಕ್ಕು ನುಡಿದ :

''ಗುಲಾಬಿ ಕಾಯಿಗಳು ? ಅಲ್ಲಾ, ಗುಲಾಬಿ ಕಾಯಿಗಳನ್ನು ತಗೊಂಡು ಏನು ಮಾಡ್ತೀಯೆ ?''

''ಏನೂ ಇಲ್ಲ... ಸುಮ್ಮನೆ... ನನಗೆ ಅವನ್ನು ನೋಡಬೇಕು ಅನಿಸುತ್ತೆ.''

''ನಿನ್ನ ತಲೆಗೆ ಎಂಥೆಂಥ ವಿಚಿತ್ರ ಕಲ್ಪನೆಗಳೋ ಬರ್ತವೆ...'' ಎಂದು ಹೇಳಿ ಆತ ಅವಳ ಕಡೆ ತಲೆಯಲ್ಲಾಡಿಸಿದ. ಕೂಡಲೇ ತಾನೂ ಚರಂಡಿಯನ್ನು ಜಿಗಿದು ಅವಳ ಹಿಂದೆಯೇ ಗುಲಾಬಿ ಪೊದೆಗಳ ಹತ್ತಿರ ಹೋಗಿ ಹೇಳಿದ :

''ಇವತ್ತು ಬೆಳಗ್ಗೆ ಅವನ ಮನೆಯಿಂದ ಬರುವಾಗ ದಾರಿಯಲ್ಲಿ ಯಾರು ಸಿಕ್ಕಿದರು. ಗೊತ್ತೇನು ?... ಆ ನಿನ್ನ ಹಳೆಯ ಗೆಳೆಯ...''

''ಯಾರು...?''

''ಅದೇ ಆ ಮಾರ್ಟಿನ್ ಅಥವಾ ಬೇರೆಂಥದೋ ಹೆಸರಿನವನು... ಅವನು ಈಗ ಈ

ಊರಿಗೆ ಬಂದಿದ್ದಾನೆ. ಅವನು ಹಿಂದೆ ಹೇಗಿದ್ದನೋ ಈಗಲೂ ಹಾಗೇ ಇದ್ದಾನೆ. ಜೀವನದಿಂದ ಒಂದಿಷ್ಟೂ ಪಾಠ ಕಲಿತಿಲ್ಲ. ಅದೆಂಥದೋ ಕೆಲವು ಗ್ರಾಮಫೋನು ರೆಕಾರ್ಡುಗಳು ಬೇಕೂಂತ ಊರೆಲ್ಲಾ ಅಲೆಯುತ್ತಾ ಇದ್ದ. ಹುಚ್ಚು ಹುಚ್ಚಾಗಿ ಏನೇನೋ ಕೆಲಸಕ್ಕೆ ಬಾರದ ಪದಾರ್ಥಗಳಿಗೆ ಹಣ ಚೆಲ್ತಾನಲ್ಲಾ ಅವನು... ಆ ಹಣವೆಲ್ಲಾ ನನ್ನ ಹತ್ತಿರ ಇದ್ದಿದ್ದರೆ ಚೆನ್ನಾಗಿತ್ತು. ಅವನು ಏನು ಹೇಳಿದ, ಅಂತ...? ಅದೇನೋ ಒಂದೇ ಪುಸ್ತಕವನ್ನು ಅವನು ನಾಲ್ಕು ಸಲ ಕೊಂಡುಕೊಂಡನಂತೆ. ಅವನು ಹೇಳ್ತಾನೆ– ಅವು ನಾಲ್ಕು ಬೇರೆ ಬೇರೆ 'ಆವೃತ್ತಿ'ಗಳಂತೆ. ಇದಕ್ಕೇನು ಹೇಳ್ತೀಯೆ ನೀನು ?''

ಅವಳು ಗುಲಾಬಿ ಪೊದೆಯಿಂದ ಒಂದು ಕಾಯಿಯನ್ನು ಕಿತ್ತಳು. ಅವಳ ಅಂಗೈಯಲ್ಲಿ ಅದು ಕೆಂಪು ಹರಳಿನ ಅಶ್ರುಬಿಂದುವಿನಂತೆ ಕಂಡಿತು. ಅವಳ ಉತ್ತರಕ್ಕೆ ಕಾಯದೆ ಅವನು ಮತ್ತೆ ಹೇಳಿದ :

''ನಾನು ಹೇಳ್ತೇನೆ ಕೇಳು... ಆವತ್ತು ನೀನು ನನ್ನನ್ನು ಆರಿಸಿಕೊಂಡೆಯಲ್ಲಾ... ಅದು ನಿನ್ನ ಕಿರಿಯ ಜೀವನದಲ್ಲಿ ನೀನು ಮಾಡಿದ ಅತ್ಯಂತ ಬುದ್ಧಿವಂತಿಕೆಯ ಕೆಲಸ. ಈ ಕಾಲದಲ್ಲಿ ಯಾರಾದರೂ ಏನನ್ನಾದರೂ ಸಾಧಿಸಬೇಕಾದರೆ ಜನರಿಗೆ ಸ್ವಲ್ಪ ಟೋಪಿ ಹಾಕಲೇಬೇಕು. ಆದರೆ, ಆ ನಿನ್ನ ಗೆಳೆಯನಿಗೆ ಅದೆಲ್ಲ ಸ್ವಲ್ಪವೂ ತಿಳಿಯದು. ತನ್ನ ಇಡೀ ಜೀವಮಾನದಲ್ಲಿ ಒಂದು ಶರ್ಟು ಮತ್ತು ಒಂದೇ ಒಂದು ಜೊತೆ ಪ್ಯಾಂಟ್‌ಗಳಿಗಿಂತ ಹೆಚ್ಚಿಗೆ ಏನನ್ನೂ ಇಟ್ಟುಕೊಳ್ಳುವಂಥ ಜಾತಿಗೆ ಸೇರಿದ ವ್ಯಕ್ತಿಯಲ್ಲ ಅವನು... ಒಂದ್ವೇಳೆ ಇನ್ನೊಬ್ಬರಿಗೆ ಹೇಗೆ ಟೋಪಿ ಹಾಕಬೇಕೆಂಬ ವಿಷಯ ಅವನಿಗೆ ತಿಳಿದಿದ್ದರೂ ಸಂಪಾದಿಸಿದ ಹಣವನ್ನು ಯಾವ ರೀತಿ ಕೂಡಿಡಬೇಕು ಅನ್ನೋದು ಗೊತ್ತಿಲ್ಲ... ಇದನ್ನು ಎಲ್ಲಾದರೂ ಕೇಳಿದ್ದಿಯೇನು, ನೀನು ? ಅದೇನೋ ನಾಟಕವಂತೆ. ಅದನ್ನು ನೋಡೋದಕ್ಕೆ ಅವನು ಇಲ್ಲಿಂದ ಪ್ರಾಗ್‌ಗೆ ಹೋಗ್ತಾನಂತೆ – ಭಾನುವಾರ ಥಿಯೇಟರ್‌ನಲ್ಲಿ ನಾಟಕವಂತೆ... ಅದೇನೋ...? ಎಷ್ಟು ದುಡ್ಡು ಖರ್ಚಾಗುತ್ತದೆ, ಏನು ಕಥೆ.

ಅವಳು ಅವನ ಕಡೆ ನೋಡಿದಳು ಕೈ ಬೆರಳುಗಳನ್ನು ಅಗಲವಾಗಿ ಸಡಿಲಿಸಿ ಗುಲಾಬಿ ಕಾಯಿಯನ್ನು ಧೂಳು ಕವಿದ ಹೇಮಂತ ಋತುವಿನ ಹುಲ್ಲಿನ ಮೇಲಕ್ಕೆ ಬೀಳಿಸಿದಳು. ಅದಕ್ಕೆ ಗಮನವೀಯದೆ ಗಂಡಸು ಮಾತು ಮುಂದುವರಿಸಿದ :

''ಆತ ಹೇಳ್ದ... ಅವನನ್ನು ಅದ್ಯಾವುದೋ ಕೆಲಸಕ್ಕೆ ಕರೆದಿದ್ದರಂತೆ... ನಿಜವಾಗಿ ಅಪರೂಪದ ಕೆಲಸ... ಅಡ್ಡ ಸಂಪಾದನೆಗೆ ಬೇಕಾದಷ್ಟು ಅವಕಾಶ, ಅಂಥ ಕೆಲಸ ನನ್ನಂಥವನಿಗೆ ಸಿಕ್ಕಬೇಕಾಗಿತ್ತು... ತೋರಿಸ್ತಿದ್ದೆ. ಆಹ ! ಸಿಕ್ಕಿದ್ದರೆ ಕೊನೆ ಪಕ್ಷ ತಿಂಗಳಿಗೆ ನಾಲ್ಕು ಸಾವಿರ ಹಿಂಡಿ ಹಾಕಿಬಿಡ್ತಿದ್ದೆ... ಅವನು ಏನು ಮಾಡಿದನೆಂದು ಗೊತ್ತಾ? ಬೇಡ ಅಂತ ಬಿಟ್ಟುಬಿಟ್ಟನಂತೆ. ಬಿಟ್ಟೇ ಬಿಟ್ಟನಂತೆ ! ಅವನು ಹೇಳ್ದ: 'ಆ ಉದ್ಯೋಗ ಹಿಡಿದಿದ್ರೆ ನನಗೆ ಸ್ವಂತ ಕೆಲಸಕ್ಕೆ ಏನೂ ಪುರುಸೊತ್ತೇ ಸಿಗ್ತಿರಲಿಲ್ಲ' ಅಂತ. ಅಲ್ಲಾ, ಇಂಥ ದಡ್ಡ ಶಿಖಾಮಣಿಗಳಿರ್ತಾರೇನು ಪ್ರಪಂಚದಲ್ಲಿ? ನನಗಂತೂ ಅರ್ಥವೇ ಆಗೋದಿಲ್ಲ.''

ಅವಳು ಅವನ ಕಡೆ ತಿರುಗಿದಳು :

''ದಯವಿಟ್ಟು... ನೀನು ಸ್ವಲ್ಪ ಮಾತನಾಡೋದನ್ನು ನಿಲ್ಲಿಸ್ತೀಯಾ ? ಕೊನೆಯ ಪಕ್ಷ ಒಂದು ಸ್ವಲ್ಪ ಹೊತ್ತಾದರೂ ?''

ಅವನು ಆಶ್ಚರ್ಯದಿಂದ ಕೇಳಿದ :

''ನಾನು... ಏನು ಸಮಾಚಾರ, ಆ್ಞ?''

''ಏನೂ ಇಲ್ಲ.''

ಬೆರಗಿನಿಂದ ಬಿಟ್ಟ ಬಾಯಿ ಬಿಟ್ಟಂತೆ ಅವಳನ್ನು ಸ್ವಲ್ಪ ಹೊತ್ತು ಆತ ದಿಟ್ಟಿಸಿದ. ಆಮೇಲೆ ಅವನಿಗೆ ಅವಮಾನವೆನಿಸಿ ಸಿಟ್ಟುಬಂತು.

''ಸರಿ ಸರಿ, ನಿನ್ನಿಷ್ಟ'' ಎಂದ. ಬಳಿಕ ಜೇಬಿನಿಂದ ಒಂದು ಸಿಗರೇಟು ತೆಗೆದು ಹೊತ್ತಿಸಿಕೊಂಡು ಹಿಂತಿರುಗಿ ಕಾರಿನ ಬಳಿ ಹೊರಟ.

ಅವಳು ಇನ್ನೂ ಕೆಲವು ಹೆಜ್ಜೆ ಮುಂದಕ್ಕೆ ಹೋದಳು – ಮುಳ್ಳು ಗುಲಾಬಿಯ ಪೊದೆಯ ತುದಿಯವರೆಗೂ. ಅಲ್ಲಿ ನಿಂತಳು, ಅವಳ ಕಾಲಿನ ಕೆಳಗೆ ಹಳದಿ ಬಣ್ಣದ ಕೂಳೆ ಹೊಲ ಮಿಂಚುತ್ತಿತ್ತು. ಹೊಲಗಳು ದೂರಕ್ಕೆ ಚಾಚುತ್ತ ಹೋದಂತೆ ಸ್ವಲ್ಪ ಕಪ್ಪಾಗಿ ತೋರುತ್ತಿದ್ದವು – ಜೇನುತುಪ್ಪದ ಬಣ್ಣದ ಹಾಗೆ. ಕೂಳೆ ಹೊಲದಿಂದ ಆಚೆ ಒಂದು ಮೀನಿನ ಕೊಳದ ಮೇಲು ಭಾಗ ಫಳಫಳ ಹೊಳೆಯುತ್ತಿತ್ತು. ಆ ಕೊಳದಾಚೆ ಹಸಿರು ನೀಲಿಯ ಕಾಡು. ನಾಯಿಗಳು ಅಲ್ಲಿ ಬೊಗಳುತ್ತಿದ್ದವು. ಒಂದು ಟ್ರ್ಯಾಕ್ಟರ್ ಕಟಕಟ ಶಬ್ದ ಮಾಡುತ್ತಿತ್ತು – ಅದರ ಹೊಗೆ ಕೊಳವೆಗಳಿಂದ ಬಿಳಿ ಹೊಗೆಯ ಉರುಳೆಗಳು ಮೇಲೆದ್ದು ನೀಲಿ ಬಣ್ಣದ ನಿರ್ಮಲಾಕಾಶದತ್ತ ತೆರಳುತ್ತಿದ್ದವು. ಅವಳಿಗೆ ತುಂಬಾ ದುಃಖವಾಯಿತು. ದುಃಖ ಉಮ್ಮಳಿಸಿ ಬಂದಾಗ, ಬೆಂಕಿಯಂತೆ ಗಂಟಲನ್ನು ಸುಡುತ್ತಿದ್ದ ಕಣ್ಣೀರು ಹೊರಬರದಂತೆ ತಡೆಯಲು ಅವಳು ತನ್ನೆಲ್ಲಾ ಶಕ್ತಿಯನ್ನು ಒಂದುಗೂಡಿಸ ಬೇಕಾಯಿತು. ರಸ್ತೆಯಲ್ಲಿ ಕಾರಿನ ಎಂಜಿನ್‌ಅನ್ನು ಚಾಲನೆಗೊಳಿಸಿದ ಸದ್ದಾಯಿತು. ಅವಳಿಗೆ 'ಹಾರ್ನ್' ಶಬ್ದ ಕೇಳಿಬಂತು. ಕೂಳೆ ಹೊಲಗಳಾಚೆನ ಹಳ್ಳಿಯನ್ನೂ ಮತ್ತು ದಿಗಂತದಲ್ಲಿ ಕಾಣುತ್ತಿದ್ದ ಬೆಟ್ಟಗಳನ್ನೂ ಅವಳು ಇನ್ನೊಮ್ಮೆ ದಿಟ್ಟಿಸಿ ನೋಡಿದಳು. ಆಮೇಲೆ ಹಿಂತಿರುಗಿ ಕಾರಿನೊಳಕ್ಕೆ ಹೋಗಿ ಕುಳಿತಳು. ಎಂಜಿನ್ ಭೀಕರವಾಗಿ ಗರ್ಜಿಸಿ, ಕಾರು ಚಲಿಸಲು ಪ್ರಾರಂಭಿಸಿತು. ಕಾರಿನ ತಿರುಗುಚಕ್ರ ನಡೆಸುತ್ತಿದ್ದ ವ್ಯಕ್ತಿ ಮುಖ ಗಂಟಿಕ್ಕಿಕೊಂಡಿದ್ದ. ಮುಂದಣ ರಸ್ತೆಯ ಕಡೆ ನೋಡುತ್ತಾ ಅವಮಾನಿತನಂತೆ ತುಟಿ ಕಚ್ಚಿಕೊಂಡ. ಅನಂತರ ಅವರು ಮೀನಿನ ಕೊಳದ ಪಕ್ಕದ ಒಡ್ಡು ದಾರಿಯಲ್ಲಿ ಹೊರಟರು : ಕುರುಚಲು ಗಿಡಗಳ ಸುವಾಸನಾಭರಿತ ಹೊಗೆ ಮೇಲ್ಛಾವಣಿಗಳಿಂದ ನೆಟ್ಟಗೆ ಮೇಲೇಳುತ್ತಿದ್ದ ಆ ಹಳ್ಳಿಯನ್ನು ಹಾದು ಹೋದರು. ಮೌನವಾಗಿದ್ದರು ಇಬ್ಬರೂ.

ಹಳ್ಳಿಯನ್ನು ದಾಟಿದ ಕೂಡಲೇ ಅವರ ಹಿಂದಿನಿಂದ ಕಿತ್ತಳೆ ಬಣ್ಣದ 'ಟೌನಸ್' ಮಾದರಿಯ ಒಂದು ಕಾರು ಬಂತು. ಅದು ತನ್ನ ನಾಲ್ಮಡಿ ಸ್ವರದ ಹಾರ್ನ್‌ಅನ್ನು ಇವರ ಕಡೆ ಫೂತ್ಕರಿಸಿ, ಇವರು ರಸ್ತೆಯ ಅಂಚಿಗೆ ಹೋಗುವಂತೆ ಮಾಡಿ ಮುನ್ನಡೆಯಿತು. ಝಗಮಗಿಸುವ ಬಣ್ಣ ಹಾಗೂ ಕ್ರೋಮಿಯಮ್‌ಗಳಿಂದ ಅಲಂಕೃತವಾದ ಆ ವಾಹನ ವಿಶೇಷವು ರಸ್ತೆಯ ಸಣ್ಣ ಉಬ್ಬನ್ನೇರಿ ಕುಕ್ಕರಿಸಿ, ದೂರದಿಂದ ತನ್ನ ನಂಬರ್ ಪ್ಲೇಟನ್ನು ಇವರ ಕಡೆ ಅಲ್ಲಾಡಿಸುತ್ತಾ ಧಾವಿಸಿತು. ಆಗ ಆ ಕಾರಿನೊಳಗಿನ ಗಂಡಸು ತನಗೆ ಆಗಿದ್ದ ಅವಮಾನ ಹಾಗೂ ತಾನು ಅವಳ ಜೊತೆ ಮಾತನಾಡುತ್ತಿಲ್ಲವೆಂಬ ಅಂಶ – ಎರಡನ್ನೂ ಮರೆತು ಬಿಟ್ಟು ಉತ್ಸಾಹಭರದಲ್ಲಿ ಕೂಗಿದ :

''ಕಾರು ಅಂದರೆ ಹಾಗಿರಬೇಕು, ನೋಡು ! ಅದರ ಸ್ಪ್ರಿಂಗುಗಳನ್ನು ನೋಡಿದೆಯೇನು, ಹೇಗಿವೆ ಅಂತ ? ಅದರ ಬಾನೆಟ್ ಕೆಳಗೆ ಎಷ್ಟು ಅಶ್ವಶಕ್ತಿ ಇದೆ ಅಂತ ಗೊತ್ತೇನು ನಿನಗೆ ? ಎಂಥ ನಾಜೂಕಾದ ಗಾಡಿ, ಎಷ್ಟು ಚೆನ್ನಾಗಿ ಓಡುತ್ತೆ, ಆ್ಲ, ಯಾವತ್ತಾದರೂ ಒಂದು ದಿನ ನಮ್ಮ ದರಿದ್ರ ಡಬ್ಬವನ್ನು ಅತ್ತಕಡೆ ಬಿಸಾಕಿ ಅಂಥ ಸೊಗಸಾದ ಗಾಡಿಯನ್ನು ತೆಗೆದುಕೊಳ್ಳೋಣ... ನೋಡ್ತಾ ಇರು, ಇನ್ನು ಕೆಲವು ವರ್ಷಗಳಲ್ಲಿ ಬೆಲೆಗಳೆಲ್ಲ ಇಳಿದು ಹೋಗ್ತವೆ... ಅಂಥ ಕಾರನ್ನು ಆಗ ಸುಲಭವಾಗಿ ಕೊಂಡುಕೋಬಹುದು.''

''ಸ್ಸರಿ...'' ಅವಳು ತಲೆಯಲ್ಲಾಡಿಸಿದಳು : ''ನಾವು ಈ ದರಿದ್ರ ಡಬ್ಬವನ್ನು ಬಿಸಾಕಿ ಒಂದು ಫೋರ್ಡ್ ತೆಗೆದುಕೊಳ್ಳೋಣ, ಆದರೆ ಆಮೇಲೆ ?''

''ಏನು ನೀನು ಹೇಳ್ತಾ ಇರೋದು... 'ಆಮೇಲೆ' ಅಂದರೆ ?''

''ಸಣ್ಣ ಮನೆಯನ್ನು ಮಾರಿ ದೊಡ್ಡ ಬಂಗಲೆ ತಗೊಳ್ಳೋಣ... ನಮ್ಮ ಟಿ. ವಿ. ಯನ್ನು ಕೊಟ್ಬಿಟ್ಟು ಹೊಸ ಮಾಡೆಲ್ ಕೊಳ್ಳೋಣ. ನಮ್ಮ ಆಕ್ಟೇವಿಯಾ ಕಾರನ್ನು ಮಾರಿ ಫೋರ್ಡ್ ಖರೀದಿ ಮಾಡೋಣ... ಆಮೇಲೆ ಏನು ?

''ಹೇಳು, ಆಮೇಲೆ ಏನು ಅಂತ ?''

ಅವನು ಅವಳ ಕಡೆ ನೋಡಿದ – ಅವಳ ಕಣ್ಣುಗಳಿಂದ ಧಾರಾಕಾರವಾಗಿ ಕಣ್ಣೀರು ಉಕ್ಕಿ ಕೆನ್ನೆಯ ಮೇಲೆ ಯಾಕೆ ಹರಿಯುತ್ತಿದೆ ಎಂದು ಅವನಿಗೆ ಏನು ಮಾಡಿದರೂ ಅರ್ಥವಾಗಲೇ ಇಲ್ಲ. ಕೊನೆಗೆ ಅವನೆಂದ :

''ವಿಚಿತ್ರ. ಇವತ್ತು ನೀನು ನಿಜವಾಗಿಯೂ ಬಹಳ ವಿಚಿತ್ರವಾಗಿ ವರ್ತಿಸ್ತಿದ್ದೀಯೆ...'' ❍

ಪೋಲೆಂಡ್

○ ಆಡವ್ ಸೈಮನ್‌ಸ್ಕಿ

ಒಂದು ಚಿಟಿಕೆ ಉಪ್ಪು

ಸೈಬೀರಿಯಾದ ಹಿಮಮಯ ಪ್ರದೇಶಗಳ ಮುಖ್ಯ ಪಟ್ಟಣಕ್ಕೆ ನನ್ನನ್ನು ಗಡಿಪಾರು ಮಾಡಿದ ನಾಲ್ಕನೆಯ ವರ್ಷದಲ್ಲಿ ಕ್ರಿಸ್‌ಮಸ್‌ಗೆ ಕೆಲವು ದಿನಗಳ ಮೊದಲು ನಮ್ಮ ಹಳೆಯ ಸಂಗಾತಿಗಳಲ್ಲಿ ಒಬ್ಬ ನಮ್ಮಲ್ಲಿಗೆ ಬಂದು ಸ್ವಾರಸ್ಯದ ಒಂದು ಸುದ್ದಿ ಕೊಟ್ಟ. ಅವನು ನಮ್ಮ ಹಾಗೆಯೇ ಶಿಕ್ಷೆ ಅನುಭವಿಸುತ್ತಿದ್ದವನು. ರಷ್ಯಾಕ್ಕೆ ಸೇರಿದ ವ್ಯಕ್ತಿ. ಕೀವ್ ವಿಶ್ವವಿದ್ಯಾನಿಲಯದ ಹಳೆಯ ವಿದ್ಯಾರ್ಥಿ. ಅವನ ನಿಕಟ ಗೆಳೆಯರಲ್ಲೊಬ್ಬ – ಅವನು ಕೂಡ ನಮ್ಮ ಹಾಗೇ ಶಿಕ್ಷೆ ಅನುಭವಿಸುತ್ತಿದ್ದ ಹಳೆಯ ವಿದ್ಯಾರ್ಥಿ – ತಾನು ಮೂರು ವರ್ಷ ವಾಸವಾಗಿದ್ದ ದೂರದ ಒಂದು ಯಾಕುತ್ ಹಳ್ಳಿಯಿಂದ ನಮ್ಮ ಪಟ್ಟಣದ ಮಾರ್ಗವಾಗಿ ಹಿಂತಿರುಗಲಿದ್ದ ಎಂಬುದೇ ಆ ಸುದ್ದಿ. ಆತ ಕ್ರಿಸ್‌ಮಸ್‌ನ ಮುಂಚಿನ ದಿನ ಬರುವ ನಿರೀಕ್ಷೆ ಇತ್ತು.

ನಮ್ಮ ಹತ್ತಿರದ ಯಾಕುತ್ ಬುಡಕಟ್ಟಿನವರ ಬೀಡುಗಳಲ್ಲಿನ ಜೀವನದ ಪರಿಚಯ ಇದ್ದ ಜನರನ್ನು ನಾವು ಆಗಾಗ ಭೇಟಿ ಮಾಡಿದ್ದೆವು. ಯಾಕುತ್ 'ಪಟ್ಟಣ'ಗಳೆನ್ನಲಾದ ಜೆರ್ಕೊಜಾನ್ಸ್ಕ್, ವಿಲೂಜ್‌ಸ್ಕ್ ಮತ್ತು ಕಾಲಿಮ್‌ಸ್ಕ್‌ಗಳಲ್ಲಿ ತಾತ್ಕಾಲಿಕವಾಗಿ ಅಥವಾ ಕಾಯಂ ಆಗಿ ವಾಸವಾಗಿದ್ದವರನ್ನು ನಾವು ಆಗಾಗ ನೋಡುತ್ತಿದ್ದೆವು. ದೂರದ ನಿರ್ಜನ ಕೊಂಪೆಗಳಲ್ಲಿ ಹೋಲಿಸಿದರೆ ಹತ್ತಿರದ ಈ ಹಳ್ಳಿಗಳು ಹಾಗೂ ಪಟ್ಟಣಗಳು ಜನನಿಬಿಡ ಕೇಂದ್ರಗಳಾಗಿದ್ದವೆನ್ನಬಹುದು. ಈ ಪಟ್ಟಣಗಳನ್ನು ನೋಡಿದವರಿಗೆ ದೂರದ ಆ ಕೊಂಪೆಗಳು ಹೇಗಿದ್ದವೆಂಬುದರ ಕಲ್ಪನೆಯೇ ಬರಲಾರದು. ಅತ್ಯಂತ ನೀಚ ಕೇಡಿಗಳನ್ನು ಸಹ ಅಲ್ಲಿಗೆ ಕಳುಹಿಸಿದಾಗ ಅವರು ಅಲ್ಲಿ ಸ್ವತಂತ್ರರಾಗಿರುವುದಕ್ಕಿಂತ ಬಂಧನದ ಕಠಿಣ ಶಿಕ್ಷೆಯೇ ವಾಸಿಯೆಂದು ಹಿಂದಕ್ಕೆ ಬಂದು ಬಿಡುತ್ತಿದ್ದರು – ಇದರಿಂದ ಆ ಜೀವನ ಎಷ್ಟು ಸುಂದರವಾಗಿತ್ತೆಂದು ಊಹಿಸಬಹುದು! ಇಷ್ಟಾದರೂ ನಮಗೆ ಆ ಬದುಕಿನ ಬಗ್ಗೆ ನಿಶ್ಚಿತವಾದ ಕಲ್ಪನೆಯಿರಲಿಲ್ಲ.

ಅದು ಕೆಟ್ಟದಾಗಿದೆ ಎನ್ನುತ್ತಿದ್ದರು ಜನ. ಅಲ್ಲಿನ ಬದುಕು ಅತ್ಯಂತ ಕೆಟ್ಟದಾಗಿದೆ, ಎನ್ನುತ್ತಿದ್ದರು. ಆದರೆ ಹತ್ತಿರದ ಪ್ರದೇಶಗಳ ಬಗ್ಗೆ ನಮಗಿದ್ದ ತಿಳುವಳಿಕೆಯಿಂದ ಕೂಡ, ಅದು ಯಾವ ರೀತಿಯಲ್ಲಿ ಕೆಟ್ಟದೆಂದು ನಿರ್ಧರಿಸುವುದು ಕಷ್ಟವಾಗಿತ್ತು. ನಮ್ಮ ಅಲ್ಪ

ತಿಳುವಳಿಕೆಯಿಂದ, ನೀರಸವೂ ನಿರುತ್ಸಾಹದಾಯಕವೂ ಆದ ಅಲ್ಲಿನ ಜೀವನದ ನೂರೆಂಟು ವಿವರಗಳನ್ನು ಯಾರು ತಾನೇ ಗ್ರಹಿಸಲು ಸಾಧ್ಯ ? ಯಾರು ತಾನೇ ಅದನ್ನು ನಮ್ಮ ಕಲ್ಪನೆಗೆ ತಂದುಕೊಡಲು ಸಾಧ್ಯ ? ಕೇವಲ ಅನುಭವದಿಂದ ಮಾತ್ರ ಆ ಬದುಕಿನ ಕರಾಳ ಸ್ಥಿತಿಯ ಪರಿಚಯ ಶಕ್ಯ, ಒಂದು ಮಾತಂತೂ ನಮಗೆ ಸ್ಪಷ್ಟವೆನಿಸಿತು. ನಾವು ವಾಸಿಸುತ್ತಿದ್ದ ಕೇಂದ್ರದಿಂದ ಬೇರೆ ದಿಕ್ಕುಗಳಿಗೆ ಜನಸಂದಣಿ ಹಂಚಿ ಹರಡಿದಂತೆಲ್ಲಾ ಅಂಥ ಕಡೆಗಳಲ್ಲಿ ಮನುಷ್ಯನ ಬದುಕು ಅತ್ಯಂತ ಅಸಹನೀಯವೂ ಕ್ಲೇಶದಾಯಕವೂ ಆಗುತ್ತದೆ ಎಂಬುದು. ದಕ್ಷಿಣದಲ್ಲಿ ಆಲ್ಟಾನ್ ಪ್ರಸ್ಥಭೂಮಿಯ ಅರಣ್ಯಮಯ ಪ್ರದೇಶಗಳಲ್ಲಿ; ಪೂರ್ವದಿಕ್ಕಿನಲ್ಲಿ ಸ್ವಾನೋವಾಯ್- ಷೆಬ್ರೆ ಪರ್ವತದ ಇಳಿಜಾರುಗಳಲ್ಲಿ – ಇನ್ನೂರು ಮೈಲು ದೂರ ಹರಿಯುವ ಒಂದು ನದಿಯ ಉದ್ದಕ್ಕೂ ಕೇವಲ ಒಂದೇ ಒಂದು ಸಂಸಾರ ವಾಸಿಸುವಲ್ಲಿ; ಪಶ್ಚಿಮಕ್ಕೆ ಜೆರೆಸೆಜ್ ಸರೋವರದ ಸಮೀಪದಲ್ಲಿ ಇರುವ ವಿಲೂಜ್ ಪರ್ವತದ ನಿರ್ಜನ ಶಿಖರಗಳ ಬಳಿ; ಉತ್ತರಕ್ಕೆ ಕ್ವಾಬ್ರೆರಾ ಪ್ರದೇಶದ ರಹಸ್ಯಮಯ ತೆರವುಗಳಲ್ಲಿ ಹಾಗೂ ಓಲೆನ್ಸ್ಕ್, ಇಂಡಿಜಿರಿಕ ಮತ್ತು ಕೋಲಿಮಾ ಪ್ರದೇಶಗಳ ಮರುಭೂಮಿಗಳ ಹತ್ತಿರ ಮನುಷ್ಯನ ಜೀವನ ಕವಿ ದಾಂತೆ ಚಿತ್ರಿಸಿದ ನರಕದಂತಿರುತ್ತದೆ. ಎಲ್ಲಿ ನೋಡಿದರಲ್ಲಿ ಮಂಜುಗಡ್ಡೆ, ಹಿಮ, ಬಿರುಗಾಳಿ, ಉತ್ತರದ ಬೆಳಕಿನ ನೆತ್ತರುಗೆಂಪು ಘೋರ ಕಿರಣಗಳಿಂದಷ್ಟೇ ಇವು ಬೆಳಗುವುದು.

ಖಂಡಿತ ಅಲ್ಲ! ಯೂರೋಪಿನ ಅರ್ಧದಷ್ಟು ವಿಸ್ತೀರ್ಣದ ಆ ಮರುಭೂಮಿಗಳು ನರಕದ ಪ್ರವೇಶದ್ವಾರವೇ ಹೊರತು ಸೈಬೀರಿಯಾದ ನಿಜವಾದ ನರಕವಲ್ಲ. ಅಲ್ಲಿನ್ನೂ ಮರಗಿಡಗಳನ್ನು ಕಾಣಬಹುದು – ತೆಳ್ಳಗಿನ ಬಡಕಲು ಗುಜ್ಜಾರಿ ಮರಗಿಡಗಳು ನಿಜ. ಆದರೆ ಎಲ್ಲಿ ಮರಗಿಡಗಳಿವೆಯೋ ಅಲ್ಲಿ ಬೆಂಕಿ ಇರುತ್ತದೆ. ಜೀವಸತ್ವವಿರುತ್ತದೆ. ನಿಜವಾದ ಮಾನವ ಚಿತ್ರಹಿಂಸೆಯ ಅಧೋಲೋಕ ಪ್ರಾರಂಭವಾಗುವುದು ಆ ಕಾಡುಗಿಡಗಳ ಸಾಲನ್ನು ದಾಟಿದ ಆನಂತರ. ಆಮೇಲೆ ಮುಂದೆ ಸಿಗುವುದು ಬರಿಯ ಹಿಮಗಡ್ಡೆ, ಮಂಜು; ಬೇಸಿಗೆಯಲ್ಲೂ ಬಯಲು ಭೂಮಿಯಲ್ಲಿ ಕೂಡ ಕರಗದಂಥ ಹಿಮಗಡ್ಡೆ – ಮತ್ತು ಈ ಹಿಮಗಾಡಿನ ನಟ್ಟನಡುವೆ, ಯಾವುದೋ ಕ್ರೂರ ವಿಧಿಯಿಂದ ಅಲ್ಲಿಗೆ ಎಸೆಯಲ್ಪಟ್ಟಿದ್ದ ಕೆಲವು ಬಡ ಮಾನವ ಜೀವಗಳು.

* * *

ಆ ಬದುಕಿನ ಭಯಾನಕ ವಿವರಗಳ, ವೈಶಿಷ್ಟ್ಯಗಳ ಬಗ್ಗೆ ಅಕಸ್ಮಾತ್ತಾಗಿ ಏನಾದರೂ ಪುರಾವೆಗಳು ದೊರೆತಾಗ, ಅವು ನನ್ನ ಮೇಲೆ ಅಸಾಧಾರಣ ಪ್ರಭಾವವನ್ನು ಉಂಟು ಮಾಡುತ್ತಿದ್ದವು. ಸ್ಪಷ್ಟವಾದ ವಾಸ್ತವಿಕ ವಿವರಗಳು ಮತ್ತು ನಿಶ್ಚಿತವಾದ ಪಾರಿಭಾಷಿಕ ಶಬ್ದಗಳು ಸಹ ಅಂಥ ಸ್ಥಳದ ಅಸಾಧಾರಣ ಪರಿಸ್ಥಿತಿಗಳ ಬೆಳಕಿನಲ್ಲಿ ತೀರಾ ವಿಭಿನ್ನವಾಗಿ ತೋರುತ್ತದೆ.

ಹಿಂದಿನ ಒಬ್ಬ ಅಧಿಕಾರಿ ಹೇಳಿದ ಒಂದು ಕಥೆ ನಿಚ್ಚಳವಾಗಿ ನನ್ನ ನೆನಪಿನಲ್ಲಿ ಉಳಿದಿದೆ. ಅವನು ವಿ. ಎಂಬಲ್ಲಿ ಕೆಲಸ ಮಾಡುತ್ತಿದ್ದಾಗ ಒಬ್ಬ 'ಮಹನೀಯ'ನನ್ನು ಅಲ್ಲಿಗೆ ಕಳುಹಿಸಲಾಗಿತ್ತು. ಅವನನ್ನು ಜಾಸ್ಜಿವರ್ಸ್ಕ ಎಂಬಲ್ಲಿನ ವಸಾಹತಿಗೆ ಕರೆದೊಯ್ಯಬೇಕೆಂದು ಇವನಿಗೆ ಮೇಲಿನಿಂದ ಅಪ್ಪಣೆ ಮಾಡಲಾಗಿತ್ತು.

ಈ ಮಾಜಿ ಅಧಿಕಾರಿ ನನ್ನೊಡನೆ ಹೇಳಿದ :

''ನೋಡು ತಮ್ಮ, ಈ ಜಾಸ್ಜಿವರ್ಸ್ಕ ಎಂಬ ಪಟ್ಟಣ ಅಸ್ತಿತ್ವದಲ್ಲೇನೋ ಇದೆ, ನಿಜ. ಸೈಬೀರಿಯಾದ ಒಂದು ಸಣ್ಣ ಭೂಪಟದಲ್ಲೂ ಸಹ ಅದನ್ನು ಒಂದು ವಿಶಾಲ ಖಾಲಿ ಪ್ರದೇಶದ ಬಲಗಡೆ ನೋಡಬಹುದು; ನಿನ್ನ ಸ್ಕೂಲಿನ ಭೂಗೋಳ ಪಾಠವನ್ನು ನೀನು ಮರೆತಿರದಿದ್ದರೆ,

ಅದನ್ನು 'ಸರ್ಕಾರದ ಹದ್ದುಬಸ್ತಿನಾಚೆ ಇರುವ ಪಟ್ಟಣ' ಎಂದು ಕರೆದಿರುವುದು ನಿನಗೆ ಗೊತ್ತಿದ್ದೀತು. ಅಂಥ ಒಂದು ಸ್ಥಳಕ್ಕೆ ಏನಾದರೂ ಒಬ್ಬ ಅಧಿಕಾರಿಯನ್ನು ನೇಮಕ ಮಾಡಿದರೆ, ಅವನು ತನ್ನ ಹುದ್ದೆಗೆ ರಾಜೀನಾಮೆ ಕೊಡಬೇಕೆಂದೇ ಅದರ ಅರ್ಥ. ಇನ್ನು ಹಾಗೆ ವರ್ಣಿಸಲ್ಪಟ್ಟಿರುವ ಪಟ್ಟಣಗಳ ಬಗ್ಗೆ ಹೇಳುವುದಾದಗೆ, ಅವು ಈಗ ಸ್ಥಳೀಯ ಆಡಳಿತದ ಕೇಂದ್ರಗಳಲ್ಲವೆಂದೂ ಅವುಗಳನ್ನು ಕೆಳದರ್ಜೆಗೆ ಇಳಿಸಲಾಗಿದೆಯೆಂದೂ ಅದರ ಅರ್ಥ. ಪ್ರಸ್ತುತ ಪ್ರಕರಣದಲ್ಲಂತೂ ಈ ವರ್ಣನೆಗೆ ಇನ್ನೂ ಹೆಚ್ಚು ಆಳವಾದ ಅರ್ಥವಿತ್ತು. ಯಾಕೆಂದರೆ ನಾನು ಹೇಳಿದಂತೆ ಜಾಸ್ಜಿವರ್ಸ್ಕ್ ಪಟ್ಟಣ ಅಸ್ತಿತ್ವದಲ್ಲಿದೆ. ಆದರೆ ಅದು ಅಸ್ತಿತ್ವದಲ್ಲಿರುವುದು ಕೇವಲ ಭೂಗೋಳಶಾಸ್ತ್ರಗಳ ಕೈಪಿಡಿಗಳ ಮತ್ತು ಭೂಪಟಕಾರರ ಕಲ್ಪನೆಯಲ್ಲಿ ಮಾತ್ರವೇ ಹೊರತು ವಾಸ್ತವವಾಗಿ ಅಲ್ಲ. ಅದು ಎಷ್ಟು ಕಾಲ್ಪನಿಕವೆಂದರೆ ಭೂಪಟದಲ್ಲಿ ಆ ಪಟ್ಟಣವನ್ನು ಗುರುತಿಸಲಾಗಿರುವ ಸ್ಥಳದಲ್ಲಿ ಒಂದೇ ಒಂದು ಮನೆಯಾಗಲೀ, ಯಾಕುತ್ ಜನರ ಒಂದೇ ಒಂದು ಗುಡಿಸಲಾಗಲಿ ಅಥವಾ ಒಂದು ಹರುಕು ಮುರುಕು ಜೋಪಡಿಯಾಗಲೀ ಇಲ್ಲ. ನಾನು ಸರ್ಕಾರದ ಆಜ್ಞೆಯನ್ನು ಓದಿದಾಗ ನನ್ನ ಕಣ್ಣನ್ನೇ ನಾನು ನಂಬಲಿಲ್ಲ – ಆಗ ನಾನೇನೂ ಕುಡಿದಿರಲಿಲ್ಲವಾದರೂ ನನ್ನ ತಲೆ ಸುತ್ತಿಬಂತು. ಇನ್ನೊಬ ಅಧಿಕಾರಿಯನ್ನು ಕರೆದು ಆ ವಿಚಿತ್ರ ಆಜ್ಞಾ ಪತ್ರವನ್ನು ಅವನಿಗೆ ತೋರಿಸಿದೆ.

''ಅವನು ಕಚೇರಿಯಲ್ಲಿ ಚೆನ್ನಾಗಿ ನುರಿತ ಒಬ್ಬ ಹಳೇ ಅಧಿಕಾರಿ. ಆದರೆ ಆಜ್ಞಾ ಪತ್ರವನ್ನು ನೋಡುತ್ತಿದ್ದಂತೆಯೇ ಅದು ಅವನ ಕೈಯಿಂದ ಜಾರಿಬಿತ್ತು. 'ಎಲ್ಲಿಗೆ ?' ನಾನು ಕೇಳಿದೆ. 'ಜಸ್ಜಿವರ್ಸ್ಕಗೆ !' ಇಬ್ಬರೂ ಒಬ್ಬರನ್ನೊಬ್ಬರು ನೋಡಿದೆವು. ಈ ಆಜ್ಞೆಯೊಂದಿಗೆ ಕಳುಹಿಸಲ್ಪಟ್ಟಿದ್ದ ಆ ತರುಣನ ಮನಸ್ಸಿನಲ್ಲಿ ಆಗ ಏನೇನೋ ಕಲ್ಪನೆಗಳು ಹುಟ್ಟಿಸಿರಬಹುದು. ಅವನು ಅಲ್ಲೇ ನಿಂತು ನೋಡುತ್ತಾ ಎಲ್ಲ ಮಾತುಗಳನ್ನು ಆಲಿಸಿದ. ಆದರೆ ಅವನಿಗೆ ಏನೊಂದೂ ಅರ್ಥವಾಗಲಿಲ್ಲ.

''ಅವನು ಲಕ್ಷಣವಾಗಿದ್ದ ಮನುಷ್ಯ – ಆದರೆ ಮುಖ ಸಿಂಡರಿಸಿಕೊಂಡು ಗರ್ವಿಷ್ಠನಂತೆ ತೋರುತ್ತಿದ್ದ. ನಾನು ಅವನಿಗೆ ಅನೇಕ ಪ್ರಶ್ನೆಗಳನ್ನು ಹಾಕಿದೆ. ಅವನಿಗೇನಾದರೂ ಬೇಕಾಗಿತ್ತೆ? ಇತ್ಯಾದಿ. ಆದರೆ ಅವನು 'ಹೂಂ', 'ಇಲ್ಲ' ಎರಡನ್ನು ಬಿಟ್ಟು ಬೇರೆ ಏನನ್ನೂ ಹೇಳಲಿಲ್ಲ. ಸರಿ, ಇನ್ನು ಸ್ವಲ್ಪ ಕಾಲದಲ್ಲೇ ನೀನು ಬೇರೆ ರಾಗ ಹಾಡಬೇಕಾಗುತ್ತೆ ತಮ್ಮಯ್ಯ ಎಂದು ನಾನು ಅಂದುಕೊಂಡೆ. ನಾನು ಮೂರು ಕುದುರೆ ಸಾರೋಟುಗಳನ್ನು ತರೆಸಿದೆ. ಅವನ ಜತೆ ಹೋಗಲಿದ್ದ ಕೊಸಕ್ ಮನುಷ್ಯನನ್ನು ಮತ್ತು ಅವನನ್ನು ಮೊದಲನೆಯ ಗಾಡಿಯಲ್ಲಿ ಕೂರಿಸಿದೆ. ಎರಡನೆಯದರಲ್ಲಿ ನಾನು ಮತ್ತು ಇನ್ನೊಬ್ಬ ಮುದುಕ ಕೊಸಕ್ ಕುಳಿತೆವು – ಈ ಜಾಸ್ಜಿವರ್ಸ್ಕ ಪಟ್ಟಣ ಹಿಂದೆ ಎಲ್ಲಿತ್ತು ಎಂದು ಅವನಿಗೆ ನೆನಪಿತ್ತು. ಮೂರನೆಯ ಗಾಡಿಯಲ್ಲಿ ಆಹಾರ ಸಾಮಗ್ರಿಗಳನ್ನು ತುಂಬಿಸಲಾಗಿತ್ತು. ಆಮೇಲೆ ನಾವು ಹೊರಟೆವು; ಮೊದಲು ನಾವು 24 ಗಂಟೆಗಳ ಕಾಲ ಒಂದೇ ಸಮನೆ ಪ್ರಯಾಣ ಮಾಡಿದೆವು. ಈ ಅವಧಿಯಲ್ಲಿ ನಾವು ಬೇರೆ ಬೇರೆ ನಿಲ್ದಾಣಗಳಲ್ಲಿ ಕುದುರೆಗಳನ್ನು ಬದಲಾಯಿಸಲು ನಿಂತೆವು – ಅಷ್ಟು ಹೊತ್ತಿಗೆ ನಾವು 125 ಮೈಲು ಹೋಗಿದ್ದೆವು. ಎರಡನೆಯ ಮತ್ತು ಮೂರನೆಯ ದಿನ ನಾವು 100 ಮೈಲು ದಾಟಿದೆವು – ಆದರೆ ದಾರಿಯಲ್ಲಿ ನಮಗೆ ಒಂದು ನರಪಿಳ್ಳೆಯೂ ಕಾಣಸಿಕ್ಕಲಿಲ್ಲ. ದಾರಿಯಲ್ಲಿ ಸಿಕ್ಕುತ್ತಿದ್ದ ಉಗ್ರಾಣದ ಮನೆಗಳಂಥ ವಸತಿಗಳಲ್ಲಿ ರಾತ್ರೆಯ ಹೊತ್ತು ನಾವು ಬೀಡುಬಿಡುತ್ತಿದ್ದೆವು. ಆ ಮನೆಗಳಿಗೆ ಕಿಟಕಿಗಳಾಗಲೀ, ಹೊಗೆ ಕೊಳವೆಗಳಾಗಲೀ ಇರಲಿಲ್ಲ. ಬೆಂಕಿ ಕಾಯಿಸುವ ಒಲೆಗಳು ಮಾತ್ರ ಇದ್ದವು. ಆ ಬೀಡುಗಳಿಗೆ 'ಪೊವಾರ್ನಿಯಾ' ಎನ್ನುತ್ತಾರೆ.

''ನಮ್ಮ ಕೈದಿಗೆ ಈಗ ಬಹಳ ಕೆಡುಕೆನಿಸಿರಬೇಕು – ಅವನು ಆಗಾಗ ನನ್ನನ್ನು ಮಾತನಾಡಿಸಲು ಪ್ರಾರಂಭಿಸಿದ; ಕೊನೆಗೆ ಜಾಸ್ಜಿವರ್‌ಸ್ಕನಲ್ಲಿನ ಜೀವನದ ಬಗ್ಗೆ ನನ್ನಿಂದ ಸ್ವಲ್ಪ ಮಾಹಿತಿ ಪಡೆಯಲು ಪ್ರಯತ್ನಿಸಿದ; 'ಅಲ್ಲಿ ಎಷ್ಟು ಜನರು ವಾಸವಾಗಿದ್ದಾರೆ ? ಅವನಿಗೆ ಅಲ್ಲಿ ಖಾಸಗಿ ಪಾಠ ಹೇಳಿ ಕೊಡುವ ಅಥವಾ ಮತ್ತೇನಾದರೂ ಕೆಲಸ ಸಿಕ್ಕುವ ಸಂಭವ ಉಂಟೆ ?' ಅವನ ಪ್ರಶ್ನೆಗಳಿಗೆ 'ಹೂಂ', 'ಇಲ್ಲ' ಎಂದು ಹೇಳುವುದು ಈಗ ನನ್ನ ಸರದಿಯಾಯಿತು. ನಾಲ್ಕನೆಯ ದಿನ ಬೆಳಕು ಹರಿಯುವ ಹೊತ್ತಿಗೆ ನಾವು ಒಂದು ನೀರ್ಗಲ್ಲಿನ ನದಿಯ ಬಳಿ ಬಂದೆವು. ಬೇಸಿಗೆಯಲ್ಲೂ ಮಂಜುಗಡ್ಡೆ ಕರಗದ ಸ್ಥಳ ಅದು, ಹಿಮದ ಮೇಲೆ ನಾವು ಏಳು ಮೈಲು ದೂರ ಕ್ರಮಿಸಿದಾಗ, ನಮ್ಮ ಜತೆಯ ಕೊಸಕ್ ಮುದುಕ ಒಂದು ಸ್ಥಳವನ್ನು ತೋರಿಸಿ ಅಲ್ಲಿ ಅರವತ್ತು ವರ್ಷಗಳ ಹಿಂದೆ ಯಾಕುತ್ ಜನರ ಕೆಲವು ಗುಡಿಸಲುಗಳು ಇದ್ದವೆಂದೂ ಆ ಸ್ಥಳವನ್ನು ಭೌಗೋಳಿಕ ಪರಿಭಾಷೆಯಲ್ಲಿ 'ಸರ್ಕಾರದ ಹದ್ದುಬಸ್ತಿನಿಂದಾಚೆ ಇರುವ ಜಾಸ್ಜಿವರ್‌ಸ್ಕ' ಅಂತ ಕರೆಯುತ್ತಿದ್ದರೆಂದೂ ತಿಳಿಸಿದ.

ನಾನು ಕೂಡಲೇ ಹೇಳಿದೆ :

''ಗಾಡಿ ನಿಲ್ಲಲಿ. ಆ ತರುಣ ಇಲ್ಲಿ ಇಳಿಯಲಿ, ಇನ್ನೇನು ಬಂದು ಸೇರಿದ್ದಾಯಿತಲ್ಲಾ – ಇದೇ ಜಾಸ್ಜಿವರ್‌ಸ್ಕ ಪಟ್ಟಣ.''

''ಅವನಿಗೆ ತಕ್ಷಣ ಅರ್ಥವಾಗಲಿಲ್ಲ. ಅಗಲವಾಗಿ ಕಣ್ಣುಬಿಟ್ಟು ನನಗೆ ತಲೆ ಕೆಟ್ಟಿರಬಹುದು ಅಥವಾ ನಾನು ಪರಿಹಾಸ್ಯ ಮಾಡುತ್ತಿರಬಹುದು ಅಂತ ಆತ ಯೋಚಿಸಿದ. ಅವನಿಗೆ ನಾನು ಪರಿಸ್ಥಿತಿಯನ್ನು ವಿವರಿಸಬೇಕಾಯಿತು... ಕಟ್ಟಕಡೆಗೆ ಅವನಿಗೆ ಅರ್ಥವಾಯಿತು.''

ಇಷ್ಟು ಹೇಳಿ ಆ ಮಾಜಿ ಅಧಿಕಾರಿ ನೀರಸವಾಗಿ ನಕ್ಕು, ಮತ್ತೆ ಮುಂದುವರೆಸಿದ :

''ನನ್ನನ್ನು ನಂಬುತ್ತೀಯೋ ಇಲ್ಲವೋ ? ನೋಡು, ನಾನು ಈ ಶಿಲುಬೆಯ ಮೇಲೆ ಆಣೆ ಇಟ್ಟು ಹೇಳ್ತೇನೆ'' ಎಂದು ಅವನು ಅಗಲವಾಗಿ, ಶಿಲುಬೆಯಾಕಾರದಲ್ಲಿ ಕರನ್ಯಾಸ ಮಾಡುತ್ತಾ, ಸಂತರ ವಿಗ್ರಹಗಳಿಗೆ ನಮಸ್ಕರಿಸಿ ನುಡಿದ :

''ಆ ತರುಣನ ಕಣ್ಣುಗಳು ಹನಿಗೂಡಿದವು. ಜ್ವರ ಬಂದವನಂತೆ ಅವನ ಹಲ್ಲುಗಳು ಕಟಕಟ ಶಬ್ದಮಾಡಿದವು. ಅದೊಂದು ಕರುಣಾಜನಕ ದೃಶ್ಯವಾಗಿತ್ತು!

''ಕಠಿಣ ಹೃದಯಿಯಾದ ಪರಿಣಮಿಸಿದ್ದ ನನ್ನಂಥ ಹಳೆಯ ಅಧಿಕಾರಿಯ ಮೇಲೂ ಅದು ಪರಿಣಾಮ ಬೀರಿತು. ನಾನು ಹಣೆಯ ಮೇಲೆ ಕೈಗಳನ್ನಿಟ್ಟುಕೊಂಡೆ. ಆ ಮಹನೀಯನ ಗರ್ವ ಒಂದು ಕ್ಷಣದೊಳಗೆ ಝರ್‍ರನೆ ಹೇಗೆ ಇಳಿಯಿತು ಅನ್ನೋದನ್ನು ನೀನು ನೋಡಬೇಕಿತ್ತು. ಬಳಿಕ ನನ್ನತ್ತ ಕೈ ಚಾಚಿ ಆ ಯುವಕ ಅಂಗಲಾಚಿದ. 'ಏಸುವಿನ ಪವಿತ್ರ ಗಾಯಗಳ ಮೇಲೆ ಆಣೆ ಇಟ್ಟು ಹೇಳ್ತೇನೆ. ದೇವರಂತೆ ನನ್ನ ಮೇಲೆ ದಯೆ ತೋರಿ ! ನಾನೇನು ಮರಣದಂಡನೆಗೆ ಗುರಿಯಾಗಿಲ್ಲ – ನನ್ನ ಮೇಲೆ ಗುರುತರವಾದ ಯಾವ ಆಪಾದನೆಗಳೂ ಇಲ್ಲ... ನಾನು ಸ್ವಲ್ಪ ದುರಹಂಕಾರಿಯಾಗಿದ್ದೆ, ಅಷ್ಟೆ.'

''ಓ, ನೋಡಿದೆಯಾ... ಅಹಂಕಾರವೆಂಬುದು ದೊಡ್ಡ ಪಾಪ,' ಅಂತ ನಾನು ಉತ್ತರಿಸಿದೆ.''

ಅಧಿಕಾರಿ ಮತ್ತೊಮ್ಮೆ ಎದೆಯ ಮೇಲೆ ಶಿಲುಬೆಯ ನ್ಯಾಸ ಮಾಡಿ ಮುಂದುವರಿಸಿದ :

''ನೀನು ನಂಬುತ್ತೀಯೋ ಇಲ್ಲವೋ – ನಾನು ಅವನನ್ನು ಅತಿ ಹತ್ತಿರದ ಯಾಕುತ್ ಜನರ ಒಂದು ಬೀಡಿಗೆ, ಅಂದರೆ ಜಾಸ್ಜಿವರ್‌ಸ್ಕನಿಂದ ಇಪ್ಪತ್ತು ಮೈಲು ದೂರದ ಸ್ಥಳಕ್ಕೆ ಕರೆದುಕೊಂಡು ಹೋಗ್ತೇನೆ ಅಂತ ಹೇಳಿದಾಗ – ನಾನು ಮೂರನೆಯ ಬಾರಿ ಆಣೆ ಮಾಡಿ ಹೇಳ್ತೇನೆ – ಅವನು ಮಗುವಿನಂತೆ ಸಂತೋಷದಿಂದ ಅತ್ತುಬಿಟ್ಟ. ... ಇಲ್ಲಿಗಿಂತ ಬಹಳ ಹೆಚ್ಚು ಸೌಕರ್ಯಗಳೇನೂ

ಅವನಿಗೆ ಅಲ್ಲಿ ದೊರೆಯುವ ಸಾಧ್ಯತೆಗಳಿಲ್ಲದಿದ್ದರೂ ಕೂಡ !''

* * *

ಜಗತ್ತಿನ ಎಲ್ಲೆಯ ಬಳಿ ಎಲ್ಲೋ ಒಂದು ಕಡೆ, ಮನುಷ್ಯರ ಸಹವಾಸದಿಂದ ಸಂಪೂರ್ಣ ಬೇರ್ಪಟ್ಟು ಮೂರು ವರ್ಷಗಳ ಕಾಲ ಏಕಾಕಿಯಾಗಿ ಜೀವಿಸಿದ್ದ ಒಬ್ಬ ವ್ಯಕ್ತಿ ನಮ್ಮಲ್ಲಿಗೆ ಬರಲಿದ್ದಾನೆಂಬ ಸುದ್ದಿಯನ್ನು ನಾವು ಅತ್ಯಂತ ಉತ್ಸುಕತೆಯಿಂದ ಸ್ವಾಗತಿಸಿದೆವು. ನಮಗೆ ಬಂದ ಸುದ್ದಿಯ ಪ್ರಕಾರ ಹಾಗೆ ಮೂರು ವರ್ಷ ಬೇರೆಯೇ ಒಂದು ಲೋಕದಲ್ಲಿದ್ದರೂ ಆ ಮನುಷ್ಯ ದೇಹ ಮನಸ್ಸುಗಳೆರಡನ್ನೂ ಸರಿಯಾಗಿ ಇಟ್ಟುಕೊಂಡೇ ಈ ಲೋಕಕ್ಕೆ ವಾಪಸಾಗುತ್ತಿದ್ದ. ನಮ್ಮ ತಾಣದಲ್ಲಿ, ನಾವೇನು ಹೇಳಿಕೊಳ್ಳುವಂಥ ವೈಭವದ ಪರಿಸ್ಥಿತಿಯಲ್ಲಿ ಇರಲಿಲ್ಲ – ಆದರೆ ಅಂಥವರಿಗಿಂತ ನಾವು ಎಷ್ಟೋ ಹೆಚ್ಚು ಉತ್ತಮ ಸ್ಥಿತಿಯಲ್ಲಿದ್ದೆವು ಎಂದು ನಮಗೆಲ್ಲ ಗೊತ್ತಿತ್ತು.

ಆದುದರಿಂದ ಅಲ್ಲಿನ ಕಡುಕ್ರೂರವಾದ ವಸ್ತುಸ್ಥಿತಿಯ ನಗ್ನ ಸ್ವರೂಪ ಹೇಗಿರಬಹುದೆಂದು ತಿಳಿಯಬೇಕೆನ್ನುವ ತೀವ್ರ ಕುತೂಹಲ ನಮ್ಮನ್ನು ಕಾಡುತ್ತಿತ್ತು. ಈ ನಮ್ಮ ಕುತೂಹಲ ಕೇವಲ ಕ್ಷುದ್ರ ಸ್ವಾರ್ಥದ್ದಲ್ಲ, ಅದಕ್ಕೊಂದು ವಿಶಿಷ್ಟ ಕಾರಣವಿತ್ತು.

ಒಬ್ಬ ಮಾನವ ಜೀವಿ ಅತಿ ದೂರದ ಆ ಲೋಕದಲ್ಲಿ ಜೀವಿಸಿದ ಮೇಲೆಯೂ ಸಾಯದೆ ಪಾರಾಗಿದ್ದನೆಂಬುದು ಮಾನವ ಚೇತನದ ಅದಮ್ಯ ಶಕ್ತಿ– ಸಾಹಸಗಳ ದ್ಯೋತಕವಾಗಿತ್ತು. ಒಬ್ಬ ವ್ಯಕ್ತಿಯ ಅನಾದೃಶ ಇಚ್ಛಾಶಕ್ತಿ ಹಾಗೂ ಓಜಸ್ಸು ಉಳಿದೆಲ್ಲರ ಶಕ್ತಿಯನ್ನೂ, ಸಾಮರ್ಥ್ಯವನ್ನೂ ಇಮ್ಮಡಿಗೊಳಿಸಿತ್ತು.

ಲೋಕದ ಆ ಕೊನೆಯಲ್ಲಿ ತಮ್ಮ ವಿಧಿಯೊಡನೆ ಹೋರಾಡುತ್ತಿದ್ದ ಹಲವರ ಬಗ್ಗೆ ನಾವು ಕೇಳಿದ ಸುದ್ದಿಗಳು ಸಮಾಧಾನ ತರುವಂಥವಾಗಿರಲಿಲ್ಲ. ಆದ್ದರಿಂದ ಒಬ್ಬ ಮನುಷ್ಯ ಅಲ್ಲಿ ಯಾವ ರೀತಿ ಸತ್ತು ಬದುಕಿರಬಲ್ಲನೆಂಬುದು ನಮಗೊಂದು ಮಹತ್ವದ ಪ್ರಶ್ನೆಯಾಗಿತ್ತು. ಆ ಮನುಷ್ಯ ನಮ್ಮ ವರ್ಗದವನೇ. ಬೌದ್ಧಿಕ ಬೆಳವಣಿಗೆ ಹಾಗೂ ಆಚಾರ-ವ್ಯವಹಾರಗಳಲ್ಲಿ ನಮ್ಮ ಸಮೀಪವರ್ತಿ. ಅಂಥವನು ಆ ಕಾಲ್ಪನಿಕ ಜಾಸ್ಜಿವರ್‍ಸ್ಕ ಪಟ್ಟಣದಾಚೆಯಿದ್ದ ಯಾಕುತ್ ಶಿಬಿರಕ್ಕಿಂತ ಹೆಚ್ಚು ಉತ್ತಮವಾಗಿರದಿದ್ದ ಒಂದು ತಾಣದಲ್ಲಿ ನಿಜವಾದ ಅಖಂಡ ಮೂರು ವರ್ಷ ಕಾಲವನ್ನು ಸವೆಸಿದ್ದನೆಂಬ ಅನಿರೀಕ್ಷಿತ ಸುದ್ದಿ ಬಂದಿತ್ತು. ನಮ್ಮ ವಿಶ್ವವಿದ್ಯಾನಿಲಯದವನಲ್ಲದ ಈ ಅಜ್ಞಾತ ವ್ಯಕ್ತಿ ನಮ್ಮ ಆದರಕ್ಕೆ ಪಾತ್ರನಾದ. ರಷ್ಯನರು, ಪೋಲರು, ಯೆಹೂದ್ಯರು ಎಂಬ ವಿಭಿನ್ನ ಜನಾಂಗಗಳಿಗೆ ಸೇರಿದ್ದರೂ, ಸಮಾನ ವಿಧಿಯಿಂದ ಒಂದುಗೂಡಿಸಲ್ಪಟ್ಟಿದ್ದ ನಾವೆಲ್ಲರೂ ಆ ವ್ಯಕ್ತಿಯ ಆಗಮನವನ್ನು ಸಂಭ್ರಮದಿಂದ ಆಚರಿಸಬೇಕೆಂದು ನಿರ್ಧರಿಸಿದೆವು. ಅವನು ಬರುವುದು ಕ್ರಿಸ್‌ಮಸ್‌ನ ಮುಂಚಿನ ದಿನವಾಗಿದ್ದುದರಿಂದ, ಅವನ ಗೌರವಾರ್ಥ ಒಂದು ಗಂಭೀರ ಔತಣವನ್ನು ಅಂದು ಏರ್ಪಡಿಸಲು ಸಹ ನಾವು ಸಿದ್ಧತೆ ನಡೆಸಿದೆವು. ನನಗೆ ಪಾಕಶಾಸ್ತ್ರದಲ್ಲಿ ಅತ್ಯಂತ ಹೆಚ್ಚಿನ ಪರಿಶ್ರಮವಿದ್ದುದರಿಂದ ಊಟದ ವ್ಯವಸ್ಥೆಯನ್ನು ನನ್ನ ತಲೆಗೆ ಕಟ್ಟಿದರು. ಸಹಾಯಕ್ಕೆ ಒಬ್ಬ ಯುವಕ ವಿದ್ಯಾರ್ಥಿ ಮತ್ತು ಆ ಇಡೀ ಬೀಡಿನವರ ತೀವ್ರ ಆಸಕ್ತಿ. ನಾನು ಮತ್ತು ಆ ನನ್ನ ಪ್ರೀತಿಯ ಸಹಾಯಕ ಆ ಎರಡು ದಿನ ನಮ್ಮ ಇಡೀ ಜೀವಮಾನದಲ್ಲಿ ಎಂದೂ ಇಲ್ಲದ ಶ್ರಮವಹಿಸಿ, ಅಡಿಗೆಮನೆಯಲ್ಲಿ ದುಡಿದೆವು.

ಆ ತರುಣ ವಿದ್ಯಾರ್ಥಿ ನಮ್ಮ ದಿನನಿತ್ಯದ ಜೀವನಕ್ಕೆ ಬೇಕಾಗುವ ಅತ್ಯವಶ್ಯಕ ವಸ್ತುಗಳನ್ನು ಸಂಗ್ರಹಿಸುವುದರಲ್ಲಿ ಕುಶಲ. ಜೊತೆಗೆ ಅವನಿಗೆ ಯಾಕುತ್ ಜೀವನದ ಬಗ್ಗೆ ಆಳವಾದ ತಿಳುವಳಿಕೆಯೂ ಇತ್ತು. ಅಡುಗೆಮನೆಯಲ್ಲಿ ಹುರಿದು ಕರಿದು ಪಾಕ ಮಾಡುತ್ತಿದ್ದಾಗ ನಾವು

ಒಬ್ಬರಿಗೊಬ್ಬರು ಸ್ವಾರಸ್ಯವಾದ ಕಥೆಗಳನ್ನು ಹೇಳಿದೆವು. ಇದರಿಂದ ನಮ್ಮ ಉತ್ಸಾಹ ಎಷ್ಟೊಂದು ತೀವ್ರಗೊಂಡಿತೆಂದರೆ, ಮೊದಲು ಅತಿ ಸರಳವಾದ ಅಡಿಗೆ ಮಾಡಬೇಕೆಂದಿದ್ದ ನಾವು ರಾಜಯೋಗ್ಯವೆನ್ನಬಹುದಾದ ರೀತಿಯ ಭಾರಿ ದೊಡ್ಡ ಪ್ರಮಾಣದ ಭೋಜನ ತಯಾರಿಸಲು ತೊಡಗಿದೆವು.

ಯಾಕುತ್ ಬೀಡುಗಳಲ್ಲಿನ ಜೀವನ ಸ್ಥಿತಿ ಎಷ್ಟು ಕಠಿಣವಾಗಿರುತ್ತದೆಂದರೆ, ಇಲ್ಲಿ ಅತ್ಯಂತ ಬಡ ರೈತನೊಬ್ಬನ ಮನೆಯಲ್ಲಿ ದೊರೆಯುವ ಅತಿ ಸಾಮಾನ್ಯ ಐರೋಪ್ಯ ಆಹಾರವೂ ಅಲ್ಲಿ ಸಿಕ್ಕುವುದಿಲ್ಲ – ಎಲ್ಲಕ್ಕಿಂತ ಹೆಚ್ಚಾಗಿ, ಬಡ ಜನತೆಯ ಪಾಲಿಗೆ ದಿನನಿತ್ಯ ಬಳಸುವ ಸಾಮಾನ್ಯ ಬ್ರೆಡ್ಡಿನ ಅಭಾವವೂ ತೀವ್ರವಾಗಿತ್ತು. ಈ ನಿರುತ್ಸಾಹದ ಚಿತ್ರವನ್ನು ನೆನೆದ ನಾವು ಅದ್ದೂರಿಯ ಅಡಿಗೆ ತಯಾರಿಸುವ ಉದ್ವೇಗಕ್ಕೊಳಗಾದೆವು. ಬಹಳ ದಿನಗಳ ಅನಂತರ ತನ್ನನ್ನು ನೋಡಲು ಬರುವ ಮಗುವಿನ ಸಲುವಾಗಿ ತಾಯಿಯು ಆ ಮಗುವಿಗೆ ಪ್ರಿಯವಾದ ವಿಶೇಷ ಭಕ್ಷ್ಯಗಳನ್ನು ಜ್ಞಾಪಿಸಿಕೊಂಡು ಅವುಗಳನ್ನು ತಯಾರಿಸಲು ಒದ್ದಾಡುವ ಹಾಗೆ, ನಾವು ನಮ್ಮ ಅತಿಥಿಯನ್ನು ಸಂತೋಷಕರವಾದ ರೀತಿಯಲ್ಲಿ ಹೇಗೆ ಆಶ್ಚರ್ಯಗೊಳಿಸಬಹುದೆಂದು ನಮ್ಮ ತಲೆ ಕೆರೆದುಕೊಂಡೆವು. ಒಬ್ಬರನ್ನೊಬ್ಬರು ಮತ್ತೆ ಮತ್ತೆ ಪ್ರಶ್ನಿಸುತ್ತಿದ್ದೆವು.

''ಏನಂತಿಯಾ ಸಂಗಾತಿ... ಅವನಿಗೆ ಈ ಭಕ್ಷ್ಯ ಅಥವಾ ಆ ತಿಂಡಿ ಇಷ್ಟವಾಗಬಹುದು ಅಲ್ವಾ ?''

''ಹೌದು. ಅವನಿಗೆ ಅದು ಬಹಳ ಇಷ್ಟವಾಗುತ್ತದೆ. ಪ್ರಯಾಣದ ಕಾಲವನ್ನೂ ಸೇರಿಸಿಕೊಂಡರೆ, ಅವನು ಮಾನವ ಯೋಗ್ಯ ಆಹಾರ ತಿಂದು, ಈಗ ಹತ್ತಿರ ಹತ್ತಿರ ಐದು ವರ್ಷಗಳಾಗಿರಬಹುದು.''

ನಮ್ಮಲ್ಲಿ ಒಬ್ಬರು ಸಾಮಾನು ತರಲು ಮಾರ್ಕೆಟ್ಟಿಗೆ ಓಡಿದರು : ಇನ್ನೊಬ್ಬ ಪಾತ್ರೆ ಪರಡಿ ತರಲು ಧಾವಿಸಿದರು. ಭೋಜನ ಪದಾರ್ಥಗಳಿಗೆ ಹೊಸ ಭಕ್ಷ್ಯವೊಂದು ಸೇರಿತು. ಸರಿಯಾದ ಪಾತ್ರೆಗಳು ಇನ್ನೇನೂ ದೊರೆಯಲಾರವು ಎನ್ನುವ ಸ್ಥಿತಿಗೆ ತಲುಪಿದಾಗ, ಹೆಚ್ಚು ಕಾಲಾವಕಾಶ ಹಾಗೂ ದೈಹಿಕ ಶಕ್ತಿಯ ಅಭಾವವಾದಾಗ, ನಮ್ಮ ಊಟದ ವ್ಯವಸ್ಥೆ ಒಂದು ನಿಲುಗಡೆಗೆ ಬಂತು. ನಮ್ಮ ಉತ್ಸಾಹ ಎಲ್ಲರಿಗೂ ಹರಡಿತ್ತು – ಸಹೃದಯಿಗಳಾದ ಅವರು ನಮ್ಮ ಶ್ರಮ ಹಾಗೂ ಇದ್ದುದರಲ್ಲೇ ಹೊಸತನ್ನು ಸೃಷ್ಟಿಸುವ ಸಾಮರ್ಥ್ಯವನ್ನು ಮೆಚ್ಚಿಕೊಂಡರು. ನಮ್ಮ ಕೆಲಸದ ಬಗ್ಗೆ ನಾನೂ ನನ್ನ ಸಹಾಯಕ ಇಬ್ಬರೂ ಹೆಮ್ಮೆಪಟ್ಟೆವು. ಇಪ್ಪತ್ತು ಪೌಂಡು ಭಾರದ ಒಂದು ದೊಡ್ಡ ಮೀನನ್ನು ಬಹಳ ಕಷ್ಟದಿಂದ ಇಡಿ ಇಡಿಯಾಗಿ ಬೇಯಿಸಿದ್ದೆವು. ಅದು ನಮ್ಮ ಕಾರ್ಯತತ್ಪರತೆ ಹಾಗೂ ಕಲಾವಂತಿಕೆಗಳ ಯಶಸ್ಸಿಗೆ ಕಿರೀಟ ಪ್ರಾಯವಾಗಿತ್ತು. ಚೆನ್ನಾಗಿ ಉಪ್ಪೂರಿದ ತೀಕ್ಷ್ಣ ಮಸಾಲೆಯೊಂದಿಗೆ ಸಂಸ್ಕರಿಸಲ್ಪಟ್ಟಿದ್ದ ಈ ಅತ್ಯದ್ಭುತ ಮೀನು ಎಂಥ ಕಲ್ಲು ಹೃದಯವನ್ನೂ ಒಲಿಸಿಕೊಳ್ಳುವ ರೀತಿಯದ್ದಾಗಿತ್ತು. ಇದರ ಜೊತೆಗೆ ಒಂದು ಪುಟ್ಟ ಕ್ರಿಸ್‌ಮಸ್ ಗಿಡವನ್ನೂ ತಂದಿಟ್ಟು ನಮ್ಮ ಅತಿಥಿಯ ಗೌರವಾರ್ಥವಾಗಿ ಅದನ್ನು ಸಾಕಷ್ಟು ಅಂದವಾಗಿ ಸಿಂಗರಿಸಿದೆವು.

* * *

ಬಯಸಿದ ದಿನ ಕೊನೆಗೂ ಬಂದೇ ಬಂತು. ತರುಣ ವಿದ್ಯಾರ್ಥಿ ನಮ್ಮ ಅತಿಥಿಯನ್ನು ಸ್ವಾಗತಿಸಿ ಕರೆತರಲು ಹತ್ತಿರದ ವಾಹನ ನಿಲ್ದಾಣಕ್ಕೆ ಹೋದ. ಎರಡು ಗಂಟೆಗೆ ಮುಂಚೆ, ಆಗಲೇ ಕತ್ತಲಾಗುತ್ತಿದ್ದ ಸಮಯದಲ್ಲಿ ನಾವೆಲ್ಲರೂ ಒಟ್ಟಾಗಿ ಸೇರಿದೆವು. ಎರಡು ಗಂಟೆಯಾದ ಸ್ವಲ್ಪ ಹೊತ್ತಿಗೆ ಕೇಳಿಬಂದ ಜಾರು ಗಾಡಿಯ ಗಂಟೆಗಳ ವಿಷಣ್ಣ ಶಬ್ದ ಪ್ರಯಾಣಿಕರ ಆಗಮನವನ್ನು ಸೂಚಿಸಿತು. ನಮ್ಮ 'ಫರ್' ಕೋಟುಗಳನ್ನು ಮೈಮೇಲೆ ಎಳೆದುಕೊಂಡು ನಾವು ಹೊರಗಡೆ

ಹೋದೆವು. ಜಾರುಗಾಡಿಯ ಮತ್ತು ಪ್ರಯಾಣಿಕರ ಮೇಲೆಲ್ಲಾ ಹಿಮ ಉದುರಿತ್ತು. ಕುದುರೆಗಳು ಅಂಗಳದೊಳಕ್ಕೆ ಬಂದಾಗ ಅವುಗಳ ಮೂಗಿನ ಹೊಳ್ಳೆಗಳಿಂದ ಮಂಜುಗಡ್ಡೆಗಳು ನೇತಾಡುತ್ತಿದ್ದವು. ಅವುಗಳ ಮೈಮೇಲೆ ಹಿಮದ ಗಡ್ಡೆ ಹರಡಿತ್ತು. ಬಂದವರು ಒಂದು ನಿಮಿಷ ಬಾಗಿಲಿನ ಮುಂದೆ ಸುಮ್ಮನೆ ನಿಂತರು. ಪ್ರತಿಯೊಬ್ಬನೂ ತನ್ನ ಟೋಪಿಯನ್ನು ತೆಗೆದ... ಕೆಲವರ ಕೂದಲು ದುಃಖ ಹಾಗೂ ಕ್ಲೇಶಗಳಿಂದ ನರೆತುಹೋಗಿತ್ತು. ಅವರ ಮಧ್ಯೆ ನಮ್ಮ ಅತಿಥಿಯಿದ್ದ.

* * *

ನನಗೆ ಎಷ್ಟೇ ಆಸೆ ಇದ್ದರೂ ನಮ್ಮ ಪ್ರಥಮ ಸ್ವಾಗತವನ್ನು ನಾನು ವಿವರವಾಗಿ ಬಣ್ಣಿಸುವುದಿಲ್ಲ. ನಾವು ಪರಸ್ಪರ ಅಪರಿಚಿತರಾದರೂ ನಾವು ನಿಕಟ ಸಂಬಂಧಿಗಳೇನೋ ಎಂದು ಅನಿಸಿತು. ನಮ್ಮ ಅತಿಥಿಯನ್ನು ಸ್ವಾಗತಿಸುವಾಗ ಹುಟ್ಟು ಮತ್ತು ಅಂತಸ್ತುಗಳಲ್ಲಿ ತೀರಾ ವಿಭಿನ್ನರಾಗಿದ್ದರೂ ನಾವು ಎಲ್ಲರೂ ಒಂದೇ ಅಂತಃಕರಣದಿಂದ ಪರಸ್ಪರ ಬಂಧಿತರಾಗಿದ್ದೇವೆನಿಸಿತು.

ಆತ ಕುಳ್ಳನೆಯ ತೆಳು ವ್ಯಕ್ತಿ – ತೀರಾ ತೆಳು. ನಮಗಿಂತ ಆತನ ಬಣ್ಣದಲ್ಲಿ ಹಳದಿ -ಕಪ್ಪು ಅಂಶಗಳು ಹೆಚ್ಚಾಗಿ ತೋರಿದವು. ಒಂದು ತೆರನಾದ ಮಣ್ಣು ಬಣ್ಣ ಅವನ ಜೀವಕ್ಕೆ ಅಂಟಿಕೊಂಡಹಾಗಿತ್ತು. ಆಳವಾಗಿ ಗುಳಿಬಿದ್ದ ಅವನ ಕಣ್ಣುಗಳು ಮಾತ್ರ ಅವನ ಮುಖದಲ್ಲಿ ಚೈತನ್ಯದಿಂದ ಜ್ವಲಿಸುತ್ತಿದ್ದ ಒಂದೇ ಒಂದು ಭಾಗವಾಗಿತ್ತು. ಆ ಕಣ್ಣುಗಳಲ್ಲಿ ರಂಜಕದ ಬೆಳಕಿನಂಥ ಹೊಳಪಿತ್ತು.

ಆತ ಬಟ್ಟೆ ಬದಲಾಯಿಸಿ ಸ್ವಲ್ಪ ಮೈ ಕಾಯಿಸಿಕೊಳ್ಳುವ ವೇಳೆಗೆ ಚೆನ್ನಾಗಿಯೇ ಕತ್ತಲಾಗಿತ್ತು – ಆಗ ನಾವು ಊಟಕ್ಕೆ ಕುಳಿತುಕೊಳ್ಳಲು ಅಣಿಯಾಗುತ್ತಿದ್ದೆವು. ನಮ್ಮ ಚಿಕ್ಕ ಬಿಡಾರವು ಸಂಭ್ರಮದ ಗದ್ದಲದಿಂದ ತುಂಬಿತ್ತು; ಉಲ್ಲಾಸಕರವಾದ ಮನಃಸ್ಥಿತಿಯುಂಟಾಗಿ ಅದರ ಅಲೆಗಳು ದುಃಖದುಮ್ಮಾನಗಳನ್ನೆಲ್ಲಾ ತೊಡೆದುಹಾಕಿದ್ದವು.

''ಖುಷಿಯಾಗಿರೋಣ!'' ಈ ಕೂಗು ಒಮ್ಮೆ ಅಲ್ಲಿ, ಒಮ್ಮೆ ಇಲ್ಲಿ ಹೆಚ್ಚು ಹೆಚ್ಚು ಗಟ್ಟಿಯಾಗಿ ಮೇಲೇರಿದಾಗ, ನಮ್ಮ ಅತಿಥಿಯೂ ಅದರಲ್ಲಿ ಪಾಲ್ಗೊಳ್ಳಲು ಪ್ರಾರಂಭಿಸಿದಾಗ ಅತ್ಯಂತ ಮ್ಲಾನವಾದ ಮುಖಗಳೂ ಕಾಂತಿಯಿಂದ ಬೆಳಗಿದವು. ಪವಿತ್ರ ರೊಟ್ಟಿಯನ್ನು ಮುರಿದು ನಾವು ಮೊದಲ ಸುತ್ತಿನ ಗ್ಲಾಸುಗಳನ್ನು ಬರಿದು ಮಾಡಿದೆವು. ನನ್ನ ಕಷ್ಟ ಸಹಿಷ್ಣು ಅಡಿಗೆ ಸಹಾಯಕನಿಗೆ ಉಕ್ರೇನ್ ಪ್ರದೇಶದ ಜಾನಪದ ಗೀತೆಯೊಂದನ್ನು ಕೇಳಿ ಹೃದಯ ತುಂಬಿ ಬಂತು – ಅದು ಕಾವ್ಯಮಯ ಭಾವನೆಗಳಿಂದ ಮತ್ತು ಸರಳ ರೂಪಕಗಳಿಂದ ಸಮೃದ್ಧವಾಗಿದ್ದ ಒಂದು ಗೀತೆ. ಅದನ್ನು ಕೇಳಿದ ಒಡನೆಯೇ ಆತ ಎದ್ದು ಸ್ವಾಗತ ಭಾಷಣ ಮಾಡಲು ತಾನೇ ನಿಂತ. ನಮ್ಮ ಅತಿಥಿಯ ಕಣ್ಣುಗಳಲ್ಲಿ ಆನಂದಭಾಷ್ಪ ತುಂಬಿದುದನ್ನು ಕಂಡು ಮತ್ತಷ್ಟು ಉತ್ತೇಜಿತನಾದ ಆತ ಅವನನ್ನು ಸಂಭಾಷಣೆಯಲ್ಲಿ ತೊಡಗಿಸಿದ. ಅನೇಕ ದಿನಗಳ ಕಾಲ ಹಸಿವು ಮತ್ತ ಅಭಾವಗಳನ್ನು ಅನುಭವಿಸಿದ್ದ ಆ ಅತಿಥಿಗೆ ಸೊಗಸಾದ ಒಂದು ಭೋಜನವನ್ನು ನೀಡುವ ಸಲುವಾಗಿ ಅವನು ಮತ್ತು ನಾನು ಹೇಗೆ ಎರಡು ದಿನ ಸತತವಾಗಿ ಬೆವರಿಳಿಸಿ ದುಡಿದಿದ್ದೇವೆಂಬುದನ್ನು ಹೇಳಿದ. ತನಗೆ ಪ್ರಿಯವಾದ 'ಕುಟ್ಜ'ದಿಂದ ಹಿಡಿದು ಏನೇನು ಅಡಿಗೆ ತಯಾರಾಗಿದೆ ಎಂಬುದನ್ನೆಲ್ಲಾ ವಿವರಿಸಿದ. ಅತಿಥಿಯ ಬಳಿ ಹೋಗಿ ತನ್ನ ತೋಳುಗಳಿಂದ ಅವನ ಕುತ್ತಿಗೆಯನ್ನು ಬಳಸಿ ಆನಂದದಿಂದ ಕುಲುಕುಲು ನಗುತ್ತ ಕಣ್ಣೀರು ಸುರಿಸಿ, ಅತಿಥಿಯನ್ನು ಹುರುಪುಗೊಳಿಸಿದ.

ನಮ್ಮ ಉಲ್ಲಾಸದ ಮನಃಸ್ಥಿತಿ ಇನ್ನೂ ಹೆಚ್ಚು ಉದ್ದೀಪನಗೊಂಡಿತು. ಪ್ರಚಂಡ ಜಯಕಾರದಿಂದ ಊಟದ ಮೊದಲ ಸುತ್ತು ಪ್ರಾರಂಭವಾಯಿತು. ತರುಣ ವಿದ್ಯಾರ್ಥಿ ನಮ್ಮ

ಅತಿಥಿಯ ತಟ್ಟೆಯ ತುಂಬಾ ಭಕ್ಷ್ಯಗಳನ್ನು ತುಂಬಿಸಿದ. ನಗೆ ಮಾತುಗಳು ಸ್ತಬ್ಧಗೊಂಡು ಚಮಚಗಳ ಇಂಪಾದ ಶಬ್ದ ಕೇಳಿಬರುತ್ತಿತ್ತು. 'ಅಮೋಘವಾಗಿದೆ' ಎಂದು ಸರ್ವಾನುಮತದಿಂದ ತೀರ್ಮಾನ.

ನನ್ನ ಅಡಿಗೆ ಸಹಾಯಕ ಅಪಾರ ಹರ್ಷದಿಂದ ಗಟ್ಟಿಸ್ವರದಲ್ಲಿ ಅದಕ್ಕೆ ತನ್ನ ಒಪ್ಪಿಗೆ ಸೂಚಿಸಿದ. ಕೊನೆಗೆ ಅವನು ಮೌನವಾಗಿ ನಮ್ಮ ಹಾಗೆಯೇ ತನ್ನ ತಟ್ಟೆಗೆ ಕೈ ಹಾಕಿದ.

ಆದರೆ, ಅಯ್ಯೋ ದೇವರೇ ! ಏನಾಯಿತು ? ನಾವೆಲ್ಲ ಊಟ ಮಾಡುತ್ತಿದ್ದಾಗ ನಮ್ಮ ಅತಿಥಿ ಚಮಚದಿಂದ ತಟ್ಟೆಯಲ್ಲಿ ತಡಕಾಡುತ್ತ, ಸುಮ್ಮನೆ ಸಾರನ್ನು ಕದಡುತ್ತಾ ಊಟ ಮಾಡದೆ ಕುಳಿತಿದ್ದ. ಆದರೆ ಅದೇ ಸಮಯದಲ್ಲಿ ಆತ ನಗುತ್ತಿದ್ದ – ಹೆಚ್ಚು ಕಡಿಮೆ ನಿಶ್ಶಬ್ದವಾಗಿದ್ದ. ತಡೆದು ತಡೆದು ಬರುತ್ತಿದ್ದ ನಗು. ಅದನ್ನು ನೋಡಿ ಹಲವು ಧ್ವನಿಗಳು ಒಮ್ಮೆಲೆ ಕೂಗಿದವು :

''ಅಯ್ಯೋ ಭಗವಂತ, ಇದೇನು ? ಸಂಗಾತಿ, ನೀನೇಕೆ ಊಟ ಮಾಡ್ತಿಲ್ಲ ?''

''ನಮ್ಮ ಅಡಿಗೆಯವನು ಅವನನ್ನು ತುಂಬಾ ಉತ್ತೇಜಿಸಿ ಬಿಟ್ಟಿದ್ದಾನೆ! ಅವನನ್ನು ಆಚೆಗೆ ಕಳಿಸಿ ! ನಮ್ಮ ಅತಿಥಿಯ ಜೊತೆಯಲ್ಲಿ ಸ್ವಲ್ಪ ಗಂಭೀರವಾಗಿರುವಂಥವರನ್ನು ಕೂರಿಸಿ.''

ಆ ತರುಣ ವಿದ್ಯಾರ್ಥಿ ಮರು ಮಾತಿಲ್ಲದೆ ಎದ್ದು ಬೇರೆ ಕಡೆ ಹೋಗಿ ಕುಳಿತ – ನಾವೆಲ್ಲ ಪುನಃ ಊಟ ಪ್ರಾರಂಭಿಸಿದೆವು. ಆದರೂ ನಮ್ಮ ಅತಿಥಿ ಏನನ್ನೂ ಮುಟ್ಟಲಿಲ್ಲ. ಇದೇನು ಸಮಾಚಾರ ? ನಾವೆಲ್ಲರೂ ಊಟ ನಿಲ್ಲಿಸಿದೆವು. ಎಲ್ಲರ ಕಣ್ಣುಗಳೂ ಪ್ರಶ್ನಾರ್ಥಕವಾಗಿ ಅವನ ಕಡೆ ತಿರುಗಿದವು. ನಮ್ಮ ಮೌನ ಕಾತರ ಅರ್ಥಗರ್ಭಿತವಾಗಿತ್ತು. ಅವನು ನೋಡಿದ, ಅವನಿಗೆ ಅರ್ಥವಾಯಿತು. ಆಗ ಹೇಳಿದ :

''ನ... ನನ್ನನ್ನು ಕ್ಷಮಿಸು... ನನಗೆ ಬಹಳ ಸಂತೋಷ... ಕ್ಷಮಿಸಿ ನನಗೆ ತುಂಬಾ ವ್ಯಥೆ... ನಿಮಗೆ ತೊಂದರೆ ಕೊಡೋದಕ್ಕೆ ನನಗೆ ಇಷ್ಟವಿಲ್ಲ. ನಿಮ್ಮ ಸಂತೋಷಕ್ಕೆ ನಾನು ಅಡ್ಡಿಯಾಗ್ತಿದ್ದೇನೆ ಅಂತ ಕಾಣ್ತದೆ... ದಯವಿಟ್ಟು... ನಾನು ನಿಮ್ಮನ್ನು ಬೇಡಿಕೊಳ್ತೇನೆ... ನನ್ನ ಸಹೋದರರೇ... ನನ್ನ ಕಡೆ ನೀವು ನೋಡ್ಬೇಡಿ... ಅದೇನೂ ಇಲ್ಲ... ಎಲ್ಲ ಸರಿ ಹೋಗ್ತದೆ...''

ಇಷ್ಟು ಹೇಳಿ ಆತ ಒಂದು ವಿಚಿತ್ರ ರೀತಿಯಲ್ಲಿ ಬಿಕ್ಕಳಿಸಿ ನಕ್ಕ.

''ಅಯ್ಯೋ... ಏಸು, ಮೇರಿ !'' ಎಂದು ನಾವೆಲ್ಲ ಉದ್ಗರಿಸಿದೆವು. ಅವನ ನಗೆ ಎಷ್ಟೊಂದು ಅಸಹಜವಾಗಿತ್ತು ಎಂದು ನಮಗೆ ಈಗಷ್ಟೇ ತಿಳಿಯಿತು. ಇನ್ನು ಊಟವನ್ನು ಮುಂದುವರಿಸುವ ಪ್ರಶ್ನೆಯೇ ಇರಲಿಲ್ಲ. ಅವನು ನಮ್ಮೆಲ್ಲರ ಕಳವಳವನ್ನು ಗ್ರಹಿಸಿ ಹೇಗೋ ಕಷ್ಟಪಟ್ಟು ತನ್ನ ಭಾವನೆಗಳನ್ನು ಹತೋಟಿಗೆ ತಂದುಕೊಂಡು ನಿಶ್ಶಬ್ದತೆಯ ನಡುವೆ ಸರಸರನೆ ಮಾತನಾಡಿದ :

''ನಾನು ಮೂರು ವರ್ಷ ಅಲ್ಲಿ ಸವೆಸಿದ ಬದುಕು ಎಂಥ ಬಗೆಯದಾಗಿದ್ದಿರಬಹುದು ಅನ್ನೋದರ ಕಲ್ಪನೆ ನಿಮಗೆ ಇರಬಹುದು ಅಂದುಕೊಂಡಿದ್ದೆ – ನಿಮಗೆ ಅದು ತಿಳಿದಿಲ್ಲ ಅಂತ ಗೊತ್ತಾದಾಗ ನಾನು ಬಹಳ ಪ್ರಯಾಸದಿಂದ ನಿಮ್ಮ ಜೊತೆ ಸೇರಿ ಊಟ ಮಾಡಲು ಪ್ರಯತ್ನಿಸಿದೆ. ಒಂದು ಚೂರು ಬ್ರೆಡ್ಡನ್ನು ಬಾಯಿಯಲ್ಲಿ ಹಾಕಿಕೊಂಡು ನುಂಗಿದೆ... ಒಂದೇ ಒಂದು ಸಣ್ಣ ತುಂಡು, ಆದರೆ ನನ್ನ ಕೈಲಾಗೋದಿಲ್ಲ... ಖಂಡಿತ ಸಾಧ್ಯವಿಲ್ಲ! ನೋಡಿ, ಮೂರು ವರ್ಷ.... ಮೂರು ಅಖಂಡ ವರ್ಷ ಕಾಲ ನಾನು ಉಪ್ಪಿನ ರುಚಿಯನ್ನೇ ನೋಡಿಲ್ಲ... ಉಪ್ಪಿಲ್ಲದೇನೇ ಆಹಾರ ಸೇವಿಸ್ತಿದ್ದೆ.. ಆದರೆ... ಈ ಬ್ರೆಡ್ ಉಪ್ಪಾಗಿದೆ... ಬಹಳ ಉಪ್ಪು. ನನ್ನ ಗಂಟಲು ಉರಿದು ಸುಟ್ಟು ಹೋಗ್ತಾ ಇದೆ... ಬಹುಶಃ ಹೀಗೆಯೇ ಎಲ್ಲಾ ಪದಾರ್ಥಗಳಿಗೂ ಉಪ್ಪು ಹೆಚ್ಚಾಗಿರ್ಬಹುದು.''

''ಹೌದು, ನಮ್ಮ ಆತುರ - ಉತ್ಸಾಹದಲ್ಲಿ ಕೆಲವು ವ್ಯಂಜನಗಳಿಗೆ ನಾವು ಹೆಚ್ಚಾಗಿಯೇ ಉಪ್ಪು ಹಾಕಿಬಿಟ್ಟಿದ್ದೇವೆ'' ನಾನು ಮತ್ತು ಆ ತರುಣ ವಿದ್ಯಾರ್ಥಿ ಒಮ್ಮೆಲೇ ಉತ್ತರ ಕೊಟ್ಟೆವು.

‘‘ಹಾಗಾದರೆ... ನೀವೆಲ್ರೂ ಊಟ ಮುಂದುವರಿಸಿ... ನನಗೆ ಏನನ್ನೂ ತಿನ್ನೋದಕ್ಕೆ ಸಾಧ್ಯವಿಲ್ಲ... ನಾನು ಸಂತೋಷದಿಂದ ನಿಮ್ಮ ಜೊತೆ ಕುಳಿತು ನೋಡ್ತ ಇರ್ತೇನೆ... ಊಟ ಮಾಡಿ... ನಾನು ಬಹಳ ಕಳಕಳಿಯಿಂದ ಕೇಳಿ ಕೊಳ್ತೇನೆ ನಿಮ್ಮನ್ನ!’’

ಹೀಗೆಂದು ಅತ್ಯುದ್ರೇಕದಿಂದ ಅಳುತ್ತ, ನಗುತ್ತಾ ಅವನು ತನ್ನ ಕುರ್ಚಿಯಲ್ಲಿ ಕುಕ್ಕರಿಸಿದ. ಸೆಳವಿನಂತಿದ್ದ ಅವನ ವಿಚಿತ್ರ ನಗೆ ಈಗ ನಮಗೆ ಅರ್ಥವಾಯಿತು...

ನಮ್ಮಲ್ಲಿ ಯಾರೊಬ್ಬನಿಗೂ ಅವನವನ ಬಾಯೊಳಗಿದ್ದ ಆಹಾರವನ್ನು ನುಂಗಲು ಸಾಧ್ಯವಾಗಲಿಲ್ಲ.

ನಾವು ತಿಳಿಯಲು ಕುತೂಹಲಿಗಳಾಗಿದ್ದ ರಹಸ್ಯಮಯ ಬದುಕಿನ ಕರಾಳತೆಯ ಒಂದು ಮುಖ ನಮಗೀಗ ತಟ್ಟನೆ ಕಾಣಿಸಿಕೊಂಡಿತ್ತು.

ನಾವು ಚಮಚಗಳನ್ನು ಕೆಳಗಿಳಿಸಿ ತಲೆತಗ್ಗಿಸಿ ಕುಳಿತೆವು.

ಅಡಿಗೆ ತಯಾರಿಸಲು ನಾವು ಪಟ್ಟಿದ್ದ ಶ್ರಮ ಎಷ್ಟೊಂದು ಅಲ್ಪ ವಿಷಯ. ನಮ್ಮ ಸುಖ ಸಂಭ್ರಮಗಳು ಎಷ್ಟೊಂದು ಅಸಹ್ಯ, ಬಾಲಿಶ ಎಂದು ಈಗ ನಮಗೆ ತೋರಿತು.

ನಗು ಹಾಗೂ ಕಣ್ಣೀರಿನ ಸೆಳೆತದಿಂದ ಪ್ರಕ್ಷುಬ್ಧಗೊಂಡ, ಕಾಲದ ವಿಧ್ವಂಸಕ್ಕೆ ಸಿಕ್ಕಿದ, ನಮ್ಮ ಸೋದರನ ಮುಖವನ್ನು ನೋಡಿ, ನಾವು ತೀವ್ರ ಭೀತಿ ಭಾವನೆಗೆ ಒಳಗಾದೆವು.

ಕಣ್ಮರೆಯಾಗಿ ಹೋಗಿದ್ದ ಜಾಸ್ಜಿವರ್ಸ್ಕ ಪಟ್ಟಣದ ಹಿಂದುಗಡೆ ಎಲ್ಲೋ ಇದ್ದ ಯಾವುದೋ ಒಂಟಿ ಯಾಕುತ್ ಬೀಡೊಂದರಿಂದ ಎದ್ದು ಬಂದ ಮೃತ್ಯುವಿನ ಭೀಕರ ಆಕೃತಿ ನಮ್ಮ ಮುಂದೆ ನಿಂತು, ಭಾವ ಶೂನ್ಯವಾದ ತನ್ನ ನಿಸ್ತೇಜ ಕಣ್ಣುಗಳಿಂದ ನಮ್ಮನ್ನು ದುರುಗುಟ್ಟಿ ನೋಡುತ್ತಿದ್ದಂತೆ ನಮಗೆ ಭಾಸವಾಯಿತು...

ಭೀತಿಗೆ ಸಿಕ್ಕಿದ ಅಂದಿನ ಕೂಟವನ್ನು ಮಸಣದ ಮೌನ ಆವರಿಸಿತು. ○

○ ಹೆನ್ರಿಕ್ ಸಿಯೆಂಕಿವಿಚ್

ಆಸ್ಪಿನ್‌ವಾಲ್ ದೀಪಸ್ತಂಭದ ಕಾವಲುಗಾರ

ಪನಾಮಕ್ಕೆ ಹತ್ತಿರವಿರುವ ಆಸ್ಪಿನ್‌ವಾಲ್ ದೀಪಸ್ತಂಭದ ಕಾವಲುಗಾರ ಒಮ್ಮೆ ಹೇಳದೆ ಕೇಳದೆ ಕಣ್ಮರೆಯಾದ. ಬಿರುಗಾಳಿ ಎದ್ದಾಗ ಇದು ನಡೆದುದರಿಂದ, ಆ ನತದೃಷ್ಟ ವ್ಯಕ್ತಿ ದೀಪಸ್ತಂಭವಿದ್ದ ಬಂಡೆಗಳಿಂದ ತುಂಬಿದ ಆ ಸಣ್ಣ ದ್ವೀಪದ ಅಂಚಿಗೆ ಎಲ್ಲೋ ಹೋಗಿದ್ದಾಗ, ಅಲ್ಲಿ ಅಲೆಗಳ ಹೊಡೆತಕ್ಕೆ ಸಿಕ್ಕಿ ಕೊಚ್ಚಿಹೋದನೆಂದೇ ಜನ ಭಾವಿಸಿದರು. ಹೀಗಾಗಿರುವ ಸಂಭವವೇ ಹೆಚ್ಚಾಗಿತ್ತು. ಏಕೆಂದರೆ ಮಾರನೆಯ ದಿನ ಅವನ ದೋಣಿ ಅದು ನಿಲ್ಲುತ್ತಿದ್ದ ಬಂಡೆಗುತ್ತಿಯಲ್ಲಿ ಇರಲಿಲ್ಲ. ದೀಪಸ್ತಂಭದ ಕಾವಲುಗಾರನ ಹುದ್ದೆ ಖಾಲಿಯಾಯಿತು. ಸ್ಥಳೀಯ ಹಡಗು ಸಂಚಾರಕ್ಕೆ ಹಾಗೂ ನ್ಯೂಯಾರ್ಕ್‌ನಿಂದ ಪನಾಮಕ್ಕೆ ಹೋಗುವ ಹಡಗುಗಳಿಗೆ ಅವಶ್ಯವಾಗಿದ್ದ ದೀಪಸ್ತಂಭ ಅದು. ಆದ್ದರಿಂದ, ಖಾಲಿಯಾದ ಹುದ್ದೆಯನ್ನು ಸಾಧ್ಯವಾದಷ್ಟು ಬೇಗ ಭರ್ತಿ ಮಾಡಲೇಬೇಕಾಗಿತ್ತು. ಮಸ್ಕಿಟೆ ಕೊಲ್ಲಿಯ ತುಂಬಾ ಮರಳು ಗುಡ್ಡೆಗಳು ಹಾಗೂ ಏರು ನೆಲಗಳು ಇರುವುದರಿಂದ ಹಗಲು ಹೊತ್ತಿನಲ್ಲಿಯೂ ಅಲ್ಲಿ ಹಡಗು ಸಂಚಾರ ಕಷ್ಟಕರ. ಇನ್ನು ರಾತ್ರಿ ಕಾಲದಲ್ಲಂತೂ ಉಷ್ಣವಲಯದ ಬಿಸಿಲಿನಲ್ಲಿ ಕಾದ ನೀರಿನಿಂದ ಆಗಾಗ ಏಳುವ ಮಂಜು ಹೊಗೆಯಿಂದಾಗಿ ಅದು ಹೆಚ್ಚು ಕಡಿಮೆ ಅಸಾಧ್ಯವೆಂದೇ ಹೇಳಬಹುದು. ಅಂಥ ಸಮಯದಲ್ಲಿ ಅನೇಕ ಹಡಗುಗಳಿಗೆ ಆ ದೀಪಸ್ತಂಭ ಒಂದೇ ಮಾರ್ಗದರ್ಶಕ ಸಾಧನ.

ಹೊಸ ಕಾವಲುಗಾರನನ್ನು ಹುಡುಕುವ ಹೊಣೆ ಪನಾಮದಲ್ಲಿದ್ದ ಅಮೆರಿಕ ಸರಕಾರದ ಪ್ರತಿನಿಧಿಯ ಮೇಲೆ ಬಿತ್ತು. ಈ ಕೆಲಸವೇನೂ ಸುಲಭವಾಗಿರಲಿಲ್ಲ. ಮೊಟ್ಟ ಮೊದಲನೆಯದಾಗಿ ಕೇವಲ ಹನ್ನೆರಡು ತಾಸುಗಳ ಅವಧಿಯಲ್ಲಿ ಹೊಸಬನನ್ನು ಹುಡುಕಬೇಕಾಗಿತ್ತು; ಎರಡನೆಯದಾಗಿ ಒಬ್ಬ ಅತ್ಯಂತ ನಿಷ್ಠಾವಂತನನ್ನು ಆ ಕೆಲಸಕ್ಕೆ ಯೋಜಿಸಬೇಕಾಗಿತ್ತು – ಕಣ್ಣಿಗೆ ಬಿದ್ದ ಯಾರನ್ನೋ ನೇಮಿಸು ವಂತಿರಲಿಲ್ಲ. ಕೊನೆಯದಾಗಿ ಆ ಕೆಲಸಕ್ಕೆ ಅಭ್ಯರ್ಥಿಗಳೇ ಇರಲಿಲ್ಲ. ದೀಪಸ್ತಂಭವೊಂದರ ಗೋಪುರದಲ್ಲಿ ಜೀವಿಸುವುದೆಂದರೆ ಕಡು ಕಷ್ಟದ ಮಾತು. ದಕ್ಷಿಣ ವಾಸಿಗಳು ಸೋಮಾರಿಗಳೂ ಅಲೆಮಾರಿ ಜೀವನ ನಡೆಸುವವರೂ ಆಗಿರುವುದರಿಂದ ಅವರಿಗೆ ಇದು ಅಂಥ

ಆಕರ್ಷಕ ಕೆಲಸವಾಗಿರಲಿಲ್ಲ. ದೀಪಸ್ತಂಭದ ಕಾವಲುಗಾರನೆಂದರೆ ಹೆಚ್ಚು ಕಡಿಮೆ ಒಬ್ಬ ಖೈದಿ ಇದ್ದಂತೆ. ಭಾನುವಾರಗಳನ್ನು ಬಿಟ್ಟು ಉಳಿದ ದಿನ ಅವನು ಶಿಲಾಮಯವಾದ ಆ ದ್ವೀಪವನ್ನು ಬಿಟ್ಟು ಅತ್ತಿತ್ತ ಚಲಿಸುವಂತಿಲ್ಲ. ದಿನಕ್ಕೊಂದು ಬಾರಿ ಆಸ್ಪಿನ್‌ವಾಲ್‌ನಿಂದ ಅವನ ಆಹಾರ ವಸ್ತುಗಳನ್ನು ಹೊತ್ತು ಒಂದು ದೋಣಿ ಬರುತ್ತಿತ್ತು – ತಕ್ಷಣವೇ ಅದು ಹಿಂತಿರುಗಿಬಿಡುತ್ತಿತ್ತು. ಸುಮಾರು ಒಂದು ಎಕರೆ ವಿಸ್ತೀರ್ಣದ ಆ ದ್ವೀಪ ಸಂಪೂರ್ಣ ನಿರ್ಜನವಾದ ಒಂದು ಸ್ಥಳ. ದೀಪಸ್ತಂಭದಲ್ಲಿ ಕಾವಲುಗಾರನ ವಾಸ. ಅದು ವ್ಯವಸ್ಥಿತವಾಗಿರುವಂತೆ ಆತ ನೋಡಿಕೊಳ್ಳಬೇಕು. ಹಗಲು ಹೊತ್ತು ವಾಯುಮಾಪಕದ ಬದಲಾವಣೆಗಳನ್ನು ಸೂಚಿಸಲು ಅವನು ಬಣ್ಣ ಬಣ್ಣದ ಬಾವುಟಗಳನ್ನು ಬೀಸುತ್ತಾ ಸಂಜ್ಞೆ ನೀಡುವನು; ಸಂಜೆ ಹೊತ್ತು ಗೋಪುರದ ದೀಪ ಹೊತ್ತಿಸಿ ಇಡುವನು. ಈ ದೀಪವನ್ನು ಮುಟ್ಟಲು ಅವನು ಪ್ರತಿದಿನ ತೀರ ಕಡಿದಾದ ನಾನೂರು ಮೆಟ್ಟಿಲುಗಳನ್ನು ಹತ್ತಿ ಹೋಗಬೇಕು – ಇದೊಂದನ್ನು ಬಿಟ್ಟರೆ ಅದು ಅಂಥ ಪ್ರಯಾಸದ ಕೆಲಸವೇನೂ ಆಗಿರಲಿಲ್ಲ; ಕೆಲವೊಮ್ಮೆ ಹಗಲಿನಲ್ಲಿ ಅನೇಕ ಬಾರಿ ಅವನು ಹೀಗೆ ಹತ್ತಿ ಇಳಿಯಬೇಕಾಗುತ್ತಿತ್ತು. ಒಟ್ಟಾರೆ ಅದು ಒಬ್ಬ ಒಂಟಿ ಸನ್ಯಾಸಿಯ, ಆಶ್ರಮವಾಸಿಯ ಕೆಲಸ. ಆದ್ದರಿಂದ ಈ ಕೆಲಸ ಬಿಟ್ಟು ಹೋದವನ ಸ್ಥಾನದಲ್ಲಿ ಇನ್ನೊಬ್ಬನನ್ನು ಹುಡುಕಲು ಮಿ. ಐಸಾಕ್ ಫಾಲ್ಕನ್‌ಬ್ರಿಡ್ಜ್ ಅತ್ಯಂತ ಕಾತರನಾಗಿದ್ದನೆಂಬುದರಲ್ಲಿ ಆಶ್ಚರ್ಯವೇನಿಲ್ಲ. ಇಂಥ ಸನ್ನಿವೇಶದಲ್ಲಿ ಆ ಕೆಲಸಕ್ಕೆ ಅದೇ ದಿನ ಒಬ್ಬ ಹೊಸ ಉಮೇದುವಾರ ಅನಿರೀಕ್ಷಿತವಾಗಿ ತನ್ನ ಮುಂದೆ ಕಾಣಿಸಿಕೊಂಡಾಗ ಅವನಿಗೆ ಎಷ್ಟೊಂದು ಸಂತೋಷವಾಗಿರಬೇಡ ! ಆ ಹೊಸಬ ಎಪ್ಪತ್ತು ವರ್ಷಕ್ಕೂ ಮೀರಿದ ವಯಸ್ಸಿನ ಒಬ್ಬ ಮುದುಕ. ಆದರೆ ನೆಟ್ಟಗಿನ ನಿಲುವು, ಸೈನಿಕನಂಥ ಅಚ್ಚುಕಟ್ಟಾದ ಭಂಗಿ, ಲವಲವಿಕೆಯ ನಡಿಗೆ, ಸಂಪೂರ್ಣ ಬೆಳ್ಳಗಾಗಿದ್ದ ತಲೆಗೂದಲು. ಕ್ರಿಯೋಲ್ ಜನರ* ಮುಖಗಳಂತೆ ಕಪ್ಪು ಛಾಯೆಯಿಂದ ಕೂಡಿದ ಮುಖ. ಆದರೆ ಅವನ ನೀಲಿ ಕಣ್ಣುಗಳನ್ನು ನೋಡಿದರೆ ಅವನು ದಕ್ಷಿಣ ದೇಶಗಳ ಸಮುದಾಯದವನಲ್ಲ ಅನ್ನಿಸುತ್ತಿತ್ತು. ಅವನ ಮುಖದಲ್ಲಿ ಒಂದು ತೆರನಾದ ಖಿನ್ನತೆ, ವ್ಯಥೆಗಳಿದ್ದರೂ ಅವನು ಪ್ರಾಮಾಣಿಕನಂತೆ ತೋರುತ್ತಿದ್ದ. ಅವನನ್ನು ಮೊದಲು ನೋಡಿದ ತಕ್ಷಣವೇ ಫಾಲ್ಕನ್‌ಬ್ರಿಡ್ಜ್‌ಗೆ ಖುಷಿಯಾಯಿತು. ಅವನನ್ನು ಪರೀಕ್ಷೆ ಮಾಡುವುದೊಂದೇ ಬಾಕಿ ಉಳಿದಿತ್ತು. ಹೀಗೆ ಪ್ರಾರಂಭವಾಯಿತು ಅವರ ಮಾತುಕತೆ.

''ನಿನ್ನ ಊರು ಯಾವುದು ?''

''ನಾನು ಪೋಲೆಂಡಿನವನು.''

''ಇಲ್ಲಿಯವರೆಗೂ ಎಲ್ಲಿ ಕೆಲಸ ಮಾಡ್ತಾ ಇದ್ದೆ ?''

''ಎಲ್ಲೆಲ್ಲೋ ಕೆಲಸ ಮಾಡ್ತಾ ಇದ್ದೆ''

''ದೀಪಸ್ತಂಭದ ಕಾವಲುಗಾರ ಒಂದೇ ಸ್ಥಳದಲ್ಲಿ ಇರಲು ತಯಾರಾಗಿರಬೇಕಾಗಿರುತ್ತೆ.''

''ನನಗೆ ವಿಶ್ರಾಂತಿ ಬೇಕಾಗಿದೆ.''

''ನೀನು ಇನ್ನೆಲ್ಲಾದರೂ ಈ ಕೆಲಸದಲ್ಲಿದ್ದೆಯೇನು ? ಸರಿಯಾಗಿ ಸರಕಾರಿ ಸೇವೆ ಸಲ್ಲಿಸಿದ ಯೋಗ್ಯತಾಪತ್ರಗಳಿವೆಯೇನು, ನಿನ್ನ ಬಳಿ ?''

ಮುದುಕ ತನ್ನ ಸೊಂಟದೊಳಗಿನಿಂದ ಬಣ್ಣ ಮಾಸಿದ ಒಂದು ರೇಷ್ಮೆ ಬಟ್ಟೆ ತುಂಡನ್ನು ತೆಗೆದ – ಅದು ಹಳೆಯ ಬಾವುಟದ ತುಂಡಿನ ಹಾಗಿತ್ತು – ಅದನ್ನು ಬಿಚ್ಚಿ ಅವನು ಹೇಳಿದ :

---

* ಪಶ್ಚಿಮ ಇಂಡೀಸ್. ಮಾರಿಷಸ್ ಕಡೆಯ ಮಿಶ್ರ ತಳಿ ಜನ

''ಯೋಗ್ಯತಾಪತ್ರಗಳು ಇಲ್ಲಿವೆ ನೋಡಿ. ನನಗೆ ಈ ಪದಕ 1839ರಲ್ಲಿ ದೊರಕಿತು. ಈ ಎರಡನೆಯದು ಸ್ಪೇನಿನದು; ಮೂರನೆಯದು ಫ್ರೆಂಚ್ ಸೈನ್ಯದ್ದು; ನಾಲ್ಕನೆಯದನ್ನು ನನಗೆ ಹಂಗೇರಿಯಲ್ಲಿ ಕೊಟ್ಟರು. ಆಮೇಲೆ ನಾನು ಅಮೆರಿಕ ಸಂಸ್ಥಾನದಲ್ಲಿ ದಕ್ಷಿಣ ಪ್ರಾಂತಗಳ ವಿರುದ್ಧ ಹೋರಾಡಿದೆ; ಅಲ್ಲಿ ಅವರು ಪದಕಗಳನ್ನು ನೀಡೋದಿಲ್ಲ.''

ಫಾಲ್ಕನ್ ಬ್ರಿಡ್ಜ್ ಪತ್ರಗಳನ್ನು ತೆಗೆದುಕೊಂಡು ಓದುತ್ತಾ ಕೇಳಿದ : ''ಹುಂ. ಸ್ಕಾವಿನ್‌ಸ್ಕಿ... ಅದೇ ಏನು ನಿನ್ನ ಹೆಸರು ? ಹುಂ... ಭರ್ಜಿ ಬಂದೂಕದ ಯುದ್ಧದಲ್ಲಿ ಎರಡು ಬಾವುಟಗಳನ್ನು ಸೆರೆಹಿಡಿದ. ನೀನೊಳ್ಳೇ ಪರಾಕ್ರಮಶಾಲಿ ಸೈನಿಕನಾಗಿದ್ದಂತೆ ಕಾಣ್ತದೆ.''

''ಒಂದು ದೀಪಸ್ತಂಭದ ಕಾವಲುಗಾರನಾಗಿ ನಿಷ್ಠೆಯಿಂದ ಕೆಲಸ ಮಾಡಬಲ್ಲೆ, ಸ್ವಾಮಿ.''

''ಪ್ರತಿದಿನ ಅನೇಕ ಸಲ ಗೋಪುರದ ತುದಿಗೆ ಹತ್ತೋದು ಇಳಿಯೋದು ಇರ್ತದೆ, ನಿನ್ನ ಕಾಲುಗಳು ಭದ್ರವಾಗಿವೆ ತಾನೆ ?''

''ಇಡೀ ಬಯಲು ಭೂಮಿಯನ್ನು* ಕಾಲುನಡಿಗೆಯಲ್ಲಿ ಕ್ರಮಿಸಿಬಂದಿದ್ದೇನೆ.''

''ನಿನಗೆ ಸಮುದ್ರಯಾನದ ಅನುಭವ ಇದೆಯೇ ?''

''ತಿಮಿಂಗಿಲದ ಬೇಟೆ ಹಡಗಿನಲ್ಲಿ ಮೂರು ವರ್ಷ ಕೆಲಸ ಮಾಡಿದೇನೆ.''

''ಬೇಕಾದಷ್ಟು ಕಸಬುಗಳಲ್ಲಿ ನುರಿತಿದ್ದೀಯೆ, ನೀನು''

''ಆದರೆ ಇಲ್ಲಿಯ ತನಕ ನನ್ನ ಪಾಲಿಗೆ ಮನಶ್ಶಾಂತಿ ಅನ್ನೋದು ಮಾತ್ರ ಸಿಕ್ಕಿಲ್ಲ, ಅಷ್ಟೇ.''

''ಯಾಕೆ ಹಾಗಾಯಿತು ?''

ಮುದುಕ ಭುಜ ಕುಣಿಸುತ್ತಾ ಹೇಳಿದ :

''ಅದು ನನ್ನ ವಿಧಿ.''

''ಏನೇ ಹೇಳಿದರೂ ದೀಪಸ್ತಂಭದ ಕಾವಲುಗಾರನ ಕೆಲಸಕ್ಕೆ ನೀನು ತುಂಬ ಮುದುಕನಾಗಿ ಬಿಟ್ಟಿದ್ದೀ ಅನಿಸ್ತದೆ ನನಗೆ''

ಅವನು ಒಮ್ಮೆಲೇ ಉದ್ವೇಗದಿಂದ ನುಡಿದ :

''ನನಗೆ ತುಂಬಾ ಆಯಾಸವಾಗಿದೆ – ಬಹಳ ಕಾಲ ಅಲೆದಾಡಿದ್ದೇನೆ. ನನ್ನನ್ನು ನೋಡಿದರೆ ನಿಮಗೆ ತಿಳಿಯುತ್ತದೆ – ನಾನು ಎಷ್ಟು ಪಾಡುಪಟ್ಟಿದ್ದೇನೆ ಅಂಥ. ಇಂಥ ಒಂದು ಸ್ಥಳ ಸಿಕ್ಕೀತೇ ಅಂತ ನಾನು ಬಹಳ ಹಂಬಲಿಸಿದ್ದೇನೆ. ನಾನು ಮುದುಕ. ನನಗೆ ವಿಶ್ರಾಂತಿ ಬೇಕು. ನನ್ನನ್ನು ಕುರಿತು ನಾನು ಹೀಗೆ ಅಂದುಕೊಳ್ಳಬೇಕಾಗಿದೆ : 'ಇನ್ನು ಮುಂದೆ ನೀನು ಇಲ್ಲೇ ನಿಲ್ಲಬೇಕು. ಇದೇ ನಿನ್ನ ನೆಲೆ.' ಇದನ್ನು ಸಾಧ್ಯವಾಗಿಸೋದು ನಿಮ್ಮ ಒಬ್ಬರ ಕೈಯಲ್ಲಿದೆ. ಇಂಥ ಜಾಗ ಇನ್ನು ನನಗೆ ಖಂಡಿತ ಸಿಕ್ಕೋದಿಲ್ಲ. ಪನಾಮದಲ್ಲಿ ಈಗ ನಾನು ಇದ್ದುದು ಎಂಥ ಅದೃಷ್ಟ! ದೇವರ ಆಣೆ ಇಟ್ಟು ಹೇಳ್ತೇನೆ – ನಿಮ್ಮನ್ನು ಕೇಳಿಕೊಳ್ತೇನೆ. ಬಂದರನ್ನು ಸೇರದಿದ್ದರೆ ಇನ್ನು ನೀರಿನ ಪಾಲೇ ಗತಿ ಅನ್ನೋ ಹಡಗಿನ ಹಾಗಾಗಿದೆ ನನ್ನ ಬದುಕು. ಇಳಿವಯಸ್ಸಿನ ಮುದುಕನ ಜೀವಕ್ಕೆ ಶಾಂತಿಯನ್ನು ಒದಗಿಸ್ಬೇಕು ಅಂತ ನಿಮಗೆ ಅನಿಸಿದರೆ... ನಾನು ಪ್ರಾಮಾಣಿಕ ಅಂತ ಭಾಷೆ ಕೊಡ್ತೇನೆ... ನನಗೆ ಈ ನನ್ನ ಅಲೆಮಾರಿ ಬದುಕು ಸಾಕಾಗಿದೆ...''

ಮುದುಕನ ಕಣ್ಣುಗಳಲ್ಲಿ ಹೊರಸೂಸುತ್ತಿದ್ದ ದುರ್ಭರ ದೈನ್ಯವನ್ನು ಕಂಡು ಸರಳನೂ ಸಜ್ಜನನೂ ಆಗಿದ್ದ ಫಾಲ್ಕೊನ್‌ಬ್ರಿಡ್ಜ್‌ನ ಮನಸ್ಸು ಕರಗಿತು.

---

* ಪೂರ್ವ ಅಮೆರಿಕ ಹಾಗೂ ಕ್ಯಾಲಿಫೋರ್ನಿಯಗಳ ನಡುವಣ ವಿಶಾಲ ಹುಲ್ಲುಗಾವಲು ಪ್ರದೇಶಕ್ಕೆ 'ಬಯಲು ಭೂಮಿ' ಎನ್ನುತ್ತಾರೆ.

''ಒಳ್ಳೇದು, ನಿನ್ನನ್ನು ತೆಗೆದುಕೊಳ್ತೇನೆ. ಇನ್ನು ನೀನೇ ದೀಪಸ್ತಂಭದ ಕಾವಲುಗಾರ.''

ಮುದುಕನ ಮುಖ ಮಾತಿನಿಂದ ಬಣ್ಣಿಸಲಾಗದ ಸಂತೋಷದಿಂದ ಹೊಳೆಯಿತು.

''ಬಹಳ ಉಪಕಾರವಾಯ್ತು, ಸ್ವಾಮಿ.''

''ಇವತ್ತೇ ಗೋಪುರಕ್ಕೆ ಹೋಗ್ಬೇಕು – ಸಾಧ್ಯವೋ ?''

''ಅಗತ್ಯವಾಗಿ ಆಗಲಿ.''

''ಸರಿ, ದೇವರು ಒಳ್ಳೇದು ಮಾಡಲಿ – ಇನ್ನೊಂದು ಮಾತು. ನಿನ್ನ ಕೆಲಸದಲ್ಲಿ ಏನಾದರೂ ಲೋಪದೋಷಗಳು ಕಂಡುಬಂದರೆ ಕೂಡಲೇ ನಿನ್ನನ್ನು ತೆಗೆದುಹಾಕ್ತೇನೆ.''

''ಸರಿ, ಆಗಬಹುದು.''

* * *

ಅದೇ ಸಂಜೆ, ಸೂರ್ಯ ಭೂಸಂಧಿಯ ಆಚೆ ಕಡೆ ಮುಳುಗಿದ ಮೇಲೆ ಹಗಲಿನ ಬಿಸಿಲು ಕಳೆದು 'ಮುಚ್ಚಂಜೆ ಇಲ್ಲದ' ರಾತ್ರಿಯಾದಾಗ ಹೊಸ ಕಾವಲುಗಾರ ತನ್ನ ಕೆಲಸದ ಸ್ಥಾನದಲ್ಲಿದ್ದಿರಬೇಕು. ಏಕೆಂದರೆ ದೀಪಸ್ತಂಭದ ಕಿರಣಗಳು ಸಮುದ್ರದ ನೀರಿನ ಮೇಲೆ ಎಂದಿನಂತೆ ಹರಡಿದ್ದವು. ರಾತ್ರಿ ಪ್ರಶಾಂತವಾಗಿತ್ತು – ಉಷ್ಣವಲಯಕ್ಕೇ ವಿಶಿಷ್ಟವಾದ ಪಾರದರ್ಶಕ ಮಂಜು ಸುತ್ತಲೂ ಹರಡಿ ಚಂದ್ರನ ಸುತ್ತ ವರ್ಣರಂಜಿತ ಅವಿಚ್ಛಿನ್ನ ಕಾಮನಬಿಲ್ಲನ್ನು ಸೃಜಿಸಿತ್ತು. ಸಮುದ್ರ ಚಲಿಸುತ್ತಿತ್ತು – ಅಲೆಗಳು ಅದನ್ನು ಮೇಲಕ್ಕೆಬ್ಬಿಸುತ್ತಿದ್ದುದರಿಂದ ಮಾತ್ರ ಅದು ಚಲಿಸುತ್ತಿತ್ತು – ಕೆಳಗಿನಿಂದ ನೋಡಿದರೆ ಮೇಲಿನ ಬಾಲ್ಕನಿಯಲ್ಲಿ ಸ್ಕಾವಿನ್ಸ್ಕಿ ಒಂದು ಸಣ್ಣ ಕಪ್ಪು ಚುಕ್ಕೆಯಂತೆ ಕಾಣಿಸುತ್ತಿದ್ದ. ತನ್ನ ಆಲೋಚನೆಗಳೆಲ್ಲವನ್ನೂ ಕ್ರೋಡೀಕರಿಸಿ ಅವನು ತನ್ನ ಹೊಸ ಹುದ್ದೆಯ ಕುರಿತು ಚಿಂತಿಸುತ್ತಿದ್ದ. ಭಾವನೆಯ ಒತ್ತಡದಿಂದಾಗಿ ಅವನ ಬುದ್ಧಿ ಸರಿಯಾಗಿ ಓಡುತ್ತಿರಲಿಲ್ಲ. ಬೇಟೆಗಾರರು ಅಟ್ಟಿಸಿಕೊಂಡು ಬರುತ್ತಿದ್ದ ಮೃಗವೊಂದಕ್ಕೆ ಯಾವುದೋ ದುರ್ಗಮ ಬಂಡೆಯಲ್ಲಿ ಅಥವಾ ಗುಹೆಯೊಳಗೆ ಆಶ್ರಯ ದೊರೆತ ಹಾಗಾಗಿತ್ತು ಅವನ ಸ್ಥಿತಿ. ಕಟ್ಟಕಡೆಯಲ್ಲಿ ಅವನಿಗೆ ಶಾಂತಿಯ ಒಂದು ಘಳಿಗೆ ಲಭಿಸಿತ್ತು. ಇದರಿಂದುಂಟಾದ ಸುರಕ್ಷಿತತೆಯ ಭಾವನೆಯಿಂದಾಗಿ ಅವನ ಅಂತರಂಗವು ಇಂಥದೇ ಎಂದು ಹೇಳಲಾಗದ ಒಂದು ವಿಧದ ಆನಂದದಿಂದ ತುಂಬಿತು. ಈಗ ಅವನು ಆ ಬಂಡೆಯ ತುದಿಯಲ್ಲಿ ಕುಳಿತು ಹಿಂದಿನ ತನ್ನ ಅಲೆದಾಟಗಳನ್ನು ಸೋಲು-ಸಂಕಟಗಳನ್ನು ಕಡೆಗಣಿಸಬಹುದು. ಅವನ ಜೀವನಯಾತ್ರೆಯನ್ನು ಒಂದು ಹಡಗಿನ ಪಯಣಕ್ಕೆ ಹೋಲಿಸಬಹುದಿತ್ತು. ಆ ಹಡಗು ಬಿರುಗಾಳಿಗೆ ಸಿಕ್ಕಿತ್ತು. ಅದರ ಏಟಿಗೆ ಹಡಗಿನ ಕೂವೆ ಮರಗಳು ಮುರಿದಿದ್ದವು. ಹಾಯಿ ಹರಿದಿತ್ತು. ಹಗ್ಗಗಳು ತುಂಡಾಗಿದ್ದವು. ಅದನ್ನು ಮುಗಿಲೆತ್ತರದಿಂದ ಸಮುದ್ರದ ತಳಕ್ಕೆ ಆ ಬಿರುಗಾಳಿ ಎಸೆದಿತ್ತು. ಅದರ ಮೇಲೆ ತೆರೆಗಳನ್ನು ತಳ್ಳಿತ್ತು, ನೊರೆಯನ್ನು ಕಾರಿತ್ತು. ಹೀಗೆ ಜರ್ಜರಿತವಾಗಿದ್ದರೂ ಅವನ ಜೀವನ ನೌಕೆ ಕೊನೆಗೂ ಬಂದರಕ್ಕೆ ಬಂದು ಸೇರಿತ್ತು. ಇದರ ಪರಿಣಾಮವಾಗಿ ಈಗ ಪ್ರಾರಂಭವಾಗಿದ್ದ ಪ್ರಶಾಂತ ಭವಿಷ್ಯದೊಂದಿಗೆ ಹಿಂದಿನ ತನ್ನ ಜೀವನವನ್ನು ಹೋಲಿಸಿದಾಗ, ಆ ಬಿರುಗಾಳಿಯ ಚಿತ್ರಗಳು ಅವನ ಕಣ್ಣ ಮುಂದೆ ಕ್ಷಿಪ್ರವಾಗಿ ಹಾದುಹೋದವು. ತನ್ನ ಅದ್ಭುತ ಅನುಭವಗಳ ಸ್ವಲ್ಪ ಭಾಗವನ್ನು ಮಾತ್ರ ಅವನು ಫಾಲ್ಕನ್‌ಬ್ರಿಡ್ಜ್‌ಗೆ ಹೇಳಿದ್ದ – ಅದರ ನೂರಾರು ವಿವರಗಳನ್ನು ತಿಳಿಸಿರಲಿಲ್ಲ. ಅವನ ದುರದೃಷ್ಟವೆಂದರೆ ಅವನು ಪ್ರತಿಯೊಂದು ಸಲ ತನ್ನ ಠಿಕಾಣಿ ಹೂಡಿ ಬೆಚ್ಚನೆಯ ಬಿಡಾರದಲ್ಲಿ ಬೀಡು ಬಿಡುವ ಹೊತ್ತಿಗೆ ಸರಿಯಾಗಿ, ಎಲ್ಲಿಂದಲೋ ಒಂದ ಚಂಡಮಾರುತ ಬೀಸಿ ಅವನ ಬಿಡಾರವನ್ನು ಕಿತ್ತೊಗೆದು ಬೆಚ್ಚನೆಯ ಬೆಂಕಿಯನ್ನು ಆರಿಸಿ ಅವನನ್ನು

ವಿನಾಶದತ್ತ ಕೊಚ್ಚಿ ಬಿಡುತ್ತಿತ್ತು. ಈಗ ಅವನು ಗೋಪುರದ ಮಾಳಿಗೆಯಲ್ಲಿ ಕುಳಿತು ಥಳಥಳಿಸುವ ಅಲೆಗಳನ್ನು ನೋಡುತ್ತ ತನ್ನ ಅನುಭವಗಳನ್ನೆಲ್ಲ ಜ್ಞಾಪಿಸಿಕೊಂಡ. ಪ್ರಪಂಚದ ನಾಲ್ಕು ದಿಕ್ಕಿನಲ್ಲೂ ಅವನು ದಂಡಯಾತ್ರೆ ನಡೆಸಿದ್ದ – ತನ್ನ ಅಲೆದಾಟದ ಜೀವನದಲ್ಲಿ ಎಲ್ಲ ಕಸುಬುಗಳನ್ನೂ ಮಾಡಿದ್ದ. ಅವನು ನಿಷ್ಠಾವಂತನೂ ಕಷ್ಟ ಸಹಿಷ್ಣುವೂ ಆಗಿದ್ದುದರಿಂದ ಆಗಾಗ ಒಂದಿಷ್ಟು ಹಣವನ್ನೂ ಉಳಿಸುತ್ತಿದ್ದ. ಆದರೆ ಎಷ್ಟೇ ವಿಶೇಷವಾದ ಮುಂಜಾಗ್ರತೆ - ಎಚ್ಚರಿಕೆ ವಹಿಸಿದ್ದರೂ ಆ ಹಣವನ್ನು ಯಾವಾಗಲೂ ಆತ ಕಳೆದುಕೊಳ್ಳುತ್ತಿದ್ದ. ಆಸ್ಟ್ರೇಲಿಯದಲ್ಲಿ ಆತ ಚಿನ್ನದ ಗಣಿಗಳಲ್ಲಿ ಕೆಲಸ ಮಾಡಿದ್ದ : ಆಫ್ರಿಕದಲ್ಲಿ ವಜ್ರ ಅಗೆಯುವ ಉದ್ಯೋಗದಲ್ಲಿ ತೊಡಗಿದ್ದ. ಈಸ್ಟ್ ಇಂಡೀಸ್‌ನಲ್ಲಿ ಸಾರ್ವಜನಿಕ ಸೇವೆಗೋಸ್ಕರ ಸೈನಿಕನಾಗಿ ಕೆಲಸ ಮಾಡಿದ್ದ. ಕ್ಯಾಲಿಫೋರ್ನಿಯಾದಲ್ಲಿ ಹೈನು ಸಾಕಣೆ ಕೇಂದ್ರವೊಂದನ್ನು ಆತ ಸ್ಥಾಪಿಸಿದ್ದ – ಬರಗಾಲ ಅವನನ್ನು ದಿವಾಳಿಗೊಳಿಸಿತ್ತು. ಬ್ರಜಿಲ್‌ನ ಒಳ ಪ್ರದೇಶದಲ್ಲಿ ಕಾಡುಜನರ ಜೊತೆ ವ್ಯಾಪಾರ ನಡೆಸಿದ್ದ – ಅವನ ದೋಣಿ ಅಮೆಜಾನ್ ನದಿಯಲ್ಲಿ ಒಡೆದು ಚೂರಾಗಿತ್ತು. ಬಳಿಕ ಒಬ್ಬಂಟಿಗನಾಗಿ, ನಿರಾಯುಧನಾಗಿ, ಬೆತ್ತಲೆ ಮೈಯಲ್ಲಿ ಹಲವು ವಾರಗಳ ಕಾಲ ಕಾಡುಗುಡ್ಡಗಳಲ್ಲಿ ಅಲೆದು ಕಾಡುಮೃಗಗಳ ಕೈಯಿಂದ ಹೇಗೋ ಪಾರಾಗಿ ಗೆಡ್ಡೆ ಗೆಣಸು ತಿಂದು ಆತ ಜೀವಿಸಿದ್ದ. ಆರ್ಕಾನ್ಸಾಸ್‌ನ ಹೆಲಿನಾದಲ್ಲಿ ಒಂದು ಕಮ್ಮಾರಸಾಲೆಯನ್ನು ಇಟ್ಟಿದ್ದಾಗ, ಅದಕ್ಕೆ ಬೆಂಕಿ ತಗಲಿ ಅವನ ಕುಲುಮೆ ಮಾತ್ರವಲ್ಲದೇ ಇಡೀ ಊರೇ ಭಸ್ಮವಾಗಿತ್ತು. ಅನಂತರ ರಾಕಿ ಪರ್ವತ ಪ್ರದೇಶದಲ್ಲಿ ರೆಡ್‌ಇಂಡಿಯನ್ನರ ಕೈಗೆ ಸಿಕ್ಕಿಬಿದ್ದು, ದೈವವಶಾತ್ ಕೆನಡಾದ ಬೇಟೆಗಾರರಿಂದ ರಕ್ಷಿಸಲ್ಪಟ್ಟಿದ್ದ. ಬಾಹಿಯ – ಬೋರ್ಡೊಗಳ ನಡುವೆ ಸಂಚರಿಸುವ ಹಡಗಿನಲ್ಲಿ ನಾವಿಕನಾಗಿಯೂ, ತಿಮಿಂಗಿಲ ಬೇಟೆಯ ಹಡಗಿನಲ್ಲಿ ತಿಮಿಂಗಿಲ ಬೇಟೆಗಾರನಾಗಿಯೂ ದುಡಿದಿದ್ದ. ಹವಾನಾದಲ್ಲಿ ಅವನದು ಒಂದು ಸಿಗರೇಟು ಕಾರ್ಖಾನೆ ಇತ್ತು – ಅವನಿಗೆ ಕಾಯಿಲೆ ಬಂದು ಹಾಸಿಗೆ ಹಿಡಿದಿದ್ದಾಗ, ಅವನ ಜೊತೆಯ ಪಾಲುದಾರ ಅವನಿಗೆ ಮೋಸ ಮಾಡಿ ವ್ಯಾಪಾರವನ್ನು ಮುಳುಗಿಸಿದ್ದ. ಕಟ್ಟಕಡೆಗೆ ಆತ ಆಸ್ಪಿನ್‌ವಾಲ್‌ಗೆ ಬಂದು ಸೇರಿದ್ದ – ಇದರೊಂದಿಗೆ ತನ್ನ ವೈಫಲ್ಯಗಳ ಕಥೆ ಕೊನೆಗಾಣಬಹುದೆಂದು ಆತ ಭಾವಿಸಿದ. ಏಕೆಂದರೆ ಈ ಶಿಲಾಮಯ ದ್ವೀಪದಲ್ಲಿ ಬೆಂಕಿ -ನೀರು -ಗಾಳಿ ಮುಂತಾದ ಯಾವ ಪಂಚಭೂತಗಳಾಗಲೀ, ಮನುಷ್ಯರಾಗಲೀ ಅವನ ತಂಟೆಗೆ ಬರುವ ಸಂಭವವಿರಲಿಲ್ಲ. ಆದರೆ, ಮನುಷ್ಯರ ಪೀಡನೆಗೆ ಸ್ಕಾವಿನ್‌ಸ್ಕಿ ಅಷ್ಟಾಗಿ ಸಿಕ್ಕಿರಲಿಲ್ಲ. ಅವನಿಗೆ ಕೆಟ್ಟವರಿಗಿಂತ ಒಳ್ಳೆಯವರ ಸಹವಾಸವೇ ಹೆಚ್ಚಾಗಿ ಲಭಿಸಿತ್ತು.

ಅವನಿಗೆ ಅನಿಸಿತ್ತು – ಎಲ್ಲಾ ಪಂಚಭೂತಗಳೂ ತನ್ನನ್ನು ಬೆನ್ನು ಹತ್ತಿ ಕಾಡುತ್ತಿವೆ ಎಂದು. ಅವನನ್ನು ಬಲ್ಲವರು ಹೇಳುತ್ತಿದ್ದರು, ಅವನ ಅದೃಷ್ಟ ಕೆಟ್ಟದ್ದು ಎಂದು – ಅದೊಂದು ಮಾತಿನಿಂದ ಎಲ್ಲದರ ರಹಸ್ಯವನ್ನು ವಿವರಿಸಿಬಿಡುತ್ತಿದ್ದರು. ಕ್ರಮೇಣ ಅವನು ಒಂದೇ ಗೀಳು ಹಿಡಿದ ಹುಚ್ಚನಂತಾಗಿದ್ದ. ಸೇಡಿನ ಮನೋಭಾವದಿಂದ ಕೂಡಿದ ಯಾವುದೋ ಪ್ರಬಲ ಕೈಯೊಂದು ಸಾಗರಗಳ ಮೇಲಾಗಲೀ ಭೂಮಿಯ ಮೇಲಾಗಲೀ ತಾನೆಲ್ಲಿ ಹೋದರೂ, ಎಲ್ಲಡೆಗಳಲ್ಲೂ, ತನ್ನನ್ನು ಎಡೆಬಿಡದೆ ಬೆನ್ನಟ್ಟಿ ಬರುತ್ತಿದೆ ಎಂದು ಆತ ನಂಬಿದ್ದ. ಇದರ ಬಗ್ಗೆ ಮಾತನಾಡಲು ಅವನು ಇಷ್ಟಪಡುತ್ತಿರಲಿಲ್ಲ. ಒಮ್ಮೊಮ್ಮೆ ಯಾರಾದರೂ ಅವನನ್ನು ಅದು ಯಾರ ಕೈ ಎಂದು ಕೇಳಿದರೆ, ಅವನು ಧ್ರುವ ನಕ್ಷತ್ರದತ್ತ ರಹಸ್ಯ ಮಯವಾಗಿ ಕೈತೋರಿಸಿ 'ಅದು ಅಲ್ಲಿಂದ ಬರ್ತದೆ' ಎನ್ನುತ್ತಿದ್ದ. ವಾಸ್ತವವಾಗಿ ಅವನ ಸೋಲುಗಳು ಅತ್ಯಾಶ್ಚರ್ಯಕರ ಎನಿಸುವಷ್ಟು ಅವಿರತವಾಗಿದ್ದವು – ಅನುಭವಿಸುವವನ ತಲೆಗೆ ಮೊಳೆ ಹೊಡೆಯುವಂತಿದ್ದವು. ಆದರೆ ಸ್ಕಾವಿನ್‌ಸ್ಕಿಯಲ್ಲಿ ರೆಡ್ ಇಂಡಿಯನ್ನರಲ್ಲಿರುವಂಥ ತಾಳ್ಮೆಯಿತ್ತು; ಅಂತರಂಗ ಶುದ್ಧತೆಯಿಂದಾಗಿ ಎಲ್ಲವನ್ನೂ ಸಹಿಸುವಂಥ ಶಾಂತಚಿತ್ತವಿತ್ತು.

ಒಮ್ಮೆ ಹಂಗೆರಿಯಲ್ಲಿ ಅವನು ಕುದುರೆ ಕಡಿವಾಣ ಹಿಡಿದೆಳೆದು ಪ್ರಾಣ ಭಿಕ್ಷೆ ಕೇಳುವುದರ ಬದಲು ಭರ್ಜಿ ಬಂದೂಕದ ಮೊನೆಯಿಂದ ತಿವಿತಗಳನ್ನು ಅನುಭವಿಸಿದ್ದ. ಅದೇ ರೀತಿ ಅವನು ಯಾವಾಗಲೂ ಕಷ್ಟಗಳಿಗೆ ಮಣಿದಿರಲಿಲ್ಲ. ಇರುವೆಯಷ್ಟು ಕಾರ್ಯತತ್ಪರತೆಯಿಂದ ಆತ ಬೆಟ್ಟವನ್ನು ಹತ್ತಲು ಯೋಗುತ್ತಿದ್ದ. ನೂರು ಸಲ ಜಾರಿ ಕೆಳಗೆ ಬಿದ್ದರೂ, ಆತ ಶಾಂತಚಿತ್ತದಿಂದ ನೂರೊಂದನೆಯ ಬಾರಿ ಮತ್ತೆ ಪ್ರಯತ್ನ ಮಾಡುತ್ತಿದ್ದ. ತನ್ನದೇ ಆದ ವಿಶಿಷ್ಟ ರೀತಿಯಲ್ಲಿ ಅವನೊಬ್ಬ ವಿಚಿತ್ರ ವ್ಯಕ್ತಿ: ಈ ಮುದುಕ ಸೈನಿಕನ ವ್ಯಕ್ತಿತ್ವವು ಬಗೆಬಗೆಯ ಹಲವು ಬೆಂಕಿಗಳಲ್ಲಿ ಹದಗೊಂಡು, ಸಂಕಟ-ನೋವುಗಳಲ್ಲಿ ಪಳಗಿ, ನೂರೆಂಟು ಏಟುಗಳಿಂದ ರೂಪಗೊಂಡು ಸಿದ್ಧವಾಗಿತ್ತು. ಅವನ ಹೃದಯ ಮಗುವಿನ ಹೃದಯದಷ್ಟು ಸರಳವಾಗಿತ್ತು. ಕ್ಯೂಬಾದಲ್ಲಿ ಸಾಂಕ್ರಾಮಿಕ ರೋಗ ಹರಡಿದ್ದಾಗ, ಅವನು ತನ್ನ ಬಳಿ ಹೇರಳವಾಗಿ ಇಟ್ಟುಕೊಂಡಿದ್ದ ಕ್ವಿನೈನ್ ಅನ್ನು ಒಂದು ತೃಣದಷ್ಟೂ ತಾನು ಉಳಿಸಿಕೊಳ್ಳದೆ ಕಾಯಿಲೆಯವರಿಗೆ ಹಂಚಿಬಿಟ್ಟಿದ್ದ ಪರಿಣಾಮವಾಗಿ ಅವನಿಗೇ ವಾಂತಿ ರೋಗ ತಗಲಿತ್ತು.

ಅವನಲ್ಲಿ ಇನ್ನೊಂದು ಅದ್ಭುತ ಗುಣವಿತ್ತು – ಎಷ್ಟೇ ನಿರಾಸೆಗಳಿಗೆ ಪಕ್ಕಾಗಿದ್ದರೂ ಅವನು ತನ್ನ ಜೀವನದಲ್ಲಿ ಶ್ರದ್ಧೆ ವಿಶ್ವಾಸಗಳನ್ನು ಬಿಟ್ಟುಕೊಟ್ಟಿರಲಿಲ್ಲ. ಕಟ್ಟಕಡೆಯಲ್ಲಿ ಬದುಕು ಸುಖಮಯವಾಗುತ್ತದೆಂದು ಆತ ನಂಬಿದ್ದ. ಚಳಿಗಾಲದಲ್ಲಿ ಅವನು ಲವಲವಿಕೆಯಿಂದಿರುತ್ತಿದ್ದ – ಮಹತ್ವದ ಘಟನೆಗಳು ಸಂಭವಿಸುತ್ತವೆಂದು ಮುಂಗಾಣುತ್ತಿದ್ದ. ಬೇಸಿಗೆಯುದ್ದಕ್ಕೂ ಬಹಳ ಆತುರದಿಂದ ಈ ಘಟನೆಗಳನ್ನು ಎದುರು ನೋಡುತ್ತಿದ್ದ. ಆದರೆ ಚಳಿಗಾಲದ ದಿನಗಳು ಒಂದರ ಮೇಲೊಂದರಂತೆ ಕಳೆದುಹೋದವು – ಅವನ ತಲೆಕೂದಲು ಹಣ್ಣಾಗುತ್ತ ಬಂದವು. ಕೊನೆಗೆ ಅವನಿಗೆ ಮುಪ್ಪು ಬಂತು. ಮೈಯಲ್ಲಿನ ಶಕ್ತಿ ಕಡಿಮೆಯಾಯಿತು. ಬರಬರುತ್ತಾ ಅವನ ತಾಳ್ಮೆಯು ಆತ್ಮಾರ್ಪಣೆಯಾಯಿತು. ಅವನ ಶಾಂತಚಿತ್ತತೆ ಅತಿ ಭಾವುಕತೆಯಾಯಿತು – ನಿರ್ಲಿಪ್ತ ಸ್ವಭಾವದ ಸೈನಿಕ ಸುಲಭವಾಗಿ ಕಣ್ಣೀರು ಮಿಡಿಯುವ ಹೆಂಗರುಳಿನ ವ್ಯಕ್ತಿಯಾಗಿ ಹೋದ. ಇದಲ್ಲದೆ ಸ್ವಾಲೋ ಹಕ್ಕಿಗಳು, ಗುಬ್ಬಚ್ಚಿಗಳು, ಪರ್ವತದ ಮೇಲಿನ ಮಂಜು, ವಿಷಾದಮಯವಾದ ಸಂಗೀತ ಮುಂತಾದ ಅತ್ಯಂತ ಸಣ್ಣ ಕಾರಣಗಳಿಗಾಗಿ ಅವನು ತನ್ನ ತಾಯ್ನಾಡಿನ ಹಂಬಲ ಹಚ್ಚಿಕೊಂಡು ವಿಷಣ್ಣನಾಗಿಬಿಡುತ್ತಿದ್ದ – ಕೊನೆಗೆ, ತನಗೆ ವಿಶ್ರಾಂತಿ ಬೇಕೆಂಬ ಒಂದೇ ವಿಚಾರ ಅವನನ್ನು ಅತ್ಯಂತ ಗಾಢವಾಗಿ ಆವರಿಸಿತು. ನಿರಂತರವಾಗಿ ಅಲೆದಾಡಿದ ಈ ವ್ಯಕ್ತಿಗೆ ಜಗತ್ತಿನ ಯಾವುದೋ ಒಂದು ಪ್ರಶಾಂತ ಮೂಲೆಯಲ್ಲಿ ಆರಾಮವಾಗಿ ಕುಳಿತು ಕೊನೆಯುಸಿರೆಳೆಯಬೇಕೆಂಬ ಹಂಬಲ ಬಲವಾಗಿ ಬೇರೂರಿತು. ವಿಧಿಯ ಕೈವಾಡ ಅವನನ್ನು ಉಸಿರಾಡಲು ಸಹ ಅವಕಾಶವಿಲ್ಲದಂತೆ ಭೂಮಿಯ ಮತ್ತು ಸಾಗರಗಳ ಮೇಲೆ ಒಂದೇ ಸಮನೆ ಓಡಿಸಿದ್ದುದರಿಂದ, ಅಲೆದಾಟವಿಲ್ಲದ ಜೀವನವೇ ಅತ್ಯುನ್ನತ ಮಾನವ ಸುಖವೆಂದು ಭಾವಿಸುವ ಹಂತವನ್ನು ಆತ ತಲಪಿದ್ದ. ಅವನಿಗೆ ಅಂಥ ಅಲ್ಪಸುಖ ಅತ್ಯವಶ್ಯವಾಗಿತ್ತೆಂಬುದೇನೋ ನಿಜ. ಆದರೂ ಬಹಳಷ್ಟು ನಿರಾಸೆಗಳನ್ನು ಅನುಭವಿಸಿದ್ದ ಅವನಿಗೆ ಅಂಥ ವಿಶ್ರಾಂತಿ ತನಗೆ ದೊರೆಯುವ ಬಗ್ಗೆ ಏನೊಂದೂ ನಂಬಿಕೆ ಇರಲಿಲ್ಲ. ಈ ನಡುವೆ ಅನಿರೀಕ್ಷಿತವಾಗಿ, ಹನ್ನೆರಡು ವರ್ಷಗಳ ಅನಂತರ, ತನಗೋಸ್ಕರ ಮೀಸಲಿಟ್ಟಿದ್ದರೇನೋ ಎನ್ನುವಂಥ ಕೆಲಸ ಅವನಿಗೆ ಸಿಕ್ಕಿತ್ತು. ಆದ್ದರಿಂದ ಮೊದಲ ಸಂಜೆ ಅವನು ದೀಪಸ್ತಂಭದ ಗೋಪುರದಲ್ಲಿ ದೀಪ ಹಚ್ಚಿದಾಗ, ಅವನ ಮನಸ್ಸು ಇದು ನಿಜವೋ ಸುಳ್ಳೋ ಎಂಬ ಭ್ರಾಂತಿಗೆ ಸಿಕ್ಕಿ ಅವನು ಕಕ್ಕಾವಿಕ್ಕಿಯಾಗಿದ್ದ. ಆದರೆ ವಸ್ತುಸ್ಥಿತಿ ಅದು ನಿಜವೆಂಬುದನ್ನು ಅವನಿಗೆ ಸಾಧಾರವಾಗಿ ತೋರಿಸಿತು. ಪರಿಣಾಮವಾಗಿ ಅವನ ಮಟ್ಟಿಗೆ ದೀಪಸ್ತಂಭದ ಮೇಲಿನ ಬಿಸಿಲು ಮಹಡಿಯಲ್ಲಿ ಕಾಲ

ಬಹುಬೇಗ ಕಳೆದುಹೋಯಿತು. ಸಮುದ್ರವನ್ನು ತಾನು ಮೊಟ್ಟ ಮೊದಲ ಬಾರಿ ನೋಡುತ್ತಿದ್ದೇನೆಯೇ ಎಂದು ಅವನಿಗೆ ಎನಿಸಿತು. ದೀಪದ ಮಸೂರಗಳು ಕತ್ತಲೆಯೊಳಕ್ಕೆ ಪ್ರಖರವಾದ ತ್ರಿಕೋಣಾಕಾರದ ಬೆಳಕನ್ನು ಬೀರುತ್ತಿದ್ದು, ಮುದುಕನ ಕಣ್ಣುಗಳು ಅದರಿಂದಾಚೆಯಿದ್ದ ರಹಸ್ಯಮಯವಾದ ದೂರದ ಕತ್ತಲಿನ ಆಳದಲ್ಲಿ ಲೀನವಾಗಿತ್ತು. ಆ ಕತ್ತಲು ಬೆಳಕಿನತ್ತ ಧಾವಿಸಿ ಬಂದಂತೆ ಭಾಸವಾಗುತ್ತಿತ್ತು. ಸಮುದ್ರದ ತೆರೆಗಳು ಕತ್ತಲಲ್ಲಿ ಅವ್ಯಾಹತವಾಗಿ ಉರುಳುತ್ತಾ ದ್ವೀಪದ ಬುಡಕ್ಕೆ ಅಪ್ಪಳಿಸುತ್ತಿದ್ದವು. ಅವುಗಳ ಮೇಲಿನ ನೊರೆಯ ಹರಹು ಲಾಂದ್ರದ ಬೆಳಕಿನಲ್ಲಿ ಗುಲಾಬಿ ಬಣ್ಣವಾಗಿ ತೋರುತ್ತಿತ್ತು. ಒಳಕ್ಕೆ ಬರುತ್ತಿದ್ದ ಅಲೆಗಳು ಮರಳು ರಾಶಿಯನ್ನು ಮುಚ್ಚುತ್ತಿದ್ದವು. ರಹಸ್ಯಮಯವಾದ ಸಮುದ್ರದ ಘೋಷ ಒಮ್ಮೊಮ್ಮೆ ತೋಪುಗಳ ಸಿಡಿತದಂತೆಯೂ ಮತ್ತೊಮ್ಮೆ ಕಾಡಿನ ಭೋರ್ಗರೆತದಂತೆಯೂ ಇನ್ನೊಮ್ಮೆ ದೂರದಿಂದ ಬರುವ ಜನಜಂಗುಳಿ ಮರ್ಮರ ಶಬ್ದದಂತೆಯೂ ಕೇಳಿಸುತ್ತಿತ್ತು. ಕೆಲವೊಮ್ಮೆ ಅದು ನೀರವವಾಗಿರುತ್ತಿತ್ತು; ಮತ್ತೆ ಕೆಲವು ಬಾರಿ ಅದು ಆ ಮುದುಕನ ಕಿವಿಗಳಿಗೆ ನಿಟ್ಟುಸಿರಿನಂತೆಯೂ ಬಿಕ್ಕಿ ಬಿಕ್ಕಿ ಅಳುವಂತೆಯೂ, ರೋಷದಿಂದ ಸಿಡಿದೇಳುವಂತೆಯೂ ಕೇಳಿಸುತ್ತಿತ್ತು. ಕೊನೆಗೆ ಗಾಳಿಯು ಮಂಜನ್ನು ಹೊತ್ತು ಸಾಗಿಸಿದ ಮೇಲೆ, ಹಿಂದಿರುಗಿದ ಛಿದ್ರಛಿದ್ರವಾದ ಕಪ್ಪನೆಯ ಮೋಡಗಳು ಚಂದ್ರನನ್ನು ಆವರಿಸುತ್ತಿದ್ದವು. ಪಶ್ಚಿಮದಿಂದ ಅದು ಹೆಚ್ಚು ಜೋರಾಗಿ ಬೀಸಿದಾಗ, ಅಲೆಗಳು ರೋಷದಿಂದ ಎದ್ದು ದೀಪಸ್ತಂಭದ ಬಂಡೆಗಳಿಗೆ ಹೊಡೆದು ನೊರೆಗಳಿಂದ ನೆಲಗಟ್ಟಿನ ಗೋಡೆಗಳನ್ನು ಸವರುತ್ತಿತ್ತು. ದೂರದಲ್ಲಿ ಬಿರುಗಾಳಿಯ ಗರ್ಜನೆ. ಕುದಿಯುವ ಕತ್ತಲ ಕಡಲಿನಲ್ಲಿ ಹಡಗುಗಳ ಕೂವೆಗಳ ಮೇಲಿನಿಂದ ಹಸಿರು ದೀಪಗಳು ಮಿನುಗುತ್ತಿದ್ದವು. ಆ ಹಸಿರು ಚುಕ್ಕಿಗಳು ಆಗಾಗ ಮೇಲೆದ್ದು ಕೆಳಕ್ಕಿಳಿಯುತ್ತಿದ್ದವು – ಎಡಕ್ಕೊಮ್ಮೆ ಬಲಕ್ಕೊಮ್ಮೆ ತೂಗಿ ತೊನೆಯುತ್ತಿದ್ದವು. ಸ್ಕಾವಿನ್‌ಸ್ಕಿ ತನ್ನ ಕೋಣೆಯೊಳಕ್ಕೆ ಇಳಿದು ಬಂದ. ಚಂಡಮಾರುತದ ಮೊರತೆ ಪ್ರಾರಂಭ ವಾಯಿತು. ಹೊರಗಡೆ ಅಲ್ಲಿ ಹಡಗುಗಳ ಮೇಲಿನ ಜನರು ರಾತ್ರೆಯ ಕತ್ತಲೊಡನೆ ಸೆಣಸುತ್ತಿದ್ದರು. ಅಲೆಗಳೊಡನೆ ಹೋರಾಡುತ್ತಿದ್ದರು; ಆದರೆ ಇಲ್ಲಿ ದೀಪದ ಗೋಪುರದೊಳಗೆ ಎಲ್ಲವೂ ಸ್ತಬ್ಧವಾಗಿತ್ತು. ಬಿರುಗಾಳಿಯ ಗರ್ಜನೆ ಸಹ ದಪ್ಪಗೋಡೆಗಳ ಮೂಲಕ ಒಳಕ್ಕೆ ಹರಿದುಬರುತ್ತಿರಲಿಲ್ಲ. ಗಡಿಯಾರದ ತಾಳಬದ್ಧವಾದ 'ಟಿಕ್-ಟಿಕ್' ಶಬ್ದ ಆಯಾಸಗೊಂಡ ಮುದುಕನನ್ನು ತಟ್ಟಿ ಮಲಗಿಸುವಂತೆ ತೋರುತ್ತಿತ್ತು.

* * *

ಗಂಟೆಗಳು, ದಿನಗಳು, ವಾರಗಳು ಉರುಳಿದವು. ಸಮುದ್ರವು ಪ್ರಕ್ಷುಬ್ಧಗೊಂಡಾಗ ಕಡಲಿನ ಕತ್ತಲೆಯೊಳಗಿಂದ ಯಾವುದೋ ಅಗೋಚರ ಧ್ವನಿ ತಮ್ಮ ಹೆಸರು ಹಿಡಿದು ಕರೆಯುತ್ತದೆಂದು ನಾವಿಕರು ಸಾಧಿಸಿ ಹೇಳುತ್ತಾರೆ. ಸಮುದ್ರದ ಅನಂತತೆಯ ವಾಣಿ ಹೀಗೆ ಕರೆಯುವುದಾದರೆ ಇಳಿ ವಯಸ್ಸಿನ ಕಿವಿಗಳಿಗೆ ಅದಕ್ಕಿಂತ ಹೆಚ್ಚು ಅವ್ಯಕ್ತವೂ ಮತ್ತಷ್ಟು ನಿಗೂಢವೂ ಆದ ಆಳದಿಂದ ಎದ್ದುಬರುವ ಇನ್ನೊಂದು ವಾಣಿಯೂ ಕೇಳಿಬರಬಹುದು. ಅವನು ಹೆಚ್ಚುಹೆಚ್ಚು ಹಣ್ಣಾಗುತ್ತಾ ಹೋದ ಹಾಗೆಲ್ಲ ಈ ಕರೆ ಅವನಿಗೆ ಹೆಚ್ಚು ಆಪ್ಯಾಯಮಾನವಾಗಬಹುದು. ಆದರೆ ಅದನ್ನು ಕೇಳಿಸಿಕೊಳ್ಳಲು ನಿಶ್ಶಬ್ದತೆ ಇರಬೇಕು. ಜೊತೆಗೆ ಮುಪ್ಪಡರಿದ ಮನುಷ್ಯ ಕೊನೆಗಾಲದ ಸಮಾಧಿಯ ಮುನ್ಸೂಚನೆಯೋ ಎಂಬಂತೆ ತನಗೆ ತಾನಾಗಿ ಪ್ರತ್ಯೇಕವಾಗಿರಲು ಬಯಸುತ್ತಾನೆ. ಈ ಬೆಳಕಿನ ಗೋಪುರ ಸ್ಕಾವಿನ್‌ಸ್ಕಿಯ ಪಾಲಿಗೆ ಅಂಥ ಅರೆ ಸಮಾಧಿಯಾಗಿ ಪರಿಣಮಿಸಿತ್ತು. ದೀಪಸ್ತಂಭ ವೊಂದರ ಗೋಪುರದಲ್ಲಿ ವಾಸಿಸುವುದು ಅತ್ಯಂತ ನಿರಸವಾದ ಜೀವನ. ಚಿಕ್ಕ ವಯಸ್ಸಿನವರು

ಏನಾದರೂ ಈ ಕೆಲಸಕ್ಕೆ ಬಂದರೆ ಸ್ವಲ್ಪ ಕಾಲದ ಬಳಿಕ ಅದನ್ನು ಬಿಟ್ಟು ಹೋಗುತ್ತಾರೆ. ಆದ್ದರಿಂದ ದೀಪಸ್ತಂಭಗಳ ಕಾವಲುಗಾರರು ಸಾಮಾನ್ಯವಾಗಿ ಇಳಿವಯಸ್ಸಿನವರೂ, ಮ್ಲಾನವದನರೂ, ತಮ್ಮಷ್ಟಕ್ಕೆ ತಾವು ಇದ್ದುಬಿಡುವ ಸ್ವಭಾವದವರೂ ಆಗಿರುತ್ತಾರೆ. ಅಂಥವರು ದೀಪಸ್ತಂಭವನ್ನು ಬಿಟ್ಟು ಸಾಮಾನ್ಯರ ಜತೆ ನಡೆಯುವಾಗ ನಿದ್ದೆಯಿಂದ ಎದ್ದವರ ಹಾಗೆ ಇರುತ್ತಾರೆ. ವೈವಿಧ್ಯಮಯವಾದ ಸಾಮಾನ್ಯ ಜೀವನಕ್ಕೆ ಹೊಂದಿಕೊಳ್ಳಲು ಅನುವಾಗುವಂಥ ಸೂಕ್ಷ್ಮ ಭಾವನೆಗಳು ದೀಪಸ್ತಂಭದ ಕಾವಲುಗಾರನ ಜೀವನದಲ್ಲಿ ವಿರಳ. ಅವನಿಗೆ ಏನಿದ್ದರೂ ದೈತ್ಯಾಕಾರದ ಅಪರಿಮಿತ ವಸ್ತುಗಳ ಪರಿಚಯ ಮಾತ್ರ ಇರುತ್ತದೆ – ಅತಿ ಸೂಕ್ಷ್ಮವಾದ ರೂಪ-ರೇಷೆಗಳ ಪರಿಚಯವಿರುವುದಿಲ್ಲ. ಆಕಾಶ ಅಂಥ ಅಖಂಡತೆಗಳಲ್ಲಿ ಒಂದು. ಇನ್ನೊಂದು ಕಡಲು. ಈ ಎರಡರ ನಡುವೆ ಓಲಾಡುವ ಮನುಷ್ಯನ ಚೇತನ ಏಕಾಕಿಯಾಗಿರುತ್ತದೆ. ಈ ಬದುಕಿನಲ್ಲಿ ಅವನ ಆಲೋಚನೆಗಳು ಅವಿಚ್ಛಿನ್ನವಾದ ಧ್ಯಾನಾವಸ್ಥೆಯನ್ನು ತಾಳುತ್ತವೆ. ಯಾವುದೂ ಅವನನ್ನು ಈ ಧ್ಯಾನಾವಸ್ಥೆಯಿಂದ ಎಚ್ಚರಿಸಲಾರದು – ಅವನ ಕೆಲಸ ಕಾರ್ಯಗಳು ಸಹ ಅವನನ್ನು ಅದರಿಂದ ಎಬ್ಬಿಸಲಾರವು. ಒಂದು ಹಗಲು ಇನ್ನೊಂದು ಹಗಲಿನ ಹಾಗೆಯೇ ಇರುತ್ತದೆ – ಜಪಮಾಲೆಯೊಳಗಿನ ಒಂದು ಜಪಮಣಿ ಇನ್ನೊಂದರ ಹಾಗೆಯೇ ಇರುವಂತೆ. ಹವಾಮಾನದ ಬದಲಾವಣೆಗಳು ಮಾತ್ರ ಅವನ ಬದುಕಿನಲ್ಲಿ ಸುಳಿಯುವ ಒಂದೇ ವೈವಿಧ್ಯ. ಆದರೆ ಸ್ಕಾವಿನ್‌ಸ್ಕಿ ಹಿಂದೆಂದಿಗಿಂತಲೂ ಹೆಚ್ಚು ಸುಖವಾಗಿದ್ದ. ಆತ ಬೆಳಗಿನ ಜಾವದಲ್ಲಿ ಏಳುತ್ತಿದ್ದ; ಉಪಾಹಾರ ಮುಗಿಸುತ್ತಿದ್ದ; ದೀಪದ ಮಸೂರಗಳನ್ನು ಒರೆಸಿ ಹೊಳಪು ಮಾಡಿಡುತ್ತಿದ್ದ; ಆಮೇಲೆ ಬಿಸಿಲು ಮಾಳಿಗೆಯಲ್ಲಿ ಕುಳಿತು ದೂರದ ಕಡಲಾಳದತ್ತ ದಿಟ್ಟಿಸುತ್ತಿದ್ದ. ಅವನು ನೋಡುತ್ತಿದ್ದ ದೃಶ್ಯಗಳು ಅವನ ಕಣ್ಣಿಗೆ ಎಂದೂ ಬೇಸರ ಹಿಡಿಸುತ್ತಿರಲಿಲ್ಲ. ವೈಡೂರ್ಯದಂತೆ ಹೊಳೆಯುತ್ತಿದ್ದ ವಿಸ್ತಾರ ಕಡಲಿನ ಚಾಚಿನಲ್ಲಿ ಚಲಿಸುತ್ತಿದ್ದ ಅಸಂಖ್ಯಾತವಾದ, ಉಬ್ಬಿದ ಹಾಯಿಗಳು ಸೂರ್ಯನ ಬೆಳಕಿನಲ್ಲಿ ಕಣ್ಣು ಕೋರೈಸುವಂತೆ ಥಳಥಳಿಸುತ್ತಿದ್ದವು. ಕೆಲವೊಮ್ಮೆ 'ವಾಣಿಜ್ಯ ಮಾರುತ'ಗಳೆಂದು ಕರೆಯುವ ಗಾಳಿಯಿಂದ ಪ್ರೇರಿತವಾದ ಹಾಯಿ ಹಡಗುಗಳು ಕಡಲ ಹಕ್ಕಿಗಳಂತೆ ಒಂದರ ಹಿಂದೆ ಒಂದು ಉದ್ದವಾದ ಸಾಲುಗಳಾಗಿ ಚಲಿಸುತ್ತಿದ್ದವು. ಹಡಗುಗಳಿಗೆ ದಾರಿಯನ್ನು ಸೂಚಿಸುವ ಕೆಂಪು ಪೀಪಾಯಿಗಳು ತೆರೆಗಳ ಮೇಲೆ ಮೆಲ್ಲನೆ ತೊನೆಯುತ್ತಿದ್ದವು. ಈ ಹಾಯಿಗಳ ನಡುವೆ ಪ್ರತಿ ಮಧ್ಯಾಹ್ನದಲ್ಲೂ ದೈತ್ಯಾಕಾರದ ಬೂದು ಬಣ್ಣದ ಗರಿಗಳಂಥ ಹೊಗೆ ವರ್ತುಳಗಳು ಕಾಣಿಸಿ ಕೊಳ್ಳುತ್ತಿದ್ದವು. ತನ್ನ ಹಿಂದುಗಡೆ ನೊರೆಯೆಬ್ಬಿಸುತ್ತಾ ನ್ಯೂಯಾರ್ಕಿನಿಂದ ಆಸ್ಪಿನ್‌ವಾಲ್‌ಗೆ ಪ್ರಯಾಣಿಕರನ್ನು ಸರಕನ್ನೂ ಹೊತ್ತು ತರುವ ಉಗಿ ಹಡಗು ಅದು. ಬಿಸಿಲು ಮಾಳಿಗೆಯ ಆಚೆ ಪಕ್ಕದಲ್ಲಿ, ಅಂಗೈಯ ಮೇಲೆ ನಿಂತಿದೆಯೋ ಎನ್ನುವಷ್ಟು ಸ್ಪಷ್ಟವಾಗಿ ನಿಂತ ಆಸ್ಪಿನ್‌ವಾಲ್ ಪಟ್ಟಣ ಜನನಿಬಿಡವಾದ ಬಂದರು. ಅದರೊಳಗೆ ಗೊಂಡಾರಣ್ಯದಂತೆ ಕಿಕ್ಕಿರಿದ ಕೂವೆಗಳು, ದೋಣಿಗಳು, ತೆಪ್ಪಗಳು, ಸ್ವಲ್ಪ ಆಚೆ ಕಡೆ ಬೆಳ್ಳನೆಯ ಮನೆಗಳು ಮತ್ತು ಪಟ್ಟಣದ ಗೋಪುರಗಳು. ದೀಪಸ್ತಂಭದ ಶಿಖರದಿಂದ ಆ ಸಣ್ಣ ಮನೆಗಳು, ಕಡಲ ಹಕ್ಕಿಗಳ ಗೂಡುಗಳಂತೆ ಕಾಣುತ್ತಿದ್ದವು. ದೋಣಿಗಳು ಜೀರುಂಡೆಗಳಂತೆ, ಬೆಳ್ಳನೆಯ ರಾಜಮಾರ್ಗದಲ್ಲಿ ಸಂಚರಿಸುವ ಜನರು ಸಣ್ಣ ಚುಕ್ಕಿಗಳಂತೆ ತೋರುತ್ತಿದ್ದರು. ಬೆಳಗಿನ ಜಾವದಿಂದಲೂ ಬೀಸುತ್ತಿದ್ದ ಮೂಡಣ ಮಂದ ಮಾರುತ ಜನಜೀವನದ ಗುಜು ಗುಜು ಶಬ್ದವನ್ನು ಹೊತ್ತು ತರುತ್ತಿತ್ತು. ಜಹಜುಗಳ ಕರ್ಕಶ ಸೀಟಿಯ ಗುಟುರು ಶಬ್ದಗಳು ಅದೆಲ್ಲವನ್ನೂ ಮೀರಿಸಿಬಿಡುತ್ತಿದ್ದವು. ಸಂಜೆ ಆರು ಗಂಟೆಯ ಹೊತ್ತಿಗೆ ಬಂದರಿನ ಸಂಚಾರ ಸ್ಥಗಿತಗೊಳ್ಳಲು ಪ್ರಾರಂಭಿಸುತ್ತಿತ್ತು; ಕಡಲ ಹಕ್ಕಿಗಳು ಬೆಟ್ಟಗಳ ಮೇಲಿನ

ಕೋಡುಗಲ್ಲುಗಳ ಒಳಗೆ ಅವಿತುಕೊಳ್ಳುತ್ತಿದ್ದವು. ಅಲೆಗಳು ಕ್ಷೀಣಗೊಂಡು ಜಡವಾಗುತ್ತಿದ್ದವು. ಆ ಬಳಿಕ ಭೂಮಿ, ಕಡಲು ಮತ್ತು ದೀಪದ ಗೋಪುರಗಳ ಮೇಲೆ ಅವಿರತವಾದ ಮೌನ ಆವರಿಸುತ್ತಿತ್ತು. ಅಲೆಗಳು ಹಿಂದೆ ಸರಿದ ಅನಂತರ ಹಳದಿ ಮರಳಿನ ದಂಡೆಯು ನೀರಿನ ಅಂಚಿನ ಉದ್ದಕ್ಕೂ ಹಚ್ಚಿದ ಬಂಗಾರದ ಪಟ್ಟಿಯಂತಾಗುತ್ತಿತ್ತು. ಗೋಪುರದ ಕಟ್ಟಡ ನಿಚ್ಚಳ ನೀಲಿವರ್ಣ ತಳೆದು ನಿಲ್ಲುತ್ತಿತ್ತು. ಸಂಜೆಯ ಸೂರ್ಯನ ಕಿರಣಗಳು ನೀರಿನ ಮೇಲೆ, ದಂಡೆಯ ಮೇಲೆ ಪರ್ವತಾಗ್ರಗಳ ಮೇಲೆ ನುಗ್ಗಿ ಬರುತ್ತಿದ್ದವು. ಅಂಥ ಸಮಯದಲ್ಲಿ ಒಂದು ತೆರನಾದ ಮಧುರ ಅಲಸಿಕೆ ಆ ಮುದುಕನ ಹೃದಯವನ್ನು ತುಂಬುತ್ತಿತ್ತು. ಅವನು ಅನುಭವಿಸುತ್ತಿದ್ದ ವಿಶ್ರಾಂತಿ ಆಪ್ಯಾಯಮಾನವಾಗಿತ್ತು. ಅಲ್ಲದೆ ಈ ವಿಶ್ರಾಂತಿ ಸದಾಕಾಲವೂ ಹೀಗೆಯೇ ಇರುತ್ತದೆ ಎಂಬ ಯೋಚನೆ ಬಂದಾಗ, ತನಗೆ ಯಾವ ಕೊರತೆಯೂ ಇಲ್ಲವೆಂದು ಅವನಿಗೆ ಅನಿಸುತ್ತಿತ್ತು.

ಸ್ಕಾವಿನ್‌ಸ್ಕಿಗೆ ಸುಖದ ಮತ್ತೇರಿದಂತಾಗಿತ್ತು. ಮನುಷ್ಯ ಸನ್ನಿವೇಶಗಳಿಗೆ ಸುಲಭವಾಗಿ ಹೊಂದಿಕೊಳ್ಳುತ್ತಾನಷ್ಟೆ. ಹಾಗಾಗಿ ಅವನಲ್ಲಿ ಕ್ರಮೇಣ ನಿಷ್ಠೆ - ನಂಬಿಕೆಗಳು ರೂಪತಳೆದವು. ಮನುಷ್ಯರು ಅಶಕ್ತರಿಗೋಸ್ಕರ ಆರಾಮ ಗೃಹಗಳನ್ನು ಕಟ್ಟಿಕೊಡುತ್ತಾರೆ : ಹಾಗಿರುವಾಗ ಭಗವಂತ ತನ್ನ ಸ್ವಂತ ಅಶಕ್ತರಿಗೆ ಕಟ್ಟ ಕಡೆಗಾದರೂ ಯಾಕೆ ಒಂದು ವಿಶ್ರಾಂತಿಧಾಮವನ್ನು ಒದಗಿಸಬಾರದು ? ಕಾಲ ಉರುಳಿದಂತೆ ಈ ನಂಬಿಕೆ ಅವನಲ್ಲಿ ಬಲಿಯಿತು. ಮುದುಕನಿಗೆ ತನ್ನ ದೀಪದ ಗೋಪುರ, ದೀಪ, ಬಂಡೆ, ಮರಳು ಗುಡ್ಡೆಗಳು, ತನ್ನ ಏಕಾಕಿತನ, ಇವುಗಳೇ ಒಗ್ಗಿಹೋದವು. ಬಂಡೆಯ ಸಂದುಗಳಲ್ಲಿ ಮೊಟ್ಟೆ ಇಟ್ಟು ಸಂಜೆ ಹೊತ್ತು ಗೋಪುರದ ಮೇಲ್ಛಾವಣಿಯಲ್ಲಿ ಸಭೆ ಸೇರುತ್ತಿದ್ದ ಕಡಲ ಹಕ್ಕಿಗಳು ಅವನಿಗೆ ಪರಿಚಿತವಾದವು. ಸಾಮಾನ್ಯವಾಗಿ ಸ್ಕಾವಿನ್‌ಸ್ಕಿ ತಾನು ತಿಂದು ಉಳಿದ ಆಹಾರವನ್ನು ಅವುಗಳಿಗಾಗಿ ಎರಚುತ್ತಿದ್ದ. ಬರಬರುತ್ತಾ ಅವು ಪಳಗಿ ಸಾಧುವಾದವು – ಆಮೇಲೆ ಅವನು ಅವುಗಳಿಗೆ ಆಹಾರ ನೀಡಲು ಬಂದಾಗ ಬಿಳಿರೆಕ್ಕೆಗಳು ಬಿರುಗಾಳಿಯಂತೆ ಎಗರಿ ಅವನನ್ನು ಸುತ್ತುವರಿಯುತ್ತಿದ್ದವು. ಮುದುಕ ಹಕ್ಕಿಗಳ ನಡುವೆ ಓಡಾಡುವಾಗ ಕುರಿ ಮಂದೆಯ ನಡುವಣ ಕುರುಬನ ಹಾಗೆ ಕಾಣಿಸುತ್ತಿದ್ದ. ಅಲೆಗಳು ಇಳಿಮುಖವಾದಾಗ ಅವನು ಆಳವಿಲ್ಲದ ಮರಳುತೀರದ ಬಳಿ ಹೋಗಿ ಉಬ್ಬರವಿಳಿತದ ಅಲೆಗಳು ಮರಳಿನ ಮೇಲೆ ಬಿಟ್ಟುಹೋದ ರುಚಿಕರವಾದ ಸಿಂಪಿಗಳನ್ನೂ ಚೆಲುವಾದ ಮುತ್ತಿನ ಚಿಪ್ಪುಗಳನ್ನೂ ಆರಿಸಿಕೊಂಡುಬರುತ್ತಿದ್ದ. ಬೆಳದಿಂಗಳ ರಾತ್ರೆಯಲ್ಲಿ ಗೋಪುರದಡಿಯಲ್ಲಿ ಹಿಂಡು ಹಿಂಡಾಗಿ ಬಂದು ಸೇರುತ್ತಿದ್ದ ಮೀನುಗಳನ್ನು ಹಿಡಿಯಲು ಹೋಗುತ್ತಿದ್ದ. ಕೊನೆಯಲ್ಲಿ ಅವನಿಗೆ ಮರಗಳಿಲ್ಲದ, ಆದರೆ ಗೋಂದು ಸುರಿಯುವ ಚಿಕ್ಕ ಗಿಡಗಳಿದ್ದ ತನ್ನ ಪುಟ್ಟ ದ್ವೀಪ ಹಾಗೂ ಅದರ ಬಂಡೆಗಳು ಅಚ್ಚುಮೆಚ್ಚಾದವು. ಬರಡಾದ ಆ ದ್ವೀಪದಲ್ಲಿ ವಾಸಿಸುತ್ತಿದ್ದ ಅವನಿಗೆ ದೂರದ ದೃಶ್ಯಾವಳಿ ಸಾಕಷ್ಟು ಸಿರಿಸಂಪತ್ತನ್ನು ಒದಗಿಸುತ್ತಿತ್ತು. ಮಧ್ಯಾಹ್ನದ ವೇಳೆಯಲ್ಲಿ ಗಾಳಿ ತಿಳಿಯಾದಾಗ ಅವನಿಗೆ ಸಮೃದ್ಧ ಸಸ್ಯಗಳಿಂದ ಶ್ರೀಮಂತವಾಗಿದ್ದ ಇಡೀ ಭೂಸಂಧಿಯೇ ಕಾಣಿಸುತ್ತಿತ್ತು. ಆ ಹೊತ್ತಿನಲ್ಲಿ ಅವನಿಗೆ, ಆಸ್ಪಿನ್‌ವಾಲ್‌ನ ಮನೆಗಳ ಹಿಂದೆ ಕೋಕೋ ಮತ್ತು ಬಾಳೆ ಗೊಂಚಲುಗಳಿಂದ ತುಂಬಿ ತೂಗುವ ಒಂದು ದೈತ್ಯಾಕಾರದ ತೋಟವಿದೆಯೇನೋ ಅನಿಸುತ್ತಿತ್ತು. ಇನ್ನೂ ಮುಂದೆ, ಆಸ್ಪಿನ್‌ವಾಲ್ ಮತ್ತು ಪನಾಮಗಳ ನಡುವೆ ಬೆಳಗಿನ ಹೊತ್ತು ಮತ್ತು ಸಂಜೆ ಕೆಂಪು ಮಂಜಿನ ಹಬೆಯಿಂದ ಆವೃತವಾದ ಒಂದು ಗೊಂಡಾರಣ್ಯವಿತ್ತು – ನಿಶ್ಚಲವಾದ ನೀರಿನಲ್ಲಿ ನಿಂತು ಲಿಯಾನಾ ಬಳ್ಳಿಗಳಿಂದ ತುಂಬಿ, ರಾಕ್ಷಸಾಕಾರದ ಸೀತಾಳಗೆಡ್ಡೆ, ತಾಳೆ ಮರಗಳು, ಹಾಲುಮರ, ಕಬ್ಬಿಣದ ಮರ, ಗೋಂದು ಗಿಡಗಳಿಂದ ಕಿಕ್ಕಿರಿದ ಉಷ್ಣವಲಯದ ಅರಣ್ಯ ಅದು.

ಸ್ಕಾವಿನ್‌ಸ್ಕೀ ದುರ್ಬೀನಿನಲ್ಲಿ ನೋಡಿದಾಗ ಮರಗಳು ಹಾಗೂ ಅಗಲವಾದ ಬಾಳೆ ಎಲೆಗಳು ಮಾತ್ರವಲ್ಲದೆ, ಹಿಂಡು ಹಿಂಡಾದ ಕೋತಿಗಳೂ, ಆಗಾಗ ಕಾಡಿನೊಳಗಿನಿಂದ ಕಾಮನಬಿಲ್ಲಿನಂತೆ ಮೇಲೇರುವ ಗಿಣಿ ಮುಂತಾದ ಪಕ್ಷಿ ಸಂಕುಲವೂ ಕಾಣಿಸುತ್ತಿದ್ದವು. ಅಂಥ ಕಾಡುಗಳು ಅವನಿಗೆ ಚಿರಪರಿಚಿತವಾಗಿದ್ದವು – ಹಿಂದೆ ತಾನ ಅಮೆಜಾನ್ ನದಿಯಲ್ಲಿ ಸಿಕ್ಕಿಬಿದ್ದಾಗ ಅಂಥ ಬಳ್ಳಿ -ಪೊದೆಗಳ ನಡುವೆ ಹಲವಾರು ವಾರ ಆತ ಅಲೆದಾಡಿದ್ದ. ಮೇಲುನೋಟಕ್ಕೆ ಚೆಲುವಾಗಿ ತೋರುವ ಅಂಥ ಗೊಂಡಾರಣ್ಯದಲ್ಲಿ ಎಂಥೆಂಥ ಅಪಾಯಗಳು ಸಾವಿನ ಭಯವೂ ಅಡಗಿರುತ್ತವೆಂಬುದು ಅವನಿಗೆ ಗೊತ್ತಿತ್ತು. ರಾತ್ರಿಯ ವೇಳೆ ಅನತಿದೂರದಲ್ಲಿ ಕಾಡಿನೊಳಗಿನಿಂದ ಕೇಳಬರುತ್ತಿದ್ದ ಕೋತಿಗಳ ಗೋಳುಕರೆ ಹಾಗೂ ಚಿರತೆಗಳ ಗರ್ಜನೆ ಅವನಿಗೆ ಚಿರಪರಿಚಿತ ವಾಗಿದ್ದವು. ಬಳ್ಳಿಗಳಂತೆ ಮರಗಳಿಗೆ ಸುತ್ತುಹಾಕಿಕೊಂಡ ರಾಕ್ಷಸಾಕಾರದ ಹಾವುಗಳನ್ನು ಅವನು ನೋಡಿದ್ದ. ಗಭೀರವಾದ ಕಾಡಿನ ಹಳ್ಳಗಳು ವಿದ್ಯುತ್ ಮೀನುಗಳಿಂದ ಮತ್ತು ಮೊಸಳೆಗಳಿಂದ ತುಂಬಿ ತುಳುಕುತ್ತಿವೆಯೆಂದು ಅವನಿಗೆ ಗೊತ್ತಿತ್ತು. ಮನುಷ್ಯನಿಗಿಂತ ಹತ್ತು ಪಟ್ಟು ಅಗಾಧವಾದ ಎಲೆಗಳು, ರಕ್ತ ಹೀರುವ ಸೊಳ್ಳೆಗಳು, ಇಂಬಳಗಳು, ರಾಕ್ಷಸಾಕಾರದ ವಿಷಪೂರಿತ ಜೇಡಗಳು ತುಂಬಿ ಕಿಕ್ಕಿರಿದ ಅರಣ್ಯದಲ್ಲಿ ಜೀವಿಸುವ ಮಾನವನ ಸ್ಥಿತಿ ಎಂಥದೆಂಬುದನ್ನು ಅವನು ಅರಿತಿದ್ದ – ಅಂಥ ಅರಣ್ಯವನ್ನು ಆತ ಹಾದು ಹೋಗಿದ್ದ. ಅಲ್ಲಿನ ಜೀವನವನ್ನು ನೋಡಿದ್ದ, ಅದನ್ನು ಸ್ವತಃ ಅನುಭವಿಸಿದ್ದ. ಆದರೆ ಈಗ ಉನ್ನತ ಶಿಖರದ ಮೇಲೆ ನಿಂತು ಆ ಭಯಂಕರ ವನರಾಜಿಯನ್ನು ದಿಟ್ಟಿಸುತ್ತಾ, ಯಾವ ಅಪಾಯದ ಭಯವೂ ಇಲ್ಲದೆ ಅದರ ಸೌಂದರ್ಯವನ್ನು ಸವಿಯುವ ಅವಕಾಶ ಅವನಿಗೆ ದೊರೆತಿತ್ತು. ಆದುದರಿಂದ ಆ ಸೊಬಗು ಮತ್ತಷ್ಟು ಆಹ್ಲಾದಕರವಾಗಿತ್ತು. ಅವನ ಗೋಪುರ ಅವನನ್ನು ಎಲ್ಲಾ ಕೆಡಕುಗಳಿಂದ ಪಾರುಮಾಡಿ ರಕ್ಷಣೆ ನೀಡುತ್ತಿತ್ತು. ಭಾನುವಾರ ಕೆಲವು ಗಂಟೆ ಕಾಲ ಮಾತ್ರ ಅವನು ಆ ಸ್ಥಳವನ್ನು ಬಿಟ್ಟು ಬರುತ್ತಿದ್ದ. ಬೆಳ್ಳಿಗುಂಡಿಗಳಿರುವ ತನ್ನ ನೀಲಿ ಕೋಟನ್ನು ತೊಟ್ಟು , ತನ್ನ ಪದಕಗಳನ್ನು ಕೊರಳಲ್ಲಿ ಧರಿಸಿ ಆತ ಹೊರಡುತ್ತಿದ್ದ. ಇಗರ್ಜಿಯೊಳಕ್ಕೆ ಹೋಗುವಾಗ ಕ್ರಿಯೋಲ್ ಜನಗಳು 'ನಮ್ಮ ದೀಪಸ್ತಂಭದ ಕಾವಲುಗಾರ ಒಳ್ಳೇ ನೇಮ -ನಿಷ್ಠೆ ಉಳ್ಳವನು, ಯಾಂಕಿಯಾದರೂ ಪಾಷಂಡಿಯಲ್ಲ' ಎಂದು ತಮ್ಮೊಳಗೆ ಮಾತನಾಡಿಕೊಳ್ಳುತ್ತಿದ್ದುದನ್ನು ಕೇಳಿದಾಗ, ಅವನು ಹಾಲಿನಂತೆ ಬಿಳುಪಾಗಿದ್ದ ತನ್ನ ತಲೆಯನ್ನು ಹೆಮ್ಮೆಯಿಂದ ಎತ್ತಿ ನಡೆಯುತ್ತಿದ್ದ. ಪ್ರಾರ್ಥನೆ ಮುಗಿದ ಕೂಡಲೇ ಸಂತೋಷದಿಂದ ಅವನು ನೇರವಾಗಿ ತನ್ನ ದ್ವೀಪದತ್ತ ಹೊರಟುಬಿಡುತ್ತಿದ್ದ. ಅವನಿಗೆ ದ್ವೀಪದಿಂದಾಚೆಯ ಈ ವಿಸ್ತಾರ ಭೂ ಪ್ರದೇಶದಲ್ಲಿ ನಂಬಿಕೆ ಇರಲಿಲ್ಲ. ಭಾನುವಾರ ಊರಿನೊಳಗಡೆ ಕೊಳ್ಳುತ್ತಿದ್ದ ಸ್ಪಾನಿಷ್ ಭಾಷೆಯ ವೃತ್ತಪತ್ರಿಕೆಯನ್ನೋ ಫಾಲ್ಕನ್‌ಬ್ರಿಡ್ಜ್‌ನಿಂದ ಎರವಲು ಪಡೆದ 'ನ್ಯೂಯಾರ್ಕ್ ಹೆರಾಲ್ಡ್' ಪತ್ರಿಕೆಯನ್ನೋ ಅವನು ಓದುತ್ತಿದ್ದ. ಅದರಲ್ಲೂ ಅವನು ಯೂರೋಪಿನ ಸುದ್ದಿಗಾಗಿ ಕಾತರದಿಂದ ಹುಡುಕುತ್ತಿದ್ದ. ಬೇರೊಂದು ಗೋಳಾರ್ಧದಲ್ಲಿ ದೀಪಸ್ತಂಭ ಬಂದರ ಗೋಪುರದೊಳಗಿದ್ದ ಆ ಮುದಿ ಜೀವದ ಬಡ ಹೃದಯ ತನ್ನ ಹುಟ್ಟೂರನ್ನು ನೆನೆದು ತುಡಿಯುತ್ತಿತ್ತು. ತನಗೆ ದಿನಂಪ್ರತಿಯ ಆಹಾರ, ನೀರು ಸರಬರಾಜು ಮಾಡುತ್ತಿದ್ದ ದೋಣಿ ಬಂದಾಗ, ಅವನು ಆಗಾಗ ಗೋಪುರದಿಂದಿಳಿದು ಬಂದು, ಬಂದರಿನ ಮಾರ್ಗದರ್ಶಿ ಜಾನ್ಸನ್‌ನ ಜೊತೆ ರಾಜಕೀಯವನ್ನು ಚರ್ಚಿಸುತ್ತಿದ್ದ. ಆದರೆ ಸ್ವಲ್ಪ ಸಮಯದ ತರುವಾಯ ಅವನನ್ನು ಒಂದು ವಿಧದ ಅಳುಕು ಆವರಿಸಿದಂತೆ ತೋರಿತು. ಆತ ಪೇಟೆಗೆ ತೆರಳುವುದನ್ನು ನಿಲ್ಲಿಸಿದ. ಪತ್ರಿಕೆಗಳನ್ನು ಕಡೆಗಣಿಸಿದ. ಜಾನ್‌ಸನ್ನನೊಂದಿಗೆ ರಾಜಕೀಯವನ್ನು ಚರ್ಚಿಸುವ

ಸಲುವಾಗಿ ಕೆಳಗೆ ಹೋಗುವುದನ್ನೂ ನಿಲ್ಲಿಸಿದ. ಇದೇ ರೀತಿ ಹಲವಾರು ವಾರಗಳು ಕಳೆದವು. ಯಾರನ್ನು ನೋಡಲೂ ಅವನು ಹೋಗಲಿಲ್ಲ– ಅವನನ್ನು ನೋಡಲು ಸಹ ಯಾರೂ ಬರಲಿಲ್ಲ. ಮುದುಕ ಇನ್ನೂ ಬದುಕಿದ್ದಾನೆ ಎಂಬುದಕ್ಕೆ ದಡದಲ್ಲಿ ಇಟ್ಟುಹೋದ ಆಹಾರ ವಸ್ತುಗಳು ಇಲ್ಲವಾಗುತ್ತಿದ್ದುದು ಮತ್ತು ಸೂರ್ಯೋದಯದಷ್ಟು ನಿಯತವಾಗಿ ದಿನನಿತ್ಯ ಸಂಜೆ ಗೋಪುರದ ದೀಪ ಬೆಳಗುತ್ತಿದ್ದುದು ಮಾತ್ರ ಸಾಕ್ಷಿಯಾಗಿದ್ದವು. ನಿಜ ಹೇಳುವುದಾದರೆ ಆ ಮುದುಕನಿಗೆ ಪ್ರಪಂಚದ ಬಗ್ಗೆ ನಿರಾಸಕ್ತಿ ಉಂಟಾಗಿತ್ತು. ತಾಯ್ನಾಡಿನ ಹಂಬಲ ಇದಕ್ಕೆ ಕಾರಣವಾಗಿರಲಿಲ್ಲ. – ಬದಲಾಗಿ ಅದು ಈಡೇರಿಸಲಾಗದ ಹಂಬಲವೆಂಬ ಸಹನೆಯ ಮನಃಸ್ಥಿತಿಗೆ ಆತ ಬಂದಿದ್ದುದೇ ಅದಕ್ಕೆ ಕಾರಣವಾಗಿತ್ತು. ಸ್ಕಾವಿನ್‌ಸ್ಕಿಯ ಸಮಗ್ರ ಬದುಕಿನ ಏಕಮಾತ್ರ ಕೇಂದ್ರವೆಂದರೆ ಆ ದ್ವೀಪ ಎನ್ನುವಂತಾಗಿತ್ತು. ತಾನು ಸಾಯುವವರೆಗೂ ಆ ಗೋಪುರವನ್ನು ಬಿಟ್ಟು ಬೇರೆಲ್ಲೂ ಕದಲುವುದಿಲ್ಲವೆಂಬ ನಿರ್ಧಾರಕ್ಕೆ ಅವನ ಮನಸ್ಸು ಒಗ್ಗಿ ಹೋಗಿ ಅದನ್ನು ಬಿಟ್ಟು ತನಗೆ ಬೇರೆ ಏನಾದರೂ ಉಪಾಯ ಇರಬಹುದೆಂಬುದನ್ನು ಅವನು ಮರೆತೇ ಬಿಟ್ಟ. ಇದಲ್ಲದೆ ಅವನೊಬ್ಬ ಅನುಭಾವಿಯಂತಾಗಿದ್ದ: ಅವನು ತನ್ನ ಮೃದು ನೀಲಿ ಕಣ್ಣುಗಳನ್ನು ಮಗುವಿನ ಕಣ್ಣುಗಳಂತೆ ಅರಳಿಸಿ ನೋಡುತ್ತಿದ್ದಾಗ ದೂರದ ಏನನ್ನೋ ದಿಟ್ಟಿಸುವಂತೆ ತೋರುತ್ತಿತ್ತು. ಅಸಾಮಾನ್ಯವಾದ ಸರಳತೆ ಹಾಗೂ ಅಗಾಧತೆಗಳಿಂದ ಕೂಡಿದ ಪರಿಸರದ ಎದುರಿನಲ್ಲಿ ಅವನಿಗೆ ತಾನೊಬ್ಬ ಪ್ರತ್ಯೇಕ ವ್ಯಕ್ತಿ ಎನ್ನುವ ಅರಿವೇ ಮರೆತು ಹೋಗುತ್ತಿತ್ತು. ಅವನ ವ್ಯಕ್ತಿತ್ವವು ಸುತ್ತಲಿನ ಪ್ರಕೃತಿಯೊಳಗೆ ಹೆಚ್ಚು ಹೆಚ್ಚು ಲೀನವಾಗುತ್ತಿತ್ತು. ತನ್ನ ಪರಿಸರದಿಂದಾಚಿನ ಯಾವುದೂ ಅವನ ತಿಳಿವಿಗೆ ಬರುತ್ತಿರಲಿಲ್ಲ. ಯಾವುದನ್ನೂ ಬುದ್ಧಿಪೂರ್ವಕವಾಗಿ ಗ್ರಹಿಸುವುದರ ಬದಲು ಭಾವನೆಗಳ ಮೂಲಕ ಆತ ಅರಿಯುತ್ತಿದ್ದ. ಇಂಥ ಮನಃಪರಿಪಾಕದ ಸ್ಥಿತಿಯಲ್ಲಿ ಅವನಿಗೆ ಭೂಮಿವ್ಯೋಮಗಳು, ಸಾಗರದ ಆಳ, ಬಂಡೆ, ಗೋಪುರ, ಬಂಗಾರದ ಮರಳು ದಂಡೆ, ಉಬ್ಬಿದ ಹಾಯಿಗಳು, ಕಡಲಹಕ್ಕಿಗಳು, ಅಲೆಗಳ ಉಬ್ಬರವಿಳಿತಗಳು – ಎಲ್ಲವೂ ಒಂದಾಗಿ ಐಕ್ಯಗೊಂಡು ಒಂದು ಅಗಾಧ ಅವ್ಯಕ್ತ ಚೇತನವಾಗಿದೆ ಎನಿಸುತ್ತಿತ್ತು – ತಾನು ಆ ಅವ್ಯಕ್ತ ರಹಸ್ಯದೊಳಕ್ಕೆ ಮುಳುಗಿ ತನಗೆ ತಾನೇ ಜೀವಿಸಿ, ತನ್ನನ್ನು ತಾನೇ ಸಾಂತ್ವನಗೊಳಿಸುವ ಅದರ ಅಂತರಾಳವನ್ನು ಅರಿಯುತ್ತಿದ್ದೇನೆ ಎನಿಸಿತು. ಆ ಆಳಕ್ಕೆ ಇಳಿದಷ್ಟೂ ಅವನು ತನ್ನನ್ನು ತಾನೇ ಮರೆಯುತ್ತಿದ್ದ; ಅವನ ಸ್ವಂತ ವೈಯಕ್ತಿಕ ಅಸ್ತಿತ್ವ ಸಂಕುಚಿತವಾಗುತ್ತಿತ್ತು. ಇಂಥ ಅರ್ಧ ಪ್ರಜ್ಞಾವಸ್ಥೆಯ ಸ್ಥಿತಿಯಲ್ಲಿ ಅವನಿಗೆ ಅರ್ಧ ಮೃತ್ಯುವನ್ನೇ ಹೋಲುವಂಥ ಪ್ರಶಾಂತತೆಯ ಅನುಭವವುಂಟಾಯಿತು.

* * *

ಆದರೆ ಈ ಸಮಾಧಿಯಿಂದ ಆತ ಎಚ್ಚರಗೊಳ್ಳುವ ಕಾಲ ಬೇಗನೆ ಬಂತು.

ಒಂದು ದಿನ ಅವನಿಗೆ ಬೇಕಾದ ದಿನನಿತ್ಯದ ವಸ್ತುಗಳನ್ನು ಹೊತ್ತು ತರುವ ದೋಣಿ ಎಂದಿನಂತೆ ಬಂತು. ಒಂದು ಗಂಟೆಯ ಅನಂತರ ಸ್ಕಾವಿನ್‌ಸ್ಕಿ ಗೋಪುರದಿಂದ ಕೆಳಗಿಳಿದು ಅದರತ್ತ ಬಂದ. ಮಾಮೂಲು ಸರಕುಗಳ ನಡುವೆ ಬೇರೊಂದು ಸಣ್ಣ ಕಟ್ಟು ಅಲ್ಲಿ ಬಿದ್ದಿತ್ತು. ಆ ಪೊಟ್ಟಣದ ಮೇಲೆ ಅಮೆರಿಕ ಸಂಯುಕ್ತ ಸಂಸ್ಥಾನದ ಅಂಚೆಚೀಟಿಗಳಿದ್ದವು – ಒರಟು ಕ್ಯಾನ್‌ವಾಸಿನ ಮೇಲೆ 'ಮಿ. ಸ್ಕಾವಿನ್‌ಸ್ಕಿ' ಎಂದಷ್ಟೇ ಬರೆಯಲಾಗಿತ್ತು.

ಕೆರಳಿದ ಕುತೂಹಲದಿಂದ ಮುದುಕ ಆ ಪೊಟ್ಟಣವನ್ನು ಬಿಚ್ಚಿದ. ಒಳಗಡೆ ಪುಸ್ತಕಗಳಿದ್ದವು. ಅವುಗಳಲ್ಲಿ ಒಂದನ್ನು ಆತ ಕೈಯಲ್ಲೆತ್ತಿ ನೋಡಿ, ಬಳಿಕ ಅದರೊಳಕ್ಕೇ ಇಟ್ಟ. ಆಗ ಅವನ ಕೈಗಳು ವಿಪರೀತವಾಗಿ ನಡುಗುತ್ತಿದ್ದವು. ತನ್ನ ಕಣ್ಣುಗಳನ್ನೇ ನಂಬಲಾರದವನಂತೆ ಅವನು ಕೈಗಳಿಂದ

ಮುಖವನ್ನು ಮುಚ್ಚಿಕೊಂಡ; ಅವನಿಗೆ ಅದೆಲ್ಲವೂ ಕನಸು ಎನಿಸಿತು. ಅದು ಪೋಲಿಷ್ ಭಾಷೆಯ ಪುಸ್ತಕ – ಅದರ ಅರ್ಥವಾದರೂ ಏನು ? ಅದನ್ನು ಯಾರು ಕಳುಹಿಸಿದ್ದಿರಬಹುದು ? ಅವನು ದೀಪಸ್ತಂಭದ ಕೆಲಸಕ್ಕೆ ಬಂದ ಮೊದಲ ದಿನಗಳಲ್ಲಿ ಕಾನ್‌ಸಲ್ ಅಧಿಕಾರಿಯಿಂದ ಎರವಲು ಪಡೆದ ಹೆರಾಲ್ಡ್ ಪತ್ರಿಕೆಯಲ್ಲಿ, ನ್ಯೂಯಾರ್ಕಿನಲ್ಲಿ ಹೊಸದಾಗಿ ಆರಂಭವಾಗಿದ್ದ ಒಂದು ಪೋಲಿಷ್ ಕೂಟದ ಬಗ್ಗೆ ಓದಿದ್ದ. ಆಗ ಇಲ್ಲಿ ಗೋಪುರದಲ್ಲಿ ತನಗೆ ಅನಗತ್ಯ ಎನಿಸಿದ್ದ ಅರ್ಧ ತಿಂಗಳಿನ ಸಂಬಳವನ್ನು ಆ ಸಂಸ್ಥೆಗೆ ಅವನು ದಾನವಾಗಿ ಕಳುಹಿಸಿದ್ದ – ಆ ವಿಷಯ ಅವನಿಗೆ ಸಂಪೂರ್ಣವಾಗಿ ಮರೆತುಹೋಗಿತ್ತು. ಈಗ ಆ ಸಂಸ್ಥೆ ಕೃತಜ್ಞತಾಪೂರ್ವಕವಾಗಿ ಆ ಪುಸ್ತಕಗಳನ್ನು ಅವನಿಗೆ ಕಳುಹಿಸಿಕೊಟ್ಟಿತು. ಪುಸ್ತಕಗಳು ಸಹಜವಾಗಿಯೇ ಅವನ ಬಳಿ ಬಂದಿದ್ದವು – ಆದರೆ ಅವನ್ನು ನೋಡಿದ ಕ್ಷಣದಲ್ಲಿ ಅವನಿಗೆ ಆ ಯೋಚನೆ ಹೊಳೆದಿರಲಿಲ್ಲ. ಆಸ್ಪಿನ್‌ವಾಲ್ ದ್ವೀಪದ ಗೋಪುರದಲ್ಲಿ ಒಬ್ಬಂಟಿಗನಾಗಿದ್ದ ತನಗೆ ಪೋಲಿಷ್ ಭಾಷೆಯ ಪುಸ್ತಕಗಳು ! ಅದೊಂದು ಅಸಾಧಾರಣವಾದ ಸಂಗತಿಯಂತೆ, ಗತಕಾಲದಿಂದ ಬೀಸಿ ಬಂದ ಒಂದು ಸುವಾಸನೆಯಂತೆ, ಒಂದು ಪವಾಡದಂತೆ ಅವನಿಗೆ ತೋರಿತು. ನಾವಿಕರಿಗೆ ರಾತ್ರಿಯ ಹೊತ್ತು ಕೇಳಿಬರುವ ಕಡಲ ಕರೆಯಂತೆ, ಮರೆತುಹೋಗಿದ್ದ ಯಾವುದೋ ವಾಣಿ ಪ್ರೇಮಮಯವಾದ ದನಿಯಲ್ಲಿ ತನ್ನ ಹೆಸರು ಹಿಡಿದು ಕರೆಯುತ್ತಿದ್ದಂತೆ ಭಾಸವಾಯಿತು. ಸ್ವಲ್ಪ ಹೊತ್ತು ಅವನು ಕಣ್ಣುಗಳನ್ನು ಮುಚ್ಚಿಕೊಂಡು ಕುಳಿತಿದ್ದ – ಕಣ್ಣು ತೆರೆದ ಕೂಡಲೇ ಕನಸು ಒಡೆದು ಹೋಗುವುದೆಂದೇ ಭಾವಿಸಿದ್ದ.

ಪುಸ್ತಕದ ಕಟ್ಟು ತೆರೆದುಹೋಗಿ ಅವನೆದುರಿಗೆ ಬಿದ್ದಿತ್ತು. ಅದರ ಮೇಲೆ ಮಧ್ಯಾಹ್ನದ ಬಿಸಿಲು ಹೊಳೆಯುತ್ತಿತ್ತು. ಮೇಲುಗಡೆ ಒಂದು ತೆರೆದ ಪುಸ್ತಕ. ಮುದುಕ ತನ್ನ ಕೈಗಳನ್ನು ಅದರೆಡೆಗೆ ಮತ್ತೆ ಚಾಚಿದಾಗ, ಆ ಸ್ತಬ್ಧತೆಯಲ್ಲಿ ಅವನಿಗೆ ತನ್ನ ಹೃದಯದ ಬಡಿತ ಕೇಳಿಸುತ್ತಿತ್ತು. ಆತ ಕಣ್ಣು ಬಿಟ್ಟು ನೋಡಿದ. ಅದೊಂದು ಪದ್ಯದ ಪುಸ್ತಕ. ರಕ್ಷಾ ಪತ್ರದ ಮೇಲೆ ದಪ್ಪಕ್ಷರಗಳಲ್ಲಿ ಅದರ ಹೆಸರು. ಕೆಳಗಡೆ ಗ್ರಂಥಕರ್ತನ ಹೆಸರು. ಆ ಹೆಸರು ಅವನಿಗೇನೂ ಅಪರಿಚಿತವಲ್ಲ. ಅದು ಪೋಲೆಂಡಿನ ಮಹಾಕವಿ ಮಿಕ್ಕೀವಿಚ್ ರಚಿಸಿದ ಕೃತಿ. ಅವನ ಕೃತಿಗಳನ್ನು 1830ರಲ್ಲಿ ಸ್ಕಾವಿನ್‌ಸ್ಕಿ ತಾನು ಪ್ಯಾರಿಸ್‌ನಲ್ಲಿದ್ದಾಗಲೇ ಓದಿದ್ದ. ಆಮೇಲೆ ಆಲ್ಜಿಯರ್ಸ್ ಮತ್ತು ಸ್ಪೇನಿನಲ್ಲಿ ತಾನು ಪ್ಯಾರಿಸ್‌ನಲ್ಲಿದ್ದಾಗ ತನ್ನ ದೇಶಬಾಂಧವರ ಮೂಲಕ, ಆ ಕವಿ – ದ್ರಷ್ಟಾರನ ಖ್ಯಾತಿ ಹೇಗೆ ಹರಡುತ್ತಿತ್ತೆಂಬ ವಿಷಯವನ್ನು ಕೇಳಿದ್ದ. ಆದರೆ ಆ ಕಾಲದಲ್ಲಿ ಬಂದೂಕು ಹಿಡಿಯುತ್ತಿದ್ದ ಅವನು ಪುಸ್ತಕಗಳನ್ನು ಕೈಯಿಂದ ಮುಟ್ಟುತ್ತಲೂ ಇರಲಿಲ್ಲ. 1849ರಲ್ಲಿ ಅವನು ಅಮೆರಿಕಕ್ಕೆ ಹೋದಾಗ ಅಲ್ಲಿನ ತನ್ನ ಸಾಹಸಮಯ ಜೀವನದ ನಡುವೆ ಯಾವನೊಬ್ಬ ಪೋಲೆಂಡಿನವನನ್ನೂ ಅವನು ಭೇಟಿಯಾಗಿರಲಿಲ್ಲ. ಒಂದೇ ಒಂದು ಪೋಲಿಷ್ ಪುಸ್ತಕವನ್ನೂ ಓದಿರಲಿಲ್ಲ. ಅದರಿಂದಾಗಿ ಅಮಿತವಾದ ಉತ್ಸುಕತೆಯಿಂದ ಆತ ಪುಸ್ತಕದ ಹೆಸರನ್ನು ನೋಡಿದ – ಅವನ ಹೃದಯದ ಬಡಿತ ಮತ್ತಷ್ಟು ಹೆಚ್ಚಿತು. ತನ್ನ ಏಕಾಕಿ ಬಂಡೆಯ ಮೇಲೆ ಏನೋ ಮಹತ್ವದ ಸಂಗತಿ ನಡೆಯಲಿದೆಯೆಂದು ಅವನಿಗೆ ತೋರಿತು. ಅದು ಪ್ರಶಾಂತ ಮೌನದ ಘಳಿಗೆ. ಆಸ್ಪಿನ್‌ವಾಲ್‌ನಲ್ಲಿ ಗಡಿಯಾರಗಳು ಸಂಜೆಯ ಐದು ತಾಸು ಬಡಿಯುತ್ತಿದ್ದ ಸಮಯ. ಒಂದು ಮೋಡವೂ ಇಲ್ಲದ ತಿಳಿಯಾದ ಆಕಾಶ; ಕೆಲವು ಕಡಲು ಹಕ್ಕಿಗಳು ಮಾತ್ರ ಗಾಳಿಯಲ್ಲಿ ಹಾರಾಡುತ್ತಿದ್ದವು. ಸಮುದ್ರವು ತೂಗಿ ನಿದ್ರೆ ಮಾಡಿಸಿದಂತೆ ಸ್ತಬ್ಧವಾಗಿತ್ತು. ಕಡಲ ತಡಿಯ ಅಲೆಗಳು ನೀರವವಾಗಿ ಮರಮರಗುಟ್ಟುತ್ತ ಮರಳಿನ ಮೇಲೆ ಮೃದುವಾಗಿ ಉರುಳಿ ಹರಡಿ ಹೋಗುತ್ತಿದ್ದವು. ದೂರದ ಆಸ್ಪಿನ್‌ವಾಲ್‌ನ ಬಿಳಿ ಮನೆಗಳು, ಸುಂದರವಾದ ತಾಳೆ ಮರಗಳ ಸಮೂಹ ಮುಗುಳ್ನಗುತ್ತಿದ್ದವು.

ವಾತಾವರಣ ಪ್ರಶಾಂತ ಗಾಂಭೀರ್ಯದಿಂದ ತುಂಬಿತ್ತು. ಪ್ರಕೃತಿಯ ಆ ಪ್ರಶಾಂತ ಮೌನದ ಒಡಲೊಳಗಿಂದ ಮುದುಕನ ಕಂಪಿಸುವ ದನಿ ಕೇಳಿಸಿತು. ತನ್ನಷ್ಟಕ್ಕೆ ತಾನೇ ಅರ್ಥಮಾಡಿಕೊಳ್ಳುವವನಂತೆ ಅವನು ಗಟ್ಟಿಯಾಗಿ ಓದತೊಡಗಿದ :

'ನನ್ನ ಆರೋಗ್ಯಭಾಗ್ಯದಂಥ,
ಓ ನನ್ನ ತಾಯ್ನಾಡು ಲಿಥುವೇನಿಯಾ !
ಆ ಭಾಗ್ಯವಿಲ್ಲದವಗೆ ಮಾತ್ರ ಗೊತ್ತು
ನೀನೆಷ್ಟು ಅಮೂಲ್ಯವೆಂದು,
ನಿನ್ನ ಪರಿಪೂರ್ಣ ಸೌಂದರ್ಯ ಸೌಭಾಗ್ಯಗಳನಿಂದು
ನಾನೋಡಿ ಬಣ್ಣಿಸುವೆ – ಹಂಬಲಿಸುವೆ ನಿನಗಾಗಿ'

ಸ್ಕಾವಿನ್‌ಸ್ಕಿಯ ಗಂಟಲ ಸೆರೆಯುಬ್ಬಿ ಬಂದು ಧ್ವನಿ ಗದ್ಗದಿತವಾಯಿತು. ಅಕ್ಷರಗಳು ಕಣ್ಣ ಮುಂದೆ ಕುಣಿಯಲಾರಂಭಿಸಿದವು. ಅವನ ಎದೆಯೊಳಗೆ ಏನೋ ಸಂಕಟ ಉಮ್ಮಳಿಸಿದ ಹಾಗಾಗಿ, ಹೃದಯವು ಭಾವಾವೇಶದಿಂದ ತುಂಬಿತು. ಮರುಕ್ಷಣವೇ ತನ್ನ ಭಾವನೆಗಳನ್ನು ಹತೋಟಿಗೆ ತಂದುಕೊಂಡು ಆತ ಮುಂದಕ್ಕೆ ಓದಿದ :

'ಓ ಭಾಗ್ಯ ದೇವತೆ
ಚೆನ್‌ಸ್ಟೋವಾವನ್ನು ಕಾಯುವ ಪುಣ್ಯಮಾತೆ
ಆಸ್ಟ್ರೋಬ್ರಾಮಾದಲ್ಲಿ ಥಳಥಳಿಸಿ ಹೊಳೆಯುತ್ತಾ
ನಾವ್‌ಗ್ರೊದಕ್ ಕೋಟೆಯ
ಪುಣ್ಯ ಶಿಶುಗಳ ಕಾಯುತ್ತಾ ನೀನು
ತಾಯೊಡಲಿನಿಂದ ಬಂದ ಕೂಸಿಗೆ
ಕೊಟ್ಟೆ ಆಯುರಾರೋಗ್ಯಗಳನ್ನು
ಜೀವವಿಲ್ಲದ ಕಣ್ಣೆವೆಗಳನ್ನು ತೆರೆದೆ
ನಿನ್ನ ಪುಣ್ಯ ಭೂಮಿಗೆ ಬಂದೆ ನಾನು
ದೇವರಿಗೆ ಕೈಯೆತ್ತಿ ನಮಿಸಿದೆ
ನನಗೆ ಜೀವವಿತ್ತ ಆ ಶಕ್ತಿಗೆ
ಅಂತೆಯೆ, ಓ ದೇವಿ, ನನ್ನ ತಾಯ್ನಾಡ ಮಡಿಲಿಗೆ
ಮತ್ತೆ ಮರಳಿಸು ನನ್ನನೀಗ ನೀನು'

ಮುದುಕನ ಸಂಯಮದ ಕಟ್ಟೆ ಒಡೆಯಿತು. ಅವನು ನೆಲದ ಮೇಲೆ ಬಿದ್ದು ಬಿಕ್ಕಳಿಸಿ ಅತ್ತ. ಅವನ ಹಾಲು ಬಿಳುಪು ಕೂದಲು ಕಡಲ ಮರಳಿನ ಜೊತೆ ಬೆರೆಯಿತು. ಅವನು ತನ್ನ ತಾಯ್ನಾಡನ್ನು ಬಿಟ್ಟು ಬಂದು ನಲ್ವತ್ತು ವರ್ಷಗಳು ಕಳೆದಿದ್ದವು – ತನ್ನ ಮಾತೃಭಾಷೆಯನ್ನು ಕಿವಿಯಿಂದ ಕೇಳಿ ಅದೆಷ್ಟು ಸಂವತ್ಸರಗಳು ಕಳೆದಿದ್ದವೋ ಏನೋ, ಈಗ ಆ ಭಾಷೆ ತಾನಾಗಿ ಅವನ ಬಳಿ ಬಂದಿತ್ತು – ಕಡಲಾಚೆಯಿಂದ ತೇಲಿಬಂದು ಇನ್ನೊಂದು ಗೋಳಾರ್ಧದಲ್ಲಿದ್ದ ಏಕಾಕಿಯನ್ನು ಮುಟ್ಟಿತ್ತು – ಎಂಥ ಅಕ್ಕರೆ, ಎಂಥ ಚೆಲುವು ! ಅವನು ಬಿಕ್ಕಳಿಸಿ ಅಳುವಾಗ ಅದರಲ್ಲಿ ಯಾವ ವೇದನೆಯೂ ಇರಲಿಲ್ಲ – ಅಪರಿಮಿತವಾದ ಪ್ರೀತಿಯ ಬುಗ್ಗೆಯೊಡೆದು ಚಿಮ್ಮಿದ ಭಾವನೆ

ಅದು. ಅದರ ಮುಂದೆ ಉಳಿದೆಲ್ಲವೂ ತೃಣ ಸಮಾನ. ತಾಯ್ನಾಡನ್ನು ಈವರೆಗೆ ಮರೆತ ಅಪರಾಧಕ್ಕೆ ಕ್ಷಮೆ ಬೇಡುವ ಪಶ್ಚಾತ್ತಾಪದ ಮೊರೆ ಅದರಲ್ಲಿತ್ತು. ಅವನಿಗೆ ತೀರಾ ಇಳಿವಯಸ್ಸಾಗಿದ್ದು, ತನ್ನ ಏಕಾಂತದ ಬಂಡೆಗೆ ಆತ ಎಷ್ಟು ಬಲವಾಗಿ ಅಂಟಿಕೊಂಡಿದ್ದನೆಂದರೆ ಅವನಿಗೆ ತನ್ನ ಹೃದಯದ ಸಹಜ ಸ್ಪಂದನಗಳೂ ಮರೆತುಹೋಗಿದ್ದವು. ಈಗ ಆ ಭಾವನೆಗಳು, ಪವಾಡವೋ ಎಂಬಂತೆ ಅವನ ಹೃದಯಕ್ಕೆ ಹಿಂದಿರುಗಿದ್ದವು. ಆದ್ದರಿಂದ ಅವನ ಹೃದಯ ಹರ್ಷೋತ್ಕರ್ಷಗಳಿಂದ ಕುಣಿದಾಡಿತು.

ನಿಮಿಷಗಳು ಒಂದರ ಮೇಲೊಂದರಂತೆ ಕಳೆದವು. ಅವನು ಅಲ್ಲಿ ಬಿದ್ದುಕೊಂಡೇ ಇದ್ದ. ಕಡಲ ಹಕ್ಕಿಗಳು ದೀಪಸ್ತಂಭದ ಮೇಲೆ ಹಾರಾಡಿದವು. ತಮ್ಮ ಹಳೆಯ ಗೆಳೆಯನಿಗೆ ಏನೋ ಅಪಾಯ ಸಂಭವಿಸಿದೆಯೆನ್ನುವಂತೆ ಅವು ಕೂಗಿದವು. ತಾನು ಊಟ ಮಾಡಿದ ಬಳಿಕ ಉಳಿದ ಆಹಾರ ಅವನು ಹಕ್ಕಿಗಳಿಗೆ ಹಂಚುತ್ತಿದ್ದ ಹೊತ್ತು ಆಗಲೇ ಬಂದಿತ್ತು. ಆದ್ದರಿಂದ ಕೆಲವು ಹಕ್ಕಿಗಳು ಗೋಪುರದ ಮೇಲಿಂದ ಅವನ ಹತ್ತಿರಕ್ಕೆ ಹಾರಿ ಬಂದು ಕುಳಿತವು. ಆಮೇಲೆ ಇನ್ನೂ ಕೆಲವು ಬಂದವು; ಮತ್ತೂ ಕೆಲವು ಹಾರಿ ಬಂದು ಸೇರಿದವು – ತಮ್ಮ ರೆಕ್ಕೆಗಳಿಂದ ಅವನಿಗೆ ಗಾಳಿ ಬೀಸುವ ರೀತಿಯಲ್ಲಿ ಅವನ ಸುತ್ತ ಹಾರಾಡಿದವು. ರೆಕ್ಕೆಗಳ ಧ್ವನಿಯಿಂದ ಅವನಿಗೆ ಎಚ್ಚರವಾಯಿತು. ಅವನು ಬಿಕ್ಕಳಿಸಿ ಅತ್ತು ಅತ್ತು ಹೃದಯದ ಭಾರವೆಲ್ಲಾ ಇಳಿದ ಹಾಗಾಗಿ ಮೇರೆ ಇಲ್ಲದ ಶಾಂತಿ ಅವನನ್ನು ಆವರಿಸಿತ್ತು. ಕಣ್ಣುಗಳಲ್ಲಿ ಹೊಸ ಸ್ಫೂರ್ತಿಯ ತೇಜಸ್ಸು ತುಂಬಿತ್ತು. ಯಾವುದೋ ಜ್ಞಾನದಲ್ಲಿ ತನ್ನ ಆಹಾರವೆಲ್ಲವನ್ನೂ ಆತ ಹಕ್ಕಿಗಳಿಗೆ ಎಸೆದು ಬಿಟ್ಟ. ಅವು ಮಹಾರಭಸದಿಂದ ಗುಲ್ಲೆಬ್ಬಿಸಿ ಅವನ ಕಡೆ ನುಗ್ಗಿ ಬಂದವು. ಅವನು ಪುಸ್ತಕವನ್ನು ಪುನಃ ಕೈಗೆತ್ತಿಕೊಂಡ. ತೋಟದ ಹಿಂದೆ, ಪನಾಮ ಅರಣ್ಯದ ಹಿಂದುಗಡೆ ಸೂರ್ಯ ಆಗಲೇ ಮುಳುಗಿದ್ದ – ನಿಧಾನವಾಗಿ ಭೂಸಂಧಿಯಿಂದಾಚೆ ಕರಗುತ್ತಾ ಇನ್ನೊಂದು ಕಡಲೊಳಕ್ಕೆ ಜಾರುತ್ತಿದ್ದ. ಆದರೆ ಅಟ್ಲಾಂಟಿಕ್ ಸಾಗರದಲ್ಲಿನ್ನೂ ತುಂಬು ಬೆಳಕಿತ್ತು. ಗಾಳಿಯಲ್ಲಿ ಎಲ್ಲಾ ವಸ್ತುಗಳೂ ಇನ್ನೂ ಸ್ಫುಟವಾಗಿ ಗೋಚರಿಸುತ್ತಿದ್ದವು; ಆದ್ದರಿಂದ ಅವನು ಮತ್ತೆ ಓದತೊಡಗಿದ :

'ನನ್ನ ಹೃದಯದಾ ಹಂಬಲವನ್ನು
ಕೊಂಡೊಯ್ದು ಮುಟ್ಟಿಸು
ಆ ಕಾಡು ಕಣಿವೆಯ ಇಳಿಜಾರುಗಳಿಗೆ
ಆ ಹಸುರು ಹುಲ್ಲುಗಾವಲುಗಳಿಗೆ.'

ಕೊನೆಗೆ, ಮುಚ್ಚಂಜೆಯ ಮಬ್ಬಿನಲ್ಲಿ ಬಿಳಿ ಕಾಗದದ ಮೇಲಿನ ಅಕ್ಷರಗಳು ಅಸ್ಫುಟವಾಗುತ್ತವೆ – ಎವೆ ಮುಚ್ಚುವಷ್ಟರಲ್ಲಿ ಕತ್ತಲು. ಮುದುಕ ಬಂಡೆಯ ಮೇಲೆ ತಲೆ ಇಟ್ಟು ಮಲಗಿ ಕಣ್ಣು ಮುಚ್ಚಿಕೊಂಡ. ಆಗ 'ಚೆನ್‌ಸ್ಟೋವಾವನ್ನು ಕಾಯುವ ಪುಣ್ಯಮಾತೆ' ಅವನ ಆತ್ಮವನ್ನು ಹೊಕ್ಕು ಅದನ್ನು 'ಚಿನ್ನದ ಕಾಳಿನ ಪುಣ್ಯದ ಭೂಮಿಗೆ' ಕೊಂಡೊಯ್ದಳು. ಆಕಾಶದಲ್ಲಿ ಕೆಂಪು, ಹೊಂಬಣ್ಣದ ಪಟ್ಟೆಗಳು ಇನ್ನೂ ಪ್ರಜ್ವಲಿಸುತ್ತಿದ್ದವು. ಅವನು ಅವುಗಳ ಹೊಂಬೆಳಕಿನಲ್ಲಿ ತನ್ನ ಒಲವಿನ ನಾಡಿಗೆ ಹೊರಟಿದ್ದ. ಪೈನ್ ಮರದ ಕಾಡುಗಳು ಅವನ ಕಿವಿಯಲ್ಲಿ ಇನ್ನೂ ಮೊರೆಯುತ್ತಿದ್ದವು; ತಾಯ್ನಾಡಿನ ಕಿರು ತೊರೆಗಳು ಮಂಜುಳವಾಗಿ ಮರ್ಮರಿಸುತ್ತಿದ್ದವು. ಆತ ಎಲ್ಲವನ್ನೂ ಹಾಗೆಯೇ ಕಂಡ. ಎಲ್ಲವೂ ಅವನನ್ನು ಕೂಗಿ ಕರೆದವು. 'ನಮ್ಮ ನೆನಪಿದೆಯೇನು ?' ಅವನಿಗೆ ನೆನಪಿತ್ತು! ವಿಶಾಲವಾದ ಹೊಲಗಳು; ಹೊಲಗಳ ನಡುವಣ ಹಳ್ಳಿ - ಕಾಡುಗಳು. ಈಗ

ರಾತ್ರಿಯ ಸಮಯ. ಈ ಹೊತ್ತಿನಲ್ಲಿ ಸಾಮಾನ್ಯವಾಗಿ ಅವನ ಗೋಪುರದ ದೀಪ ಜಾಜ್ವಲ್ಯಮಾನವಾಗಿ ಕತ್ತಲನ್ನು ಬೆಳಗುತ್ತದೆ; ಆದರೆ ಈಗ ಅವನು ತನ್ನ ಹುಟ್ಟೂರಿಗೆ ಹಿಂತಿರುಗಿದ್ದಾನೆ. ಅವನ ಮುದಿ ತಲೆ ಅವನ ಎದೆಯ ಮೇಲೆ ಬಾಗಿದೆ; ಅವನು ಕನಸು ಕಾಣುತ್ತಿದ್ದಾನೆ. ಅವನ ಕಣ್ಣ ಮುಂದೆ ಚಿತ್ರಗಳು ಮಿಂಚಿನಂತೆ ಸುಳಿಯುತ್ತವೆ. ಅಸ್ತವ್ಯಸ್ತವಾದ ಚಿತ್ರಗಳು. ತಾನು ಹುಟ್ಟಿದ ಮನೆ ಅವನಿಗೆ ಕಾಣಿಸುವುದಿಲ್ಲ – ಯಾಕೆಂದರೆ ಯುದ್ಧ ಕಾಲದಲ್ಲಿ ಅದು ನೆಲಸಮವಾಗಿತ್ತು. ಅವನ ತಂದೆ ತಾಯಿಗಳು ಅವನಿಗೆ ಕಾಣಿಸುವುದಿಲ್ಲ. ಅವನಿನ್ನೂ ಕೂಸಾಗಿದ್ದಾಗಲೇ ಅವರು ತೀರಿಕೊಂಡಿದ್ದರು. ಆದರೂ ಆ ಹಳ್ಳಿ ತಾನು ಬಿಟ್ಟಾಗ ಹೇಗಿತ್ತೋ ಈಗಲೂ ಹಾಗೆಯೇ ಇದೆ – ಕಿಟಕಿಗಳಲ್ಲಿ ಬೆಳಕು ಕಾಣಿಸುವ ಮನೆಗಳ ಸಾಲು – ಆ ದಿಣ್ಣೆ – ಆ ಗಿರಣಿ, ಎದುರು ಬದುರಾಗಿ ನಿಂತ ನೀರಿನ ಎರಡು ಹೊಂಡಗಳು, ಅದರೊಳಗೆ ರಾತ್ರಿ ಇಡೀ ಕೆಟ್ಟದಾಗಿ ವಟಗುಟ್ಟುವ ಕಪ್ಪೆಗಳ ಮೇಳ. ಹಿಂದೊಮ್ಮೆ ತನ್ನ ಹಳ್ಳಿಯಲ್ಲಿ ಹಗಲಿರುಳು ಆತ ಕಾವಲು ರಾಹುತನ ಕೆಲಸ ಮಾಡಿದ್ದ. ಅಂದಿನ ಚಿತ್ರಗಳೆಲ್ಲಾ ಫಕ್ಕನೆದ್ದು ಅವನ ಸುತ್ತ ಸುಳಿದವು. ಅವನು ಪುನಃ ಒಬ್ಬ ಕಾವಲುಪಡೆಯ ರಾಹುತನಾಗುತ್ತಾನೆ – ಕಾವಲು ನಿಲ್ಲುತ್ತಾನೆ. ದೂರದಲ್ಲಿ ಸಾರ್ವಜನಿಕರ ಪಾನಮಂದಿರ, ತೇವದ ಕಣ್ಣುಗಳಿಂದ ಅದನ್ನಾತ ನೋಡುತ್ತಾನೆ. ಕೂಗಾಟ - ಕಿರಿಚಾಟ, ಸಂಗೀತ, ಪಿಟೀಲುಗಳ ಕೀರಲುಧ್ವನಿ. ''ಉ-ಹಾ! ಉ-ಹಾ!'' ಎಂಬ ಶಬ್ದಗಳೂ ರಾತ್ರೆಯ ನಿಶ್ಶಬ್ದತೆಯನ್ನು ಭೇದಿಸಿಕೊಂಡು ಬರುತ್ತವೆ. ಆಮೇಲೆ ಕಾವಲುಪಡೆಯ ರಾಹುತರು ತಮ್ಮ ಕಾಲುಗಳಿಂದ ಬೆಂಕಿಯನ್ನು ಒದೆದು ಆರಿಸುತ್ತಾರೆ – ಅವನಿಗೆ ಕುದುರೆಯ ಮೇಲೆ ಕುಳಿತು ಆಯಾಸವಾಗುತ್ತದೆ. ಗಂಟೆಗಳು ನಿಧಾನವಾಗಿ ಕಳೆಯುತ್ತವೆ; ಕೊನೆಗೆ ದೀಪಗಳು ಆರುತ್ತವೆ; ಈಗ ಕಣ್ಣಿನ ದೃಷ್ಟಿಹಾಯುವ ತನಕ ಅಭೇದ್ಯವಾದ ಮಂಜು ಹರಡಿದೆ; ಹೊಲಗಳಿಂದ ಮೇಲಕ್ಕೆ ಮಂಜು ಏರುತ್ತಾ ಇಡೀ ಲೋಕವನ್ನೇ ಬಿಳಿ ಮೋಡದಿಂದ ತಬ್ಬುತ್ತದೆ. ಒಂದು ಮಹಾಸಾಗರವಾಗಿ ತೋರುತ್ತದೆ. ಜೊಂಡು ಹೊಲಗಳಕಡೆಯಿಂದ ರಾತ್ರಿಯ ಜೌಗು ಹಕ್ಕಿಗಳು, ನೆಲದ ರೈಲ್ ಹಕ್ಕಿಗಳೂ ಕೂಗುತ್ತವೆ. ರಾತ್ರಿ ಪ್ರಶಾಂತವಾಗಿದೆ – ನಿಜವಾಗಿ ಅದೊಂದು ಪೋಲಿಷ್ ರಾತ್ರೆ. ದೂರದಲ್ಲಿ ಪೈನ್ ಮರಗಳ ಕಾಡು ಗಾಳಿಯಿಲ್ಲದೆ ಚಲಿಸುತ್ತ ಶಬ್ದ ಮಾಡುತ್ತಿದೆ. ಸಮುದ್ರದ ತೆರೆಗಳು ಮೌನವಾಗಿ ಉರುಳುವಂತೆ. ಇನ್ನು ಸ್ವಲ್ಪ ಹೊತ್ತಿನಲ್ಲೇ ಉಷಃಕಾಲ ಪೂರ್ವ ದಿಗಂತವನ್ನು ಬೆಳಗುತ್ತದೆ. ಮುಂಜಾನೆಯ ಕೋಳಿಗಳು ಬೇಲಿಯ ಹಿಂದೆ ಕೂಗುತ್ತಿದೆ; ಮನೆಯಿಂದ ಮನೆಗೆ ಒಂದರ ಕೂಗಿಗೆ ಇನ್ನೊಂದು ಮಾರುತ್ತರ ನೀಡುತ್ತದೆ; ಎಲ್ಲೋ ಎತ್ತರದಲ್ಲಿ ಕೊಕ್ಕರೆಗಳು ಕೀರಲಿಡುತ್ತಿವೆ. ಕಾವಲು ಸವಾರನಿಗೆ ಹಿತವೆನಿಸುತ್ತದೆ. ಆತ ಸುಟಿಯಾಗಿ ನಿಲ್ಲುತ್ತಾನೆ. ಯಾರೋ ನಾಳಿನ ಯುದ್ಧದ ಕುರಿತು ಮಾತನಾಡಿದ್ದರಲ್ಲಾ! ಹೆ! ಇತರ ಎಲ್ಲ ಯುದ್ಧಗಳಂತೆ ಅದು ಕೂಡ ಕೂಗಾಟ ಮತ್ತು ಬಾವುಟಗಳ ಹಾರಾಟ – ಇವುಗಳ ನಡುವೆ ಹೇಗೋ ನಡೆಯುತ್ತದೆ. ರಾತ್ರಿಯ ತಂಪಿನಲ್ಲಿ ತಣ್ಣಗಾದರೂ ತರುಣ ರಕ್ತವು ಕಹಳೆಯಂತೆ ಮೊರೆಯುತ್ತಿದೆ. ಆಗಲೇ ಬೆಳಕು ಹರಿಯುತ್ತಿದೆ. ರಾತ್ರಿಯ ಕತ್ತಲು ಬಿಳಿಚಿಕೊಳ್ಳುತ್ತಿದೆ. ಕಾಡುಗಳು, ಪೊದೆಗಳು, ಮನೆಗಳ ಸಾಲು, ಗಿರಣಿ, ಪಾಪ್ಲರ್ ಮರಗಳು ಎಲ್ಲವೂ ಕತ್ತಲ ನೆರಳಿನಿಂದಾಚೆ ಬರುತ್ತಲಿದೆ. ಗೋಪುರದ ಮೇಲಿನ ಲೋಹದ ನಿಶಾನೆಯಂತೆ ಬಾವಿಯ ರಾಟೆ ಕೀರಲಿಡುತ್ತಿದೆ. ಎಂಥ ಒಲವಿನ ನಾಡು – ಮುಂಜಾನೆಯ ಗುಲಾಬಿ ರಂಗಿನಲ್ಲಿ ಮಿಂದ ಸುಂದರ ನಾಡು! ಅಂಥ ನಾಡು ಅದೊಂದೇ! ಅದೊಂದೇ!

ಸದ್ದು! ಜಾಗರೂಕನಾದ ರಾತ್ರೆಯ ಕಾವಲು ಸವಾರನಿಗೆ ಯಾರೋ ಬರುತ್ತಿರುವ ಸಪ್ಪಳ

ಕೇಳಿಸುತ್ತಿದೆ – ಎರಡನೇ ಪಾಳಿಯ ಕಾಪಿನವರು ಬರುತ್ತಿದ್ದಾರೆ !

ಒಮ್ಮೆಲೆ ಸ್ಕಾವಿನ್‌ಸ್ಕಿಯ ಮೇಲಗಡೆ ಯಾವುದೋ ಧ್ವನಿ ಕೇಳಿಸಿತು :

''ಏಯ್ ! ಮುದುಕಪ್ಪಾ, ಏಳು ಎಚ್ಚರ ಮಾಡಿಕೋ. ಇದೇನು ಸಮಾಚಾರ !'' ಮುದುಕ ಕಣ್ಣುಗಳನ್ನು ತೆರೆದು ಆಶ್ಚರ್ಯಚಕಿತನಾಗಿ ಎದುರಿಗೆ ನಿಂತಿದ್ದ ವ್ಯಕ್ತಿಯನ್ನು ನೋಡಿದ. ಅವನ ಕನಸೊಡೆಯಿತು. ಅದರ ಭಗ್ನಾವಶೇಷಗಳ ನಡುವೆ ವಸ್ತುಸ್ಥಿತಿ ನುಗ್ಗಿತು. ಕನಸಿನ ಕೊನೆಯ ದೃಶ್ಯಗಳು ಮಸುಕಾಗಿ ಮಾಯವಾದವು. ಎದುರಿಗೆ ಬಂದರಿನ ಮಾರ್ಗದರ್ಶಿ ಜಾನ್ಸನ್ ನಿಂತಿದ್ದ. ಆತ ಹೇಳಿದ :

''ಇದೇನು ಸಮಾಚಾರ ? ನಿನಗೆ ಮೈಯಲ್ಲಿ ಸ್ವಸ್ಥವಿಲ್ಲವೇನು ?''

''ಹಾಗೇನಿಲ್ಲ.''

''ನೀನು ದೀಪಸ್ತಂಭದ ದೀಪವನ್ನೇ ಹೊತ್ತಿಸ್ಲಿಲ್ಲ. ನೀನು ಇಲ್ಲಿಂದ ಹೊರಡ್ಬೇಕು. ಸೈಂಟ್ ಜಿರೋಮೋದಿಂದ ಬಂದ ಹಡಗೊಂದು ಮರಳ ದಿಣ್ಣೆಗೆ ಡಿಕ್ಕಿ ಹೊಡೆದಿದೆ. ಪುಣ್ಯವಶಾತ್ ಯಾರೂ ಸತ್ತಿಲ್ಲ. ಹಾಗೇನಾದರೂ ಆಗಿದ್ದರೆ ನೀನು ಜೈಲಿಗೆ ಹೋಗಬೇಕಾಗ್ತಿತ್ತು. ಏಳು, ನನ್ನ ಜತೆ ದೋಣಿಯಲ್ಲಿ ಬಾ; ಉಳಿದ ವಿಷಯಗಳನ್ನೆಲ್ಲಾ ಕಾನ್‌ಸಲ್ ಕಚೇರಿಯಲ್ಲಿ ಹೇಳ್ತಾರೆ. ಬಾ''

ಮುದುಕನ ಮುಖ ಬಿಳಿಚಿಕೊಂಡಿತು; ನಿಜವಾಗಿಯೂ ಅಂದು ರಾತ್ರಿ ಅವನು ಗೋಪುರದ ದೀಪವನ್ನು ಹೊತ್ತಿಸಿಯೇ ಇರಲಿಲ್ಲ.

ಕೆಲವು ದಿನಗಳ ಮೇಲೆ ಆಸ್ಪಿನ್‌ವಾಲ್‌ನಿಂದ ನ್ಯೂಯಾರ್ಕ್‌ಗೆ ಹೋಗುತ್ತಿದ್ದ ಒಂದು ಜಹಜಿನಲ್ಲಿ, ಸ್ಕಾವಿನ್‌ಸ್ಕಿ ಕುಳಿತಿದ್ದ. ಆ ಬಡಪಾಯಿ, ತನ್ನ ಕೆಲಸ ಕಳೆದುಕೊಂಡಿದ್ದ. ಅವನ ಮುಂದೆ ಅಲೆದಾಟದ ಹೊಸ ಮಾರ್ಗಗಳು ತೆರೆದು ನಿಂತಿದ್ದವು. ಬಿರುಗಾಳಿ ಆ ಎಲೆಯನ್ನು ಮರದಿಂದ ಕಿತ್ತು ಬೇರ್ಪಡಿಸಿ ಅದು ಮತ್ತೆ ಭೂಮಿ-ಸಾಗರಗಳ ಮೇಲೆ ಸುತ್ತಿ ಸುಳಿಯಲೆಂದು ಎಸೆದಿತ್ತು. ವಿಧಿ ಮತ್ತೆ ಅವನ ಜತೆ ಚಿನ್ನಾಟವನ್ನಾಡಲು ಪ್ರಾರಂಭಿಸಿತ್ತು. ಆ ಕೆಲವು ದಿನಗಳ ಅವಧಿಯಲ್ಲಿ ಮುದುಕ ಮಹತ್ವವಾದ ರೀತಿಯಲ್ಲಿ ಸೋತಿದ್ದ; ಅವನ ಬೆನ್ನು ಬಾಗಿಹೋಗಿ, ಕಣ್ಣುಗಳು ಮಾತ್ರ ಹೊಳೆಯುತ್ತಿದ್ದವು. ಆದರೆ ಹೀಗೆ ತನ್ನ ಹೊಸ ಬದುಕಿನ ದಾರಿಗೆ ಕಾಲಿಡುವಾಗ ಅವನು ತನ್ನ ಪುಸ್ತಕವನ್ನು ಮಾತ್ರ ಎದೆಗೆ ಅವಚಿಕೊಂಡಿದ್ದ – ಅದು ಸಹ ಎಲ್ಲಿ ತನ್ನನ್ನು ಬಿಟ್ಟು ಹೋಗಿಬಿಡುವುದೋ ಎನ್ನುವಂತೆ ಅದನ್ನು ಆಗಾಗ ಕೈಯಲ್ಲಿ ಒತ್ತಿ ಒತ್ತಿ ನೋಡುತ್ತಿದ್ದ. ❍

ಂ ಗಾಬ್ರಿಯೆಲಾ ಜಪೋಲ್‌ಸ್ಕಾ

ಅವಳ ಮುದ್ದು ಮರಿ

''**ಚ**ಹಾದ ಜೊತೆ ನಿನಗೆ ಇನ್ನೇನು ಬೇಕು ಮುದ್ದು ಮರಿ ?''

''ಏನು ಇದ್ದರೂ ಸರಿ.''

''ಆ... ಆದರೆ...''

'ಅಗ್ಗವಾಗಿರೋದು... ಏನಾದರೂ...''

''ಸ್ವಲ್ಪ ಹಂದಿ ಮಾಂಸ.... ಆಗಬಹುದಲ್ಲ ?''

''ಹುಂ... ಅಂದರೆ ಅರ್ಧ ಪೌಂಡು ತರಬೇಕಾಗ್ತದೆ...''

''ಅರ್ಧ ಪೌಂಡ್ ಯಾಕೆ ? ನನಗೇನೂ ಬೇಡ. ನನಗೆ ಊಟದಲ್ಲಿ ಉಳಿದು ಹೋದ ಟೋಸ್ಟ್ ಚೂರುಗಳಿವೆ, ಸಾಕು.''

''ನಿನಗೆ ಅಷ್ಟೇ ಸಾಕೇನು ?... ಆದರೂ ತುಂಬಾ ಖರ್ಚಾಗ್ತದೆ. ... ಹೋಗಲಿ ಬಿಡು... ಹಂದಿ ಮಾಂಸವಿಲ್ಲದಿದ್ದರೆ ಅಷ್ಟೇ ಹೋಯಿತು... ನನಗೆ ಒಂದಿಷ್ಟು ಬೆಣ್ಣೆ ಸವರಿದ ಸುರುಳಿ ರೊಟ್ಟಿ ಮಾಡ್ಬಿಡು, ನನಗೆ ಅಷ್ಟೇ ಸಾಕು, ನೋಡು, ಮಿತವ್ಯಯ ಅಗತ್ಯ. ಇನ್ನೂ ಈ ತಿಂಗಳು ಕಳೆಯಬೇಕಾದರೆ ಎಷ್ಟು ದಿನಗಳಿವೆ...!'' ಮಿತವ್ಯಯಕ್ಕೋಸ್ಕರ ಅವಳ ಮುದ್ದುಮರಿ ಉಪವಾಸದಿಂದ ಸಾಯುವುದಕ್ಕೂ ಸಿದ್ಧ – ಆದರೆ ಅವಳು ಬಿಡಬೇಕಲ್ಲ! ಅವನಿಗೇನೋ ಸಾಕಷ್ಟು ಸಂಬಳ ಬರುತ್ತಿತ್ತು – ಆದರೆ ಬೋನಸ್-ಗೀನಸ್ ಏನೂ ಇರಲಿಲ್ಲವಂತೆ. ಅವಳ ವರದಕ್ಷಿಣೆ ಹಣದಲ್ಲಿ ಶೇ. 5ರಷ್ಟು ಮಾತ್ರ ಬಡ್ಡಿ ಬರುತ್ತಿತ್ತು ಅಷ್ಟೇ.

ಅದೇನೋ, ಹಾಗೆಂದು ಮುದ್ದುಮರಿ ಅವಳಿಗೆ ಹೇಳುತ್ತಿದ್ದ. ಮುದ್ದುಮರಿ ಏನು ಹೇಳಿದರೂ ಅವಳಿಗೆ ಪವಿತ್ರ ವಾಕ್ಯ. ಹೆಂಡತಿಯಾದವಳು ಮರುಮಾತಿಲ್ಲದೆ ಗಂಡನನ್ನು ನಂಬಬೇಕು – ಅವಳ ಬಾಲ್ಯದಿಂದಲೂ ಅವಳಿಗೆ ಕಲಿಸಲಾಗಿದ್ದ ಪಾಠ ಅದು.

ಇಷ್ಟು ಹೊತ್ತಿಗೆ ಮುದ್ದುಮರಿ 'ಕೊರಿಯರ್' ಪತ್ರಿಕೆ ಓದಿ ಮುಗಿಸಿದ್ದ. ಆಕಳಿಸುತ್ತಾ ಆತ ಕುರ್ಚಿಯನ್ನು ಬಿಟ್ಟು ಎದ್ದುನಿಂತ.

ಅವನು ಒಳ್ಳೆಯ ಧಡೂತಿ ಅಸಾಮಿ – ಅಗಲವಾದ ಭುಜಗಳು, ದಪ್ಪ ಕುತ್ತಿಗೆ. ದೊಡ್ಡ ಹಣೆ, ಕಟ್ಟುಮಸ್ತಾದ ಗರಡಿ ಆಳಿನಂಥ ಅವನ ದೇಹ ಆರೋಗ್ಯದಿಂದಲೂ, ಚೆನ್ನಾಗಿ ತಿಂದು ತೇಗುವ ವ್ಯಕ್ತಿಯ ಶಕ್ತಿ, ಸಾಮರ್ಥ್ಯಗಳಿಂದಲೂ ತುಂಬಿ ತುಳುಕುತ್ತಿತ್ತು. ಸೊಗಸಾದ ಗುಲಾಬಿ ಬಣ್ಣದ ಮೈ. ಮೃದುವಾದ ವಿರಳವಾದ

ಕೆಲವೇ ಕೂದಲನ್ನು ಚಾಣಾಕ್ಷತನದಿಂದ ಅಂಟಿಸಿ, ಅಗಲವಾಗಿ ಬೋಳುಬಿದ್ದ ತಲೆಯ ಭಾಗವನ್ನು ಮುಚ್ಚಲಾಗಿತ್ತು. ಕೊಂಕಿಸಿದ ಅವನ ಚೆಲುವಾದ ತುಟಿಗಳು ಆಗತಾನೇ ಆತ ಯಾವುದೋ ಹೆಂಗಸನ್ನು ಚುಂಬಿಸಿ ಅಥವಾ ಸಿಂಪಿಗಳನ್ನು ಕಬಳಿಸಿ ಬಂದಿದ್ದನೋ ಎಂಬಂತೆ ಭೋಗಲಾಲಸೆಯಿಂದ ಜಿನುಗುತ್ತಿದ್ದವು. ಅರೆತೆರೆದ ಮೋಹಕ ರೆಪ್ಪೆಗಳಿಂದಲೂ ನಸು ಹೊಂಬಣ್ಣದ ರೆಪ್ಪೆ ಗೂದಲುಗಳಿಂದಲೂ ಕೂಡಿದ ಅವನ ಭಾವಮಗ್ನ ಕಣ್ಣುಗಳು ಸ್ವಲ್ಪ ಮೃದುವಾಗಿ, ಸ್ವಲ್ಪ ತುಂಟತನದಿಂದ ನೋಡುತ್ತಿದ್ದವು. ಅವನ ಚೆಲುವಾದ ಬಿಳಿ ಕೈ ಮತ್ತು ಉದ್ದನೆಯ ಮಾಟವಾದ ಬೆರಳುಗಳು, ಜೋಪಾನವಾಗಿ ಬೆಳೆಸಿ ಸುಗಂಧ ಲೇಪಿಸಿದ ಗಡ್ಡವನ್ನು ನೇವರಿಸುತ್ತಿದ್ದವು.

ಅವನ ತೆಳು ಬಣ್ಣದ ಸೂಟು, ಕೆಂಪು ಮೈಬಣ್ಣ, ಒಂದಿಷ್ಟೂ ಬೆನ್ನು ಬಾಗದ ಗಡಿಬಿಡಿ ಒತ್ತಡಗಳಿಲ್ಲದ, ನೆಟ್ಟನೆಯ ಮೈಮಾಟಗಳಿಗೂ – ಬೂಷ್ಟು ವಾಸನೆಯ ಮಂಕು ಹಿಡಿದ ಅವನ ಕೆಳದರ್ಜೆಯ ಕಾರಕೂನ ವೃತ್ತಿಗೂ ಏನೇನೂ ಸಂಬಂಧವಿರಲಿಲ್ಲ.

ವಾಸ್ತವವಾಗಿ, ಮುದ್ದುಮರಿ ಒಬ್ಬ ನೌಕರ – ಜೀವಮಾನವೆಲ್ಲವನ್ನೂ ರೈಲ್ವೇ ಸ್ಟೇಷನ್ ಕಚೇರಿಯ ಮೇಣಗಬಟದ ಸೋಫಾಗಳಲ್ಲಿ ತೂಕಡಿಸುತ್ತಲೋ ಸಹೋದ್ಯೋಗಿಗಳ ಮುಂದೆ ತಮಾಷೆಯ ಒಗಟುಗಳನ್ನು ಹೇಳುತ್ತಲೋ ಕಾಲ ಕಳೆದು, ಅಷ್ಟೇ ಕೆಲಸಕ್ಕಾಗಿ ಸಂಬಳ ಬೋನಸ್ಸುಗಳನ್ನು ಪಡೆಯುವ, ಒಬ್ಬ ಜಮಾ - ಖರ್ಚು ಲೆಕ್ಕದ ಗುಮಾಸ್ತ.

ಅವತ್ತು ಮುದ್ದುಮರಿ ಕಚೇರಿಯಿಂದ ಎಂದಿಗಿಂತಲೂ ಸ್ವಲ್ಪ ಮುಂಚೆ ಬಂದಿದ್ದ – ತಾನೇ ಕೊಟ್ಟ ಅಡಿಗೆಯ ಸೂತ್ರದಂತೆ ತಯಾರಿಸಲಾಗಿದ್ದ ಮಿತವ್ಯಯದ ಲಘು ಊಟವನ್ನು ಚೆನ್ನಾಗಿ ಹೊಡೆದಿದ್ದ. ಎರಡು ಗಂಟೆ ತನ್ನ ನೆಚ್ಚಿನ ಸೋಫಾದ ಮೇಲೆ, ನಿಶ್ಶಬ್ದ ವಾತಾವರಣದಲ್ಲಿ ಗಡದ್ದಾಗಿ ಮಲಗಿ ನಿದ್ರೆ ಹೋಗಿದ್ದ. ಅವನು ಆಗತಾನೇ ಎದ್ದು ಬಟ್ಟೆ ಹಾಕಿಕೊಂಡು ವೃತ್ತಪತ್ರಿಕೆ ಓದುತ್ತಿದ್ದು, ಹೆಂಡತಿ ತಂದುಕೊಡುವ ಚಹಾಕ್ಕೋಸ್ಕರ ಕಾಯುತ್ತಿದ್ದ.

ಆಮೇಲೆ ಅವನು ಒಂದು ಸುತ್ತು ಅಡ್ಡಾಡಿ ಬರಲು ಹೊರಡುತ್ತಿದ್ದ. ಅವಳು ಮನೆಯಲ್ಲೇ ಇರುತ್ತಿದ್ದಳು – ನಾಳೆ ಬಟ್ಟೆ ಒಗೆಯುವ ದಿನವಾದುದರಿಂದ, ಕೊಳೆ ಬಟ್ಟೆಗಳನ್ನು ಎಣಿಸಿ ಇಡಬೇಕು. ಅದಲ್ಲದೆ ಅಡ್ಡಾಡಲು ತಾನು ಒಬ್ಬನೇ ಹೋಗುವುದು ಮುದ್ದುಮರಿಯ ರೂಢಿ.

ಅವನ ಚಿಕ್ಕ ವಯಸ್ಸಿನ ಹೆಂಡತಿ ಮನೆಯಲ್ಲೇ ಉಳಿಯುವವಳು – ಅವಳಿಗೆ ಅದು ಅಭ್ಯಾಸವಾಗಿ ಹೋಗಿತ್ತು. ಸವೆದ ಚಪ್ಪಲಿ ಧರಿಸಿದ್ದ, ಬಡಕಲು ದೇಹದ ಹಾಗೂ ಬಿಳಿಚಿ ಕೊಂಡಿದ್ದ ಮುಖದ ಅವಳು ಗಂಡನಿಗೆ ಚಹಾ ತಯಾರಿಸಲು ಅತ್ತಿತ್ತ ನೆರಳಿನಂತೆ ಸುಳಿದಾಡುತ್ತಿದ್ದಳು. ಅವಳಿಗಿನ್ನೂ 25 ವರ್ಷ ವಯಸ್ಸಾಗಿದ್ದರೂ ದೇಹ ಕುಗ್ಗಿಹೋಗಿತ್ತು. ಯಾವುದೋ ಹಳೆಯ ಕಾಯಿಲೆಯಿಂದ ನರಳುತ್ತಾ, ಮೈಗೆಲ್ಲಾ ಪೌಲ್ಟಿಸ್ ಸುತ್ತಿಕೊಂಡು ಗ್ಯಾಲನ್‌ಗಟ್ಟಲೆ ಕಷಾಯ ಕುಡಿಯುವ ರೋಗಿಯ ಚಿಹ್ನೆಗಳಾಗಿದ್ದ ಅವಳ ತೆಳ್ಳನೆಯ ಎದೆ, ಕಣ್ಣಿನ ಸುತ್ತ ಅವರಿಸಿದ ಹಳದಿ ಚುಕ್ಕೆಗಳು, ಉದ್ದನೆಯ ಚೂಪು ಮೂಗು, ಕರುಣೆ ಹುಟ್ಟಿಸುವಂತೆ ಬಗ್ಗಿದ ದೇಹ – ಇವನ್ನು ನೋಡಿದಾಗ, ಅವಳಿನ್ನೂ ಚಿಕ್ಕ ವಯಸ್ಸಿನವಳೆಂದು ಊಹಿಸುವುದು ಕಷ್ಟಸಾಧ್ಯವಾಗಿತ್ತು.

ಅವಳು ಮೇಜಿನ ಪಕ್ಕದ ಕಪಾಟಿನಿಂದ ಬಟ್ಟಲುಗಳನ್ನು ತೆಗೆದು, ತುಂಬಾ ಶುಭ್ರವಾದ ವಸ್ತ್ರದಿಂದ ಒರೆಸಿಡುತ್ತಿದ್ದಳು. ಏನೋ ನೋವನ್ನು ಕಷ್ಟದಿಂದ ನುಂಗಿಕೊಳ್ಳುತ್ತಿದ್ದ ಕಾರಣ ಅವಳ ಮುಖ ಗಂಟಿಕ್ಕಿದಂತಿತ್ತು.

ವೈದ್ಯರು ಅವಳಿಗೆ ವಿಪರೀತ ನಿಶ್ಶಕ್ತಿಯುಂಟಾಗಿದೆಯೆಂದು ರೋಗದ ಕಾರಣವನ್ನು ತಿಳಿಸಿ, ಅವಳು ಮಾಂಸದ ಸಾರು, ಹಳೆಯ ವೈನು ಉತ್ಕೃಷ್ಟವಾದ ಮಾಂಸ ತೆಗೆದುಕೊಳ್ಳಬೇಕೆಂದು ಸಲಹೆ

ಮಾಡಿದ್ದರು... ಅಷ್ಟೇ ಅಲ್ಲ... ಅವಳು ಕ್ರಿನಿಕಾಕ್ಕೆ ಹೋಗಿ ಚಿಕಿತ್ಸೆ ಪಡೆಯಬೇಕೆಂದು ಸಹ ಹೇಳಿದ್ದರು. ಡಾಕ್ಟರಿಗೇನು ? ಹೇಳುವುದು ಮಹಾ ಸುಲಭ ! ...ಆದರೆ ಅಂಥ ಭೋಗ ವಿಲಾಸಗಳಿಗೆ ಅವಳು ಹಣವೆಲ್ಲಿಂದ ತರಬೇಕು ? ಮನೆಯ ಖರ್ಚು ನಿಭಾಯಿಸುವ ಸಲುವಾಗಿ ತಿಂಗಳ ಮೊದಲನೆಯ ತಾರೀಖು ಅವಳ ಕೈಗೆ ಒಂದಿಷ್ಟು ಹಣ ಇಡಲು ಮುದ್ದುಮರಿ ಮಹಾ ಪ್ರಯಾಸ ಪಡಬೇಕಾಗಿತ್ತು.

ಆ ಹಣ ತಿಂಗಳು ಕಳೆಯುವ ಮುನ್ನ ಎಲ್ಲಿ ಖರ್ಚಾಗಿ ಬಿಡುವುದೋ (ದೇವರೇ! ಹಾಗಾಗದಿರಲಿ) ಎಂದು ಅವಳು, ತಾನು ಉಪವಾಸವಿದ್ದರೂ ಚಿಂತೆಯಿಲ್ಲ ಎಂದು ಹೆಣಗಾಡುತ್ತಿದ್ದಳು. ಮುದ್ದುಮರಿ ಒಂದೇ ಒಂದು ಪೆನ್ನಿಯನ್ನೂ ಹೆಚ್ಚಿಗೆ ಕೊಡುತ್ತಿರಲಿಲ್ಲ. ಅವನು ಊಟವಿಲ್ಲದೆ ಅಡ್ಡಾಡಲು ಹೋದರೂ ಚಿಂತೆಯಿಲ್ಲ. ಚಹಾ ಇಲ್ಲದಿದ್ದರೂ ಚಿಂತೆಯಿಲ್ಲ. ಆದರೆ ಒಂದು ದಮ್ಮಡಿ ಹೆಚ್ಚು ಕೊಡುತ್ತಿರಲಿಲ್ಲ. ಮುಂದಿನ ತಿಂಗಳ ಹಣದ ಮುಂಗಡವಾಗಿ ಸಹ ಒಂದೆರಡು ರೂಬಲ್‌ಗಳನ್ನು ಕೊಡುತ್ತಿರಲಿಲ್ಲ.

ಬಹುಶಃ ಹಾಗೆ ಕೊಡಲು ಅವನಿಗೆ ಸಾಧ್ಯವಾಗುತ್ತಿರಲಿಲ್ಲ.

ಅವಳು ಅದಕ್ಕಾಗಿ ಅವನನ್ನು ಆಕ್ಷೇಪಿಸುತ್ತಿರಲಿಲ್ಲ. ಹಾಗೆ ಕನಸು ಮನಸಿನಲ್ಲೂ ಮಾಡಲಾರಳು. ಅವನ ಹತ್ತಿರ ಹೆಚ್ಚು ಹಣವಿದ್ದಿದ್ದರೆ ಕೊಟ್ಟೇ ಕೊಡುತ್ತಿದ್ದ. ಏಕೆಂದರೆ ದಯಾಳು ಮುದ್ದುಮರಿ ದೇವರಂಥ ಮನುಷ್ಯ... ಕೆಲವೇ ದಿನಗಳ ಹಿಂದೆ ಅವನು ಅವಳಿಗೋಸ್ಕರ ಎರಡು ಸ್ಲಾಟಿ (ಹತ್ತು ಪೆನ್ನಿಗಳು) ಬೆಲೆಯ ಒಂದು ಪುಟ್ಟ ಚರ್ಮದ 'ಬ್ರೂಚ್' ತಂದಿದ್ದ... 'ಕೂದಲಿಗೆ ಹಚ್ಚಿಕೋ' ಎಂದು ಇನ್ನೊಂದು ಸಂದರ್ಭದಲ್ಲಿ ಒಂದಿಷ್ಟು ಸುಗಂಧವನ್ನು ಕೊಟ್ಟಿದ್ದ. ಓಹ್ ! ಅವನ ಬಳಿ ಹಣವೇನಾದರೂ ಇದ್ದಿದ್ದರೆ, ಅವನು ಖಂಡಿತವಾಗಿಯೂ ತಿಂಗಳ ಖರ್ಚಿನ ಮನೆ ಭತ್ಯವನ್ನು ಹೆಚ್ಚಿಸುತ್ತಿದ್ದ... ಒಮ್ಮೆಯಂತೂ ಹಾಗೆ ಹೇಳಿಯೂ ಇದ್ದ. ಅವನು ಮರು ಪ್ರಶ್ನೆ ಕೇಳದಿದ್ದರೂ ದೇವರಾಣೆ ಮಾಡಿದ್ದ... ಏಕೆಂದರೆ ಅವಳು ಅವನನ್ನು ಎಲ್ಲ ವಿಷಯದಲ್ಲೂ ದೃಢವಾಗಿ ನಂಬಿದ್ದಳು.

ಅಂಥ ಮುದ್ದುಮರಿಗೆ ಚಹಾ ಜೊತೆಯಲ್ಲಿ ಕೇವಲ ಬೆಣ್ಣೆ ಸವರಿದ ಸುರುಳಿ ರೊಟ್ಟಿಯನ್ನು ಕೊಡುವುದಾದರೂ ಹೇಗೆ ?

ಏನೇ ಪ್ರಮಾದವಾದರೂ ಚಿಂತೆಯಿಲ್ಲ – ಈಗ ಒಂದಿಷ್ಟು ಹಂದಿಮಾಂಸ ತರಿಸಲೇಬೇಕು. ಅವನಿಗೆ ಅದರಿಂದ ಕೋಪ ಬಂದರೂ ಚಿಂತಿಲ್ಲ ಎಂದು ಅವಳು ಅಂದುಕೊಂಡಳು. ಇಡೀ ದಿನವೆಲ್ಲಾ ಕಚೇರಿಯಲ್ಲಿ ಹೆಣಗಾಡುವ ತನ್ನ ಮುದ್ದುಮರಿ ಏನಾದರೂ ಸ್ವಲ್ಪ ಪುಷ್ಟಿಯಾದುದನ್ನು ತಿನ್ನಲೇಬೇಕು ! ಎಲ್ಲರಿಗೂ ಗೊತ್ತು – ಕಚೇರಿ ಕೆಲಸ ಒಬ್ಬ ವ್ಯಕ್ತಿಯ ಆರೋಗ್ಯವನ್ನು ಎಷ್ಟೊಂದು ಹಾಳುಮಾಡುತ್ತದೆ ಎಂದು ! ಜನ ಹೇಳುತ್ತಿದ್ದರು – ಅಂಥವನಿಗೆ ಕ್ಷಯರೋಗ ಬಂದರೂ ಬಂದುಬಿಡಬಹುದೆಂದು.

ಇಲ್ಲ! ದೇವರು ತನ್ನ ಮುದ್ದುಮರಿಯನ್ನು ತನ್ನಿಂದ ಕಸಿದುಕೊಳ್ಳುವಷ್ಟು ನಿರ್ದಯನಾಗಲಾರ. ಅಂಥ ಸಂಕಟವನ್ನು ಅವಳಿಗೆ ಕೊಡಲಾರ. ಸರಿ... ಅದೇ ಗುಟ್ಟು. ಅವಳ ಪತಿರಾಯನಿಗೆ ಪುಷ್ಟಿಕರವಾದ ಆಹಾರ ಕೊಡಬೇಕು... ಹಂದಿ ಮಾಂಸ ತರಿಸಲೇಬೇಕು ! ಅವಳು ಮೇಜಿನ ಬಳಿ ಓಡಿ ಡ್ರಾಯರನ್ನು ತೆಗೆದಳು... ಕಟ್ಟಕಡೆಯ ರೂಬಲ್‌ಅನ್ನು ಕೈಯಲ್ಲಿ ಹಿಡಿದು ಕ್ಷಣಕಾಲ ಚಿಂತಿಸಿದಳು. ನಾಳೆಯ ಊಟದ ಗತಿಯೇನು ?

ಅಯ್ಯೋ ಹೇಗೋ ಮಾಡಿದರಾಯಿತು... ಅದು ಹೇಗೆಂಬುದು ಸಹ ಅವಳಿಗೆ ಗೊತ್ತು... ಮುಗುಳ್ನಗುತ್ತಾ ಅವಳು ಅಡಿಗೆ ಮನೆಗೆ ಧಾವಿಸಿದಳು. ಈ ಮಧ್ಯೆ ಕಿಟಕಿ ಬಳಿ ನಿಂತಿದ್ದ ಅವಳ ಗಂಡ ಹಿಂತಿರುಗಿ, ಬೂಟುಗಳನ್ನು ಕಿರಿಕಿರಿ ಶಬ್ದ ಮಾಡುತ್ತಾ ಕೋಣೆಯ ಇನ್ನೊಂದು ಬದಿಗೆ

ನಡೆದ. ತನ್ನ ವೇಯಿಸ್ಟ್ ಕೋಟಿನ ಕಿಸೆಯಿಂದ ಒಂದು ಸಣ್ಣ ಬೀಗದ ಕೈ ತೆಗೆದು, ಅಲ್ಲಿದ್ದ ಚಿಕ್ಕ ಪೆಟ್ಟಿಗೆ ತೆರೆದು ಅದರಲ್ಲಿ ಜೋಪಾನವಾಗಿ ಮಡಿಸಿಟ್ಟ ಬಟ್ಟೆಗಳ ನಡುವೆ ಅವಿತಿಟ್ಟ ಸಣ್ಣ ಹಣದ ಚೀಲ ಎತ್ತಿಕೊಂಡ. ಚೀಲದೊಳಗಿದ್ದ ಕೆಲವು ಬ್ಯಾಂಕ್ ನೋಟುಗಳು ಮರಗುಟ್ಟಿದವು. ಚೀಲ ತೆರೆದು ಅವನ್ನು ಶೀಘ್ರವಾಗಿ ಆತ ಎಣಿಸಿದ. ಸುಮಾರು ಐವತ್ತು ರೂಬಲ್‌ಗಳು. ಬಳಿಕ ಅವನು ಚೀಲವನ್ನು ಕಿಸೆಯೊಳಕ್ಕೆ ತುರುಕಿದ. ಒಂದು ಸೊಗಸಾದ ತೆಳ್ಳನೆಯ ಕರವಸ್ತ್ರವನ್ನು ತೆಗೆದ. ಅದರಲ್ಲಿ ಅವನ ಹೆಸರಿನ ಮೊದಲಕ್ಷರಗಳ ಬದಲು ಒಬ್ಬ 'ಬ್ಯಾಲೆ' ನರ್ತಕಿಯ ಕಸೂತಿ ಚಿತ್ರವನ್ನು ಹೆಣೆಯಲಾಗಿತ್ತು. ತನ್ನ 'ಟೈ'ಯ ಪಿನ್ನನ್ನು ಬದಲಾಯಿಸಿದ. ಬಟ್ಟೆ ಅಲಮಾರನ್ನು ಮುಚ್ಚಿ ಅಲಂಕಾರದ ಮೇಜಿನ ಬಳಿ ಬಂದ.

ಬಳಿಕ ಮೇಜಿನ ಕನ್ನಡಿಯ ಮುಂದೆ ನಿಂತು ವಿರಳವಾದ ತನ್ನ ಕೇಶವನ್ನು ಆತ ಬಲು ಶಿಸ್ತಾಗಿ ಬಾಚಿಕೊಂಡ... ಗುಲಾಬಿ ಬಣ್ಣದ ನೆತ್ತಿಗೆ ಅವನ್ನು ಮೃದುವಾಗಿ ಒತ್ತಿದ. ಡ್ರಾಯರ್ ಒಳಗಿನಿಂದ ಪೌಡರ್ ಡಬ್ಬಿ ತೆಗೆದು ಮುಖಕ್ಕೆ ತೆಳುವಾಗಿ ಪೌಡರ್ ಲೇಪಿಸಿದ... ಕಣ್ಣರೆಪ್ಪೆ, ಮೀಸೆ ಹಾಗೂ ಹುಬ್ಬಿನ ಮೇಲೆ ಕಾಣಿಸಿದ ಪೌಡರು ಜೋಪಾನವಾಗಿ ಒರೆಸಿ ತೆಗೆದ. ಮುದ್ದುಮರಿಯ ಕೆನ್ನೆಯ ಕೋಮಲ ಕೂದಲುಗಳ ಮೇಲೆ ಪೌಡರನ್ನು ಮೃದುವಾಗಿ ಹರಡಿ, ಮುಖವನ್ನು ಸೂಕ್ಷ್ಮವಾದ ತೆಳು ರೇಷ್ಮೆ ಪರದೆಯಿಂದ ಮುಚ್ಚಿದ ಹಾಗೆ ಆವರಿಸಿತ್ತು. ಬಲು ನಾಜೂಕಿನಿಂದ ಕೈಚಳಕದಿಂದ ಮುದ್ದುಮರಿ ತನ್ನ ಹುಬ್ಬು ಹಾಗೂ ರೆಪ್ಪೆಗೂದಲುಗಳನ್ನು ತಿದ್ದಿಕೊಂಡ. ಆಮೇಲೆ ಕನ್ನಡಿಯಿಂದ ಸ್ವಲ್ಪ ಹೆಜ್ಜೆ ಹಿಂದೆ ಸರಿದು, ಹತ್ತೆಂಟು ತೆರನಾದ ಆಕರ್ಷಕ ಮುಖಭಂಗಿಗಳಲ್ಲಿ ನಿಂದು ಪರೀಕ್ಷಿಸಿ ನೋಡಿದ.

ಅದಕ್ಕಿಂತ ಕೆಲವು ನಿಮಿಷಗಳ ಮುಂಚೆ ಅಡಿಗೆ ಮನೆಯ ಬಾಗಿಲನ್ನು ಮೃದುವಾಗಿ ತೆರೆದು ಆ ಎಳೆ ವಯಸ್ಸಿನ ಹೆಂಡತಿ ಕೊಠಡಿಯೊಳಕ್ಕೆ ನುಸುಳಿ ಬಂದಿದ್ದಳು. ಕೈಯಲ್ಲಿ ಹಂದಿ ಮಾಂಸದ ಪೊಟ್ಟಣವನ್ನು ಹಿಡಿದುಕೊಂಡು ಬಂದವಳು ಗಂಡನನ್ನು ಮೂಕ ಮೆಚ್ಚುಗೆಯಿಂದ ನೋಡುತ್ತಾ ಪೊಟ್ಟಣವನ್ನು ಎದೆಗೆ ಒತ್ತಿಕೊಂಡು ನಿಂತುಬಿಟ್ಟಳು.

ಅವಳ ಕಣ್ಣಿಗೆ ಅವನು ಎಷ್ಟೊಂದು ಸುಂದರ, ನಾಜೂಕು ವ್ಯಕ್ತಿಯಾಗಿ ಕಂಡನೆಂದರೆ, ಅವನು ತನಗಿಂತ ಬುದ್ಧಿ ಹಾಗೂ ಅಂತಸ್ತಿನಲ್ಲಿ ಬಹಳ ಮೇಲಿನವ ಎಂದೆನಿಸಿತು ಅವಳಿಗೆ. ತನ್ನ ಆರಾಧ್ಯ ಮೂರ್ತಿಯು ಒಂದು ಚಿಕ್ಕ ಚಿಮಟಿಯಿಂದ ತನ್ನ ಮೀಸೆ ಹುರಿ ಮಾಡುತ್ತಿರುವುದನ್ನು ದಿಟ್ಟಿಸುತ್ತ ಆಕೆ ಹಾಗೆಯೇ ನಿಂತಳು.

ಅವನ ದೃಷ್ಟಿ ಅಕಸ್ಮಾತ್ತಾಗಿ ಅವಳ ಕಡೆ ಹರಿದಾಗ, ಅವಳ ಪೇಲವ ಕಣ್ಣುಗಳು ಪ್ರಶಂಸೆ ಸೂಸುತ್ತ ಹೊಳೆಯುತ್ತಿರುವುದನ್ನು ಆತ ಗಮನಿಸಿದ.

''ನೋಡಿದೆಯಾ, ನಿನಗೆ ಎಂಥ ಗಂಡ ಇದ್ದಾನೆ ಅಂತ'' ಎಂದು ಆತ್ಮ ಸಂತೃಪ್ತಿಯಿಂದ ಅವನು ನುಡಿದ.

ಅವಳು ಉತ್ತರ ಕೊಡಲಿಲ್ಲ. ಆದರೆ ನಕ್ಕು, ಜಂಭದಿಂದ ತಾನು ಇನ್ನಷ್ಟು ಎತ್ತರವಾಗುತ್ತಿರುವವಳಂತೆ ಬೆನ್ನು ಸೆಟೆದಳು.

ಅವಳಿಗೆ ಅನುಗ್ರಹ ನೀಡುವವನಂತೆ ಆತ ಹೇಳಿದ :

''ಬೇಕಾಗಿದ್ದರೆ ನೀನು ನನ್ನನ್ನು ಚುಂಬಿಸಬಹುದು; ಆದರೆ ಇಲ್ಲಿ... ಕುತ್ತಿಗೆ ಮೇಲೆ''

ಹೀಗೆಂದು ತನ್ನ ದಪ್ಪನೆಯ ಕುತ್ತಿಗೆಯನ್ನು ಮುಂದಕ್ಕೆ ಚಾಚಿ ದಯಾಮಯವಾದ ನಗೆಯನ್ನು ನಕ್ಕು ಆತ ಕಣ್ಣುಮುಚ್ಚಿಕೊಂಡ.

ಆಗವಳು ಬೇಗ ಅವನ ಬಳಿ ಬಂದಳು. ಅವಳಿಗೆ ಏನೋ ಕಸಿವಿಸಿಯಾಯಿತು. ಏಕೆಂದರೆ ಇಂಥ ಪ್ರೇಮಸಲ್ಲಾಪ ಅವಳ ಪಾಲಿಗೆ ವಿರಳವಾಗಿತ್ತು. ಅವಳು ಅವನ ಬಳಿ ಬಂದಾಗ ತಾನೆಷ್ಟು ಕುಳ್ಳ, ತೆಳುವು, ಕುರೂಪಿ ಎಂದೆನಿಸಿ ಬಹಳ ಮುಜುಗರಪಟ್ಟುಕೊಂಡಳು.

ಕನ್ನಡಿಯಲ್ಲಿ ತನ್ನ ಹಾಗೂ ತನ್ನ ಗಂಡನ ಪ್ರತಿಬಿಂಬವನ್ನು ಅವಳು ನೋಡಿದಳು – ಅವನು ಇನ್ನೂ ಹಾಗೆಯೇ ಅರ್ಧ ಕಣ್ಣು ಮುಚ್ಚಿ ನಿಂತಿದ್ದ.

ಅವಳಿಗೆ ತನ್ನ ಕೃಶವಾದ ದೇಹ, ಕೊಳಕಲು ಮನೆಯಂಗಿ ಕಂಡು ನಾಚಿಕೆಯಾಯಿತು – ಕಾಗದದ ಪೊಟ್ಟಣವನ್ನು ಒಣಗಿ ಬತ್ತಿಹೋದ ತನ್ನ ಎದೆಗವಚಿಕೊಂಡು ಆಕೆ ಹಿಂದುಮುಂದು ನೋಡುತ್ತ ನಿಂತಳು.

ಅವನು ತಾಳ್ಮೆ ಮೀರಿ ಕೂಗಿದ :

''ಹುಂ, ಬಾ, ಈ ಅವಕಾಶ ಉಪಯೋಗಿಸಿಕೋ, ಅಪ್ಪಣೆ ಕೊಡ್ತಾ ಇದ್ದೇನೆ.''

ಅವಳು ತುದಿಗಾಲಲ್ಲಿ ನಿಂತು, ಮೈಮುಖವೆಲ್ಲಾ ಕೆಂಪಾಗುತ್ತಾ ಅವನ ಜಾಕೆಟ್ಟಿನ ಒಂದು ಭಾಗಕ್ಕೆ ಮುತ್ತಿಟ್ಟಳು – ಅವಳ ಗಂಡನ ಸೂಟ್‌ನಿಂದ ಮೇಲಕ್ಕೆ ಅಡರುತ್ತಿದ್ದ ಬಿಳಿ ಗುಲಾಬಿ ಅತ್ತರಿನ ದಟ್ಟ ಪರಿಮಳದಿಂದ ಅವಳಿಗೆ ಬವಳಿ ಬಂತು. ಮತ್ತೇರಿದವಳಂತೆ ಆಕೆ ಮೇಜಿನ ಬಳಿ ಹಿಂತಿರುಗಿ, ಒಂದು ತಟ್ಟೆಯನ್ನು ತೆಗೆದು ಅದರಲ್ಲಿ ಹಂದಿಮಾಂಸವನ್ನು ಜೋಡಿಸಿ ಇಟ್ಟಳು.

ಅವಳ ಕೈಗಳು ನಡುಗುತ್ತಿದ್ದವು. ಅವಳಿಗೆ ಮುಳ್ಳು ಚಮಚವನ್ನು ಹಿಡಿದುಕೊಳ್ಳಲು ಸಾಧ್ಯವಾಗಲಿಲ್ಲ.

ಆ ಕ್ಷಣದಲ್ಲಿ ಅವಳಿಗೆ ಬಹಳ ಸಂತೋಷವಾಯಿತು. ಕಂಬನಿಯ ತೆರೆ ಅವಳ ಕಣ್ಣುಗಳನ್ನು ಕವಿಯಿತು – ಹೃದಯ ಜೋರಾಗಿ ಬಡಿಯತೊಡಗಿತು.

ಇಷ್ಟರಲ್ಲಿ ಅವಳ ಮುದ್ದುಮರಿ ಸುಂದರವಾದ ಸಿಗರೇಟು ಕೇಸಿನೊಳಕ್ಕೆ ಹೇರಳವಾಗಿ ಸಿಗರೇಟುಗಳನ್ನು ತುಂಬಿಕೊಂಡ ವರ್ಜಿನ್ ಮೇರಿಯ ವಿಗ್ರಹದೆದುರಿಗೆ ನಿಂತು ಹೂದಾನಿಯಿಂದ ನೀಲಿ ಹೂವುಗಳ ಒಂದು ಗೊಂಚಲನ್ನು ಕಿತ್ತುಕೊಂಡ.

ಹೂಗೊಂಚಲನ್ನು ಕೋಟಿಗೆ ಸಿಕ್ಕಿಸಿಕೊಂಡು ಚಹಾ ಸವಿಯಲು ಕುಳಿತ.

ಅವನ ಹೆಂಡತಿ ಚಹಾದ ಕಪ್ಪನ್ನೂ ಬೆಣ್ಣೆ ಸವರಿದ ಉರುಳು ರೊಟ್ಟಿಯನ್ನೂ ಅವನ ಕೈಗಿತ್ತಳು. ಆಗ ಅವಳು ಇನ್ನಷ್ಟು ಕಸಿವಿಸಿ ಪಡುತ್ತಾ, ಬಿಳಿಚಿದ ತುಟಿಯನ್ನು ಅರಳಿಸಿ ನಕ್ಕು ಹಂದಿ ಮಾಂಸದ ತಟ್ಟೆಯನ್ನು ಅವನ ಮುಂದಕ್ಕೆ ನೂಕಿದಳು. ಬಣ್ಣ ಹಚ್ಚಿದ ತನ್ನ ಹುಬ್ಬುಗಳನ್ನು ಅವನು ಆಶ್ಚರ್ಯದಿಂದ ಮೇಲೇರಿಸಿದ.

''ಹಂದಿ ಮಾಂಸ ?'' ಅವನ ಪ್ರಶ್ನೆ.

''ಹೌದು ಮುದ್ದುಮರಿ. ದಯವಿಟ್ಟು ತಗೋ, ನೀನು ತಿನ್ಲೇಬೇಕು'' ಅವಳು ನಾಚುತ್ತಾ ಅಂಗಲಾಚಿದಳು.

''ಅಬ್ಬ, ಎಂಥ ದುಂದುಗಾರಿಕೆ'' ಎನ್ನುತ್ತಾ ಆತ ಎಲ್ಲಕ್ಕಿಂತ ದಪ್ಪನೆಯ ಮಾಂಸದ ತುಂಡನ್ನೆತ್ತಿಕೊಂಡು ಮತ್ತೂ ಅಂದ : ''ಅಬ್ಬಬ್ಬಾ ಎಂಥ ದುಂದುಗಾರಿಕೆ ! ನಿನಗೇನಾದರೂ ಈ ತಿಂಗಳು ದುಡ್ಡು ಸಾಲದೆ ಬಂದರೆ ನನ್ನನ್ನು ಕೇಳಕೂಡದು – ಒಂದು ಪೆನ್ನಿ ಕೊಡೋದಿಲ್ಲ ನಾನು... ತಿಳೀತೇನು ? ಒಂದು ಪೆನ್ನಿ ಸಹ ಕೊಡೋದಿಲ್ಲ!''

ಥಟ್ಟಕ್ಕನೆ ಅವಳೆಂದಳು :

''ನೀನೇನೂ ಹೆದರ್ಬೇಡ. ಈ ತಿಂಗಳ ಕೊನೆಯವರೆಗೆ ಹೇಗೋ ನಿಭಾಯಿಸ್ತೇನೆ. ಸುಮ್ಮನೆ

ತಿನ್ನು. ದಯವಿಟ್ಟು ತಿನ್ನು!''

ಅವನ ಸೇವೆ ಮಾಡಲು ಆಕೆ ಅವನ ಸುತ್ತ ಓಡಾಡಿದಳು – ಸಕ್ಕರೆ, ಬೆಣ್ಣೆ, ಕ್ರೀಮ್ ಏನೇನು ಬೇಕೋ ಎಲ್ಲವನ್ನೂ ಮತ್ತೆ ಮತ್ತೆ ಬಡಿಸಿ ಉಪಚರಿಸಿದಳು. ಅವನು ಅವಳ ಕಡೆ ಕಿರುಗಣ್ಣಿಂದ ಸಹ ನೋಡದೆ ಇದೆಲ್ಲವೂ ಇಂಥ ಗುಲಾಮಳಿಂದ ತನಗೆ ನ್ಯಾಯವಾಗಿ ಸಲ್ಲಬೇಕಾದ ಸೇವೆಯೆನ್ನುವಂತೆ ತಿಂಡಿ ತಿನ್ನುವುದರಲ್ಲಿ ಮಗ್ನನಾದ.

ಆತ ನಿಧಾನವಾಗಿ, ಆರಾಮವಾಗಿ ಎಲ್ಲವನ್ನೂ ತಿಂದ. ವೃತ್ತಪತ್ರಿಕೆಗಳಲ್ಲಿ ಆಗಾಗ 'ಪ್ರತಿಷ್ಠಿತ ಮಹಿಳೆ' ಎಂದು ವರ್ಣಿಸಲಾದ ತಾರೆಯೊಬ್ಬಳ ಹಾಗೆ ಅತ್ಯಂತ ನಾಜೂಕಾದ ಭಾವಭಂಗಿಗಳನ್ನು ಪ್ರದರ್ಶಿಸುತ್ತಾ ತನ್ನ ತಟ್ಟೆಯನ್ನು ದೂರ ಸರಿಸಿದ. ಕೊನೆಯಲ್ಲಿ ತಲೆ ಎತ್ತಿ ನೋಡದೆ ಕೇಳಿದ :

''ನಿನಗೆ...?''

ಅದಕ್ಕೆ ಅವಳೆಂದಳು :

''ನನಗೇನು ಚಿಂತಿಲ್ಲ ಬಿಡು, ಬೇರೆ ಏನೋ ಇದೆ, ತಿನ್ತೇನೆ''

ಪುನಃ ಮೌನ.

ತನ್ನ ಗಂಡನ ಜತೆ ಇನ್ನೂ ಹೆಚ್ಚು ಹೊತ್ತು ಮಾತನಾಡುತ್ತಿರಬೇಕೆನ್ನುವುದು ಅವಳ ಹೆಬ್ಬಯಕೆ. ಆದರೆ ಯಾವ ವಿಷಯ ? ಮೂರು ಹೊತ್ತೂ ಸಂಸಾರದ ತಾಪತ್ರಯಗಳಲ್ಲಿ ಬಿದ್ದು ಒದ್ದಾಡುತ್ತಿದ್ದ ಅವಳಿಗೆ ಕಷಾಯ ಮೂಲಂಗಿಗಳನ್ನು ಬಿಟ್ಟು ಇನ್ನು ಯಾವ ಚರ್ಚೆ ಸಾಧ್ಯ ? ನಯ ನಾಜೂಕಿನ ತನ್ನ ಪತಿಯ ಜತೆ ಅಂಥ ವಿಷಯವನ್ನು ಮಾತನಾಡುವುದಾದರೂ ಹೇಗೆ ? ಮುದ್ದುಮರಿ ಬಹಳ ಸೊಗಸಾಗಿ ವಿಶಿಷ್ಟ ರೀತಿಯಲ್ಲಿ ಚಹಾ ಕಲಕುತ್ತಿದ್ದ. ಇದ್ದಕ್ಕಿದ್ದಂತೆ ಅವಳಿಗೊಂದು ಸಾಹಸಮಯವಾದ ವಿಚಾರ ಹೊಳೆಯಿತು : ಈ ಸಂಜೆ ಮುದ್ದುಮರಿ ಮನೆಯಲ್ಲೇ ಇದ್ದು ತನ್ನೊಬ್ಬಳ ಜೊತೆಯಲ್ಲಿ ಇಡೀ ಸಂಜೆಯನ್ನೆಲ್ಲಾ ಕಳೆಯಬಾರದೇಕೆ ?

ಆ ಯೋಚನೆ ಬಂದದ್ದೇ ತಡ ಅವಳ ತಲೆಯಲ್ಲಿ ಉಷ್ಣ ಪ್ರವಾಹ ಹರಿದಂತಾಯಿತು. ಒಂದು ವೇಳೆ ಹಾಗಾಗುವುದಾದರೆ ಅವಳ ಪಾಲಿಗೆ ಅದೆಂಥ ಸುಂದರವಾದ ಸಂಜೆಯಾದೀತು ! ಅವಳ ಸುಖದ ಬಟ್ಟಲು ತುಂಬಿ ಹರಿದಂತಾಗದೆ ?

ನಿಜ, ಕೊಳೆ ಬಟ್ಟೆಗಳನ್ನು ಎಣಿಸಿ ಇಡುವ ಕೆಲಸವೇನೋ ಇತ್ತು – ಆದರೆ ಅದನ್ನು ನಾಳೆ ಮುಂದೂಡಿದರಾಯಿತು.

ಚಹಾದ ಬಟ್ಟಲಿನ ಮುಂದೆ ಸುಮ್ಮನೆ ಕುಳಿತು, ಗಂಡನ ಮನಸ್ಸನ್ನು ಹೇಗಾದರೂ ಒಲಿಸಿಕೊಳ್ಳುವ ಉಪಾಯವನ್ನು ಕುರಿತು ಅವಳ ಸಣ್ಣ ತಲೆ ಯೋಚಿಸಿತು – ಏನಾದರೂ ಸ್ವಾರಸ್ಯವಾದ ವಿಷಯದ ಬಗ್ಗೆ ಮಾತನಾಡಿದರೆ ಹೇಗೆ ?

ನೆಲದ ಮೇಲಿದ್ದ 'ಕೂರಿಯರ್' ಪತ್ರಿಕೆಯತ್ತ ಅವಳ ದೃಷ್ಟಿ ಹರಿಯಿತು.

''ಇವತ್ತು 'ಕೂರಿಯರ್'ನಲ್ಲಿ ಏನಾದರೂ ಸ್ವಾರಸ್ಯವಾದ ವಿಷಯಗಳಿದ್ದವೇನು'' ಹೆದರುತ್ತಾ, ಅಂಜುತ್ತಾ ಅವಳು ಕೇಳಿದಳು.

''ನೀನೇ ಓದಿ ತಿಳಿದುಕೋ'' ಗಂಡನ ಉತ್ತರ. ಮತ್ತೆ ದೀರ್ಘಮೌನ.

ಅವಳು ಹತಾಶೆಯಿಂದ ಅತ್ತಿತ್ತ ನೋಡುತ್ತಾ, ಮುಂದೇನು ಹೇಳುವುದೆಂದು ಚಿಂತಿಸಿದಳು.

ಆದರೆ ಅವರ ನಡುವೆ ಇಬ್ಬರಿಗೂ ಸಮಾನವಾದ ವಿಷಯಗಳೇ ಇರಲಿಲ್ಲವಾದ್ದರಿಂದ ಅವಳಿಗೆ ಯಾವ ಯೋಚನೆಗಳೂ ಹೊಳೆಯಲಿಲ್ಲ. ಕಡೆಗೆ ಅವನು ಎದ್ದುನಿಂತ. ಜೋಪಾನವಾಗಿ ಮೀಸೆ ಒರೆಸಿಕೊಂಡು ಪುನಃ ಕನ್ನಡಿಯ ಮುಂದೆ ಹೋಗಿ ನಿಂತ.

ಅದರ ಅರ್ಥವೇನೆಂದು ಅವಳಿಗೆ ಚೆನ್ನಾಗಿ ಗೊತ್ತು.

ಇನ್ನೊಂದು ನಿಮಿಷದಲ್ಲಿ ಮುದ್ದುಮರಿ ಹೊರಟು ಹೋಗುತ್ತಾನೆ. ತಾನೊಬ್ಬಳೇ ಒಂಟಿಯಾಗಿ ಉಳಿಯುತ್ತಾಳೆ. ಇಡೀ ಸಂಜೆ, ಬಹುದೀರ್ಘಕಾಲ, ಮಂಕುಹಿಡಿದ ದೀರ್ಘಸಂಜೆ! ನಿಜ, ಅವಳಿಗೆ ಅದು ರೂಢಿಯಾಗಿತ್ತು. ಆದರೆ ಆ ಸಂಜೆ ಒಂದು ದಿನ, ಅವಳಿಗೆ ತುಂಬಾ ಸಂಕಟವಾಯಿತು. ಯಾಕೆಂದರೆ ಅದು ಅವರ ವಿವಾಹದ ವಾರ್ಷಿಕೋತ್ಸವದ ದಿನ...

ಅವನಿಗೆ ಮಾತ್ರ ಅದು ಸಂಪೂರ್ಣ ಮರೆತೇಹೋಗಿತ್ತು...

ಆದರೆ ಅವಳು ಮರೆತಿರಲಿಲ್ಲ. ಅವನಿಗೆ ನೆನಪಿಸಬೇಕೆಂದಿದ್ದಳು. ಅಂಥ ದಿನ ನಿಜವಾಗಿಯೂ ಸಂಭ್ರಮದ ಹಬ್ಬದ ದಿನವಲ್ಲವೇ? ಏನೇ ಇರಲಿ... ಅವನು ಆಗಲೇ ತನ್ನ ಠೀವಿಯ ಬೆತ್ತವನ್ನು ತೆಗೆದುಕೊಂಡು ಕೈಗೆ ಗವಸು ಹಾಕಿಕೊಳ್ಳಲು ಪ್ರಾರಂಭಿಸಿದ್ದ.

ಪ್ರಯಾಸದಿಂದ ಉಗುಳು ನುಂಗುತ್ತಾ ಅವಳು ಅವನ ಹತ್ತಿರಕ್ಕೆ ಬಂದಳು.

''ಹೊರಗಡೆ ಹೊರಟಿದ್ದೀಯೇನು?'' ಎಂದು ಅವಳು ಗೋಗರೆದಳು – ಆಗ ತಾನೇ ಏಟು ತಿಂದ ನಾಯಿಯಂತೆ ಅವಳ ಕಣ್ಣುಗಳಲ್ಲಿ ಮೂಕ ವೇದನೆ ತುಂಬಿತ್ತು.

''ಹೌದು... ಹೊರಟಿದ್ದೇನೆ.''

''ಆಕೆ ಒಂದು ಕಾಲಿನಿಂದ ಇನ್ನೊಂದು ಕಾಲಿಗೆ ಭಾರ ಊರಿ ನಿಂತಳು. ಅವಳ ಕೈಗಳು ಯಾಂತ್ರಿಕವಾಗಿ, ತಾನು ಧರಿಸಿದ ಮನೆಯಂಗಿಯ ಮಡಿಕೆಗಳನ್ನು ಒತ್ತುತ್ತಿದ್ದುವು.

''ಇವತ್ತು ಮನೆಯಲ್ಲೇ ಇರು'' ಮೆಲುದನಿಯಲ್ಲಿ ಅವಳು ಅವನನ್ನು ಅಂಗಲಾಚಿದಳು.

ಆಶ್ಚರ್ಯದಿಂದ ಅವನು ಹಿಂತಿರುಗಿ 'ಯಾಕೆ?' ಅಂದ.

ಅದೊಂದೆ ಪ್ರಶ್ನೆಯಿಂದ ಅವಳ ತಲೆಯ ಮೇಲೆ ಮೊಳೆ ಬಡಿದು ಕೂರಿಸಿದಂತಾಯಿತು.

ಅವನು ಹೇಳಿದ್ದು ನಿಜ... ಯಾಕೆ?

ತುಂಬ ಸೊಗಸಾಗಿ ಸಿಂಗರಿಸಿಕೊಂಡ, ಬುದ್ಧಿವಂತ, ಸುಂದರ ಪುರುಷನೊಬ್ಬ ನಿರ್ಜನ ರಸ್ತೆಯತ್ತ ದಿಟ್ಟಿಸುತ್ತ ಆ ಬಂದೀಖಾನೆಯಲ್ಲಿ ಯಾಕೆ ಕುಳಿತಿರಬೇಕು?

ತನ್ನ ಬಗ್ಗೆ ಹೇಳುವುದಾದರೆ – ಆ ಮಾತು ಬೇರೆ.

''ನಾಳೆಯ ದಿನ ಏನು ಅಡಿಗೆ ಮಾಡಲಿ ಊಟಕ್ಕೆ?''

ತಲೆಯನ್ನು ಹೆಗಲಿನ ನಡುವೆ ಸರ್ರನೆ ಮೇಲೆತ್ತಿ ಆಕೆ ಕೇಳಿದಳು.

ಮುಂದಣ ಹಜಾರದ ಬಾಗಿಲು ತೆರೆಯುತ್ತ, ಮುದ್ದುಮರಿ ಹೇಳಿದ:

''ನಿನಗೆ ಇಷ್ಟ ಬಂದುದನ್ನು ಮಾಡು... ಹೆಚ್ಚು ಹಣ ಖರ್ಚಾಗದಂತೆ ನೋಡಿಕೋ ಅಷ್ಟೇ. ನಾನು ರಾತ್ರಿ ತಡವಾಗಿ ಬರೋದರಿಂದ ಬೀಟ್‌ರೂಟ್ ಸಾರು ಮಾಡ್ಬಿಡು.''

ಅವನ ಜೊತೆ ಮಾತನಾಡಲು ಇನ್ನೇನೂ ವಿಷಯಗಳಿರಲಿಲ್ಲ. ಅವಳು ಸುಮ್ಮನೆ ನಿಂತಿದ್ದಳು – ಕೊಠಡಿಯ ಮಧ್ಯದಲ್ಲಿ ಜೋಲುಮೋರೆ ಹಾಕಿಕೊಂಡು, ಭಾರವಾದ ಮನಸ್ಸಿನಿಂದ ನಿಂತಿದ್ದಳು. ಮುಳುಗುತ್ತಿದ್ದ ಸೂರ್ಯನ ಮಂದವಾದ ಬೆಳಕು, ಆ ವಂಚಿತ, ಪರಿತ್ಯಕ್ತ ಹೆಣ್ಣಿನ ಸಮಗ್ರ ವೇದನೆಯನ್ನು ಉಜ್ವಲಗೊಳಿಸಿದಂತಿತ್ತು.

ಒಮ್ಮೆಲೆ ಅವಳು ಕಿಟಕಿಯ ಕಡೆ ಓಡಿದಳು.

ಇಷ್ಟು ಹೊತ್ತಿಗೆ ಅವನು ಅಂಗಳವನ್ನು ದಾಟುತ್ತಿರುತ್ತಾನೆ. ಅವನನ್ನು ಇನ್ನೊಂದು ಸಲ ನೋಡಬಹುದು; ಬಹುಶಃ ಅವನು ಕತ್ತೆತ್ತಿ ನೋಡಿಯಾನು... ತನ್ನ ಕಡೆ ತಿರುಗಿ ಒಮ್ಮೆ ಮುಗುಳ್ನಗೆ

ಬೀರಲೂಬಹುದು !

ಅವನು ಅದೊಂದನ್ನೂ ಮಾಡಲಿಲ್ಲ.

ಅವನು ನಿಶ್ಚಲವಾದ ನಡಿಗೆಯಲ್ಲಿ ಅಂಗಳವನ್ನು ದಾಟಿ ಬೆತ್ತವನ್ನು ತಿರುಗಿಸುತ್ತ, ಶಿಳ್ಳೆ ಹೊಡೆಯುತ್ತಾ ಹೋದ.

ಬೀದಿ ನೀರಿನ ಕೊಳಾಯಿ ಬಳಿ ನಿಂತಿದ್ದ ಇಬ್ಬರು ಹುಡುಗಿಯರು ಕತ್ತೆತ್ತಿ ಅವನ ಕಡೆ ನೋಡುತ್ತಾ ಅರ್ಥವತ್ತಾಗಿ ನಕ್ಕರು. ಅವನು ಕತ್ತಲ ಮುಖಮಂಟಪದಾಚೆ ಮಾಯವಾದ – ಒಂದು ಜತೆ ಪ್ರೇಮ ಭರಿತ ಕಣ್ಣುಗಳು, ರೋಗಗ್ರಸ್ತ ಕಣ್ಣುಗಳು, ಕಂಬನಿ ತುಂಬಿದ ಕಣ್ಣುಗಳು ಹರಿದ ತೇಪೆ ಹಾಕಿದ ಪರದೆಯ ಹಿಂದೆ ನಿಂತು ತನ್ನನ್ನೇ ಹಿಂಬಾಲಿಸುತ್ತಾ ನೋಡುತ್ತಿವೆ ಎಂಬ ಪರಿವೆಯೇ ಅವನಿಗೆ ಇರಲಿಲ್ಲ. ಆ ಕಾಯಿಲೆ ಹೆಂಗಸಿನ ಒಣಗಿದ, ವಿವರ್ಣ ತುಟಿಗಳು ಹೆಮ್ಮೆಯಿಂದ, ಮೃದುವಾಗಿ ಪಿಸುಗುಟ್ಟುತ್ತಿದ್ದವು;

''ಓ ನನ್ನ ಮುದ್ದು ಮರಿ... ನನ್ನ ಮುದ್ದು ಮರಿ.''

* * *

ಕಿಟಕಿಯ ಬಳಿ ಅವಳು ಅರ್ಧ ಗಂಟೆ ಹಾಗೆಯೇ ಕುಳಿತಿದ್ದಳು. ಇಡೀ ದಿನದಲ್ಲಿ ಅವಳು ಅಲಸಿಕೆಯಿಂದ ಇರುತ್ತಿದ್ದುದು ಆಗ ಮಾತ್ರ. ಆಕೆ ದೀರ್ಘವಾಗಿ ನಿಟ್ಟುಸಿರುಬಿಟ್ಟಳು. ಅಂಗಳದ ಕೊಳಕಲು ಗಾಳಿಯನ್ನು ಮೂಸಿ ನೋಡುತ್ತ ಕತ್ತೆತ್ತಿ ಮನೆಗಳ ಮೇಲ್ಛಾವಣಿಯ ಹಿಂದೆ ಸ್ಫುಟವಾಗಿ ರೇಖಿತವಾದ ಆಕಾಶದ ಭಾಗವನ್ನು ನೋಡಿದಳು.

ಅವಳ ಮನಸ್ಸೆಲ್ಲವೂ ಮನೆಯ ಖರ್ಚಿನ ಲೆಕ್ಕ ಹಾಕುತ್ತ ಮಾರನೆಯ ದಿನದ ಅಂದಾಜು ಪಟ್ಟಿ ತಯಾರಿಸುವುದರಲ್ಲಿ ಮಗ್ನವಾಗಿತ್ತು.

ಆದರೂ ಆ ಮನಸ್ಸಿನ ಒಂದು ಮುಖ ತನ್ನ ಮುದ್ದುಮರಿಯ ಬಗ್ಗೆಯೇ ಚಿಂತಿಸುತ್ತಿತ್ತು.

ಅವರು ಒಬ್ಬರನ್ನೊಬ್ಬರು ಕಂಡ ಕ್ಷಣದಲ್ಲೇ ನಸು ಹೊಂಬಣ್ಣದ ಕೂದಲಿನ ಆ ಮನುಷ್ಯನಿಗೆ ಈ ಸಣ್ಣ ಹುಡುಗಿ ಮಾರುಹೋಗಿದ್ದಳು. ಅವಳ ಮನಸ್ಸೆಲ್ಲವನ್ನೂ ಅವನು ಆವರಿಸಿಕೊಂಡಿದ್ದ. ಅವನು ಅವಳನ್ನು – ಅಥವಾ ಅವಳ ವರದಕ್ಷಿಣೆಯನ್ನು – ಮದುವೆಯಾಗುತ್ತೇನೆಂದು ಮುಂದೆ ಬಂದಾಗ, ಅವಳು ತನ್ನ ಅದೃಷ್ಟಕ್ಕಾಗಿ ಹಿರಿಹಿರಿ ಹಿಗ್ಗಿ ತನ್ನ ಕಿವಿಗಳನ್ನೇ ನಂಬಲಾರದಾಗಿದ್ದಳು.

ಮದುವೆಯ ದಿನ ಇಗರ್ಜಿಯಿಂದ ಹಿಂತಿರುಗುತ್ತಿದ್ದಾಗಲೇ ಅವಳು, ಮೊದಲ ಬಾರಿ ಕೊರಳ ಪಟ್ಟಿ ತೊಡಿಸಲ್ಪಟ್ಟ ಸ್ವಾಮಿಭಕ್ತ ನಾಯಿಯ ಹಾಗೆ ಅವನ ಕಡೆ ಅಂಗಲಾಚುವ ನೋಟ ಬೀರಿ ಅವನಿಗೆ ಮುಗಿಬಿದ್ದಿದ್ದಳು.

ಅವನಿಗಾಗಿ ಅವಳು ತನ್ನನ್ನು ಸಂಪೂರ್ಣ ಕೃತಜ್ಞತೆಯಿಂದ, ವಿನೀತ ಭಾವದಿಂದ ಸಮರ್ಪಿಸಿ ಕೊಂಡಿದ್ದಳು... ಕೆಂಪೇರಿದ ಮುಖವನ್ನು ಕೈಯಿಂದ ಮುಚ್ಚಿಕೊಂಡು ಉಸಿರುಕಟ್ಟಿ ಪ್ರಾರ್ಥಿಸುತ್ತಿದ್ದಳು.

ಕಿನ್ನರ ಲೋಕದಿಂದಿಳಿದು ಬಂದು ಅತ್ಯದ್ಭುತ ಕೃಪಾಕಟಾಕ್ಷ ಬೀರುವ ರಾಜಕುಮಾರನ ಹಾಗೆ ಅವಳ ಕನ್ಯತ್ವದ ಅಮೂಲ್ಯ ಕಾಣಿಕೆಯನ್ನೂ ಆ ಅನಾಥೆಯ ಉಳಿತಾಯ ಲೆಕ್ಕದಲ್ಲಿ ಠೇವಣಿಯಾಗಿ ಇಡಲ್ಪಟ್ಟಿದ್ದ ಐದು ಸಾವಿರ ರೂಬಲ್‌ಗಳ ವರದಕ್ಷಿಣೆಯನ್ನೂ ಅವನು ಸ್ವೀಕರಿಸಿದ.

ಅಂದಿನಿಂದ ಆ ಹಣದ ಗತಿ ಏನಾಯಿತೆಂದು ಜೋಸಿಗೆ ತಿಳಿಯದು. ಏನೇ ಆಗಲೀ ಅದು ಅವನಿಗೆ ಸೇರಿದ ಹಣ – ಅವನು ಏನು ಬೇಕಾದರೂ ಮಾಡಿಕೊಳ್ಳಲಿ.

ಅವಳು ನವವಧುವಿನ ಅವಕುಂಠನವನ್ನು ಬಿಟ್ಟು ಮೇಣಗಬಟದ 'ಏಪ್ರನ್' ತೊಟ್ಟು ಮನೆ ನಡೆಸುವ ಚಾಕರಿ ಪ್ರಾರಂಭಿಸಿದಳು. ಕ್ರಮೇಣ ಅವನು ಮನೆಯಿಂದ ದೂರವಾದ. ದಿನವೂ

ರಾತ್ರಿ ತಡವಾಗಿ ಬರುತ್ತಿದ್ದ; ಹೆಚ್ಚಾಗಿ ಕಂಠಪೂರ್ತಿ ಕುಡಿದು ಬರುತ್ತಿದ್ದ. ಮಾರನೆಯ ದಿನ ಮನೆಯಲ್ಲೇ ಬಿದ್ದು ಹೊರಳಾಡುತ್ತಿದ್ದ – ಪಾನಮಂದಿರದಿಂದ ತಂದಿದ್ದ ಹಿಂದಿನ ರಾತ್ರಿಯ ಮಂಪರು ಕಳೆಯುವವರೆಗೂ ಅಡ್ಡಾಡುತ್ತಿದ್ದ. ಆದರೂ ಅವಳು ಅವನನ್ನು ಅವಿಚ್ಛಿನ್ನವಾದ ಪ್ರೇಮಭಕ್ತಿಯಿಂದ ಪೂಜಿಸುತ್ತ ಹೋದಳು – ಮೊದಲ ಬಾರಿ ಅವಳನ್ನು ತೋಳ ಸೆರೆಯಲ್ಲಡಗಿಸಿದ ಆ ಏಕೈಕ ಗಂಡಸೇ ಅವಳ ಪಾಲಿನ ದೇವರಾಗಿದ್ದ.

ಮುದ್ದುಮರಿಯಲ್ಲಿ ಯಾವ ದೋಷಗಳೂ ಇರಲಿಲ್ಲ. ಪ್ರಪಂಚದಲ್ಲೇ ಅವನು ಅತ್ಯಂತ ಶ್ರೇಷ್ಠ, ಅತ್ಯಂತ ಪ್ರೀತಿ ಪಾತ್ರ, ಅತ್ಯಂತ ಸುಂದರ ವ್ಯಕ್ತಿ. ಅವನು ಹೊಸತೊಂದು ಸೂಟು ಧರಿಸಿದ ಮೊದಲ ದಿನ ನಿಜವಾದ ಹಬ್ಬದ ದಿನ. ಅವನ ಸುತ್ತಲೂ ತುದಿಗಾಲಿಡುತ್ತ ಅತ್ಯಂತ ಭಾವಪೂರಿತಳಾಗಿ ಕೆಂಪೇರಿ ನಡುಗುತ್ತ ಅವಳು ಮೆಚ್ಚುಗೆಯಿಂದ ಅವನನ್ನು ದಿಟ್ಟಿಸಿ ನೋಡುತ್ತಿದ್ದಳು. ಅವಳ ಮುದ್ದುಮರಿ ಅತ್ಯಂತ ಸುಂದರಾಂಗನೂ ದೃಢಕಾಯನೂ ಆದ ಗಂಡಸಾಗಿರಲಿಲ್ಲವೇ ? ತಾನು-ಛೀ-ತಾನು ಹೇಗಿದ್ದರೇನು ? ಗೊಂಬೆಯ ಹಾಗೆ ತಾನೇಕೆ ಅಲಂಕರಿಸಿಕೊಳ್ಳಬೇಕು ? ಎಂಥ ಹಳೆ ಬಟ್ಟೆ ತಾನು ತೊಟ್ಟರೆ ಏನು ? ತಾನೇನು ಅವನ ಜೊತೆ ಹೊರಗಡೆ ತಿರುಗಾಡಲು ಹೋಗುವುದಿಲ್ಲವಷ್ಟೇ – ಅದು ಹೇಗೆ ತಾನೇ ಸಾಧ್ಯ ? ಚೆನ್ನಾಗಿ ಶೃಂಗಾರ ಮಾಡಿಕೊಳ್ಳಲು ಅವಳಿಗೆ ಒಂದಲ್ಲ ಒಂದು ವಸ್ತುವಿನ ಅಭಾವವಿತ್ತು. ಹ್ಯಾಟಿದ್ದರೆ ಕೈಗವಸುಗಳಿಲ್ಲ– ಕೈಗವಸುಗಳಿದ್ದರೆ ಪಾದರಕ್ಷೆಗಳಿಲ್ಲ. ಕಾಲ ಕಳೆದು ಹೋದದ್ದು ಹಾಗೆ. ಅದಲ್ಲದೆ ಅವಳಿಗೆ ಪುರುಸೊತ್ತೂ ಇರಲಿಲ್ಲ, ಶಕ್ತಿಯೂ ಇರಲಿಲ್ಲ. ನಾಲ್ಕು ವರ್ಷಗಳ ಹಿಂದೆ, ಅವಳಿಗೆ ಹೆರಿಗೆ ದಿನವಾಗುವುದಕ್ಕೆ ಮುಂಚೆಯೇ ಆ ಸಣ್ಣ ಹೆಣ್ಣು ಮಗು ಹುಟ್ಟಿ ಸತ್ತು ಹೋದಾಗಿನಿಂದ, ಯಾವಾಗಲೂ ಒಂದಲ್ಲ ಒಂದು ಕಾಯಿಲೆಯಿಂದ ಆಕೆ ನರಳುತ್ತಲೇ ಇದ್ದಳು. ವೈದ್ಯರು ರಕ್ತಹೀನತೆ ಅಂದಿದ್ದರು. ಅವರ ಬಳಿ ಅವಳು ತನ್ನ ಕಾಯಿಲೆಯೆಲ್ಲವನ್ನೂ ಹೇಳಿಕೊಂಡೇ ಇರಲಿಲ್ಲ. ಏತಕ್ಕಾದರೂ ಹೇಳಿಕೊಳ್ಳಬೇಕು ? ಔಷಧಿಗಳಿಗೆ ವಿಪರೀತ ಖರ್ಚು… ಬೀದಿಯಲ್ಲಿ ಹೋಗುವ ಮಾರಿಯನ್ನು ಒಳಕ್ಕೆ ಯಾಕೆ ಕರೆಯಬೇಕು ? ಏನೇ ಇರಲಿ… ಎಲ್ಲಕ್ಕಿಂತ ಹೆಚ್ಚಾಗಿ ಮುದ್ದುಮರಿ ಇಂಥದೇ ಬೇಕು ಎನ್ನುವ ಮೊಂಡ ಮನುಷ್ಯನಾಗಿರಲಿಲ್ಲ. ಅವನ ಮುಂದೆ ಏನನ್ನು ಇಟ್ಟರೂ ತಿಂದುಬಿಡುತ್ತಿದ್ದ. ಆತನೇ ಮಿತವ್ಯಯಕ್ಕೆ ಯಾವಾಗಲೂ ಉತ್ತೇಜನ ಕೊಡುತ್ತಿದ್ದ.

ಆ ಕಟ್ಟುಮಸ್ತಾದ ಆಸಾಮಿ ಮನೆಯೊಳಗೆ ಎಷ್ಟು ಕಡಿಮೆ ತಿನ್ನುತ್ತಾನೆಂದು ಅವಳಿಗೆ ಕೆಲವು ಸಲ ಆಶ್ಚರ್ಯವಾಗುತ್ತಿತ್ತು – ತನ್ನ ಅಡಿಗೆ ಚೆನ್ನಾಗಿರುವುದಿಲ್ಲವೋ ಏನೋ ಎಂದು ಅವಳು ಆಗಾಗ ಚಿಂತಿಸುತ್ತಿದ್ದಳು.

ಅಯ್ಯೋ ಭಗವಂತ ! ಅವಳು ವಿಶ್ವಪ್ರಯತ್ನ ಮಾಡುತ್ತಿದ್ದಳು. ಅವಳು ಮತ್ತು ಮನೆಗೆಲಸದವಳು ಯಾವಾಗಲೂ ಅಗ್ಗದ ಮಾಂಸದ ಚೂರುಗಳನ್ನು ತಿನ್ನುವರು. ಮುದ್ದು ಮರಿಗೆ ಮಾತ್ರ ಯಾವಾಗಲೂ ಅತ್ಯಂತ ಸೊಗಸಾದ ಮಾಂಸದ ಭಾಗವನ್ನು ಆರಿಸಿ ಮಾಡಿದ ಸಾರು. ಶ್ರೇಷ್ಠಮಟ್ಟದ ಬೆಣ್ಣೆ ಸಹ ಅವನಿಗೇ ಮೀಸಲು.

ಇಷ್ಟಾದರೂ ಅವನು ಕಡಿಮೆ ತಿನ್ನುತ್ತಿದ್ದ !

ಸದ್ಯ ಅವನಿಗೆ ಕಾಯಿಲೆ ಬರದಿದ್ದರೆ ಸಾಕು. ಅವನಿಗೆ ಕೆಲವು ಹೊಸ ಬೇಸಿಗೆ ತಳಿಯ ಕೋಳಿ ಮರಿಗಳನ್ನು ತರಿಸಿ ರುಚಿಕರವಾದ 'ಸ್ಯಾಲಡ್' ಮಾಡಿಕೊಡಬೇಕು.

ನಿಜ, ಜೋಸಿ ತನ್ನ ಬಳಿ ಇದ್ದ ಕೊನೆಯ ರೂಬಲ್ ಖರ್ಚು ಮಾಡಿದ್ದಳು. ಆದರೆ ಅವಳ ಬಳಿ ತನ್ನ ತಂದೆ ತಾಯಿಗಳು ಕೊಟ್ಟಿದ್ದ ಕಿವಿಯುಂಗುರಗಳು, ಇನ್ನೂ ಏನೇನೋ ಚೂರು-ಪಾರು ವಸ್ತುಗಳಿದ್ದವು.

ಅವೆಲ್ಲವನ್ನೂ ಗಿರವಿ ಅಂಗಡಿಯಲ್ಲಿ ಕೊಟ್ಟು ಹೇಗೋ ತಿಂಗಳು ಕಳೆಯುವ ತನಕ ನಿಭಾಯಿಸುತ್ತೇನೆ ಎಂದು ಅವಳು ಅಂದುಕೊಂಡಳು. ಅಬ್ಬಾ! ಗಿರವಿ ಅಂಗಡಿಗೆ ಈಗಾಗಲೇ ಎಷ್ಟೊಂದು ವಸ್ತುಗಳನ್ನು ಸಾಗಿಸಿಯಾಗಿತ್ತು! ಬೆಳ್ಳಿ ಚಮಚಗಳು, ಅವಳ ತಾಯಿಯ ಕೈಬಳೆಗಳು, ಮುತ್ತಿನ ಲೋಲಕ್ಕು, ಅವಳು ಸಣ್ಣ ಮಗುವಾಗಿದ್ದಾಗ ನಾಮಕರಣದ ದಿನ ಉಡುಗೊರೆಯಾಗಿ ಪಡೆದ ಪುಟ್ಟ ಪದಕ, ಪುಟ್ಟ ಬೆಳ್ಳಿ ಡಬ್ಬಿ, ಚಿನ್ನದ ಕೈಗಡಿಯಾರ. ಅದರ ಸಣ್ಣ ಚೇಯ್ನ್ ಸಹ. ಅವಳ ಗಂಡ ಮನೆಯಲ್ಲಿಲ್ಲದ ಸಮಯದಲ್ಲಿ – ಸಂಜೆ ಹೊತ್ತು ಅವನು ಅಡ್ಡಾಡಲು ಹೋಗಿ ರಾತ್ರಿ ತಡವಾಗಿ ಶಿಳ್ಳು ಹಾಕುತ್ತ ಮನೆಗೆ ಹಿಂತಿರುಗುತ್ತಿದ್ದನಲ್ಲ – ಆ ಸಮಯದಲ್ಲಿ ಅವಳು ಎಲ್ಲವನ್ನೂ ಕಾಣದಂತೆ ಅಂಗಡಿಗೆ ಸಾಗಿಸಿ ಮಾರಿದ್ದಳು.

ಮೊದಲು ಅವಳಿಗೆ ಮನಸ್ಸಿಗೆ ನೋವಾಗುತ್ತಿತ್ತು. ಆದರೆ ಕ್ರಮೇಣ ಅದೇ ರೂಢಿಯಾಯಿತು. ಎಲ್ಲವೂ ಆ ತನ್ನ ಮುದ್ದುಮರಿಗೋಸ್ಕರ ಅಲ್ಲವೇ ?

ಅವಳಿಗೆ ಅವನ ಮೇಲೆ ಗಾಢವಾದ, ಅತಿ ಗಾಢವಾದ ಪ್ರೀತಿ – ಮನೆಯನ್ನು ಬಿಟ್ಟು ಅತ್ತಿತ್ತ ಚಲಿಸದ ರೋಗಗ್ರಸ್ತ ಹೆಂಗಸಿನ ಪರಮ ಪ್ರೀತಿ ಅವಳದು. ಅವನು ಮೆಟ್ಟಲೇರಿ ಬರುವ ಸಪ್ಪಳ ಕೇಳಿದ ಕೂಡಲೇ ಅವಳ ಹೃದಯ ಡವಗುಟ್ಟುತ್ತಿತ್ತು. ಅವನು ಮನೆಗೆ ಹಿಂತಿರುಗುವುದಕ್ಕೆ ಮುಂಚೆ ಅವಳು ನಿದ್ದೆ ಮಾಡುತ್ತಲೇ ಇರಲಿಲ್ಲ. ಬಟ್ಟೆಯನ್ನು ಕಳಚಿ ರಾತ್ರಿಯ ಅಂಗಿ ತೊಟ್ಟು ಬರಿಗಾಲಿನಲ್ಲಿ ಕಿಟಕಿಯಲ್ಲೇ ಕೂತಿರುತ್ತಿದ್ದಳು. – ಕತ್ತಲು ತುಂಬಿದ ಮುಖಮಂಟಪವನ್ನೇ ದಿಟ್ಟಿಸುತ್ತ ತನ್ನ ಸುಂದರ ಪತಿಯು ಯಾವಾಗ ಕತ್ತಲೊಳಗಿಂದ ಮೇಲೆದ್ದು ಬರುವನೋ ಎಂದು ನಿರೀಕ್ಷಿಸುತ್ತಾ ಕುಳಿತಿರುತ್ತಿದ್ದಳು. ಅವನು ರಾತ್ರೆ ಬಹಳ ಹೊತ್ತಾದರೂ ಬರದೇ ಇದ್ದಾಗ, ಅವಳು ಅತ್ಯಂತ ಕಾತರದಿಂದ ಗಡಿಯಾರವನ್ನು ನೋಡುತ್ತಾ, ಕೈಗಳನ್ನು ಎದೆಯ ಮೇಲೆ ಒತ್ತಿಕೊಂಡು ಮೆಲುದನಿಯಲ್ಲಿ ಪ್ರಾರ್ಥಿಸುತ್ತಿದ್ದಳು.

'ಓ ದೇವಾ, ಸದ್ಯ ಅವನು ಸುರಕ್ಷಿತವಾಗಿ ಮನೆಗೆ ಹಿಂತಿರುಗಿ ಬಂದರೆ ಸಾಕು.'

ಅವಳು ಮೊಟ್ಟ ಮೊದಲು ತನ್ನ ಪ್ರೇಮಿ ಮನೆಗೆ ಮರಳುವುದನ್ನು ಉತ್ಕಟ ಆಕಾಂಕ್ಷೆಯಿಂದ ಎದುರು ನೋಡುವ ಪ್ರೇಯಸಿಯಂತಿದ್ದಿರಬಹುದು – ಆದರೆ ಅವಳ ಆ ಹಂಬಲದಲ್ಲಿ ಕಾಮದ ಅಂಶವೇ ಇರಲಿಲ್ಲ. ಆ ಉತ್ಕಟ ಹಂಬಲದಲ್ಲಿ ಅವಳು ಮಗುವಿನ ಹಾಗೆ ಒಣಗಿದ್ದ ತುಟಿಗಳಿಂದ ಪ್ರಾರ್ಥಿಸುತ್ತಿದ್ದಳು :

'ಓ ಸದ್ಯ ಅವನು ಮನೆಗೆ ಬಂದರೆ ಸಾಕು.'

ಅವನು ಮನೆಗೆ ಹಿಂತಿರುಗಿ ಬಂದ ಮೇಲೆ, ಯಾವ ಪ್ರೀತಿಯ ಅಪ್ಪುಗೆ, ಸಲ್ಲಾಪಗಳೂ ಇರುತ್ತಿರಲಿಲ್ಲ... ಯಾವುದೇ ಹೆಣ್ಣು ಗಂಡಿನಿಂದ ಬಯಸುವ ಹತ್ತಿಕ್ಕಲಾಗದ ಪ್ರೀತಿಯ ಆನಂದದ ತುತ್ತತುದಿಯನ್ನು ಅವಳು ಎಂದೂ ಅವನಿಂದ ಪಡೆದಿರಲಿಲ್ಲ.

ಮುದ್ದುಮರಿ ನಿಧಾನವಾಗಿ ಕ್ರಮಬದ್ಧವಾಗಿ ಬರುತ್ತಿದ್ದ; ಗಡಿಯಾರಕ್ಕೆ ಕೀಲಿ ಕೊಡುತ್ತಿದ್ದ; ಸಿಗರೇಟು ಹೊತ್ತಿಸುತ್ತಿದ್ದ; ಬೂಟುಗಳನ್ನು ಬದಲಾಯಿಸಿ ಬಾಗಿಲಿನ ಹೊರಗಡೆ ಇಡುತ್ತಿದ್ದ; ತನ್ನ ಸುಂದರ 'ಟೈ'ಯ ಪಿನ್ನನ್ನು ತೆಗೆದು ಒಡವೆ ಪೆಟ್ಟಿಗೆಯೊಳಗೆ ಸೇರಿಸುತ್ತಿದ್ದ.

ಇದೆಲ್ಲವನ್ನೂ ಅವನು ಮಾಡುತ್ತಿದ್ದುದು ವಿಶಿಷ್ಟವಾದ ಕಲಾವಂತಿಕೆಯಿಂದ. ಆಗ ಅರೆ ಮುಚ್ಚಿದ ಕಣ್ಣುಗಳಿಂದ ಅವನನ್ನೇ ನೋಡುತ್ತ, ಆತ ತನ್ನ ಕಡೆ ಒಮ್ಮೆ ಸ್ನೇಹನೋಟ ಬೀರಿ ಏನಾದರೂ ಒಂದಿಷ್ಟು ಒಳ್ಳೆಯ ಮಾತು ಆಡಿದರೆ ಸಾಕೆಂದು ನಿರೀಕ್ಷಿಸುತ್ತ ಕುಳಿತ ಅವಳ ಕಡೆ ಅವನು ಕಣ್ಣೆತ್ತಿಯೂ ನೋಡುತ್ತಿರಲಿಲ್ಲ. ಉಹುಂ... ಎಂದೂ ಇಲ್ಲ.

ಅವನು ಬಲು ಬೇಗ ಮಲಗಿ ನಿದ್ದೆ ಹೋಗುತ್ತಿದ್ದ – ಸಂಜೆ ಅನುಭವಿಸಿದ ಯಾವುದೋ ಸಂತೋಷದ ಭಾವನೆಗಳನ್ನು, ಸುಖಲೋಲುಪತೆಯ ನೆನಪುಗಳನ್ನು ಮೆಲುಕು ಹಾಕಿ ಮುಗುಳ್ನಗುತ್ತ ಮೈಮುರಿಯುತ್ತಿದ್ದ. ಅವಳು ಅವನನ್ನು ಎಡೆಬಿಡದೆ ದಿಟ್ಟಿಸಿ ನೋಡುವಳು – ಕಣ್ಣಲ್ಲಿ ಕಣ್ಣಿಟ್ಟು ನೋಡುವಳು.

ಪವಿತ್ರ ಮೇರಿ ಕನ್ಯೆಯ ವಿಗ್ರಹದ ಮುಂದಿನ ಪುಟ್ಟ ದೀಪದ ಬೆಳಕಿನಲ್ಲಿ ಅವನ ಗುಲಾಬಿ ಬಣ್ಣದ ಮುಖ, ಅವನ ತುಟಿಗಳ ಶೃಂಗಾರಮಯ ಭಂಗಿ, ಉಕ್ರೇನಿನಲ್ಲಿ ತಯಾರಿಸಿದ ರಂಗು ರಂಗಿನ ಕಸೂತಿಯ ರಾತ್ರೆಯ ಅಂಗಿಯೊಳಗಿನಿಂದ ಹೊರಗಡೆ ಉಬ್ಬಿ ಕಾಣುತ್ತಿದ್ದ ಅವನ ಬಲಿಷ್ಠವಾದ ಕುತ್ತಿಗೆ – ಇವು ಪ್ರಕಾಶಮಾನವಾಗಿ ತೋರುತ್ತಿದ್ದವು.

ಆ ಘಳಿಗೆಯಲ್ಲಿ ಅವನು ಅವಳ ವಿಧೇಯತೆ, ಅವಳ ಬಿಳಿಚಿದ ಮುಖ – ಇವನ್ನು ಕುರಿತ ಯೋಚಿಸುತ್ತಿಲ್ಲವೆಂಬುದು ಅವಳ ಸ್ತ್ರೀ ಬುದ್ಧಿಗೆ ಹೊಳೆದು ಅವಳಿಗೆ ಎಚ್ಚರ ನೀಡುತ್ತಿತ್ತು.

ಆದರೂ ಅವಳು ಅವನಲ್ಲಿ ಅಚಲವಾದ ನಂಬಿಕೆ ಇಟ್ಟಿದ್ದಳು. ಅವನ ವೈವಾಹಿಕ ಜೀವನದ ಪರಿಶುದ್ಧತೆಯ ಬಗ್ಗೆ ಅಪಾರವಾದ ವಿಶ್ವಾಸ ತಳೆದಿದ್ದಳು. ಅವನು ತನಗೆ ಮೋಸ ಮಾಡುತ್ತಿರ ಬಹುದೆಂಬ ಕಲ್ಪನೆಯ ಸುಳಿವು ಕೂಡ ಅವಳಿಗೆ ಹೊಳೆದಿರಲಿಲ್ಲ.

ಬಹುಶಃ ಅವನು ಆಗ ಯಾವುದೋ 'ಬೋನಸ್' ಕುರಿತು ಯೋಚಿಸುತ್ತಿರಬಹುದು.... ಬಹುಶಃ ಅವಳ ಬಗ್ಗೆಯೂ ಯೋಚಿಸುತ್ತಿರಬಹುದಷ್ಟೆ?

ನಿನ್ನೆ ತಾನೇ ಅವನು ಹೊರಗಡೆ ಹೊರಟಾಗ ಹೇಳಿದ್ದ:

''ನಾನು ಇಷ್ಟೆಲ್ಲಾ ಕೆಲಸ ಮಾಡಿ ಸಾಯುತ್ತಿರೋದು ಯಾರಿಗೋಸ್ಕರ ಅಂದುಕೊಂಡೆ? ನಿನಗೋಸ್ಕರ ತಾನೇ?'' ಆಹ... ತನ್ನ ಒಲವಿನ ಮುದ್ದು ಮರಿ!

ಓಹ್, ಅವನಿಗೋಸ್ಕರ ಯಾವತ್ತೂ ತನ್ನ ಪ್ರಾಣವನ್ನೇ ಕೊಡಲು ಅವಳು ಸಿದ್ಧ! ಆ ವೇಳೆ ಮುದ್ದು ಮರಿ ನಿರ್ಯೋಚನೆಯಿಂದ ನಿದ್ದೆ ಮಾಡುತ್ತಿದ್ದ. ಚೆನ್ನಾಗಿ ತೃಪ್ತಿ ಹೊಂದಿದ ವ್ಯಕ್ತಿಯೊಬ್ಬನ ನಸುನಗು ಅವನ ಮುಖದ ಮೇಲೆ ಲಾಸ್ಯವಾಡುತ್ತಿತ್ತು. ಅವನ ನಿದ್ದೆಗೆ ಏನೊಂದೂ ಭಂಗ ಉಂಟಾಗಬಾರದೆಂದು ಅವಳು ಒಂದಿಷ್ಟೂ ಹೊರಳಾಡದೆ ಹಾಸಿಗೆಯ ಮೇಲೆ ನಿಶ್ಶಬ್ದವಾಗಿ ಮಲಗಿದಳು. ಹೀಗೆ ಒಂದೇ ಮಗ್ಗುಲಲ್ಲಿ ಮಲಗಿ ದೇಹವೆಲ್ಲಾ ಮರಗಟ್ಟಿದರೂ ಅವನಿಗೆ ಎಲ್ಲಿ ಎಚ್ಚರವಾಗಿ ಬಿಡುವುದೋ ಎಂದು, ಅವಳು ಅತ್ತಿತ್ತ ಕದಲದೆ ಹಾಗೆಯೇ ಬಿದ್ದುಕೊಂಡಿದ್ದಳು.

* * *

ಕಡೆಗೂ ಗಾಡಿ ಹೊರಟಿತು.

ಆದರೆ ಲೀನಾ ಯಾಕೋ ಅವತ್ತು ಸಿಡುಕುತ್ತಿದ್ದಳು. ಅವಳ ಪಕ್ಕದಲ್ಲಿ ಕುಳಿತ ವ್ಯಕ್ತಿ ಅವಳ ಕಡೆ ಮುಗುಳ್ನಗೆ ಬೀರಿದ; ಸುಂದರ ರೇಷ್ಮೆ ಜಾಲರಿ ಕುಚ್ಚಿನಿಂದಲಂಕೃತವಾದ ಅವಳ ಹ್ಯಾಟನ್ನು ತೆಗೆದು ಅದನ್ನು ಸರಿಯಾದ ಜಾಗದಲ್ಲಿ ಇಡಲು ಪ್ರಯತ್ನಿಸಿದ; ಅವಳ ಕೈಗವಸುಗಳನ್ನು ತೆಗೆದು ಜೋಪಾನವಾಗಿ ಗಾಡಿಯ ಮೆತ್ತೆ ಪೀಠಗಳ ಸಂಧಿಯಲ್ಲಿ ತುರುಕಿದ; ಐನೂರು ಗಜಗಳಷ್ಟು ಜರತಾರಿಯಿಂದ ಮಾಡಲಾಗಿದ್ದ ಅವಳ ಹೊಸ ಕೋಟಿನ ಬಗ್ಗೆ ಅವನು ತನ್ನ ಮೆಚ್ಚುಗೆ ಸೂಚಿಸಿದ. ಆದರೆ ಎಲ್ಲವೂ ವ್ಯರ್ಥ! ಅವು ರೇಗಿ, ಹಣೆ ಗಂಟಿಕ್ಕಿ, ಮುಖ ಸಿಂಡರಿಸಿಕೊಂಡೇ ಕುಳಿತಿದ್ದಳು.

ಕೊನೆಗೆ ಅವನತ್ತ ತಿರುಗಿ ಅವಳು ಕೇಳಿದಳು:

''ಯಾಕಿಷ್ಟು ತಡವಾಯಿತು, ಬರೋದು?''

''ಏನು ಮಾಡೋದು, ಉಪಾಯವೇ ಇರಲಿಲ್ಲ. ಸತ್ಯವಾಗಿಯೂ...''

– ಆತ ವಿವರಿಸಲು ಪ್ರಯತ್ನಪಟ್ಟ.

''ಯಾಕೆ ?''

''ಯಾಕೆಂದರೆ... ಯಾಕೆಂದರೆ... ನಮ್ಮ ಮನೆಗೆ ಯಾರು ಯಾರೋ ಅತಿಥಿಗಳು ಬಂದಿದ್ದರು.''

ಬೆರಳಿನ ಉಗುರುಗಳನ್ನು ನೋಡಿಕೊಳ್ಳುತ್ತಾ ಸುಳ್ಳು ಔದಾಸೀನ್ಯವನ್ನು ನಟಿಸುತ್ತಾ ಆತ ಹೇಳಿದ. ಆತ ಹೇಳಿದ್ದು ಸುಳ್ಳಿನ ಬುರುಡೆ ಎಂಬುದು ಸ್ಪಷ್ಟವಾಗಿತ್ತು; ಆದರೆ ಆಕೆಗೆ ಅದು ತಿಳಿಯಲಿಲ್ಲ.

ಸ್ವಲ್ಪ ಸಮಾಧಾನದಿಂದ ಅವಳು ಕೇಳಿದಳು :

''ಯಾರು ಬಂದಿದ್ದರು ?''

''ಓ, ಯಾರ್‍ಯಾರೋ ಬಂದಿದ್ದರು... ನನ್ನ ಅತ್ತಿಗೆ ಎಸ್ತರ್‌ಹೇಜಿ ಮತ್ತು ಅವಳ ಮಗಳು – ನಿನಗೆ ಗೊತ್ತಲ್ಲಾ, ಆ ಕೌಂಟೆಸ್ !''

ಅವಳು ಉತ್ಸುಕತೆಯಿಂದ ತಲೆದೂಗಿದಳು.

''ಹೌದು... ಅವಳ ವಿಷಯ ಹೇಳ್ತಿರ್‍ತೀಯಲ್ಲಾ... ಗಂಡಸರು ಯಾರ್‍ಯಾರು ಬಂದಿದ್ದರು ?''

''ಅಯ್ಯೋ... ಅದೇ... ಮಾಮೂಲಿನ ಗುರುವಾರದ ಗುಂಪು''

''ಓ, ಹಾಗಾದರೆ ನೀನು ಆತಿಥ್ಯ ನೀಡೋ ಸಮಯ ಅದು, ಅಲ್ವೇ ?''

''ಹೌದು, ವಾರಕ್ಕೊಮ್ಮೆ ಸೇರುವ ಐದು ಗಂಟೆಯ ಟೀ ಪಾರ್ಟಿ.''

ಅವನು ಅದನ್ನು ಇಂಗ್ಲಿಷಿನಲ್ಲಿ ಹೇಳಿದ. ಯಾವುದೋ ನಾಟಕದಲ್ಲಿ ಕೇಳಿದ್ದ ಮಾತುಗಳನ್ನು ಆತ ಬಾಯಿಪಾಠ ಮಾಡಿಕೊಂಡಿದ್ದ – ಅಗತ್ಯ ಬಿದ್ದಾಗಲೆಲ್ಲಾ ಅದನ್ನು ಪ್ರಯೋಗಿಸುತ್ತಿದ್ದ. ಅದು ಒಳ್ಳೆಯ ಪರಿಣಾಮ ಬೀರುತ್ತಿತ್ತು. ಈಗಲೂ ಹಾಗೆಯೇ ಆಯಿತು. ಅವನ ಪಕ್ಕದಲ್ಲಿ ಕುಳಿತಿದ್ದ ಹೆಂಗಸಿಗೆ ಆ ಮಾತಿನ ಭಾರದಿಂದ ಗರಬಡಿದಂತಾಯಿತು.

ಆದರೆ ಬಹಳ ಬೇಗ ಅವಳು ಎಚ್ಚೆತ್ತು ಮನಸ್ಸನ್ನು ಸಮತೋಲಸ್ಥಿತಿಗೆ ತಂದುಕೊಂಡಳು.

''ನನಗೆ ಅದು ಅಷ್ಟು ಹಿಡಿಸೋದಿಲ್ಲ– ಮಧ್ಯಾಹ್ನದ ಔತಣಕೂಟಗಳನ್ನು ಏರ್ಪಡಿಸೋದು ಅಂದರೆ ನನಗೆ ಬಹಳ ಇಷ್ಟ.''

ಹೀಗೆಂದು ಆಕೆ ಅವನತ್ತ ಗೆಲುವಿನ ನೋಟ ಬೀರಿದಳು.

ಅವನು ಭುಜ ಕುಣಿಸುತ್ತ ಹೇಳಿದ :

''ಹೌದು... ಆದರೆ ಅಂಥ ಮಧ್ಯಾಹ್ನದ ಪಾರ್ಟಿಯಿಂದ ಇಡೀ ದಿನವೇ ಹಾಳಾಗಿ ಹೋಗ್ತದೆ.''

ಈಗ ಸ್ವಲ್ಪ ಪ್ರಸನ್ನಳಾಗಿದ್ದ ಆ ಹೆಂಗಸಿನ ಕಡೆ ಆತ ಬಗ್ಗಿ ಕುಳಿತ. ಬಳಿಕ ಮೃದುವಾಗಿ ಕೇಳಿದ;

''ಆ... ಈಗ... ನಾನು ತಡವಾಗಿ ಬಂದೆ ಅಂತ ಕೋಪವಿಲ್ಲ ತಾನೇ ? ನನ್ನ ಮುದ್ದು ಲೀನಾ, ಇಲ್ಲಿ ಕೇಳು. ನಿನ್ನ ಈ ಮುದ್ದುಮರಿ ಅಗತ್ಯವಾದ ಕೆಲವು ಸಾಮಾಜಿಕ ಹೊಣೆಗಾರಿಕೆಗಳನ್ನು ನಿರ್ವಹಿಸಲೇಬೇಕಾಗಿ ಬಂದಾಗ ಮಾತ್ರ... ಹೀಗೆ ತಡ ಆಗ್ತದೆ... ಏನು ಮಾಡೋದು ? ನನ್ನ ಮಾತನ್ನು ನಂಬುತ್ತೀ, ತಾನೇ ?''

ಅನಂತರ, ಗಾಡಿಯು ಒಂದು ಚಿಕ್ಕ ಸಂದಿಯಲ್ಲಿ ತಿರುಗುತ್ತಿದ್ದುದರಿಂದ ಹಾಗೂ ರಸ್ತೆಯ ತುಂಬಾ ಜನರು ಓಡಾಡುತ್ತಿದ್ದುದರಿಂದ, ಅವನು ತುಸು ಹಿಂದಕ್ಕೆ ಬಾಗಿ ಅವಳನ್ನು ಗಾಢವಾಗಿ ಆಲಂಗಿಸಿದ.

ಲೀನಾ ಅತ್ಯಂತ ಔದಾರ್ಯದಿಂದ ತಲೆ ತೂಗಿದಳು. ''ಸರಿ... ಕ್ಷಮಿಸಿದ್ದೇನೆ. ಆದರೆ ಇದೇ

ಕೊನೆಯ ಬಾರಿ'' ಬಹುಶಃ ಅವನಿಗೆ ಗೊತ್ತಿರಲಿಲ್ಲ– ಬಂಧಿಸಿಬಿಡುವ 'ಸಾಮಾಜಿಕ ಹೊಣೆಗಾರಿಕೆಗಳು' ಅವಳಿಗೂ ಇವೆಯೆಂದು, ಅವನಿಗೆ, 'ಮನೆಯಲ್ಲಿ ಕಾದು ಬಿದ್ದಿರುವ' ಹೆಂಡತಿಯಿದ್ದಳು. ಇವಳಿಗೆ 'ಮನೆಯಲ್ಲಿ ಕಾದು ಬಿದ್ದಿರುವ' ಗಂಡ ಇದ್ದ. ಆ ಗಂಡನಿಗೆ ಆಗಾಗ ಇವಳು ಕೆಲವು ಸಾಮಾಜಿಕ ರಿಯಾಯಿತಿಗಳನ್ನು ತೋರಿಸಬೇಕಲ್ಲ!

ಮುದ್ದು ಮರಿ ಹೌದೆಂದು ತಲೆಯಾಡಿಸಿದ. ಅಷ್ಟು ಹತ್ತಿರ ಕುಳಿತಿದ್ದ ಅವಳ ಉಬ್ಬಿದ ಸ್ತನಗಳು. ಹೊಳೆಯುವ ಕಣ್ಣುಗಳು ಅವನನ್ನು ಒಂದು ಮಾದಕ ದ್ರವ್ಯದಂತೆ ಕೆರಳಿಸಿದ್ದವು. ಅವಳ ಜರಿ ಉಡುಗೆಯ ತೆಕ್ಕೆಯಲ್ಲಿ ಮೆಲ್ಲಗೆ ತಡವರಿಸಿ ಅವಳ ಕೈಗಳನ್ನು ಆತ ಸವರಿದ – ಕೈಗಳನ್ನು ಹಿಡಿದು ಉದ್ರೇಕದಿಂದ ಚುಂಬಿಸಿದ... ಆ ಪುಟ್ಟ ಪುಟ್ಟ ಕೈಬೆರಳುಗಳನ್ನು, ಕೊಕ್ಕಿನಂತೆ ಚೂಪಾದ ಉಗುರುಗಳನ್ನೂ ಬಾಯಲಿಟ್ಟು ಚೀಪಿದ. ಗಾಡಿಯು ರಸ್ತೆಯ ಅಂಚಿನ ಹತ್ತಿರ ಬಂದಾಗ ಒಂದು ಕೈಯಿಂದ ಮುಖವನ್ನು ಮರೆಮಾಡಿಕೊಳ್ಳುತ್ತಾ ಆ ಹೆಂಗಸು ಆ ಪ್ರೇಮಸ್ಪರ್ಶ - ಸಲ್ಲಾಪಗಳನ್ನು ಸಹಜವಾದ ಉತ್ಸುಕತೆಯಿಂದ ಸ್ವೀಕರಿಸಿದಳು. ಬಾಡಿಗೆ ಗಾಡಿಯೊಳಗಣ ಕೊಳಕು ದಿಂಬುಗಳ ನಡುವೆ ಬೇರೆ ಪ್ರಯಾಣಿಕರು ಬಿಟ್ಟುಹೋದ, ಹಳಸಿ ತಂಗಳಾದ ಕಾಮಕೇಳಿಯ ಬಿಸಿಯುಸಿರು - ಪಿಸುಮಾತುಗಳ ಉಬ್ಬಸದ ಇಕ್ಕಟ್ಟಿನ ವಾತಾವರಣದಲ್ಲಿ ಆಕೆ ನಿರಾತಂಕವಾಗಿ, ಚಾಕಚಕ್ಯತೆಯಿಂದ, ಇಂಥ ಸುಖ ಅನುಭವಿಸಬಲ್ಲವಳಾಗಿದ್ದಳು.

''ಇವತ್ತು ಎಲ್ಲಿಗೆ ಹೋಗೋಣ ?''

– ಮುದ್ದು ಮರಿ ಕೇಳಿದ.

''ನಿನಗೆ ಎಲ್ಲಿಗೆ ಬೇಕೋ ಅಲ್ಲಿಗೆ. ಆದರೆ ಆ 'ಮಾರ್ಸೆಲಿನಿ'ಗೆ ಮಾತ್ರ ಬೇಡ...''

''ಹೌದು... ಅವರು ಕೊಡುವ ಊಟ ಅಷ್ಟೇನೂ ಚೆನ್ನಾಗಿರೋದಿಲ್ಲ''

''ಹೌದು... ಅವರು ಕೊಡುವ ಬೋರ್ಡೋ ವೈನು ಕೂಡ ಸಪ್ಪೆಯಾಗಿರ್ತದೆ.''

''ಸ್ಯಾಕ್ಸನ್ ಉದ್ಯಾನವನದ ಯಾವುದೋ ಮರದಡಿಯ ನೆರಳಿನಲ್ಲಿ ಒಬ್ಬರನ್ನೊಬ್ಬರು ಭೇಟಿಯಾಗಿದ್ದ ಹಾಗೂ ಪರಸ್ಪರ ಸಾಮಾಜಿಕ ಅಂತಸ್ತು ಇತ್ಯಾದಿಗಳ ಬಗ್ಗೆ ಏನೂ ಗೊತ್ತಿರದಿದ್ದ ಅವರಿರ್ವರೂ ಹೀಗೆ ಪುನಃ ಒಬ್ಬರ ಕಣ್ಣಿನಲ್ಲಿ ಇನ್ನೊಬ್ಬರು ಮಣ್ಣೆರಚುವ ಆಟವನ್ನು ಪ್ರಾರಂಭಿಸಿದ್ದರು.

ಅವಳ ಧಮನಿಗಳಲ್ಲಿ ಯಾವಾಗಲೂ ಸಂಘರ್ಷಕ್ಕೆ ಸಿಕ್ಕಿ ತೊಳಲುವ ಮೂವತ್ತು ವರ್ಷ ವಯಸ್ಸಾದ ಹೆಂಗಸಿನ ಕಲುಷಿತ ರಕ್ತ ಹರಿಯುತ್ತಿತ್ತು – ಅವಳ ಕಪ್ಪು ಕಣ್ಣುಗಳು, ದುಂಡನೆಯ ದೇಹ ಯಾವಾಗಲೂ ನಿಷಿದ್ಧ ಸಂಬಂಧಗಳು ಮತ್ತು ಲಂಪಟ ಸುಖಕ್ಕಾಗಿ ಹಾತೊರೆಯುತ್ತಿದ್ದಳು. ಆದರೆ ತಾನೊಬ್ಬ 'ಕುಲೀನ ಸಂಭಾವಿತ ಸ್ತ್ರೀ'ಯೆಂದು, ಅವನ ಸಲುವಾಗಿ ಅವಳು ನಟಿಸುತ್ತಿದ್ದಳು. ತಾನು ಯಾರಿಂದಲೋ ಎರವಲು ತಂದಿದ್ದ ಜರಿ ಬಟ್ಟೆಯಿಂದಲೂ, ಮದಾಂಬಾಖೆ ಎಂಬುವಳು ಬರೆದ 'ಸಂಭಾಷಣೆ' ಗ್ರಂಥದಿಂದ ಕದ್ದು ಉರು ಹೊಡೆದ ಫ್ರೆಂಚ್ ಶಬ್ದಗಳಿಂದಲೂ ಅವನನ್ನು ವಂಚಿಸಿದ್ದಳು. ಅವನೂ ಈ 'ಕುಲೀನ ಸ್ತ್ರೀ'ಯನ್ನು ಮೆಚ್ಚಿಸಲು ತಾನು ಮಹಾ ಅಟ್ಟಹಾಸದ ಜೀವನ ನಡೆಸುತ್ತಿರುವ ರಸಿಕ ಶ್ರೀಮಂತನೆಂದು ತೋರಿಸಿಕೊಳ್ಳುತ್ತಿದ್ದ. ಅವನು ತನ್ನ ಚಿನ್ನದ 'ಟೈ' ಪಿನ್ನುಗಳು, ರಬ್ಬರ್ ಮಳೆ-ಅಂಗಿ, ತೆಳು ಬಣ್ಣದ ಸೂಟುಗಳು, ಅತ್ಯಾಧುನಿಕ ರೆಸ್ಟುರಾಗಳ ಬೆಚ್ಚನೆಯ ವಿಲಾಸದ ಕೋಣೆಗಳ ಬಗ್ಗೆ ತನಗಿದ್ದ ತಿಳಿವಳಿಕೆ – ಎಲ್ಲವನ್ನೂ ಅವಳ ಮುಂದೆ ಮೆರೆಯಿಸಿ ಅವಳನ್ನು ಬೆರಗುಗೊಳಿಸುತ್ತಿದ್ದ. ಇಬ್ಬರೂ ಅಂಥ ಹಲವಾರು ಸ್ಥಳಗಳಿಗೆ ಹೋಗಿ ರಾತ್ರಿ ಬಹಳ ಹೊತ್ತಿನ ತನಕ ಅಲ್ಲಿ ಹೊರಳಾಡುತ್ತಾ, ಒಬ್ಬರ ಬಗ್ಗೆ ಇನ್ನೊಬ್ಬರಿಗೆ ಜಿಗುಪ್ಸೆಯಾಗಿ

ಬೇರ್ಪಡುತ್ತಿದ್ದರೂ, ಮತ್ತೆ ಮತ್ತೆ ಅವರು ಪರಸ್ಪರರ ಸಹವಾಸವನ್ನು ಬಯಸುತ್ತಿದ್ದರು; ತಮ್ಮ ಸುಳ್ಳು ಶ್ರೀಮಂತಿಕೆಯ ಟೊಳ್ಳು ಪ್ರದರ್ಶನಕ್ಕಾಗಿ ಹಾತೊರೆಯುತ್ತಿದ್ದರು.

ಗಾಡಿಯು ಮಾಕೊಟಾಸ್ಕ ರಸ್ತೆಯನ್ನು ಹೊಕ್ಕು, ಎಡಕ್ಕೆ ತಿರುಗಿತು.

ಹೀಪಾಯಿಗಳನ್ನು ತುಂಬಿದ್ದ ಬಂಡಿಗಳು ಆ ದಾರಿಗೆ ಅಡ್ಡಲಾಗಿ ನಿಂತಿದ್ದವು. ಕುದುರೆ ಗಾಡಿಯವನು ಒಂದು ಕ್ಷಣ ಗಾಡಿಯನ್ನು ನಿಲ್ಲಿಸಿದ.

ಮುದ್ದುಮರಿ ಕಿಟಕಿಯಿಂದ ತಲೆ ಹೊರಹಾಕಿ ಕೇಳಿದ :

''ಏನಯ್ಯಾ ಸಮಾಚಾರ ? ಯಾಕೆ ಗಾಡಿ ನಿಲ್ಲಿಸಿದೆ ?''

ಇದ್ದಕ್ಕಿದ್ದಂತೆ ಆತ ತಲೆಯನ್ನು ಸರ್‍ರನೆ ಒಳಕ್ಕೆ ಎಳೆದುಕೊಂಡು, ಗಾಡಿಯೊಳಗೆ ಅಡಗಿಕೊಳ್ಳುವಂತೆ ಮುದುರಿಕೊಂಡ.

ರಸ್ತೆಯ ಪಕ್ಕದ ಕಾಲು ಹಾದಿಯ ಮೇಲೆ, ಪಕ್ಕಕ್ಕೆ ಸರಿದು ನಿಂತಿದ್ದ ಬರಿಗಾಲ ಮಕ್ಕಳ ಗುಂಪಿನ ಮಧ್ಯೆ, ಮಾಸಿದ, ಕಪ್ಪನೆಯ ಬಟ್ಟೆಗಳನ್ನುಟ್ಟ ಹೆಂಗಸೊಬ್ಬಳು ನಿಂತಿದ್ದಳು. ಬಾಗಿದ ತನ್ನ ತಲೆಯ ಮೇಲೆ ಅವಳೊಂದು ಸಣ್ಣ ಕೊಳಕಲು ಟೋಪಿ ಧರಿಸಿದ್ದಳು.

ಬಾಡಿದ ಮುಖದ ಆ ಹೆಂಗಸು ಅತ್ಯಾಶ್ಚರ್ಯವನ್ನು ಸೂಚಿಸುತ್ತಾ ಕುದುರೆ ಗಾಡಿಯ ಕಿಟಕಿಯತ್ತ ನೋಡುತ್ತಿದ್ದಳು – ಅರ್ಧ ತೆರೆದ ಅವಳ ಬಾಯಿಯಿಂದ ಅಸ್ಪಷ್ಟ ಶಬ್ದಗಳು ಹೊರಡುತ್ತಿರುವಂತೆ ತೋರುತ್ತಿತ್ತು.

ಲೀನಾ ಪಕ್ಕಕ್ಕೆ ತಿರುಗಿ ಥಟ್ಟನೆ ಅವನನ್ನು ಕೇಳಿದಳು :

''ಅಲ್ನೋಡು ಆ ಹೆಂಗಸು ಒಂದು ಥರಾ ನಮ್ಮ ಕಡೆ ನೋಡ್ತಾ ಇದ್ದಾಳೆ – ಅವಳೇನಾದರೂ ಗೊತ್ತೇನು ನಿನಗೆ ?''

ಆದರೆ ಆ ಮನುಷ್ಯ ಮಿಸುಕಾಡಲಿಲ್ಲ – ಕಂಗೆಟ್ಟು ಗಾಡಿಯ ಮೂಲೆಯಲ್ಲಿ ಮುದುರಿಕೊಂಡ. ಒಬ್ಬ ಹೆಣ್ಣಿಗೆ ದ್ರೋಹ ಬಗೆಯುತ್ತಿರುವ ಸಮಯದಲ್ಲಿ ಆ ಹೆಣ್ಣನ್ನು ನೋಡುವಾಗ ಇಂಥ ವಂಚಕರನ್ನೆಲ್ಲಾ ಆವರಿಸುವಂಥ ಭೀತಿಯಿಂದ ಅವನ ಮುಖ ಕಪ್ಪಿಟ್ಟಿತ್ತು. ಲೀನಾಳಿಗೆ ಆತ ಹೇಳಿದ :

''ತೆಪ್ಪಗೆ ಕುಳಿತುಕೋ... ಆ... ಅವಳು ನನ್ನ ಹೆಂಡತಿಗೆ ಪರಿಚಯವಿರುವ ದರ್ಜಿ ಹೆಂಗಸು.''

ಕೊನೆಗೆ ಗಾಡಿ ಹೊರಟಿತು. ಪಕ್ಕದಲ್ಲಿ ನಿಂತಿದ್ದ ಆ ಹೆಂಗಸಿನ ಮೈಮೇಲೆಲ್ಲಾ ಕೆಸರನ್ನು ಸಿಂಪಡಿಸಿಕೊಂಡು ಹೋಯಿತು.

ಅವಳು ಬಹಳ ಹೊತ್ತು ಆಶ್ಚರ್ಯದಿಂದ, ಭಯದಿಂದ, ಗಾಡಿಯನ್ನೇ ದಿಟ್ಟಿಸಿ ನೋಡುತ್ತಾ ನಿಂತಿದ್ದಳು. ಉಸಿರು ಬಿಗಿ ಹಿಡಿದು ಆಕೆ ಪುನಃ ಉದ್ಗರಿಸುತ್ತಿದ್ದಳು :

''ಮುದ್ದು ಮರಿ, ಮುದ್ದು ಮರಿ.''

* * *

ಪವಿತ್ರ ಕನ್ಯೆಯ ಮುಂದಿನ ದೀಪ ಆರಿ ಹೋಗುವುದರಲ್ಲಿತ್ತು. ಅದಕ್ಕೆ ಒಂದಿಷ್ಟು ಎಣ್ಣೆ ಹಾಕುವ ಯೋಚನೆ ಯಾರಿಗೂ ಬಂದಿರಲಿಲ್ಲ. ಮಲಗುವ ಪುಟ್ಟ ಕೋಣೆ ಮೌನವಾಗಿತ್ತು. ಎರಡು ಹಾಸಿಗೆಗಳೂ ಬರಿದಾಗಿದ್ದವು – ಅಡಿಗೆ ಮನೆ ಗಡಿಯಾರದಲ್ಲಿ ಆಗಲೇ ರಾತ್ರಿ ಎರಡು ಗಂಟೆ ಬಡಿದಿತ್ತು.

ಬರಿಗಾಲಿನಲ್ಲಿ, ತನ್ನ ರಾತ್ರಿ ಅಂಗಿ ತೊಟ್ಟು ಜೋಸಿ ಕಿಟಕಿಯ ಬಳಿ ಕುಳಿತು ಗಂಡನಿಗಾಗಿ ಕಾಯುತ್ತಿದ್ದಳು. ಅವಳಿಗೆ ಅಸಹನೀಯ ಚಿಂತೆ, ವ್ಯಾಕುಲ ವೇದನೆ, ಲೇವಾದೇವಿಯವನ ಅಂಗಡಿಯಿಂದ ಹಿಂತಿರುಗಿ ಬರುತ್ತಿದ್ದಾಗ, ಅವಳು ಒಂದು ಗಾಡಿಯೊಳಗೆ ಬಹಳ ಮಟ್ಟಿಗೆ ತನ್ನ ಗಂಡನನ್ನು

ಹೋಲುತ್ತಿದ್ದ ಒಬ್ಬ ಮನುಷ್ಯ, ಚೆಲುವಾದ ಒಬ್ಬ ಹೆಂಗಸಿನೊಂದಿಗೆ ಕುಳಿತಿದ್ದುದನ್ನು ಕಂಡಿದ್ದಳು.

ಆ ಹೊತ್ತಿನಲ್ಲಿ ಯಾರೋ ಒಬ್ಬ ಹೆಂಗಸಿನ ಜೊತೆ ಆ ಗಾಡಿಯಲ್ಲಿ ತನ್ನ ಮುದ್ದುಮರಿಗೆ ಏನು ಕೆಲಸ ? ಬಹುಶಃ ಅವನ ಅಧಿಕಾರಿಯ ಪತ್ನಿ ಅವನನ್ನು ಎಲ್ಲೋ ನೋಡಿ, ಗಾಡಿಯಲ್ಲಿ ಕರೆದು ಕೊಂಡು ಹೋಗಿಬಿಡುತ್ತೇನೆ ಎಂದು ಹೇಳಿರಬಹುದೇ ?

ತಾನು ಕಂಡಿದ್ದ ದೃಶ್ಯಕ್ಕೆ ಇಂಥ ಹಲವಾರು ವಿವರಣೆಗಳನ್ನು ಕೊಡಲು ಪಾಪ, ಅವಳು ತನ್ನ ಪುಟ್ಟ ತಲೆಯನ್ನೆಲ್ಲಾ ಖರ್ಚು ಮಾಡಿದಳು... ಗ್ರಹಿಸಲಾರದ ಏನೇನೋ ಯೋಚನೆಗಳು ಅವಳ ತಲೆ ತುಂಬಾ ಹರಡಿ ಗೊಂದಲವೆಬ್ಬಿಸಿದವು.

ಇಲ್ಲ... ಅವಳಿಗೆ ಅದು ಅರ್ಥವಾಗಲೇ ಇಲ್ಲ.

ತನ್ನ ಗಂಡ ತನಗೆ ಮೋಸ ಮಾಡುತ್ತಿದ್ದಾನೆಂಬ ಕಲ್ಪನೆ ಅವಳ ತಲೆಗೆ ಹೊಳೆಯಲೇ ಇಲ್ಲ... ಛೀ, ಹಾಗೆಂದರೇನು ? ತನ್ನ ಮುದ್ದುಮರಿ ? ಅವನೆಂದಾದರೂ ಹಾಗೆ ಮಾಡಿಯಾನೇ ?

ಏನೊಂದೂ ಅರ್ಥವಾಗದ, ಅತ್ಯಂತ ಮುಗ್ಧ, ಪರಿಶುದ್ಧ ಹೆಣ್ಣು... ಗಂಡನಿಂದ ವಂಚನೆ ? ಛೀ... ಅಂಥ ವಿಚಾರಗಳು ಕಥೆ ಪುಸ್ತಕಗಳಲ್ಲಿ, ರಂಗಭೂಮಿಯಲ್ಲಿ ಇರಬಹುದು. ಆದರೆ ನೈಜ ಜೀವನದಲ್ಲಿ...!

ಲೇವಾದೇವಿ ಅಂಗಡಿಯಿಂದ ಮನೆಗೆ ಬಂದ ಮೇಲೆ ಅವಳು ಒಗೆಯುವ ಬಟ್ಟೆಗಳನ್ನು ಎಣಿಸಿಟ್ಟಿದ್ದಳು; ಅವನ ಕಾಲುಚೀಲಗಳನ್ನು ರಿಪೇರಿ ಮಾಡಿದ್ದಳು. ಕೆಲಸದವಳ ಲೆಕ್ಕ ಬರೆದಿಟ್ಟಿದ್ದಳು. ಅಡಿಗೆ ಮಾಡಿದ್ದಳು. ಹಾಸಿಗೆ ಹಾಸಿಯೂ ಆಗಿತ್ತು. ಈಗ ಗಂಡನಿಗಾಗಿ ಅವಳು ಕಿಟಕಿಯ ಬಳಿ ಕುಳಿತು ಕಾಯುತ್ತಿದ್ದಳು. ರಾತ್ರಿಯಾಯಿತು, ಕತ್ತಲೆಯ, ಚಳಿಗಾಳಿಯ ರಾತ್ರಿ. ಮುಖಮಂಟಪದ ಬಾಗಿಲು ಹಾಕಿದ ಅನಂತರ, ಅಂಗಳದ ನೆರಳುಗಳ ನಡುವಿನಿಂದ, ಹಗಲೆಲ್ಲಾ ಗುಡ್ಡೆಯಾದ ಕಸಕೊಳಕುಗಳಿಂದ ದುರ್ವಾಸನೆ 'ಗಬೋ' ಎಂದು ಮೇಲೇರಿತು.

ಕಿಟಿಕಿ ತೆರೆದು ಯೋಚನೆ ತುಂಬಿದ ತಲೆಯನ್ನು ಆಚೆಗೆ ಇಟ್ಟು ಆಕೆ ಬಗ್ಗಿ ನೋಡಿದಳು. ದುರ್ವಾಸನೆ ಮೇಲೇರಿ ಅವಳ ಸುತ್ತಲೂ ಪಸರಿಸಿತು. ಅದೇ ಗಾಳಿಯನ್ನು ಪ್ರತಿ ರಾತ್ರಿಯೂ ಸೇವಿಸಬೇಕಾಗಿದ್ದು ಅದಕ್ಕೆ ಹೊಂದಿಕೊಂಡಿದ್ದ ಅವಳು ಅದನ್ನು ಗಮನಿಸಲೇ ಇಲ್ಲ. ಅವಳು ಕೆಳಕ್ಕೆ ಬಗ್ಗಿ ಅಂಗಳದ ಕತ್ತಲೆಯ ಪ್ರಪಾತದೊಳಕ್ಕೆ ನಿಟ್ಟಿಸಿ ನೋಡುತ್ತಿದ್ದಳು.

ಅಳು ಬಹಳ ಹೊತ್ತು ಕಾದಳು.

ಅವನು ಬರಲಿಲ್ಲ, ಅದೇ ಸಮಯದಲ್ಲಿ ಅವನು ಊರಾಚೆಯ ಉದ್ಯಾನದಲ್ಲಿ ಅರಳುವ ಹೂಗಳ ಪರಿಮಳವನ್ನೂ, ತನ್ನ ಪ್ರೇಯಸಿಯ ಬಿಸಿ ತುಟಿಗಳನ್ನೂ ಆಸ್ವಾದಿಸುತ್ತಿದ್ದ – ಅದೇ ತುಟಿಗಳಿಂದ ವೈನನ್ನೂ ಹಣ್ಣಿನ ರಸವನ್ನೂ ಸೇವಿಸುತ್ತಿದ್ದ.

ಇತ್ತ ತೆರೆದ ಕಿಟಕಿಯ ಬಳಿ ಕುಳಿತಿದ್ದ ಹೆಣ್ಣಿನ ಕೂದಲನ್ನು ಹಾರಾಡಿಸುತ್ತ ಅವಳ ಬೆನ್ನೆಲುಬನ್ನು ಹೆಪ್ಪುಗಟ್ಟಿಸುವಂತೆ ಚಳಿಗಾಳಿ ಬೀಸುತ್ತಿತ್ತು. ಅವಳು ತನ್ನ ದೇಹವನ್ನು ಇನ್ನೂ ಹೆಚ್ಚು ಹೆಚ್ಚು ಮುದುಡಿಸಿಕೊಂಡಳು – ತೆಳ್ಳನೆಯ ಬಿಳಿಚಿದ ಕಾಲುಗಳನ್ನು ಹೆಚ್ಚು ಹೆಚ್ಚು ಮಡಿಸಿಟ್ಟಿಕೊಂಡಳು.

ಅವಳಿಗೆ ಹಸಿವಾಯಿತು – ಕತ್ತಲಲ್ಲಿ ತೀರಾ ಅಸ್ಪಷ್ಟವಾಗಿ ಕಾಣುತ್ತಿದ್ದ ಅಲಮಾರುವಿನತ್ತ ಆಕೆ ನೋಡಿದಳು. ಅವರಿಬ್ಬರ ಊಟವಾದ ಮೇಲೆ ಮಿಕ್ಕಿದ್ದ ಹುರಿದ ಮಾಂಸದ ತುಂಡೊಂದಿತ್ತು. ಆದರೆ ಮಾರನೆಯ ದಿನ ಊಟಕ್ಕೆ ಮುದ್ದುಮರಿ ಬೀಟ್‌ರೂಟ್ ಸಾರು ಮಾಡು ಅಂದಿದ್ದ. ಅದಕ್ಕೆ ಹೋಳು ಮಾಡಿ ಹಾಕಲು ಆ ಮಾಂಸದ ತುಂಡು ಬೇಕು. ಅದನ್ನು ಅವಳು ತಿನ್ನಲಾರಳು. ಖಂಡಿತ ಅದನ್ನು ಮುಟ್ಟಲಾರಳು.

ಜೋಸಿ ದೇಹವೆಲ್ಲವನ್ನೂ ಸಂಪೂರ್ಣವಾಗಿ ಸುತ್ತಿ ಮುದುರಿಸಿ, ತಲೆ ಹೊರಕ್ಕೆ ಜೋತಾಡುವಂತೆ ಕುಳಿತಳು. ಅವಳಿಗೆ ದುಃಖ ಉಮ್ಮಳಿಸಿತು. ಹಿಂದೆಂದೂ ಇಷ್ಟು ಸಂಕಟವಾಗಿರಲಿಲ್ಲ.

ಯಾಕೆ ?

ಅವನು ಪ್ರತಿ ರಾತ್ರಿಯೂ ಹಿಂತಿರುಗುವುದು ಹೀಗೆಯೇ. ಬರುವುದು ತೀರಾ ತಡವಾಗಿ. ಅವಳು ಚಳಿಗಾಲ – ಬೇಸಗೆ ಎನ್ನದೆ ಕಿಟಕಿಯ ಗಾಜಿನ ಹಿಂದೆ ಮುದುರಿ ಕುಳಿತು ಅವನು ಹಿಂತಿರುಗಿ ಬರುವುದನ್ನು ನೋಡುವ ವಿವರಿಸಲಾಗದ ಬಯಕೆಯಿಂದ ಹಾತೊರೆಯುತ್ತಾ ಇರುತ್ತಾಳೆ.

ನಗರದ ಗಡಿಯಾರಗಳು ರಾತ್ರಿ ಎರಡೂವರೆ ಗಂಟೆ ಬಾರಿಸಿದವು.

ಜೋಸಿಯ ಕೆನ್ನೆಯ ಮೇಲಿಂದ ಎರಡು ತೊಟ್ಟು ಭಾರವಾದ ಬಿಸಿ ಕಣ್ಣೀರು ಹರಿಯಿತು. ತನ್ನ ಹೃದಯವೇ ಒಡೆದು, ತೆರೆದ ಗಾಯದಂತಾಗಿದೆ ಎಂದು ಅವಳಿಗೆ ಅನಿಸಿತು. ಆ ಗಾಯ ಬೆಂಕಿಯಂತೆ ನೋಯುತ್ತಿತ್ತು. ಉರಿಯುತ್ತಿತ್ತು... ಅವಳ ಬಾಡಿದ ತುಟಿಗಳು ಪಿಸುಗುಟ್ಟಿದವು :

ಓ ಭಗವಂತಾ... ಮುದ್ದು ಮರಿ
ನನ್ನ ಬಳಿ ಬರುವಂತಾಗಲಿ...!

ಅವಳ ಮುದ್ದು ಮರಿ

O ಬೋಲಿಸ್ಲಾವ್ ಪ್ರೂಶ್

ಮಾನವ ತಂತಿ

ಕೌಂಟೆಸ್ 'ಎಕ್ಸ್' ಇತ್ತೀಚೆಗೆ ಅನಾಥಾಲಯಕ್ಕೆ ಭೇಟಿಯಿತ್ತಿದ್ದಾಗ ಅಲ್ಲಿ ಒಂದು ಅಸಾಧಾರಣ ದೃಶ್ಯವನ್ನು ಕಂಡಳು. ನಾಲ್ಕು ಜನ ಉಡುಗರು ಒಂದು ಹರಿದ ಪುಸ್ತಕಕ್ಕೋಸ್ಕರ ಜಗಳವಾಡುತ್ತ ಒಬ್ಬರನ್ನೊಬ್ಬರು ಬಲವಾದ ಮುಷ್ಟಿಗಳಿಂದ ಸಿಕ್ಕಾಪಟ್ಟೆ ಗುದ್ದಿಕೊಳ್ಳುತ್ತಿದ್ದರು.

ಆಕೆ ಬಹಳ ಕಳವಳದಿಂದ ಕೇಳಿದಳು :

''ಯಾಕ್ರಪ್ಪಾ? ಮಕ್ಕಳೇ, ಮಕ್ಕಳೇ – ಏನು ಇದೆಲ್ಲಾ? ಗುದ್ದಾಡ್ತಿದ್ದೀರಲ್ಲಾ! ಈ ತಪ್ಪಿಗೋಸ್ಕರ, ನಿಮಗೆ ಯಾರಿಗೂ ಸಿಹಿ ಬ್ರೆಡ್ ಕೊಡೋದಿಲ್ಲ – ಅಷ್ಟೇ ಅಲ್ಲ, ಮೂಲೆಯಲ್ಲಿ ಹೋಗಿ ಮಂಡಿಯೂರಿ ಕುಳಿತಿರ್ಬೇಕು.''

''ಅವನು ನನ್ನಿಂದ 'ರಾಬಿನ್‌ಸನ್ ಕ್ರೂಸೋ'* ಪುಸ್ತಕ ಕಿತ್ಕೊಂಡು ಬಿಟ್ಟ.''

– ಒಬ್ಬ ಹುಡುಗ ತನ್ನ ಅಪರಾಧವನ್ನು ಸ್ವಲ್ಪ ಲಘುಗೊಳಿಸುವ ಉದ್ದೇಶದಿಂದ ತೊದಲಿದ.

ಇನ್ನೊಬ್ಬ ಕೂಗಿದ :

''ಅದು ಸುಳ್ಳು ! ಪುಸ್ತಕ ಕಿತ್ಕೊಂಡವನು ಅವನೇ ? ನಾನಲ್ಲ.''

''ಸುಳ್ಳು ಹೇಳ್ಬೇಡ ! ನನ್ನ ಕೈಯಿಂದ 'ರಾಬಿನ್‌ಸನ್ ಕ್ರೂಸೋ'ನ ಕಿತ್ಕೊಂಡವನು ನೀನು !'' ಎಂದು ಮೂರನೆಯ ಒಬ್ಬ ಹುಡುಗ ಕಿರಿಚಿದ.

ಮಕ್ಕಳ ಮೇಲ್ವಿಚಾರಣೆಯ ದಾದಿ ಕೌಂಟೆಸ್‌ಗೆ ವಿವರಣೆ ನೀಡಿದಳು. ಬಹಳ ಜೋಪಾನವಾಗಿ ನೋಡಿಕೊಳ್ಳುತ್ತಿದ್ದರೂ ಪುಸ್ತಕಕ್ಕಾಗಿ ಇಂಥ ಜಗಳಗಳು ಅಲ್ಲಿ ಸಾಮಾನ್ಯವಾಗಿದ್ದವು – ಮಕ್ಕಳಿಗೆ ಪುಸ್ತಕ ಓದುವುದು ಅಂದರೆ ಬಹಳ ಇಷ್ಟ; ಆದರೆ ಅನಾಥಾಲಯದಲ್ಲಿ ಹೆಚ್ಚು ಪುಸ್ತಕಗಳೇ ಇರಲಿಲ್ಲ.

ಒಂದು ವಿಚಿತ್ರವಾದ ಸಂವೇದನೆ ಕೌಂಟೆಸ್‌ಳ ಹೃದಯದಲ್ಲಿ ಮಿಂಚಿ ಬೆಳಗಿತು. ಆದರೆ ಯೋಚಿಸುವುದು ಅವಳಿಗೆ ಆಯಾಸದ

---

* ಡೇನಿಯಲ್ ಡೆಫೋ ವಿರಚಿತ ಆಂಗ್ಲ ಕಾದಂಬರಿ. ಈ ಕಥೆಯಲ್ಲಿ ಪ್ರಸ್ತಾಪಿಸಲ್ಪಟ್ಟಿರುವುದು ಆ ಕಾದಂಬರಿಯ ಪೋಲಿಷ್ ಅನುವಾದ.

ಕೆಲಸವಾಗಿತ್ತು. ಆದುದರಿಂದ ಅದನ್ನು ಮರೆಯಲು ಆಕೆ ಪ್ರಯತ್ನಿಸಿದಳು. ಕೆಲವು ದಿನಗಳಾದ ಮೇಲೆ ಅವಳು ಮುಖ್ಯ ಸಲಹಾಧಿಕಾರಿಯ ಮನೆಗೆ ಭೇಟಿಯಿತ್ತಿದ್ದಳು. ಅಲ್ಲಿಗೆ ಯಾರೇ ಹೋದರೂ ಧಾರ್ಮಿಕ ಪ್ರಶ್ನೆಗಳನ್ನು ಅಥವಾ ಲೋಕೋಪಕಾರಕ್ಕೆ ಸಂಬಂಧಿಸಿದ ವಿಷಯಗಳನ್ನು ಚರ್ಚೆ ಮಾಡಬೇಕಾಗಿತ್ತು. ಆಗ ಅವಳಿಗೆ ಏನೋ ನೆನಪಾಗಿ, ಅನಾಥಾಲಯದ ಮಕ್ಕಳನ್ನು ಕುರಿತು ದೀರ್ಘವಾಗಿ ಪ್ರಸ್ತಾಪಿಸಿದಳು – ಮೇಲ್ವಿಚಾರಕಿ ಹೇಳಿದ್ದ ಮಾತನ್ನೂ ತಿಳಿಸಿದಳು.

ಮುಖ್ಯ ಸಲಹಾಧಿಕಾರಿ ಅವಳು ಹೇಳಿದುದನ್ನು ಗಮನವಿಟ್ಟು ಕೇಳಿದ. ಅವನಿಗೂ ಮನಸ್ಸು ನೊಂದ ಹಾಗಾಗಿ, ಅವನು ವಿಚಾರವಂತನಾದುದರಿಂದ ಅನಾಥಾಲಯಕ್ಕೆ ಕೆಲವು ಪುಸ್ತಕಗಳನ್ನು ಕಳುಹಿಸಿಕೊಡುವುದು ಸೂಕ್ತವೆಂದು ಸಲಹೆ ಮಾಡಿದ. ತನ್ನ ಪುಸ್ತಕದ ಬೀರುವಿನಲ್ಲಿ ಅಥವಾ ಪೆಟ್ಟಿಗೆಯಲ್ಲಿ ತನ್ನ ಮಕ್ಕಳಿಗೋಸ್ಕರ ಅನೇಕ ಒಳ್ಳೆ ಪುಸ್ತಕಗಳನ್ನು ಸಂಗ್ರಹಿಸಿದ್ದ ಸಂಗತಿ ತಿಳಿಸಿದ. ಆದರೆ ಆ ಪುಸ್ತಕಗಳಿಗೋಸ್ಕರ ಇಡೀ ಪೆಟ್ಟಿಗೆಯನ್ನು ತಡಕಾಡುವುದು ದುಸ್ತರ ಎಂದ.

ಅಂದು ಸಂಜೆ ಸಲಹಾಧಿಕಾರಿ, ತನ್ನ ಇಡೀ ಜೀವನವನ್ನೇ ಅಧಿಕಾರ ವರ್ಗದ ಕೆಳಶ್ರೇಣಿಯ ಪಾಮರರಿಗೆ ಸಣ್ಣಪುಟ್ಟ ಸಹಾಯ ಮಾಡಲು ಮುಡುಪಾಗಿಟ್ಟಿದ್ದ ಮಿ. 'ಜೆಡ್' ಎಂಬವನ ಮನೆಗೆ ಹೋಗಿದ್ದ. ಅವನನ್ನು ಸಂತೋಷಪಡಿಸುವ ಉದ್ದೇಶದಿಂದ ಸಲಹಾಧಿಕಾರಿ ಮಿ. 'ಜೆಡ್'ಗೆ ಅನಾಥಾಲಯದ ಬಗ್ಗೆ ತಿಳಿಸಿದ. ಅದರ ಜೊತೆಗೆ ತನ್ನ ಶಿಫಾರಸ್ಸನ್ನೂ ಸೇರಿಸಿ ''ಹೌದು, ಹೌದು... ಅನಾಥ ಮಕ್ಕಳಿಗೆ ಪುಸ್ತಕಗಳನ್ನು ಖಂಡಿತ ಒದಗಿಸಬೇಕು'' ಎಂದ.

ಅದನ್ನು ಕೇಳಿ ಮಿ. 'ಜೆಡ್' – ಉದ್ಗರಿಸಿದ :

''ಅಯ್ಯೋ ಅದೇನು ಮಹಾ ! ನಾಳೆ ನಾನು ಹೇಗೂ 'ಕೂರಿಯರ್' ಪತ್ರಿಕೆಯ ಕಚೇರಿಗೆ ಹೋಗ್ತೇನೆ. ಅನಾಥಾಲಯಕ್ಕೆ ಅಗತ್ಯವಾಗಿ ಪುಸ್ತಕಗಳು ಬೇಕಾಗಿವೆ. ಅಂತ ಪತ್ರಿಕೆಯಲ್ಲಿ ಪ್ರಕಟಿಸಿಬಿಡ್ತೇನೆ.''

ಮಾರನೆಯ ದಿನ ಮಿ. 'ಜೆಡ್' ಬಹಳ ಉತ್ಸಾಹದಿಂದ 'ಕೂರಿಯರ್' ಸಂಪಾದಕರ ಕೋಣೆಗೆ ಹೋಗಿ ಎಲ್ಲಾ ಸಂತರ ಮೇಲೆ ಆಣೆ ಇಟ್ಟು ಅಂಗಲಾಚಿ ಅನಾಥಾಲಯಕ್ಕೆ ಪುಸ್ತಕಗಳು ಬೇಕಾಗಿರುವ ಮನವಿಯೊಂದನ್ನು ಪ್ರಕಟಿಸುವ ಹಾಗೆ ಮಾಡಿದ.

ಅವನು ಒಳ್ಳೆಯ ಸಮಯದಲ್ಲೇ ಪತ್ರಿಕಾ ಕಚೇರಿಗೆ ಬಂದಿದ್ದ – ಪತ್ರಿಕೆಗೆ ಕೆಲವು ಕೋಲಾಹಲಕರ ಸುದ್ದಿಗಳು ಬೇಕಾಗಿದ್ದವು. ಪತ್ರಿಕೆಯ ವರದಿಗಾರ ತಕ್ಷಣವೇ ಕುಳಿತು ಒಂದು ಲೇಖನ ಬರೆದ. ಅದಕ್ಕೆ ದಪ್ಪ ಅಕ್ಷರಗಳಲ್ಲಿ ಈ ತಲೆಬರಹವನ್ನು ನೀಡಿದ : 'ಸಾರ್ವಜನಿಕ ಪಾಲನೆಗೆ ಒಳಗಾಗಿರುವ ಕೆಲವು ಮಕ್ಕಳು ಪುಸ್ತಕಗಳಿಗಾಗಿ ಪರಿತಪಿಸುತ್ತಿವೆ – ಪುಟಾಣಿ ಕಂದಮ್ಮಗಳು ಜ್ಞಾನದಾಹದಿಂದ ಸಂಕಟಪಡುತ್ತಿವೆ – ಅವುಗಳ ಕರುಣಾಕ್ರಂದನಕ್ಕೆ ಓಗೊಡಿ !'

ಅನಂತರ ಸಂತೃಪ್ತಿಯಿಂದ ಸಿಳ್ಳುಹಾಕುತ್ತಾ ಅವನು ಊಟಕ್ಕೆ ಹೊರಟ. ಕೆಲವು ದಿನಗಳಾದ ಮೇಲೆ ಒಂದು ಭಾನುವಾರ ನಾನು ನನ್ನ ಸ್ನೇಹಿತ ಭೌತವಿಜ್ಞಾನದ ಪ್ರಾಧ್ಯಾಪಕನ ಜತೆ, ಪತ್ರಿಕಾ ಸಂಪಾದಕರನ್ನು ನೋಡಲು ಹೋಗಿದ್ದೆ. ಬೀಗ ಜಡಿದ ಪತ್ರಿಕಾಲಯದ ಬಾಗಿಲ ಮುಂದೆ ಕೊಳಕಲು ಬಟ್ಟೆಯ ಒಬ್ಬ ವ್ಯಕ್ತಿ ನಿಂತಿದ್ದ. ಅವನ ಕೈಗಳು ಅಡಿಗೆಮನೆ ಹೊಗೆಗೂಡು ಗುಡಿಸುವವನ ಕೈಗಳಂತೆ ಮಾಸಿ ಕಪ್ಪಾಗಿದ್ದವು. ಅವನ ಜತೆಯಲ್ಲಿ ಹರಕು ಬಟ್ಟೆಯ, ಕೃಶ ಶರೀರದ, ಬಿಳಿಚಿಕೊಂಡಿದ್ದ ಮುಖದ ಒಬ್ಬಳು ಹುಡುಗಿ ಇದ್ದಳು. ಅವಳ ಕೈಯಲ್ಲಿ ಕೆಲವು ಹಳೆಯ ಪುಸ್ತಕಗಳಿದ್ದವು.

''ಏನಾಗಬೇಕು, ನಿಮಗೆ ?''

ಮಸಿ ಹಿಡಿದ ಬಟ್ಟೆಯ ವ್ಯಕ್ತಿ ಕೈ ಎತ್ತಿ ನಮಸ್ಕರಿಸಿ ಅಂಜುತ್ತಾ ನುಡಿದ :

''ಸರ್... ನಾವು ಒಂದಿಷ್ಟು ಪುಸ್ತಕಗಳನ್ನು ತಂದಿದ್ದೇವೆ... ನೀನು 'ಪರಿತಪಿಸುವ ಪುಟಾಣಿ ಕಂದಮ್ಮಗಳಿಗೆ ಬೇಕು' ಅಂತ ತಿಳಿಸಿದ್ದೀರಲ್ಲಾ... ಅದಕ್ಕೆ...''

ಮುಖ ಬಿಳಿಚಿದ ತೆಳ್ಳನೆಯ ಸಣ್ಣ ಹುಡುಗಿಯೂ ನಮಸ್ಕಾರ ಮಾಡಿದಳು. ರಕ್ತಹೀನವಾದ ಅವಳ ಮುಖದಲ್ಲೂ ನಸುಗೆಂಪು ಮಿಂಚಿತು. ನಾನು ಆ ಪುಸ್ತಕಗಳನ್ನು ಅವಳ ಕೈಯಿಂದ ತೆಗೆದುಕೊಂಡು ಕಚೇರಿ ಹುಡುಗನಿಗೆ ಒಪ್ಪಿಸಿದೆ.

''ರೀ, ನಿಮ್ಮ ಹೆಸರೇನು ?'' ಎಂದು ನಾನು ಕೇಳಿದೆ.

''ಯಾಕೆ ? ನನ್ನ ಹೆಸರು ಯಾಕೆ ಸರ್''

ಮುಜುಗರದಿಂದ ಆತ ಉತ್ತರ ಕೊಟ್ಟ.

''ಯಾಕೆಂದರೆ ಪುಸ್ತಕಗಳನ್ನು ದಾನ ಮಾಡಿದವರ ಹೆಸರನ್ನು ಪತ್ರಿಕೆಯಲ್ಲಿ ಪ್ರಕಟಿಸ್ಬೇಕು. ಅದಕ್ಕೋಸ್ಕರ''

''ಅದೇನು ಅಗತ್ಯವಿಲ್ಲ ಸರ್. ದಯವಿಟ್ಟು ಬೇಡ. ನಾನೊಬ್ಬ ಬಡವ, ಸರ್... ಹ್ಯಾಟ್ ಕಾರ್ಖಾನೆಯಲ್ಲಿ ಕೆಲಸ ಮಾಡ್ತೇನೆ... ಪ್ರಕಟಣೆ – ಗಿಕಟಣೆ ಏನೂ ಬೇಡ, ಸಾರ್.''

ಇಷ್ಟು ಹೇಳಿ ಬಡಕಲು ದೇಹದ ವ್ಯಕ್ತಿ ತನ್ನ ಪುಟ್ಟ ಮಗಳೊಂದಿಗೆ ಹೊರಟುಹೋದ.

ಭೌತವಿಜ್ಞಾನದ ಪ್ರಾಧ್ಯಾಪಕರು ನನ್ನ ಬಳಿ ಇದ್ದುದರಿಂದಲೋ ಏನೋ, ನನಗೆ ಒಂದು ಹೊಸ ಕ್ರಮದಲ್ಲಿ ತಂತಿ ಸುದ್ದಿ ಕಳುಹಿಸುವ ಯೋಚನೆ ಬಂತು. ಮುಖ್ಯ ತಂತಿ ಕಚೇರಿ ಅನಾಥಾಲಯ – ಹ್ಯಾಟ್ ಫ್ಯಾಕ್ಟರಿಯ ಆ ಬಡ ಕೆಲಸಗಾರ ಸ್ವೀಕಾರ ಕೇಂದ್ರ. ಮುಖ್ಯ ಕೇಂದ್ರವು 'ಅಟೆನ್ಷನ್' ಎಂದು ಸಂಜ್ಞೆ ಕೊಟ್ಟಾಗ ಸ್ವೀಕಾರ ಕೇಂದ್ರ ತಕ್ಷಣವೇ ಪಡಿಮಿಡಿದು ಪ್ರತಿಕ್ರಿಯೆ ವ್ಯಕ್ತಪಡಿಸುತ್ತದೆ. ಒಂದು 'ಬೇಕು' ಅಂದಾಗ ಇನ್ನೊಂದು 'ಇಕೋ ತೆಗೆದುಕೋ' ಅನ್ನುತ್ತದೆ.

ಉಳಿದ ನಾವೆಲ್ಲರೂ ತಂತಿ ಕಂಬಗಳು. ❍

○ ಜೋಫಿಯಾ ನಲ್ಕೋವ್‌ಶ್ಕಾ

ರೈಲುರಸ್ತೆಯ ಬದಿಯಲ್ಲಿ

ಸತ್ತವರ ಸಾಲಿಗೆ ಇನ್ನೊಬ್ಬಳು ಸೇರಿದಳು – ಅವಳು ರೈಲು ರಸ್ತೆಯ ಹತ್ತಿರ, ತಪ್ಪಿಸಿಕೊಳ್ಳಲು ಯತ್ನಿಸಿ ವಿಫಲಳಾಗಿ ಸತ್ತಿದ್ದಳು. ಅವಳ ಗತಿ ಏನಾಯಿತೆಂಬುದನ್ನು ಕಂಡು, ಅದರ ಕುರಿತು ಅರ್ಥ ಮಾಡಿಕೊಳ್ಳಲಾರದ ಒಬ್ಬ ವ್ಯಕ್ತಿಯ ವರದಿಯಿಂದ ನಮಗೆ ಅವಳ ಕಥೆ ತಿಳಿಯಿತು. ಅವನ ನೆನಪಿನಲ್ಲಿ ಮಾತ್ರ ಅವಳಿನ್ನೂ ಜೀವಂತವಾಗಿ ಉಳಿದಿದ್ದಾಳೆ.

ಸರಕು ಸಾಗಾಣೆ ರೈಲುಗಾಡಿಗಳಲ್ಲಿ ತುಂಬಿಸಿ ಬೀಗ ಮುದ್ರೆ ಹಾಕಿ, ಉದ್ದವಾದ ರೈಲುಗಳಲ್ಲಿ ಅವರನ್ನು ನರಬಲಿಯ ಕೇಂದ್ರಗಳಿಗೆ ಸಾಗಿಸುವಾಗ ಆ ನತದೃಷ್ಟರು ಕೆಲವೊಮ್ಮೆ ದಾರಿಯಲ್ಲಿ ತಪ್ಪಿಸಿ ಕೊಳ್ಳುತ್ತಿದ್ದುದುಂಟು. ಬಹಳಷ್ಟು ಮಂದಿಗೆ ಆ ರೀತಿ ತಪ್ಪಿಸಿಕೊಳ್ಳುವ ಧೈರ್ಯವಿರಲಿಲ್ಲ. ನಿಶ್ಚಿತವಾದ ಸಾವಿನತ್ತ ಏನೊಂದೂ ಪ್ರತಿಭಟನೆ, ರೊಚ್ಚುಗಳಿಲ್ಲದೆ ಆಸೆ - ಭರವಸೆಗಳಿಲ್ಲದೆ ಸಾಗಿ ಹೋಗುವುದಕ್ಕಿಂತ ಮಿಗಿಲಾದ ಕೆಚ್ಚು ಬೇಕು, ಹಾಗೆ ತಪ್ಪಿಸಿಕೊಳ್ಳುವುದಕ್ಕೆ.

ಒಮ್ಮೊಮ್ಮೆ ಇಂಥ ಪ್ರಯತ್ನ ಯಶಸ್ವಿಯಾಗಿದ್ದುಂಟು. ವೇಗದಿಂದ ಓಡುವ ಗೂಡ್ಸ್‌ಗಾಡಿಗಳ ಕಿವಿಗಡಚಿಕ್ಕುವ ಶಬ್ದದ ನಡುವೆ ಗಾಡಿಗಳೊಳಗೆ ಏನಾಗುತ್ತಿದೆಯೆಂದು ಹೊರಗಿನವರು ಯಾರಿಗೂ ತಿಳಿಯುವುದಿಲ್ಲ. ತಪ್ಪಿಸಿಕೊಳ್ಳುವ ಮಾರ್ಗ – ರೈಲು ಬಂಡಿಯೊಳಗಿನ ತಳದ ಹಲಗೆಗಳನ್ನು ಮೇಲೆತ್ತಿ ಕೆಳಕ್ಕಿಳಿಯುವುದು. ಆದರೆ ಅಷ್ಟೊಂದು ಕಿಕ್ಕಿರಿದು ತುಂಬಿದ, ಹಸಿದ, ದುರ್ವಾಸನೆಯ ಜನಸಂದಣಿಯ ನಡುವೆ ಅದು ಬಹಳ ಕಷ್ಟ ಸಾಧ್ಯವಾಗಿತ್ತು. ಆ ಗುಂಪಿನಲ್ಲಿ ಅತ್ತಿತ್ತ ಚಲಿಸುವುದೇ ಕಠಿಣ ಕೆಲಸವಾಗಿತ್ತು. ಓಡುವ ರೈಲಿನ ಕುಲುಕಾಟದಿಂದಾಗಿ, ಒತ್ತಿ ತುಂಬಿಸಲ್ಪಟ್ಟಿದ್ದ ಆ ಮಾನವ ಸಮೂಹ ಉಸಿರು ಕಟ್ಟುವ ದುರ್ವಾಸನೆ ಮತ್ತು ಕತ್ತಲೆಗಳ ನಡುವೆ ಅತ್ತಿತ್ತ ತೂರಾಡುತ್ತಿತ್ತು. ಆದರೂ ತಪ್ಪಿಸಿಕೊಂಡು ಹೋಗಬೇಕೆಂಬ ಧೈರ್ಯ, ಶಕ್ತಿಗಳಾಗಲೀ ಅಂಥ ಕನಸು ಕಾಣುವ ಪ್ರವೃತ್ತಿಯಾಗಲೀ ಇಲ್ಲದವರು ಕೂಡ ಉಳಿದವರಿಗೆ ಸಹಾಯ ನೀಡಬೇಕೆಂಬುದನ್ನು ಅರಿತಿದ್ದರು. ಒಬ್ಬರ ಮೇಲೊಬ್ಬರು ಒತ್ತಿ ಬಗ್ಗಿ, ಮಲ ಮೂತ್ರ ಗಳಿಂದ ಮಲಿನವಾಗಿದ್ದ ತಮ್ಮ ಕಾಲುಗಳನ್ನು ಬದಿಗೆ ಸರಿಸಿ ತಪ್ಪಿಸಿ ಕೊಂಡು ಓಡಲು ಬಯಸುವವರಿಗೆ ಅವರು ದಾರಿ ಬಿಡುತ್ತಿದ್ದರು.

ಒಂದು ಹಲಗೆಯ ತುದಿಯನ್ನು ಮೇಲಕ್ಕೆ ಎಬ್ಬಿಸಿ ಸಡಿಲಿಸಿದಾಗ ಆಸೆಮೂಡುತ್ತಿತ್ತು. ಅದನ್ನು ಸ್ಥಳದಿಂದ ಕಿತ್ತು ತೆಗೆಯಲು ಹಲವರು ಹಲವಾರು ಗಂಟೆಗಳ ಕಾಲ ಹೆಣಗಬೇಕಾಗುತ್ತಿತ್ತು. ಆಮೇಲೆ ಎರಡನೆಯ ಮತ್ತು ಮುರನೆಯ ಹಲಗೆಗಳನ್ನೂ ಬಿಡಿಸಿ ತೆಗೆಯಬೇಕಾಗಿತ್ತು.

ರೈಲು ಗಾಡಿಯ ತಳದೊಳಗಿನ ಆ ಸಣ್ಣ ಸಂದಿಯ ಹತ್ತಿರ ನಿಂತಿದ್ದವರು ಅದರೊಳಕ್ಕೆ ಬಗ್ಗಿ ಭಯದಿಂದ ಹಿಮ್ಮೆಟ್ಟುತ್ತಿದ್ದರು. ಆ ಚಿಕ್ಕ ಸಂದಿಯ ಮೂಲಕ ತೆವಳಿ ಹೊರಗೆ ತೂರಲು ಬಹಳ ಧೈರ್ಯ ಬೇಕಾಗಿತ್ತು. ಅದಕ್ಕೋಸ್ಕರ, ತಲೆ ಮೊದಲೋ ಕಾಲು ಮೊದಲೋ ಎಂದು ಮುಂಚೆ ಪ್ರಯೋಗ ಮಾಡಿ ನೋಡಬೇಕಾಗಿತ್ತು. ಅನಂತರ ಬಡಬಡಿಸಿ ಭೋರಿಡುತ್ತಿದ್ದ ಬಂಡಿಯ ಕೆಳಗೆ ರಭಸದಿಂದ ನುಗ್ಗುತ್ತಿದ್ದ ಗಾಳಿಗೆ ಮೈಯೊಡ್ಡಿ, ಮಿಂಚಿನಂತೆ ಗೋಚರಿಸಿ ಮಾಯವಾಗುತ್ತಿದ್ದ ರೈಲ್ವೆ ಸ್ಲೀಪರುಗಳ ಮೇಲಿಂದ ಹಾದು ಗಾಲಿಯ ಅಚ್ಚನ್ನು ತಲುಪಬೇಕಾಗಿತ್ತು. ಬಳಿಕ ಅದನ್ನು ಬಲವಾಗಿ ಹಿಡಿದುಕೊಂಡು, ಸುರಕ್ಷಿತವಾಗಿ ಕೆಳಕ್ಕೆ ನೆಗೆಯಲು ಅನುಕೂಲವಾದ ಒಂದು ಸ್ಥಳಕ್ಕೆ ಅಲ್ಲಿಂದ ಮೆಲ್ಲಗೆ ಸರಿಯಬೇಕಾಗಿತ್ತು. ನೆಗೆಯಲು ಬೇರೆ ಬೇರೆ ಮಾರ್ಗಗಳಿದ್ದವು. ಕಂಬಿಗಳ ಅಥವಾ ಚಕ್ರಗಳ ನಡುವೆ ರೈಲು ರಸ್ತೆಯ ತಳಕ್ಕೆ ಜಿಗಿಯಬಹುದಿತ್ತು. ಆಮೇಲೆ ಜ್ಞಾನ ಬಂದ ಬಳಿಕ ಅವರು ರೈಲು ರಸ್ತೆಯ ಏರಿಯಿಂದ ಕೆಳಕ್ಕೆ ಉರುಳುತ್ತಾ ಹೋಗಿ ಕಾರ್ಗತ್ತಲ ಕಾಡಿನೊಳಕ್ಕೆ ಪರಾರಿಯಾಗುತ್ತಿದ್ದರು.

ಕೆಲವೊಮ್ಮೆ ಈ ಜನ ಚಕ್ರಗಳಡಿಗೆ ಬಿದ್ದು ಸ್ಥಳದಲ್ಲೇ ಸಾಯುತ್ತಿದ್ದರು. ಇನ್ನೂ ಕೆಲವರು, ಹಾರುವಾಗ ಚಾಚಿದ ತೊಲೆ ಅಥವಾ ಮೊಳೆಯ ತುದಿಗೆ ಬಡಿದೋ, ಇಲ್ಲವೋ ಯಾವುದಾದರೊಂದು ಕೈಮರಕ್ಕೆ ಅಥವಾ ಬಂಡೆಗೆ ಅಪ್ಪಳಿಸಿಯೋ ಪ್ರಾಣ ನೀಗುತ್ತಿದ್ದರು. ಕೆಲವರು ಬರಿ ಕೈಕಾಲು ಮುರಿದುಕೊಂಡು ಶತ್ರುವಿನ ಸಕಲ ವಿಧವಾದ ಕ್ರೌರ್ಯಗಳನ್ನೂ ಎದುರಿಸಬೇಕಾಗುತ್ತಿತ್ತು.

ಯಾರು ಧೈರ್ಯಮಾಡಿ, ರಭಸದಿಂದ ಗಾಳಿ ನುಗ್ಗುವ ಸಂದಿನೊಳಕ್ಕೆ ಇಳಿಯುತ್ತಿದ್ದರೋ ಅಂಥವರಿಗೆ ಮಾತ್ರ ಗೊತ್ತಿತ್ತು ತಮಗೆ ಏನು ಗತಿ ಕಾದಿದೆ ಎಂದು. ಹಿಂದೆ ಉಳಿದವರಿಗೂ ಗೊತ್ತಿತ್ತು – ಆದರೆ ಅವರು ಮುಚ್ಚಿದ್ದ ಬಾಗಿಲುಗಳಾಚೆ, ಎತ್ತರದ ಸಣ್ಣ ಕಿಟಕಿಗಳಿಂದಾಚೆ ನೋಡುವಂತಿರಲಿಲ್ಲ.

ರೈಲು ಹಾದಿಯ ಪಕ್ಕದಲ್ಲಿ ಬಿದ್ದಿದ್ದ ಹೆಂಗಸು ಈ ತೆರನಾದ ಸಾಹಸಿಗಳ ಗುಂಪಿಗೆ ಸೇರಿದ್ದವಳು. ರೈಲಿನ ಕೆಳಭಾಗಕ್ಕೆ ಇಳಿದವರಲ್ಲಿ ಅವಳು ಮೂರನೆಯವಳು. ಅನೇಕರು ಅವಳ ಹಿಂದೆಯೇ ಇಳಿದಿದ್ದರು. ಅದೇ ಕ್ಷಣದಲ್ಲಿ ಪ್ರಯಾಣಿಕರ ತಲೆಯ ಮೇಲಿಂದ ಗಾಡಿಯ ಮೇಲ್ಭಾಗದಲ್ಲಿ ಏನೋ ಆಸ್ಫೋಟಿಸುವ ರೀತಿಯಲ್ಲಿ ಗುಂಡಿನ ಸುರಿಮಳೆ ಕೇಳಿಬಂತು. ಮರುಕ್ಷಣದಲ್ಲೇ ಗುಂಡಿನೇಟುಗಳು ನಿಂತು ಹೋದವು. ರೈಲಿನ ಒಳಗಿದ್ದ ಜನರು ಗೋರಿಯ ಮುಚ್ಚಳ ತೆಗೆದಂತಿದ್ದ ಹಲಗೆಗಳ ನಡುವಣ ಕತ್ತಲ ಗವಿಯನ್ನು ನೋಡುತ್ತಾ, ಪ್ರಯಾಣದ ಕೊನೆಯಲ್ಲಿ ತಮಗಾಗಿ ಕಾದಿದ್ದ ಮೃತ್ಯುವಿನತ್ತ ತಮ್ಮ ಪಯಣ ಮುಂದುವರಿಸಿದರು. ಹೊಗೆ ಮತ್ತು ಶಬ್ದಗಳ ನಡುವೆ ರೈಲು ಕತ್ತಲಲ್ಲಿ ಕರಗಿ ಎಷ್ಟೋ ಹೊತ್ತಾಗಿತ್ತು; ಪ್ರಪಂಚ ಎಲ್ಲಿತ್ತೋ ಅಲ್ಲೇ ನಿಂತಿತ್ತು.

ಈ ಘಟನೆ ತನಗೆ ಅರ್ಥವಾಗಿರದಿದ್ದರೂ ಅದನ್ನು ಮರೆಯಲು ಸಾಧ್ಯವಾಗಿರದಿದ್ದ ವ್ಯಕ್ತಿ ಮುಂದುವರಿದ.

ಬೆಳಕು ಹರಿದಾಗ, ಮಂಡಿಯಲ್ಲಿ ಗಾಯವಾದ ಒಬ್ಬಳು ಹೆಂಗಸು ರೈಲು ಮಾರ್ಗದ ಬದಿಯ ಇಳಿಜಾರಿನ ಹಸಿ ಹುಲ್ಲಿನ ಮೇಲೆ ಕುಳಿತಿದ್ದಳು. ರೈಲಿನಿಂದ ಜಿಗಿದವರಲ್ಲಿ ಕೆಲವರು ಹೇಗೋ ತಪ್ಪಿಸಿಕೊಂಡು ಹೋಗಿದ್ದರು – ರೈಲು ಮಾರ್ಗದಿಂದ ತುಸು ದೂರದಲ್ಲಿ ಕಾಡಿನ ಬಳಿ ಒಬ್ಬ ನಿಶ್ಚೇಷ್ಟಿತನಾಗಿ ಬಿದ್ದಿದ್ದ. ಪರಾರಿಯಾಗುತ್ತಿದ್ದವರಲ್ಲಿ ಒಟ್ಟು ಇಬ್ಬರು ಸತ್ತಿದ್ದರು. ಅವಳೊಬ್ಬಳು ಮಾತ್ರ ಬದುಕು-ಸಾವುಗಳ ನಡುವೆ ತೂಗಾಡುತ್ತಿದ್ದಳು.

ಆ ವ್ಯಕ್ತಿ ಅವಳನ್ನು ಕಂಡಾಗ ಅವಳು ಏಕಾಕಿಯಾಗಿದ್ದಳು. ಹತ್ತಿರದ ಹಳ್ಳಿಯಿಂದ ಮತ್ತು ಒಂದು ಇಟ್ಟಿಗೆ ಕುಲುಮೆಯಿಂದ ಜನರು ನಿಧಾನವಾಗಿ ಈ ಏಕಾಂತ ಪ್ರದೇಶದೊಳಕ್ಕೆ ಬರಲು ಪ್ರಾರಂಭಿಸಿದರು. ಭಯಪೂರಿತರಾಗಿ ಅವರು ದೂರದಲ್ಲೇ ನಿಂತು ನೋಡುತ್ತಿದ್ದರು; ಕೆಲವು ಕೆಲಸ ಗಾರರು, ಹೆಂಗಸರು ಮತ್ತು ಒಬ್ಬ ಹುಡುಗ. ಅವರು ಸಣ್ಣ ಗುಂಪುಗಳಾಗಿ ಬಂದು, ಕಸಿವಿಸಿಯಿಂದ ಸುತ್ತಲೂ ನೋಡುತ್ತಾ, ಬೇಗನೆ ಅಲ್ಲಿಂದ ಹೋಗಿಬಿಟ್ಟರು. ಇನ್ನೂ ಕೆಲವರು ಸಹ ಹಾಗೆಯೆ ಬಂದು ಚದರಿದರು. ಅಲ್ಲಿಂದ ಹೋಗುವಾಗ ಅವರು ತಮ್ಮ ತಮ್ಮಲ್ಲೇ ಮೆಲುದನಿಯಲ್ಲಿ ಮಾತನಾಡಿ ಕೊಳ್ಳುತ್ತಾ ನಿಟ್ಟುಸಿರು ಬಿಡುತ್ತಾ, ಒಬ್ಬರನ್ನೊಬ್ಬರು ಸಲಹೆ ಕೇಳುತ್ತಿದ್ದಂತೆ ತೋರುತ್ತಿತ್ತು.

ಅವಳ ಪರಿಸ್ಥಿತಿಯ ಬಗ್ಗೆ ಯಾವ ಅನುಮಾನವೂ ಇರಲಿಲ್ಲ. ಅವಳ ಕಾಡಿಗೆ ಕಪ್ಪು ಗುಂಗುರು ಕೂದಲು ಕೆದರಿ ಹೋಗಿ, ಜೋತುಬಿದ್ದ ಕಣ್ಣ ರೆಪ್ಪೆಗಳೊಳಗಿನ ಕಣ್ಣಾಲಿಗಳು ಮಂಪರಿನಲ್ಲಿ ತೇಲುತ್ತಿದ್ದವು. ಯಾರೂ ಅವಳನ್ನು ಮಾತನಾಡಿಸಲಿಲ್ಲ. ಕಟ್ಟಕಡೆಗೆ ಅವಳು, ಕಾಡಿನ ಬಳಿ ಬಿದ್ದಿದ್ದವರು ಬದುಕಿದ್ದಾರೆಯೇ ಎಂದು ಕ್ಷೀಣವಾಗಿ ಕೇಳಿದಳು. ಅವರು ಸತ್ತುಹೋಗಿರುವರೆಂದು ಅವಳಿಗೆ ತಿಳಿಸಲಾಯಿತು.

ಹಗಲಿನ ಬೆಳಕು ಪ್ರಕಾಶಮಾನವಾಗಿತ್ತು—ಸುತ್ತಲೂ ಬಯಲಾಗಿದ್ದ ಆ ಸ್ಥಳ ಎಲ್ಲ ದಿಕ್ಕುಗಳಿಂದಲೂ ನಿಚ್ಚಳವಾಗಿ ಕಾಣಿಸುತ್ತಿತ್ತು. ಈ ಆಕಸ್ಮಿಕ ಘಟನೆಯ ಸುದ್ದಿ ಒಬ್ಬರಿಂದ ಒಬ್ಬರಿಗೆ ಹರಡಿತು. ದಿನಕ್ಕೂ ಜನರ ಭೀತಿ ಹೆಚ್ಚುತ್ತಿದ್ದ ಕಾಲ ಅದು – ಇಂಥ ಯಾರಿಗಾದರೂ ಸಹಾಯ, ಆಶ್ರಯ ನೀಡುವುದೆಂದರೆ ಖಂಡಿತವಾಗಿ ಮೃತ್ಯುವನ್ನು ಕೈ ಬೀಸಿ ಕರೆದಂತೆಯೇ ಸರಿ. ಒಬ್ಬ ಯುವಕ ಉಳಿದೆಲ್ಲರಿಗಿಂತ ಹೆಚ್ಚು ಹೊತ್ತು ಅವಳನ್ನು ದಿಟ್ಟಿಸಿ ನೋಡುತ್ತಿದ್ದ. ಆತ ಒಮ್ಮೆ ಕೆಲವು ಹೆಜ್ಜೆಗಳಷ್ಟು ದೂರ ಹೊರಟು ಹೋಗಿ ಪುನಃ ಹಿಂತಿರುಗಿ ಬಂದಿದ್ದ. ಹತ್ತಿರದ ಯಾವುದಾದರೊಂದು ಔಷಧಿ ಅಂಗಡಿಯಿಂದ ತನಗೊಂದಿಷ್ಟು ನಿದ್ದೆ ಬರಿಸುವ ಮಾತ್ರೆಗಳನ್ನು ತಂದುಕೊಡುವಂತೆ ಆಕೆ ಅವನೊಂದಿಗೆ ಕೇಳಿದಳು. ಅದಕ್ಕೋಸ್ಕರ ಅವನಿಗೆ ತಾನು ಹಣ ಕೊಡಲು ಸಿದ್ಧಳೆಂದೂ ತಿಳಿಸಿದಳು. ಆದರೆ ಆತ ಒಪ್ಪಲಿಲ್ಲ.

ಕ್ಷಣಕಾಲ ಅವಳು ಕಣ್ಣು ಮುಚ್ಚಿ ನಿಶ್ಚಲವಾಗಿ ಬಿದ್ದಿದ್ದಳು. ಆಮೇಲೆ ಎದ್ದು ಕುಳಿತು, ಕಾಲನ್ನು ಅಲುಗಿಸಿದಳು. ಎರಡು ಕೈಗಳಿಂದಲೂ ಕಾಲನ್ನು ಹಿಡಿದುಕೊಂಡು, ಮಂಡಿಯ ಮೇಲಿದ್ದ ಲಂಗದ ಭಾಗವನ್ನು ಮೇಲಕ್ಕೆತ್ತಿದಳು. ಅವಳ ಕೈಗಳು ರಕ್ತಸಿಕ್ತವಾದವು. ಅವಳನ್ನು ಅಲ್ಲಿಯೇ ನೆಲಕ್ಕೆ ಜಡಿದು ಬಿಗಿ ಹಿಡಿಯುತ್ತಿದ್ದ ಒಂದು ಮೊಳೆಯಂತೆ ಅವಳ ಮಂಡಿಯ ಮೇಲೆ ಮೃತ್ಯು ಕುಳಿತಿತ್ತು. ಬಹಳ ಹೊತ್ತು ನಿಶ್ಶಬ್ದವಾಗಿ ಅವಳು ಹಿಂದಕ್ಕೆ ಚಾಚಿ ಮಲಗಿದ್ದಳು. ಅವಳ ಕಪ್ಪು ಕಣ್ಣುಗಳು ಭದ್ರವಾಗಿ ಮುಚ್ಚಿ ಕೊಂಡಿದ್ದವು. ಬಹಳ ಹೊತ್ತಿನ ಮೇಲೆ ಅವಳು ಕಣ್ಣು ತೆರೆದಾಗ ಅವಳ ಸುತ್ತ ಹೊಸ ಮುಖಗಳು ಕಾಣಿಸಿದವು. ಆ ಯುವಕ ಇನ್ನೂ ಅಲ್ಲೇ ನಿಂತಿದ್ದ. ವಿಸ್ಕಿ ಮತ್ತು ಸಿಗರೇಟುಗಳನ್ನು ತಂದುಕೊಡುವಂತೆ ಆಕೆ ಅವನನ್ನು ಈಗ ಕೇಳಿದಳು. ಈ ಸಲ ಅವಳ ಕೋರಿಕೆಯನ್ನು ಅವನು ಪೂರೈಸಿದ. ಒಬ್ಬೊಬ್ಬರಾಗಿ ಜನ ಸೇರುತ್ತಿದ್ದಂತೆ ಇಳಿಜಾರಿನ ಮೇಲಿನ ಗುಂಪು ಗಮನಾರ್ಹವಾಗಿ ಹೆಚ್ಚಿತು. ಆ ಹೆಂಗಸು ಮಾನವ ಜೀವಿಗಳ ನಡುವೆ ಬಿದ್ದಿದ್ದರೂ ಅವರಿಂದ ಯಾವ ಸಹಾಯವನ್ನೂ ನಿರೀಕ್ಷಿಸಲಿಲ್ಲ. ಬೇಟೆಗಾರರು ಸಂಪೂರ್ಣವಾಗಿ ಕೊಂದು ಮುಗಿಸದೆ ಬಿಟ್ಟುಹೋದ, ಏಟು ತಿಂದ ಮೃಗದಂತೆ ಅವಳು ಬಿದ್ದಿದ್ದಳು. ವಿಸ್ಕಿ ಮತ್ತು ನೋವುಗಳಿಂದಾಗಿ ಅವಳಿಗೆ ಮಂಕು ಹಿಡಿದಂತಾಗಿತ್ತು. ಯಾವುದೋ ಅದಮ್ಯ ಶಕ್ತಿ ಅವಳ ಸುತ್ತ ಭೀತಿಯ ವರ್ತುಲ ರಚಿಸಿ ಅವರೆಲ್ಲರಿಂದಲೂ ಅವಳನ್ನು ಪ್ರತ್ಯೇಕಿಸಿಟ್ಟ ಹಾಗೆ ತೋರುತ್ತಿತ್ತು.

ಇನ್ನೂ ಸ್ವಲ್ಪ ಹೊತ್ತು ಕಳೆಯಿತು. ಮೊದಲೇ ಅಲ್ಲಿಂದ ಹೊರಟು ಹೋಗಿದ್ದ, ಹಳ್ಳಿಯ

ಮುದುಕಿಯೊಬ್ಬಳು ಏದುಸಿರುಬಿಡುತ್ತ ಅಲ್ಲಿಗೆ ಬಂದಳು. ಗಾಯಗೊಂಡ ಹೆಂಗಸಿನ ಹತ್ತಿರ ಬಂದು, ತನ್ನ ಕರವಸ್ತ್ರದಲ್ಲಿ ಮುಚ್ಚಿದ ಒಂದು ಬಟ್ಟಲು ಹಾಲು ಮತ್ತು ಸ್ವಲ್ಪ ಬ್ರೆಡ್ಡನ್ನು ಆಕೆ ಈಚೆಗೆ ತೆಗೆದಳು. ಆ ಹೆಂಗಸಿನ ಮೇಲೆ ಬಗ್ಗಿ ಅವುಗಳನ್ನು ಅವಸರದಿಂದ ಅವಳ ಕೈಗೆ ಕೊಟ್ಟು ಸರ್ರನೆ ಹೊರಟು ಹೋದಳು. ಬಹಳ ದೂರ ಹೋದ ಮೇಲೆ ಅವಳು, ಆ ಹೆಂಗಸು ಹಾಲು ಕುಡಿಯುತ್ತಿದ್ದಾಳೋ ಇಲ್ಲವೋ ಎಂದು ಹಿಂದೆ ತಿರುಗಿ ನೋಡಿದಳು. ಅಷ್ಟರಲ್ಲಿ ಅಲ್ಲಿನ ಚಿಕ್ಕ ಪಟ್ಟಣದಿಂದ ಇಬ್ಬರು ಪೊಲೀಸಿನವರು ಬರುತ್ತಿರುವುದನ್ನು ನೋಡಿ ಅವಳು ಕರವಸ್ತ್ರದಿಂದ ಮುಖ ಮುಚ್ಚಿಕೊಂಡು ಕಣ್ಮರೆಯಾದಳು. ಉಳಿದವರೂ ಅಲ್ಲಿಂದ ಚದುರಿದರು. ಗಾಯಗೊಂಡವಳಿಗೆ ವಿಸ್ಕಿ, ಸಿಗರೇಟು ತಂದುಕೊಟ್ಟ ಹಳ್ಳಿಯ ಕಿತಾಪತಿ ತರುಣ ಇನ್ನೂ ಅವಳ ಜೊತೆಯಲ್ಲೇ ಇದ್ದ. ಆದರೆ ಆಕೆಗೆ ಆತನಿಂದ ಇನ್ನೇನೂ ಬೇಕಾಗಿರಲಿಲ್ಲ.

ಏನು ಸಂಭವಿಸಿದೆ ಎಂದು ನೋಡಲು ಪೊಲೀಸರು ಗಂಭೀರವಾಗಿ ಸ್ಥಳಕ್ಕೆ ಆಗಮಿಸಿದರು. ಪರಿಸ್ಥಿತಿಯನ್ನು ಗ್ರಹಿಸಿ ಮುಂದಿನ ಕ್ರಮದ ಬಗ್ಗೆ ಸಮಾಲೋಚಿಸಿದರು. ಅವಳು ಮೆಲುದನಿಯಲ್ಲಿ ಅವರ ಹತ್ತಿರ ಚರ್ಚೆ ನಡೆಸಿದಳು – ಯಾರಿಗೂ ಹೇಳದೆ ತನ್ನನ್ನು ಗುಂಡಿಕ್ಕಿ ಕೊಲ್ಲುವಂತೆ ಒತ್ತಾಯಿಸಿದಳು. ಅವರಿಗೆ ಏನು ಮಾಡಬೇಕೋ ತಿಳಿಯದೆ ಅಲ್ಲಿಂದ ದೂರ ಸರಿದು ಆಗಾಗ ನಿಂತು ಮಾತನಾಡಿಕೊಳ್ಳುತ್ತಿದ್ದರು. ಅವರು ಏನು ತೀರ್ಮಾನ ಮಾಡುತ್ತಾರೆಂದು ಹೇಳುವುದು ಕಷ್ಟವಾಗಿತ್ತು. ಕಡೆಗೆ ಅವರು ಅವಳ ಒತ್ತಾಯಕ್ಕೆ ಮಣಿಯಕೂಡದೆಂದು ನಿರ್ಧರಿಸಿದರು. ಆ ಯುವಕನೂ ಪೊಲೀಸರ ಜತೆಯಲ್ಲಿ ಹೋದುದನ್ನು ಅವಳು ಗಮನಿಸಿದಳು. ಅದಕ್ಕೆ ಮುಂಚೆ ಆ ಯುವಕ ತನ್ನ ಮುರುಕಲು ಲೈಟರಿನಿಂದ ಅವಳ ಸಿಗರೇಟು ಹೊತ್ತಿಸಿದ್ದ – ಕಾಡಿನ ಬಳಿ ಸತ್ತು ಬಿದ್ದಿದ್ದವರಲ್ಲಿ ಒಬ್ಬ ತನ್ನ ಗಂಡನೆಂದು ಅವನೊಡನೆ ಅವಳು ಹೇಳಿದ್ದಳು. ಈ ಸುದ್ದಿಯಿಂದ ತರುಣನ ಮನಸ್ಸಿಗೆ ಏನೋ ಅಸಂತೋಷವುಂಟಾದಂತೆ ತೋರಿತು.

ಅವಳು ಸ್ವಲ್ಪ ಹಾಲು ಕುಡಿಯಲು ಪ್ರಯತ್ನಿಸಿ, ತುಸು ಹೊತ್ತಿನ ಬಳಿಕ ವಿಮನಸ್ಕಳಾಗಿ ಬಟ್ಟಲನ್ನು ತನ್ನ ಪಕ್ಕದಲ್ಲಿ ಹುಲ್ಲಿನ ಮೇಲೆ ಇಟ್ಟುಬಿಟ್ಟಳು. ತೇವ ತುಂಬಿದ ಗಾಳಿಯಿಂದ ಜಡವಾಗಿದ್ದ ವಸಂತಪೂರ್ವದ ಹಗಲು ಕಳೆಯುತ್ತಿತ್ತು. ತುಂಬಾ ಛಳಿ, ತೆರಪಾದ ಹೊಲದಾಚೆ ಹಲವಾರು ಸಣ್ಣ ಮನೆಗಳಿದ್ದವು. ಇನ್ನೊಂದು ಪಕ್ಕದಲ್ಲಿ ಅಲ್ಲೊಂದು ಇಲ್ಲೊಂದು ಸಣ್ಣ ಪೈನ್ ಮರಗಳು ಗಾಳಿಯಲ್ಲಿ ಆಕಾಶದತ್ತ ಕೈ ಬೀಸುತ್ತ ನಿಂತಿದ್ದವು. ಅವರು ತಪ್ಪಿಸಿಕೊಂಡು ಹೋಗಬೇಕೆಂದಿದ್ದ ಕಾಡು ಅವಳ ಹಿಂದುಗಡೆ ರೈಲು ರಸ್ತೆಯಿಂದಾಚಿನ ಅಂಚಿನಿಂದ ಪ್ರಾರಂಭವಾಗಿತ್ತು. ಅವಳ ಕಣ್ಣಿಗೆ ಕಾಣಿಸುತ್ತಿದ್ದುದು ಅವಳ ಎದುರಿನ ಬಟ್ಟಂಬಯಲು ಮಾತ್ರ.

ಆ ತರುಣ ಹಿಂತಿರುಗಿ ಬಂದ. ಪುನಃ ಅವಳು ಸೀಸೆಯೆತ್ತಿ ಇನ್ನೊಂದಿಷ್ಟು ವಿಸ್ಕಿ ಕುಡಿದಳು. ಅವನು ಅವಳ ಸಿಗರೇಟು ಹೊತ್ತಿಸಿದ. ಪಶ್ಚಿಮದ ಕಡೆ ಮೋಡಗಳು ಹಿಂಡು ಹಿಂಡಾಗಿ ಲಗುಬಗೆಯಿಂದ ಮೇಲೇರುತ್ತಿದ್ದವು. ಕೆಲಸ ಮುಗಿಸಿ ಹಿಂತಿರುಗುತ್ತಿದ್ದ ಹೊಸಬರು ಅಲ್ಲಿ ಬಂದು ನಿಲ್ಲುತ್ತಲೇ ಇದ್ದರು. ಮುಂಚೆಯೇ ಅಲ್ಲಿಗೆ ಬಂದಿದ್ದರು. ಹೊಸದಾಗಿ ಬಂದವರಿಗೆ ವಿಷಯವನ್ನು ವಿವರಿಸುತ್ತಿದ್ದರು. ಅವಳು ಸತ್ತೇ ಹೋಗಿದ್ದು ತಮ್ಮ ಮಾತು ಅವಳಿಗೆ ಕೇಳಿಸುವುದಿಲ್ಲ ಎನ್ನುವಂತೆ ಅವರು ಮಾತನಾಡಿಕೊಳ್ಳುತ್ತಿದ್ದರು.

ಅವರ ಪೈಕಿ ಒಬ್ಬ ಹೆಂಗಸು ಹೇಳಿದಳು :

''ಓ ಅಲ್ಲಿ ಸತ್ತು ಬಿದ್ದಿದ್ದಾನಲ್ಲಾ ಅವನು ಇವಳ ಗಂಡ. ಇವರೆಲ್ಲಾ ರೈಲಿನಿಂದ ನೆಗೆದು ಕಾಡಿನೊಳಕ್ಕೆ ತಪ್ಪಿಸಿಕೊಂಡು ಹೋಗ್ತಾ ಇದ್ರು. ಗುಂಡು ಹಾರಿಸಿ ಇವರನ್ನು ಕೊಂದ್ರು. ಇವಳ

ಗಂಡ ಸತ್ತು ಹೋದ – ಈಗ ಇವಳೊಬ್ಬಳೇ ಇದ್ದಾಳೆ. ಇವಳಿಗೆ ಮಂಡಿಯಲ್ಲಿ ಏಟು ತಗಲಿ ಮುಂದಕ್ಕೆ ಓಡಲು ಸಾಧ್ಯವಾಗಲಿಲ್ಲ. ಇವಳು ಕಾಡಿನೊಳಕ್ಕೆ ಸೇರಿಬಿಟ್ಟಿದ್ದರೆ ಹೇಗಾದರೂ ಸುಲಭವಾಗಿ ಅವಳನ್ನು ಎಲ್ಲಿಗಾದರೂ ಸಾಗಿಸಬಹುದಾಗಿತ್ತು. ಆದರೆ ಇಲ್ಲಿ ಎಲ್ಲರೂ ನೋಡ್ತಾ ಇರುವಾಗ – ಅದು ಖಂಡಿತ ಸಾಧ್ಯವಿಲ್ಲ.

ಮಾತನಾಡುತ್ತಿದ್ದವಳು ಹಾಲು ನೀಡಿದ್ದ ಬಟ್ಟಲನ್ನು ತೆಗೆದುಕೊಂಡು ಹೋಗಲು ಬಂದಿದ್ದ ಹೆಂಗಸು. ಹುಲ್ಲಿನ ಮೇಲೆ ಚೆಲ್ಲಿದ್ದ ಹಾಲನ್ನು ಅವಳು ಮೌನವಾಗಿ ನೋಡಿದಳು.

ಅವಳನ್ನು ಅಲ್ಲಿಂದ ಸಾಗಿಸಲು ಅಥವಾ ಒಬ್ಬ ಡಾಕ್ಟರನ್ನು ಕರೆತರಲು ಅಥವಾ ಆಸ್ಪತ್ರೆಗೆ ಸಾಗಿಸುವ ಸಲುವಾಗಿ ರೈಲ್ವೆ ನಿಲ್ದಾಣಕ್ಕೆ ಕರೆದೊಯ್ಯಲು, ಕತ್ತಲೆಯಾಗುವುದಕ್ಕೆ ಮುಂಚೆ ಯಾರೂ ಮುಂದೆ ಬರಲಿಲ್ಲ. ಇದರ ಬಗ್ಗೆ ಯಾರೂ ಯೋಚಿಸಲೂ ಇಲ್ಲ. ಒಂದಲ್ಲ ಒಂದು ರೀತಿ ಅವಳು ಸಾಯಲೆಂಬುದೇ ಎಲ್ಲರ ಕಾಳಜಿಯಾಗಿತ್ತು. ಮುಸ್ಸಂಜೆಯ ಸಮಯದಲ್ಲಿ ಅವಳು ಕಣ್ಣು ಬಿಟ್ಟಾಗ ಅವಳ ಸುತ್ತ ಹೆಚ್ಚು ಜನರಿರಲಿಲ್ಲ. ಹಿಂತಿರುಗಿ ಬಂದಿದ್ದ ಇಬ್ಬರು ಪೊಲೀಸಿನವರು, ಮತ್ತೆ ಅಲ್ಲೇ ನಿಂತಿದ್ದ ಆ ತರುಣ ಮಾತ್ರ ಅಲ್ಲಿದ್ದರು. ಪುನಃ ಅವಳು ತನ್ನನ್ನು ಗುಂಡು ಹಾರಿಸಿ ಸಾಯಿಸಬೇಕೆಂದು ಅವರನ್ನು ಕೇಳಿಕೊಂಡಳು – ಅವರು ಹಾಗೆ ಮಾಡುತ್ತಾರೆಂದು ಅವಳಿಗೆ ಸ್ವಲ್ಪವೂ ಭರವಸೆ ಇರಲಿಲ್ಲ. ಏನನ್ನೂ ನೋಡಬಾರದು ಎಂದೆನಿಸಿ ಅವಳು ತನ್ನ ಎರಡೂ ಕೈಗಳಿಂದ ಕಣ್ಣುಗಳನ್ನು ಮರೆ ಮಾಡಿಕೊಂಡಳು. ಪೊಲೀಸರ ಮನಸ್ಸು ಇನ್ನೂ ಅತ್ತಿತ್ತ ಹೊಯ್ದಾಡುತ್ತಿತ್ತು. ಒಬ್ಬ ಇನ್ನೊಬ್ಬನನ್ನು ಒತ್ತಾಯಪಡಿಸಿದಾಗ ಅವನು ಹೇಳಿದ.

''ನೀನೇ ಮಾಡಪ್ಪ.''

ಅವಳಿಗೆ ಆ ತರುಣನ ಮಾತುಗಳು ಕೇಳಿಸಿದವು. ''ಸರಿ, ಹಾಗಾದರೆ ನಾನೇ ಮಾಡ್ತೇನೆ.''

ಅವರು ಇನ್ನೂ ಪರಸ್ಪರ ವಾದವಿವಾದದಲ್ಲಿ ತೊಡಗಿದ್ದರು. ಸ್ವಲ್ಪ ತೆರೆದ ಕಣ್ಣುಗಳ ಮೂಲಕ ಅವಳು ಇಣುಕಿದಾಗ ಆ ಪೊಲೀಸಿನವ ತನ್ನ ಚೀಲದಿಂದ ಪಿಸ್ತೂಲನ್ನು ತೆಗೆದು ಆ ತರುಣನ ಕೈಗೆ ಕೊಡುತ್ತಿರುವುದು ಕಾಣಿಸಿತು. ದೂರದಲ್ಲಿ ನಿಂತಿದ್ದ ಜನರ ಸಣ್ಣ ಗುಂಪು ಅವನು ಅವಳ ಮೇಲೆ ಬಗ್ಗಿದುದನ್ನು ನೋಡಿತು. ಗುಂಡಿನ ಶಬ್ದ ಕೇಳಿಬಂದಾಗ ಅವರು ಹೇಸಿ ಬೇರೆ ಕಡೆ ತಿರುಗಿದರು.

''ಹೀಗೆ ನಾಯಿಯನ್ನು ಕೊಂದ ಹಾಗೆ ಅವಳನ್ನು ಸಾಯಿಸೋದರ ಬದಲು ಕೊನೆಯ ಪಕ್ಷ ಅವರು ಬೇರೆ ಯಾರನ್ನಾದರೂ ಕರಕೊಂಡು ಬರಬಹುದಾಗಿತ್ತು.''

ಕತ್ತಲೆ ಕವಿದ ಮೇಲೆ ಕಾಡಿನೊಳಗಿನಿಂದ ಇಬ್ಬರು ವ್ಯಕ್ತಿಗಳು ಅವಳನ್ನು ಹುಡುಕುತ್ತಾ ಬಂದರು. ಆ ಸ್ಥಳವನ್ನು ಗುರುತಿಸುವುದು ಸುಲಭವೇನಾಗಲಿಲ್ಲ. ಮೊದಲು ಅವರು ಅವಳು ಮಲಗಿ ನಿದ್ರಿಸುತ್ತಿರುವಳೆಂದೇ ಭಾವಿಸಿದರು – ಆದರೆ ಒಬ್ಬ ಅವಳನ್ನು ಮೇಲಕ್ಕೆತ್ತಿದಾಗ, ಅವಳು ಸತ್ತಿದ್ದಾಳೆಂದು ಅವನಿಗೆ ಕೂಡಲೇ ತಿಳಿಯಿತು.

ಇಡೀ ರಾತ್ರೆ ಹಾಗೂ ಬೆಳಿಗ್ಗೆ ಅವಳು ಅಲ್ಲಿ ಬಿದ್ದಿದ್ದಳು. ಮಧ್ಯಾಹ್ನದ ಹೊತ್ತಿಗೆ ಸರ್ಕಾರಿ ದಂಡಾಧಿಕಾರಿ ಇನ್ನೂ ಕೆಲವರನ್ನು ಕರೆದುಕೊಂಡು ಅಲ್ಲಿಗೆ ಬಂದ. ರೈಲು ರಸ್ತೆ ಬಳಿ ಸತ್ತು ಬಿದ್ದಿದ್ದ ಉಳಿದ ಇಬ್ಬರನ್ನೂ ಇವಳನ್ನೂ ಅಲ್ಲಿಂದ ಸಾಗಿಸಿ ಹೂತುಬಿಡಲು ಆತ ಅವರಿಗೆ ಆಜ್ಞಾಪಿಸಿದ.

''ಇಷ್ಟು ಹೇಳಿ ಈ ಕಥೆಯನ್ನು ಉಸುರುತ್ತಿದ್ದ ವ್ಯಕ್ತಿ ಕೊನೆಗೆ ನುಡಿದ :

''ಆದರೆ ಆ ತರುಣ ಅವಳನ್ನು ಯಾಕೆ ಗುಂಡಿಕ್ಕಿ ಕೊಂದ ಅನ್ನೋದು ನನಗೆ ತಿಳೀದು. ಅದು ನನಗೆ ಅರ್ಥವಾಗೋದಿಲ್ಲ. ಯಾಕೆಂದರೆ ಅವಳ ಬಗ್ಗೆ ಅನುತಾಪ ಪಡ್ತಿದ್ದವನು ಅವನೊಬ್ಬನೇ ಅಂತ ಕಾಣ್ತಿತ್ತು.'' ❍

ವಿಶೇಷ ಕೃತಜ್ಞತೆ

ಈ ಸಂಪುಟದ ಕಥೆಗಳ ಆಯ್ಕೆಗಾಗಿ ಆಕರ ಸಾಮಗ್ರಿಯನ್ನು ಎರವಲು ನೀಡಿ ನೆರವಾದ

* ಶ್ರೀ ಗಂಗಯ್ಯ ಕಟ್ರಗಡ್ಡ, ಕಾಕಿನಾಡ
* ಇಂಡಿಯನ್ ಇನ್‌ಸ್ಟಿಟ್ಯೂಟ್ ಆಫ್ ವರ್ಲ್ಡ್ ಕಲ್ಚರ್, ಬೆಂಗಳೂರು
* 'ಚೆಕೊಸ್ಲೊವಾಕ್ ಲೈಫ್', ಪ್ರಾಗ್
* ದಿ. ಸ್ವೀಡಿಶ್ ಇನ್‌ಸ್ಟಿಟ್ಯೂಟ್, ಸ್ಟಾಕ್‌ಹೋಮ್
* ಡಾ. ಜಿ. ರಾಮಕೃಷ್ಣ, ಬೆಂಗಳೂರು

ಕಥೆಗಳಲ್ಲಿ ಬರುವ ನಾಮಪದಗಳ ಸರಿಯಾದ ಉಚ್ಚಾರವನ್ನು ತಿಳಿಯಲು ಸಹಾಯ ಮಾಡಿದ

* ಭಾರತದಲ್ಲಿರುವ ಚೆಕೊಸ್ಲೊವಾಕಿಯದ ರಾಯಭಾರಿ ಕಚೇರಿ, ನವದೆಹಲಿ.
* ಶ್ರೀಮತಿ ಶೀಲಾ ಸಾಹನಿ, ನವದೆಹಲಿ

ಸಂಪುಟಗಳ ಆಂಗ್ಲ ಮೂಲ ಪ್ರತಿಗಳ ಬೆರಳಚ್ಚು ತಯಾರಿಕೆ ಮತ್ತಿತರ ಸಂಪಾದಕೀಯ ನೆರವಿಗಾಗಿ

* ಕುಮಾರಿ ಸೀಮಂತಿನೀ ನಿರಂಜನ

ಇವರಿಗೆಲ್ಲ ನಮ್ಮ ವಿಶೇಷ ಕೃತಜ್ಞತೆ ಸಲ್ಲುತ್ತದೆ.

ವಿಶ್ವಕಥಾಕೋಶ

ಸಂಪುಟ - ೧೧

ನೆತ್ತರು ದೆವ್ವ

ಲೇಖಕರ ಪರಿಚಯ

ನೆತ್ತರು ದೆವ್ವ

ಯಾನ್ ನೆರೂದಾ (1834–1931)

ಕಥೆಗಾರ, ಕಾದಂಬರಿಕಾರ, ಕವಿ, ನಾಟಕಕಾರ, ವಿಮರ್ಶಕ, ಸಂಪಾದಕ. 19ನೆಯ ಶತಮಾನದ ಪ್ರಚಂಡ ಸಾಹಿತ್ಯ ಶಕ್ತಿ. ಈ ಶತಮಾನದ ವಿಶ್ವ ವಿಖ್ಯಾತ ಕವಿ ಪಾಬ್ಲೊ ನೆರೂದಾ ಈ ಚೆಕ್ ಸಾಹಿತಿಯ ಹೆಸರನ್ನೇ ತನ್ನದಾಗಿಸಿಕೊಂಡ. ಹಿರಿಯ ಚೆಕ್ ಲೇಖಕನ ಬಗ್ಗೆ ಗೌರವಕ್ಕೆ ಇದೊಂದು ನಿದರ್ಶನ. ❍

ಘೋಲ್ಟೀನನ ಡಮರು

ಸ್ವತೋಪಲುಕ್ ಚೇಖ್ (1846–1908)

ಕವಿ, ಕಿರುಗತೆಗಾರ, ಕಾದಂಬರಿಕಾರ, ಆಗಿಂದಾಗ್ಗೆ ಜೆಕೊಸ್ಲೊವಾಕಿಯದ ಪ್ರಮುಖ ಸಾಹಿತ್ಯ ಪತ್ರಿಕೆಗಳ ಸಂಪಾದಕ. ಜನಪ್ರಿಯ ಬರಹಗಾರ. ❍

ಮಹಾಯುದ್ಧದಲ್ಲಿ ಶ್ವೀಕ್‌ನ ಮಧ್ಯಪ್ರವೇಶ

ಯಾರೊಸ್ಲಾವ್ ಹಾಶೆಕ್ (1883–1923)

ಗಣಿತ ಶಿಕ್ಷಕನ ಮಗ. ಬಡತನದಿಂದಾಗಿ ಬ್ಯಾಂಕ್ ಗುಮಾಸ್ತನಾಗಿ ಬಲವಂತದ ಉದ್ಯೋಗ. ಸ್ವಲ್ಪ ಕಾಲದಲ್ಲೇ ಅದನ್ನು ಬಿಟ್ಟು ಅಲೆಮಾರಿ ಜೀವನ. ಪತ್ರಕರ್ತನೂ ಹೌದು. ಪಡಖಾನೆಗಳಲ್ಲಿ ಅಭಿಮಾನಿಗಳ ದೊಡ್ಡ ಗುಂಪು. ಪ್ರಥಮ ವಿಶ್ವಸಮರಕ್ಕೆ ಮುಂಚೆ ಹದಿನಾರು ಸಂಪುಟಗಳಲ್ಲಿ ಸಣ್ಣ ಕಥೆಗಳು. ಯುದ್ಧ ಕಾಲದಲ್ಲಿ ಬಂದಿ, ವಿಮುಕ್ತನಾದ ಮೇಲೆ 'ಸೌಜನ್ಯಶೀಲ ಸೈನಿಕ ಶ್ವೀಕ್' ಕೃತಿಯನ್ನು ಆರು ಸಂಪುಟಗಳಲ್ಲಿ ಬರೆಯುವ ಯೋಜನೆ. ನಾಲ್ಕನೆಯದು ಹೊರಬಂದ ನಂತರ ಮರಣ.

❍

ಉಪವಾಸ ಕಲಾಕಾರ

ಫ್ರಾನ್ಜ್ ಕಾಫ್ಕ (1883–1924)

ಯೆಹೂದಿ ಕುಟುಂಬದಲ್ಲಿ ಪ್ರಾಹಾದಲ್ಲಿ ಹುಟ್ಟಿದ ಚೆಕ್ ಕಾದಂಬರಿಕಾರ. ನ್ಯಾಯಶಾಸ್ತ್ರದಲ್ಲಿ ಶಿಕ್ಷಣ. ಪ್ರಾಹಾದ ಜೀವವಿಮಾ ಸಂಸ್ಥೆಯೊಂದರಲ್ಲಿ ಉದ್ಯೋಗ. ಕ್ಷಯರೋಗದಿಂದ ರಾಜೀನಾಮೆ. ಅಕಾಲ ಮರಣ. ಹಸ್ತಪ್ರತಿಗಳೆಲ್ಲವನ್ನೂ ತನ್ನ ಮರಣದ ನಂತರ ಅಗ್ನಿಗಾಹುತಿ ಮಾಡಬೇಕೆಂದು ಮಿತ್ರನಿಗೆ ತಿಳಿಸಿದ್ದ. ಆ ಮಿತ್ರನಿಂದ ಅವುಗಳ ಪರಿಷ್ಕರಣ ಮತ್ತು ಪ್ರಕಾಶನ. ದಿ ಟ್ರಯಲ್, ದಿ ಕ್ಯಾಸಲ್ ಮುಂತಾದ ಎಲ್ಲ ಕೃತಿಗಳೂ ವಿಶ್ವ ಖ್ಯಾತಿ ಪಡೆದು ಹೊಸ ಪರಂಪರೆಯನ್ನೇ ಆರಂಭಿಸಿದವು. ❍

ಆರ್ಕಿಮಿಡೀಸನ ಮರಣ

ಕಾರೆಲ್ ಚಾಪೆಕ್ (1890–1938)

ಸಣ್ಣ ಕಥೆಗಾರ, ಕಾದಂಬರಿಕಾರ, ನಾಟಕಕಾರ, ಪ್ರಬಂಧಕಾರ. ಪ್ರಾಹಾ, ಬರ್ಲಿನ್ ಮತ್ತು ಪ್ಯಾರಿಸ್‌ನಲ್ಲಿ ತತ್ವಶಾಸ್ತ್ರದ ಅಧ್ಯಯನ. ಜೀವಮಾನ ಪರ್ಯಂತ ಪತ್ರಕರ್ತನಾಗಿ ಕೆಲಸ. 'ರೊಬೋ' ಎಂಬ ಪದ ವಿಶ್ವ ವಾಙ್ಮಯಕ್ಕೆ ಆತನ ನಿರ್ದಿಷ್ಟ ಕಾಣಿಕೆ. ❍

ನೀರವ ತಡೆಗಟ್ಟೆ

ಯಾನ್ ದರದಾ (1915–1970)

ಸಣ್ಣ ಕಥೆಗಾರ, ಕಾದಂಬರಿಕಾರ, ನಾಟಕಕಾರ. ಕಮ್ಯೂನಿಸ್ಟನಾದ ಈತ ನವ ಸಮಾಜವಾದಿ ವಾಸ್ತವತೆಯನ್ನು ಸಾಹಿತ್ಯದಲ್ಲಿ ಪ್ರತಿಷ್ಠಾಪಿಸುವುದರಲ್ಲಿ ಪ್ರಮುಖ ಪಾತ್ರ ವಹಿಸಿದ. ಅನೇಕ ಲೇಖಕರು ಅದನ್ನು ಅನುಸರಿಸಿದರು. ❍

ಆರು ಹುಡುಗರ ಕಥೆ

ಜೂಲಿಯಸ್ ಫೂಚಿಕ್ (1903–1943)

ಕಿರುಗತೆಗಾರ, ಸಾಹಿತ್ಯ ವಿಮರ್ಶಕ, ಪತ್ರಕರ್ತ, ಗೆಸ್ಟಪೊ ಸೆರೆಮನೆಯಲ್ಲಿದ್ದಾಗ ಬರೆದು ಕಣ್ಣುತಪ್ಪಿಸಿ ಹೊರಸಾಗಿಸಿದ ನಂತರ ಪ್ರಕಟವಾದ ಕೃತಿ 'ನೇಣುಗಂಬದ ನೆರಳಿನಲ್ಲಿ ಬರೆದ ನೆನಪುಗಳು' ಸುವಿಖ್ಯಾತವಾಯಿತು. ಈ ಕೃತಿಯನ್ನು ನವಕರ್ನಾಟಕ 'ನೇಣುಗಂಬದ ನೆರಳಿನಲ್ಲಿ' ಎಂಬ ಶೀರ್ಷಿಕೆಯಲ್ಲಿ ಪ್ರಕಟಿಸಿದೆ. ನಾಜಿಗಳಿಂದ ಚಿತ್ರಹಿಂಸೆಯ ಅನಂತರ ಈ ಲೇಖಕ ಹತ್ಯೆಯಾದ. ❍

ಕೂಳೆಯ ಹೊಲ

ಪಾವೆಲ್ ಫ್ರಾಂತೌಜ಼್

ಜನನ 1932, ಸಣ್ಣ ಕಥೆಗಾರ, ನಾಟಕಕಾರ. ಜೀವನದಲ್ಲಿನ ನಿರಾಶೆಯನ್ನು ದೃಢ ನಿರ್ಧಾರದಿಂದ ಎದುರಿಸಿ ತಮ್ಮನ್ನು ತಾವು ಗೆಲ್ಲುವ ಸಾಮಾನ್ಯ ಜನರೇ ಈತನ ಕಥೆಗಳ ಪಾತ್ರಗಳು. ❍

ಒಂದು ಚಿಟಿಕೆ ಉಪ್ಪು

ಆಡಮ್ ಸೈಮನ್‌ಸ್ಕಿ (1852–1916)

ಸಣ್ಣ ಕಥೆಗಾರ. ಬೊಲಿಸ್ಲಾವ್ ಪ್ರೂಶ್‌ನ ಜೊತೆಗೂಡಿ ಸಣ್ಣಕಥೆಯ ಕಲೆಯನ್ನು ಉಚ್ಚ್ರಾಯ ಸ್ಥಿತಿಗೆ ತಂದವನು. ಈತನ ಬರಹಗಳು ಆಳವಾದ ತಾತ್ವಿಕ ನಂಬಿಕೆಯ ಪ್ರತೀಕ. ❍

ಆಸ್ಪಿನ್‌ವಾಲ್ ದೀಪಸ್ತಂಭದ ಕಾವಲುಗಾರ

ಹೆನ್ರಿಕ್ ಸಿಯೆಂಕಿವಿಚ್ (1846–1916)

ಸಣ್ಣ ಕಥೆಗಾರ, ಕಾದಂಬರಿಕಾರ. ವಾರ್ಸಾ ವಿಶ್ವವಿದ್ಯಾನಿಲಯದಲ್ಲಿ ಅಧ್ಯಯನದ ಬಳಿಕ ಮೂವತ್ತನೆಯ ವಯಸ್ಸಿನಲ್ಲಿ ಅಮೆರಿಕಾಕ್ಕೆ ಪ್ರಯಾಣ. ಪೋಲಿಷ್ ಭಾಷೆಯ ಅತ್ಯಂತ ಪ್ರತಿಭಾವಂತ ಕಥೆಗಾರರಲ್ಲೊಬ್ಬ. ❍

ಅವಳ ಮುದ್ದುಮರಿ

ಗಾಬ್ರಿಯೆಲಾ ಜಪೋಲ್‌ಸ್ಕಾ (1860–1921)

ಸಣ್ಣ ಕಥೆಗಾರ್ತಿ, ನಾಟಕಕಾರ್ತಿ, ಕಾದಂಬರಿಕಾರ್ತಿ, ಪ್ರತಿಭಾವಂತ ಅಭಿನೇತ್ರಿ. ಪ್ಯಾರಿಸ್ ರಂಗಭೂಮಿಯ ಕಲಾವಿದೆ. ಸಣ್ಣತನ, ಕಪಟತನ, ಬೂರ್ಷ್ವಾ ನೀತಿ ಇವುಗಳನ್ನು ಖಂಡಿಸುವ ಸಣ್ಣ ಕಥೆಗಳ ಬರಹದಿಂದ ಖ್ಯಾತಿ. ಮಹಿಳೆಯರಿಗೆ ಸಮಾನ ಹಕ್ಕುಗಳ ಪ್ರತಿಪಾದಕಿ. ❍

ಮಾನವ ತಂತಿ

ಬೊಲಿಸ್ಲಾವ್ ಪ್ರೂಶ್ (1847–1912)

ನಿಜನಾಮಧೇಯ ಅಲೆಕ್ಸಾಂಡರ್ ಗ್ಲೊವಾವ್‌ಸ್ಕಿ ಎಂದಾದರೂ ಅಭಿಮಾನಿ ಜನರಿಗೆ ಬೊಲಿಸ್ಲಾವ್ ಪ್ರೂಶ್ ಎಂಬ ಕಾವ್ಯನಾಮದಿಂದಲೇ ಪರಿಚಿತ. ಸಣ್ಣ ಕಥೆಗಾರ, ಕಾದಂಬರಿಕಾರ. ಅಂತಿಮ ಕಾಲದವರೆಗೂ ನಿರಂತರ ಸಾಹಿತ್ಯ ಸೇವೆ. ❍

ರೈಲು ರಸ್ತೆಯ ಬದಿಯಲ್ಲಿ

ಜೋಫಿಯಾ ನಲ್ಕೋವ್‌ಸ್ಕಾ (1884–1954)

ಸಣ್ಣ ಕಥೆಗಾರ್ತಿ, ಕಾದಂಬರಿಕಾರ್ತಿ, ನಾಟಕಕಾರ್ತಿ. ದ್ವಿತೀಯ ವಿಶ್ವ ಸಮರಕ್ಕೆ ಮುಂಚಿನ ಹಾಗೂ ಅನಂತರದ ಪೋಲಿಷ್ ಬರಹಗಾರ್ತಿಯರ ಸಾಕಷ್ಟು ದೊಡ್ಡ ಗುಂಪಿನಲ್ಲಿ ಅತ್ಯಂತ ಗಮನಾರ್ಹ ಮಹಿಳೆ. ❍

ಈ ಸಂಪುಟದ ಅನುವಾದಕರು

ಎಚ್. ಕೆ. ರಾಮಚಂದ್ರಮೂರ್ತಿ

1925ರಲ್ಲಿ ಅರಸೀಕೆರೆ ತಾಲ್ಲೂಕಿನ ಹೊಳಲ್ಕೆರೆಯಲ್ಲಿ ಜನನ. ಇಂಗ್ಲಿಷ್ ಪ್ರಾಧ್ಯಾಪಕ. 'ಮೋಲಿಯೆರ್' ಕೃತಿಗೆ 1974ರಲ್ಲಿ, 'ಕಲೆ ಮತ್ತು ಸಾಮಾಜಿಕ ಜೀವನ' ಪ್ಲೆಖನೋವ್ ಕೃತಿಯ ಅನುವಾದಕ್ಕೆ 1980ರಲ್ಲಿ ರಾಜ್ಯ ಸಾಹಿತ್ಯ ಅಕಾಡೆಮಿ ಪುರಸ್ಕಾರ. 1978ರಲ್ಲಿ ಪೂರ್ವ ಜರ್ಮನಿ ಪ್ರವಾಸ. 'ಮನವೆಂಬ ಮರ್ಕಟ'. 'ಗಾಜಿನಗೊಂಬೆ' ಮತ್ತು 'ಬ್ರೆಕ್ಟ್' ಇತರ ಸ್ವತಂತ್ರ ಕೃತಿಗಳು. 'ರಾಳ್ಳಪಳ್ಳಿ ಅನಂತಕೃಷ್ಣ ಶರ್ಮ' ಮಕ್ಕಳ ಕೃತಿ. ನಾಟಕ, ವಿಮರ್ಶೆ, ನಿಘಂಟುರಚನೆ, ಅನುವಾದ ಎಲ್ಲ ಸೇರಿ ಒಟ್ಟು ಹದಿನೆಂಟಕ್ಕೂ ಹೆಚ್ಚು ಕೃತಿಗಳು.

❍